நிழல்கள் மாறும் நொடி

நிழல்கள் மாறும் நொடி

கன்னடத்தில்: விவேக் ஷான்பாக்

தமிழில்: கே. நல்லதம்பி

ZERO DEGREE PUBLISHING

Title: Nizhalgal Maarum Nodi
Author's Name:Vivek Shanbhag
Tamil Translation © K. Nallathambi
Published by Zero Degree Publishing
Originally published as *Ooru Bhanga* - 2015 in Kannada by Akshara Prakashana

Zero Degree Publishing First Edition: October 2025
ISBN:978-93-95233-20-0
ZDP Title No : 75

Rs.380/-

ZERO DEGREE PUBLISHING
No.75 & 76, I Floor, Kuppusamy Street,
Balaji Nagar, Padi,
Chennai - 600050

Website: www.zerodegreepublishing.com
E Mail id: zerodegreepublishing@gmail.com
Phone : 89250 61999

Layout: G.Selva kumar
Cover Design:Negizhan
Printed at Rathna Offset, Chennai, India.

படலம் : ஒன்று

1

'எல்லாவற்றையும் சொல்கிறேன்.'

பாஸ்கரராவ் பேசியது என்று சொல்லப்பட்ட அந்தப் பேச்சைக் குறித்து எங்களுக்குள் தீவிர வாக்குவாதம் தொடங்கியிருந்தது. அந்த இரண்டு வார்த்தைகள் ஒரு நிறுவனத்தின் கார்பரேட் அலுவலகத்தில் எத்தனை புரட்சிகரமான, அதிர்ச்சிகரமான கோஷமாகக் கேட்கலாம் என்பது அதுபோன்ற உலகைப் பற்றித் தெரிந்தவர்களுக்கு மட்டுமே புரியும். அங்கு மட்டுமல்ல, குடும்பம் அல்லது அரசியல் போன்ற எந்த அமைப்பும் கூட அஞ்சக்கூடிய சொற்கள் அவை. எல்லாவற்றையும் சொல்லிவிடுவேன் என்பதே கருத்துவேறுபாட்டின் மிக வலுவான ஆயுதமல்லவா? கட்சியைத் துறந்த துணிச்சலானவர்கள், குழுவிலிருந்து கைவிடப்பட்ட விளையாட்டு வீரர், தகராறு செய்துகொண்ட வியாபாரப் பங்குதாரர்கள், சண்டை போட்டுக்கொண்ட காதலர்கள், விலகிய தம்பதிகள் - எல்லோரும் ஏதாவது ஒருவிதத்தில், ஏதாவது ஒரு வடிவில் இந்த ஆயுதத்தை ஏந்தியவர்கள்தான். அந்த இரு சொற்களில் இருக்கும் துணிச்சலும், இத்தனை நாட்கள் முடியாததை இப்போதாவது செய்கிறேனே என்ற மனநிறைவும், கொஞ்சம் தியாக உணர்வும் இருப்பது போலவே நம்பிக்கை துரோகமும் இருக்கிறது.

நிறுவனத்தின் வைஸ் பிரஸிடெண்டாக இருக்கும் பாஸ்கரராவ் பதவிக் காலத்திற்கு முன்பே ஓய்வு பெறுகிறார் என்பது காலையில்

முக்கியச் செய்தியாக இருந்தது. அது செரிமானமாவதற்கு முன்பே அவர் சொன்னாரென்று சொல்லப்பட்ட 'எல்லாவற்றையும் சொல்கிறேன்...' என்ற வார்த்தைகள் எங்கள் அலுவலகம் முழுதும் அதிர்வுகளை ஏற்படுத்தியிருந்தன. 'எல்லாவற்றையும்' என்றால் அது எதையெல்லாம் உள்ளடக்கி இருக்கலாம் என்று சிலர் வாதம் செய்தார்கள். 'சொல்லிவிடுவேன்' என்பதைப் பற்றியே ஆர்வம் கொண்டவர்கள் ராவ் அய்யா எல்லாவற்றையும் சொல்வது யாரிடம் என்பதைப் பற்றிப் பேசினார்கள். மேலிருந்து கீழ்வரை, யாரிடமும், எப்போதும் பேசக்கூடிய ராவ், இத்தனை நாள் ஏன் சொல்லாமல் இருந்தார் என்பதும், இப்போது யார் யாரிடம் எல்லாவற்றையும் சொல்லலாம் என்பதும் தீர்க்கப்படாத புதிரானது. இன்னும் பலர் கூற்றுப்படி எப்படிச் சொல்வார் என்பது முக்கியமாக இருந்தது. அவர் சொற்பொழிவாற்றுவாரா, கடிதம் எழுதிச் சொல்வாரா, தனித் தனியாக அழைத்து உட்காரவைத்துச் சொல்வாரா என்பதைப் பற்றி ஒவ்வொருவருக்கும் அவர்களுக்கே உரிய எண்ணங்கள் இருந்தன.

பேச்சுவாக்கில் அதற்கு ராவ்பாம்ப் என்ற பெயரும் அமைந்துவிட்டது. அந்த வெடிகுண்டு யார் யார் புட்டத்தைச் சிதறடிக்கலாம் என்று வேடிக்கையாகப் பேசிக்கொண்டார்கள்.

'முதல் முதலாக அவர் புட்டம்தான் சிதறும். இது ஒரு தற்கொலைத் தாக்குதல்.'

வெடிகுண்டு தாக்குதலில் அப்பாவிகள் இறப்பதுதான் அதிகம். அதற்காக நாம் எல்லாம் இங்கிருந்து தப்பித்து ஓடிவிடுவது நல்லது.'

'அப்படி என்றால் புரட்சி ஏற்பட்டுவிடுமா? இங்கே பட்டாசு கொளுத்தக்கூட விடமாட்டாங்க. இனி வெடிகுண்டு எங்கிருந்து வரும்.'

அத்தனைக்கும் இதை ராவ் சொன்னது யாரிடம் என்பது மட்டும் சரியாகத் தெரியாது. நான்கு பேர் இதுபோலான செய்திகளைப் பேசினால் போதும். அதன் பிறகு செய்தியின் மூலத்தைக் கண்டுபிடிக்க பிரம்மனாலும் முடியாது. இந்த வார்த்தைகளை அவருடைய உதவியாளர் வியாண்டி ஷெனோயிடம் சொல்லியிருக்கலாம் என்பது பலரின் ஊகமாக இருந்தது. அவள் காலை அலுவலகத்திற்கு வந்தவள் முக்கால் மணி நேரத்திற்குப்

பிறகு விடுமுறை சொல்லிவிட்டு வீட்டுக்குப் போனாள் என்பது தெரிய வந்தபோது செய்திக்கு மேலும் வலுக்கூடியது. இந்த 'எல்லாவற்றையும்' என்பதில் வியாண்டி ஷெனோய் விஷயமும் இருக்கலாமா என்று ஊகித்து ஒருசிலர் சிரித்தார்கள். அவளும் ராவும் பல ஆண்டுகளாக ஒன்றாக வேலை செய்தவர்கள். எச்ஆர் துறையின் ரகசியங்களையும், சகபணியாளர்கள் மீதான அந்தரங்க ரிப்போர்ட்களையும் ஒன்றாகப் பாதுகாத்திருக்கிறார்கள். பணியில் சேர்ந்தபோது வந்தனா ஷெனாய் ஆக இருந்தவள் போகப்போக வியாண்டி ஷெனோய் என்று அழைத்துக்கொள்ளும் கட்டத்தை அடைந்தது பாஸ்கரராவ் தாக்கத்தால் என்று நம்பிய ஒரு கூட்டம் எங்கள் அலுவலகத்தில் இருக்கிறது. ராவ் ஒரு சிறப்பான தனி தோரணையில் பேசும் இங்கிலிஷ் வழியாகவும், ஆடை அணிகலன், உடல்மொழிகளின் வழியாகவும் மட்டுமல்ல, அவர் வைக்கும் செல்லப் பெயர்களின் வழியாகவும் வெளிப்படும். அவரைத் தவிர வேறு யார் வாயிலும் வந்தனா என்ற பெயர் வியாண்டியாகியிருக்காது. இன்னும் அடுத்த சொல் ஷெனோய் என்பதை அவளைப்போல் கூர்மையான அறிவுள்ள பெண்ணுக்கு யாரும் சொல்லிக்கொடுக்கத் தேவையில்லை. அதை அவள் தானாகவே மகிழ்ச்சியாகச் சூட்டிக்கொண்டாள். பாஸ்கரராவை மகிழ்விக்கும் அவசரத்தில் அவள் இங்கிலிஷ் வார்த்தைகளின் உச்சரிப்பே மாறிவிட்டது. இப்போது நாற்பதைத் தாண்டிய வியாண்டியிடம் இளமையின் அறிகுறிகள் இன்னும் இருக்கின்றன. அவற்றை எப்படி மேம்படுத்திக்கொள்ளவேண்டுமென்பதுவும் கூட அவளுக்குத் தெரியும்.

இன்று அவள் யாரிடமும் பேசக் கிடைக்காமல் வீட்டிற்குப் போனது எல்லாவற்றிற்கும் ஆதாரமாகவே தோன்றியது. ராவ் பதவிக் காலத்திற்கு முன்பே ஓய்வுபெறும் விஷயம் அப்படிக் குறிப்பிடத்தக்க மகத்துவமான செய்தியாக இருக்கவில்லை. கண்டவர்களை எல்லாம் விஆர்எஸ் நோக்கித் தள்ளிய அவர் மீது யாருக்கும் அனுதாபம் இருக்கவில்லை. இந்த இரண்டு வார்த்தைகள் அவர் வாயிலிருந்து வந்தபோது இனப்படுகொலையில் கலந்துகொண்ட மூத்த ராணுவ அதிகாரி ஒருவர் எல்லாவற்றையும் சொல்வதாக அறிவித்ததுபோல் இருந்தது.

★★★

2

அலுவலகத்தில் இதுபோன்ற செயல்பாடுகள் நடந்த அன்றே மதியம் என் சகபணியாளன் சமீராசாஹூ ஃபோன் செய்து அன்று மாலை அவன் வீட்டுப் புதுமனை புகுவிழாவிற்கு வரவேண்டுமென்பதை மீண்டும் நினைவுபடுத்தினான். ஒரு வாரத்திற்கு முன்பு அழைப்பிதழைக் கொடுத்து, 'உங்கள் மிஸ்சசையும் அழைத்துக்கொண்டு வரவேண்டும் சார். தவறாம வரணும்.' என்று வற்புறுத்திச் சொல்லியிருந்தான். 'என் மனைவி வரமுடியாமல் போகலாம். நான் மட்டும் கண்டிப்பாக வருகிறேன்' என்று சொல்லியிருந்தாலும் போகவேண்டாமென்று முடிவு செய்திருந்தேன். அவன் விடுமுறையில் இருந்தாலும் மறக்காமல் மீண்டும் ஃபோன் செய்ததால் கடைசி நிமிடத்தில் மனம் மாறிப் புறப்பட்டேன்.

சமீராசாஹூ கல்கத்தாவில் பிறந்து வளர்ந்தவன். கலைஞர்களுடன் நட்பும் தொடர்பும் இருப்பவன். அவனுக்கு ஓவியத்தில் மிக ஆர்வம். வயதில் என்னைவிட மூத்தவனானாலும் எனக்குக் கீழ் பணியாற்றும் சாஹூ, என் முதுகிற்குப் பின்னால் என்னைப் பற்றி அற்பமாகப் பேசுகிறான் என்ற அனுமானம் எனக்கு. அதற்கு ஆதாரம் எதுவும் இல்லை என்றாலும் கார்பரேட் அற்பத்தனத்தை மீற நான் உபயோகிக்கும் தந்திரங்களையே எனக்கு எதிராக அவனும் பயன்படுத்துகிறான் என்று எனக்கு சந்தேகம். அவன் ஒரு காலத்தில் கம்யூனிஸ்ட் உறுப்பினனாக இருந்தவன். அவனுடன் பேசும்போது, அவனைவிட உக்கிரமாக இடதுசாரிப் பிரிவை ஆதரித்து, 'ஒருநாள் இல்லை ஒருநாள் இந்த கார்பரேட் சுரண்டலை ஒடுக்கும் காலம் வந்தே தீரும் பார்.' என்று சொல்லி அவனை அதிர்ச்சியடையச் செய்யும் என் வகையை வெறுமனே தந்திரம் என்று பார்க்கிறான் என்ற சந்தேகம் எனக்கு. அதனால்தான் அவன் கோட்டைக்குள் நுழைய கொஞ்சம் தயங்கியிருந்தேன். கிருகப்பிரவேச நாள், ராவ் பற்றிய செய்திகள் மனதை நிரப்பிய நாள், எனக்குக் கீழே வேலை செய்பவர்களுடன் போட்டிக்கு இறங்காமல் தாராளமாக இருக்கவேண்டுமென்று தோன்றி சாஹூ வீட்டை நோக்கிப் புறப்பட்டேன்.

அவன் புது வீடு நகரத்து வெளிப்புற விரிவாக்கப் பகுதியில் இருந்தது. அங்கே போனபோது இருட்டாகிவிட்டது. விரிவாக்கத்தில் குறைந்த வீடுகள் இருந்த வரிசையில் புது வீட்டைத் தேடுவது ஒன்றும் தாமதமாகவில்லை. வீட்டுக்கு முன் கார், ஸ்கூட்டர்களின் வரிசை இருந்தது. அப்போதுதான் அவன் வீட்டிற்கு முன்னால் இருந்த வேன் ஒன்று புறப்பட, காலியான அந்த இடத்தில் என் காரை நிறுத்தினேன். இன்னும் கட்டுமானப் பணிகள் மீதமிருக்கின்றன என்ற உணர்வைக் கொடுக்கும் வீட்டின் வெளிப் பகுதியும், மதில் சுவருக்குப் போட்ட மர வேலியும் வீட்டிற்குச் சிறப்பான களையைக் கொடுத்தன. உள்ளே கூடி இருந்த ஜனங்களின் பேச்சுக்கும் கூச்சலுக்கும் இடையே வெடிக்கும் சிரிப்பு, வெளியிலும் கேட்டது. உள்ளே போகும்போது சாஹூ எதிர்ப்பட்டான். அணுக்கமாகச் சிரித்து கைகுலுக்கி ‘வாங்க, வாங்க’ என்று சொல்லிக்கொண்டே உள்ளே அழைத்துச் சென்றான்.

கனமான புடவையுடன் வியர்வையால் நனைந்த ரவிக்கைக்குள் நெளிந்து கொண்டிருந்த குள்ளமான பெண்ணொருத்தியைத் தன் மனைவி என்று அறிமுகப்படுத்தினான். அவள் வரவேற்கும் சிரிப்பில் சோர்வு கண்டது. உதட்டுச் சாயம் குலைந்திருந்தது. அவள் காட்டிய மரியாதை போதவில்லை என்பதுபோல் ‘தெரியும்தானே, இவர் யாரென்று. இவர்தான் மிஸ்டர் மன்மோகன்’ என்று மனைவியை நோக்கி மீண்டும் மீண்டும் சொன்னான். அசதியாக இருந்த அவள் நான்கு ஆண்டுகளுக்கு முன் ஏதோ கண்காட்சியில் சந்தித்ததை எனக்கு நினைவூட்ட முயன்றாள்.

‘அப்போது உங்களை சந்தித்தேன். நீலச் சட்டை அணிந்து வந்திருந்தீர்கள்... மாலை நேரம்... உங்களுக்கு நினைவிருக்கிறதா...’ அதிசயமான இங்கிலிஷ் உச்சரிப்பில் சொன்னாள்.

அவள் ஊதா சட்டை என்று சொல்லும்போது சாஹூ பரிதவித்துக்கொண்டிருந்ததைக் கவனித்து, உனக்கு இதுவும் வேணும் இன்னும் வேணும் என்ற ஒருவகையான கபட மகிழ்ச்சியில் அவன் மனைவியின் அசட்டுப் பேச்சுகளை அனுபவித்தான். அவளுக்கு அதிகமாகப் பேச இடம் கொடுத்தால் அசிங்கமாகிவிடும் என்று, ‘வாங்க, என் வீட்டைக் சுற்றிக் காட்டறேன்’ என்று சாஹூ என்னை வீட்டிற்குள் அழைத்துச் சென்றான். அவன் பணிவையும்

எனக்குக் காட்டிய மரியாதையையும் சந்தேகப்படாமல் அப்படியே ஏற்க முயன்றேன்.

'இந்த வீட்டிற்கு வந்து ஒரு மாதத்திற்கு மேலானது. ஆனாலும் எல்லாம் அலங்கோலமாக விழுந்து கிடக்கின்றன. நாங்கள் இன்னும் வீட்டிற்கு மெல்லப் பழகிக்கொள்ளவேண்டும். கிருகப்பிரவேசச் சடங்குகளில் எனக்கு நம்பிக்கையில்லை. இன்றைய பார்ட்டி புதுவீட்டு சாக்கில் நண்பர்களை ஒன்றுகூட்டும் உபாயம் அவ்வளவுதான்.' பேசிக்கொண்டே சாஹூ என்னை ஒவ்வொரு அறையாக அழைத்துச் சென்றான்.

வீட்டிற்குப் பழைய ரயில் தண்டவாளங்களையும், இரும்புத் தகடுக் கதவுகளையும் பயன்படுத்தி இருந்தார்கள். பச்சை வர்ணம் பூசிய சன்னல் கவர்ச்சியாக இருந்தது. பொதுவாக வீட்டிற்குள் பூசத் தயங்கும் பகட்டான நிறங்களை எந்தக் கூச்சமும் இல்லாமல் பயன்படுத்தி இருந்தார்கள். இரண்டு அடுக்குகளாகப் பரவியிருந்த வீடு மிக கம்பீரமான உணர்வைக் கொடுத்தது. மேலே சூரிய ஒளிக்கென்று துவாரம், கீழே சிறிய பூங்கா இப்படி எல்லா வகையான வாஸ்துத் தன்மையும் அங்கே இருந்தது. கடந்த இரண்டு மணி நேரத்தில் மீள மீள விவரித்து வீட்டின் ஒவ்வொரு பகுதியின் சிறப்புகளும் மனப்பாடமாகி, சில வாக்கியங்களில் வீட்டை வர்ணிக்கும் கலையும் அவனுக்குக் கைவந்திருந்தது.

'பாருங்கள் இந்தச் சன்னல் சட்டகங்கள் எல்லாம் செகண்ட் ஹேண்ட். இடித்த பழைய வீடுகளிலிருந்து வந்தவை. அவை ஒரே அளவில் கிடைக்காது. இங்கே வெவ்வேறு அறைகளில் பயன்படுத்தி இருப்பதால் அவற்றின் வேறுபாடு தெரியாது. இது கேரளாவின் ஹாலோ பிரிக்ஸ். புழுக்கமாக இருக்காது. இப்போதெல்லாம் பெங்களூரிலேயே கிடைக்கிறது. இங்கே பாருங்கள் இந்தக் கற்கள் எல்லாம் பழைய கட்டடத்தைச் சேர்ந்தவை. பாத்ரூமை மட்டும் எந்த காம்ப்ரமைஸ் செய்யாமல் கட்டினேன்.'

'உங்கள் வீடு நன்றாக இருக்கிறது. யார் இதை டிசைன் செய்தது?'

'என் நண்பன்தான் டிசைனர். சுதேஷ் என்பவன். அவனும் இங்கேதான் இருக்கிறான். உங்களுக்கு அறிமுகப்படுத்துகிறேன்.'

சாஹு என்னை வீட்டுப் பின்பக்கத் தோட்டத்திற்கு அழைத்துச் சென்றான். அங்கே அவன் நண்பர்களின் கூட்டம் சேர்ந்திருந்தது. காது நிறைய வங்க மொழியின் இனிமையான ஒலி. ஜீன்சும் பழுப்பு நிற ஜிப்பாவும் அணிந்த நடு வயதுக்காரன் ஒருவன் தன்னைச் சுற்றிக் கூடியிருந்த ஜனங்களிடம் வீட்டை விவரித்துக்கொண்டிருந்தான். அவன் மொத்தப் பேச்சிலிருந்து அவன் இந்த வீட்டு வடிவமைப்பாளன் என்பது தெரிய வந்தது.

சாஹு அவனை எனக்கு அறிமுகப்படுத்தினான். 'இவர் சுதேஷ் கோஸ்வாமி. இந்த வீட்டை வடிவமைத்தவர்.'

என்னைப் பற்றிச் சொல்லும்போது அவன் பேச்சிலிருந்த புகழ்ச்சிக்குப் பின்னால் நக்கல் பூச்சு இருக்கிறதா என்று தேடினேன். 'இவர் மிஸ்டர் மன்மோகன். என் பாஸ். அதைவிட முக்கியமாக கன்னட எழுத்தாளர். கதைகள் எழுதுகிறார். எங்கள் வேலை உலகில் இதுபோன்ற உணர்வுள்ளவர்கள் மிகக் குறைவு. அது மட்டுமல்ல, இவருக்கு கலையைப் பற்றியும் கூட மிக ஆர்வம். எங்கள் அலுவலகத்தில் இருக்கும் ஆர்ட் கியாலரியை அமைக்க இவர்தான் பெரும் உதவி செய்தார்.'

நாடகத் தன்மையுடன் இருந்தாலும் அவன் பேச்சை அங்கே இருந்த யாரும் சந்தேகப்படவில்லை. மாறாக அவர்களுக்கெல்லாம் நான் மிக முக்கியமான ஆள் என்று தோன்றியது அவர்களின் அடுத்த செயல்களிலிருந்து தெரிந்தது. அது இலக்கியம் கலையில் இருக்கும் என் ஆர்வத்திற்காகவா அல்லது சாஹுவின் பாஸ் என்ற காரணத்திற்காகவா சரியாகத் தெரியவில்லை.

அவர்களில் சென் என்ற பெயர் கொண்ட முதியவர் ஒருவர் என்னைப் பேட்டி காணத் தொடங்கிவிட்டார்.

'உங்கள் கதைகள் எந்த வகையைச் சார்ந்தவை? சமுதாயக் கதைகளா, சயன்ஸ் ஃபிக்ஷனா, துப்பறியும் கதைகளா?'

முதல் கேள்வியிலேயே அவர் ஆழம் புரிந்துவிட்டது. துரதிர்ஷ்ட வசமாக இதுபோன்ற ஆசாமிகள்தான் பார்ட்டிகளில் மாட்டுகிறார்கள். மேலும் நாம் என்றும் கேட்டுக் கொள்ளாத எளிய கேள்விகளால் உயிரை வாங்குவார்கள். 'கம்பீரமான படைப்பாற்றல் இலக்கியம் என்ற ஒரு வர்க்கம் இருந்தால் அங்கே அவற்றைச் சேர்க்கலாம்' என்றேன். அவருக்கு என் கிண்டல்

புரியவில்லை. சாஹுவுக்குத் தெரிந்தது. அவன் உடனே என் உதவிக்கு வந்தான்.

'அட தாதா, இவர் கதைகள் வேறு மாதிரியான எழுத்து. இண்டலெக்ச்யுவல் எழுத்து என்பார்களே அது போன்றது. இவர் இலக்கியத்தை நன்றாக வாசித்திருக்கிறார். எங்கள் ஆடிட் பிரிவின் தலைவர் இவர்.'

சாஹுவின் விளக்கம் எனக்குக் கொஞ்சமும் பிடிக்கவில்லை. அதைத் திருத்தும் நேரம் இதல்ல என்று சும்மா இருந்துவிட்டேன். சில சமயம் உபசாரப் பேச்சுகளின் நோக்கமின்மையால் உரிய வார்த்தை கிடைக்காத தடுமாற்றத்தில் மனத்தாழத்தில் மறைத்து வைத்த கருத்துகள் வெளியே வந்து விடுகின்றன. இதுவும் அப்படித்தான் என்று கொண்டேன்.

சென் அத்துடன் விடுபவர் போல் தெரியவில்லை. சாஹு யாரையோ பார்த்து அவருக்கு உபசாரம் செய்ய என்னை சென் கையில் ஒப்படைத்துவிட்டுப் போனான்.

'மகிழ்ச்சி மகிழ்ச்சி... உங்கள் கதைகள் இங்கிலீஷில் மொழிபெயர்க்கப் பட்டிருக்கின்றனவா?'

'சில மொழிபெயர்க்கப்பட்டிருக்கின்றன.'

'உங்கள் நூல் பெயரைச் சொன்னால் வாங்கிக்கொள்கிறேன். இங்கே அது கிடைக்குமல்லவா?'

'இங்கிலிஷில் இன்னும் அந்தப் புத்தகம் வரவில்லை. சில கதைகள் தனித் தனியாக மொழியாக்கம் செய்யப்பட்டிருக்கின்றன.'

'அப்படி என்றால் நீங்களே அவற்றை எனக்குக் கொடுக்க வேண்டியிருக்கும். நான் வாசித்துத் திருப்பிக் கொடுக்கிறேன். என் விலாசத்தை இப்போதே தருகிறேன்.' தன் விலாசம் இருக்கும் கார்ட் ஒன்றை என் கையில் வைத்தார். 'நான் சென்ட்ரல் எக்சைஸ் டிபார்ட்மென்டில் இருந்தேன். இந்த ஊரில்தான் ரிடைர்ட் ஆனேன். இருக்கும் இடம் தானே ஊர் என்று இங்கேயே செட்டில் ஆகிவிட்டேன். கன்னடம் கொஞ்சம் பேசுவேன். ஆனால் படிக்க வராது. எனக்கு இலக்கியத்தில் மிகவும் ஆர்வம். உங்களைப் போன்றவர்கள் இங்கிலிஷில் எழுதணுமப்பா.'

'இங்கிலிஷில் எழுதுபவர்கள் அதிகமாக இருக்கிறார்கள். எனக்கு கன்னடமே போதும் விடுங்கள்.'

'ஆனால் இங்கிலிஷில் வந்தால் அதிக மக்களிடம் போய்ச் சேரும் பாருங்க. லோக்கல் பண்பாட்டுப் பரப்புரைக்கு அதுதான் சிறந்தது. எங்களைப் போன்றவர்களுக்கும் படிக்க வசதி. இல்லையா? என்ன சொல்கிறீர்கள்?' வென்றவர் போல் சிரித்தார்.

'ஒவ்வொருவருக்கும் ஒவ்வொரு பிரமை' என்றேன். அது முழுமையான வாக்கியமல்ல என்று, நான் இன்னும் தொடரலாம் என்று அவர் காத்திருந்தார். ஒன்றும் சொல்லாமல் காக்க வைத்தேன், அங்கும் இங்கும் பார்த்துக்கொண்டு இருந்தேன்.

அவரால்தானோ அல்லது பேச்சுக்கு நடுவில் மூக்கை நுழைக்கக்கூடாதென்றோ சுற்றி இருந்தவர்கள் யாரும் பேசவில்லை. இதற்கொரு முடிவுகட்ட வேண்டுமென்று பக்கத்தில் இருந்தவரிடம் திரும்பிக் கேட்டேன். 'நீங்கள் சிற்றுண்டி சாப்பிட்டீர்களா?'

'இல்லை, இல்லை. வாங்க ஒன்றாகச் சாப்பிடலாம்', என்று அவர் என்னைக் காப்பாற்றினார். அதற்குள் சாஹூ மீண்டும் தோன்றினான்.

புதுமனை புகுவிழா சிற்றுண்டி எளிமையாகச் சுவையாக இருந்தது. உப்புமா, காரம், காப்பியுடன் ஒவ்வொரு மைசூர்ப்பாகு. 'சவுத் இண்டியன் மெனு' என்று சாஹூவின் மனைவி தன் பெங்காலி விருந்தாளிகளுக்கு அடிக்கடி சொல்லிக்கொண்டிருந்தது காதில் விழுந்தது. சிலர் தென்னிந்தியர்கள் போல் காப்பி போடும் சரியான முறை எது என்று வாதம் செய்துகொண்டிருந்தார்கள். சிற்றுண்டியை எடுத்துக்கொண்டு அலுவலக நண்பர்களுடன் சேர்ந்துகொண்டேன். அங்கே முழுதும் பாஸ்கரராவ் குறித்த பேச்சுத்தான்.

'நீங்கள் என்ன வேண்டுமென்றாலும் சொல்லுங்க சார், எல்லாம் சொல்லிவிடுவேன் என்று சொன்னதும் கூட பாஸ்கரராவின் ஒரு ஸ்ட்ராடஜிதான்.' ஒருவன் தனக்கே உரிய வியாக்கியானம் அளித்தான்.

சாஹூ குறுக்கே நுழைந்தான். 'நீங்கள் ஜனங்களை நம்பணும். நம்பாவிட்டால் அவர்கள் உண்மை சொன்னாலும் உங்களுக்கு அது தெரியாது.'

'நம்பிக்கை? ஊம். பாஸ்கரராவ் மீது? நீங்கள் நம்பத் தயாரா என்ன?' என்றவனின் மறுகேள்விக்கு சாஹு பதில் சொல்லாமல் வெறுமனே சிரித்தான்.

சாஹு அமைதியாக இருந்ததைப் பார்த்து அவன் பாஸ்கரராவ் பற்றி தன் கூர்மையான நாக்கைத் தளரவிட்டான். 'என்ன ஆனது, நம் அசோக் காங்கூலிக்கு? அவன் பலவீனங்களைப் பற்றிக் கதை கட்டி காங்கூலியே அதை நம்பும்படி செய்தது இதே பாஸ்கரராவ் தானே. பிறகு அவன் தானாகவே விட்டுப் போகும் சூழ்நிலையை உருவாக்கினான். வழியனுப்பி வைக்கும் சொற்பொழிவில் நம் அப்பாவி காங்கூலி பாஸ்கரராவைப் புகழ்ந்தான். இப்போது தன் புருட்டடத்திற்குத்தீப்பிடிக்க எல்லாம் சொல்கிறானாம். இப்போது சொல்லி என்ன செய்ய?'

அதைப் பெரிதாக்க ஜனங்கள் இருந்தார்கள். ஒவ்வொருவருக்கும் அவர்களுக்கே உரிய கருத்துகள் இருந்தன. பாஸ்கரராவ் மீது கோபம் இருந்தது.

'எனக்கு இவர்களுடைய தார்மீகத் தூய்மையின் நாடகத்தைக் கண்டால் பிடிக்காது. தங்கள் தலைக்கு வந்தால் எல்லாவற்றுக்கும் வேறு பொருள். அதுவரை அவர்களுக்கு அமைப்பில் எந்தத் தவறும் தெரிவதில்லை. எல்லாவற்றையும் சொல்வதற்கு மனுசன் உதைவாங்கிக்கொண்டு வெளியே தள்ளப்படும்வரை எதற்காகக் காத்திருக்க வேண்டும்? ரிஸ்க் எடுக்க வேண்டும். இல்லை என்றால் இப்படி நடந்துகொள்வதே முழுமையாக தார்மீக சீரழிவின் அறிகுறி.'

'எங்கே தார்மீகம்? நம் யூனியன்களுக்கு என்ன நடந்தது பாருங்கள். பணம் எதையும் செய்யும். ஊதியத்தை அவர்களாகவே உயர்த்திக் கொண்டே போனால் யாருக்கு வேண்டும் இந்த யூனியன் தலைவலி என்று எல்லோருக்கும் தோன்றிவிடாதா? யூனியன் என்றால் அதுமட்டுமல்ல என்பது யாருக்கும் தெரியாது.'

'உலகமயமாவது தேவை என்றால் இது எல்லாம் கூடவே வரும்ப்பா.'

'நான் கேட்ட செய்தியைச் சொன்னால் நீங்கள் என்ன சொல்வீர்களோ!' என்று ஒருவன் எல்லோர் ஆர்வத்தையும் கிளறினான்.

‘சொல்லு, சொல்லு’ அவனைச்சுற்றி நின்றிருந்தவர்கள் தூண்டி விட்டார்கள்.

‘நம் எம்டியின் பயங்கர புத்திக்கு அவார்ட் கொடுக்கணும். என்ன நடந்தது என்றால், சீனியர் மேனேஜ்மெண்ட் அமைப்பை மாற்றி, பதவிகளைக் குறைத்து அதிக எஃபிஷியென்ட் ஆக்க வேண்டுமென்றும், புதியவர்களை மேலே கொண்டுவர வேண்டுமென்றும், ஒரு பிராஜக்ட் ஆரம்பித்தாராம். அதன் பொறுப்பை ராவிடம் கொடுத்து, அவர் பதவியையும் புதிய சூழ்நிலையுடன் ஒப்பிட்டுப் பார்த்து அதன் தேவையைப் பற்றி விலாவாரியாக யோசித்துப் பார்க்க இந்த பிராஜக்டுக்கு ஒரு நம்பிக்கைத் தன்மை வரும் என்றாராம். தன்னை இந்தப் பதவியிலிருந்து உயர்த்தி போர்ட் மெம்பராக்குவார் என்ற நம்பிக்கையில் ராவ் வேலை பார்த்துத் தன் பதவியை குறைத்துக்கொண்டார். ரிப்போர்ட் தயாரித்துக்கொடுத்த பிறகு போர்ட் அதை ஏற்றுக்கொண்டதாம். ராவை போர்ட் மெம்பராகா பதவி உயர்த்தும் முன்மொழிதல் பாஸாகவில்லையாம். அதனால் ராவ் தாம் தோண்டிய குழியிலேயே விழுந்துவிட்டார். அதற்குத்தான் இந்த ஆவேசம்.’

அதை ஏற்றுக்கொள்ளாத ஒருவர் ‘நான் கேட்ட செய்தியே வேறு’ என்று புதிய கதையை ஆரம்பித்தார்.

பிறகு பேச்சு எங்கெங்கோ சென்றது. வசதிகளின், ஊதியத்தின் பேராசையில் நாம் தார்மீக அநீதிகளை எவ்வளவு சகித்துக்கொள்கிறோம் என்பதைப் பற்றியே அதிகமாகப் பேச்சு இருந்தது. காம்ரேடரி கிடையாது; தனக்கு அடி விழும் வரையில் குரல் எழுப்புவதில்லை என்பதைப் பற்றி.

‘நீங்க என்ன சொல்றீங்க சார்?’ என்று ஒருவன் என்னை நச்சரித்தான்.

‘நானும் எல்லோரைப் போல பாஸ்கரராவ் எல்லாவற்றையும் சொல்வதற்காகவே காத்திருக்கிறேன்.’ எல்லோரும் கொல்லென்று சிரித்தார்கள்.

பிறகு கூட்டம் கலைந்தது. மற்ற சிலருடன் அரட்டை, சிற்றுண்டியை முடித்துவிட்டுப் புறப்பட்டேன்.

நான் புறப்படும் வேளை ஜனங்கள் வந்துகொண்டே இருந்தார்கள். அலுவலக சகபணியாள்களைத் தவிர சாஹுவுக்குப் பெரிய நண்பர் பட்டாளமே இருந்தது. சாஹுவின் மனைவி அயர்ச்சியாக ஒரு நாற்காலியில் உட்கார்ந்துகொண்டு முந்தானையால் காற்று வீசிக்கொண்டிருந்தார். எவ்வளவு சோர்வாக இருந்தார்என்றால் உட்கார்ந்த இடத்திலிருந்தே எனக்கு கையசைத்து விடை கொடுத்தனுப்பினார்.

சாஹு என்னை வழியனுப்ப கேட் வரை வந்தான். என் கார் முன்னால் இன்னொரு கறுப்புக் கார் மிக அருகாமையில் நின்றிருந்தது. அதன் கதவுகள் எல்லாம் திறந்திருந்து புறப்படும் அறிகுறி தெரிந்தது. அது புறப்படட்டும் என்று காத்திருந்தேன். பார்த்துக்கொண்டிருக்க ஆறு பேர் இளைஞ இளைஞிகள் அதற்குள் நுழைந்து கொண்டார்கள். கடைசியாகத் தங்கிவிட்ட ஒரு பெண் உள்ளே எப்படி நுழைவது என்று தெரியாமல் கூச்சத்துடன் காருக்குள் எட்டி எட்டிப் பார்த்துக் கொண்டிருந்தாள். அவள் அந்தக் கூட்டத்தைச் சேர்ந்தவள் அல்ல என்பது அவள் உடல் மொழியிலிருந்து தெரிந்தது. சாஹு அவளை அழைத்து, 'வேண்டாம் விடு, உன்னை வேறு யாருடனாவது அனுப்பி வைக்கிறேன். அவர்கள் போகட்டும்' என்றான். அவள் வரமாட்டேன் என்று சொன்னதும் உள்ளே உட்கார்ந்திருந்தவர்கள் கார் கதவை வேகமாக இழுத்து மூடிக்கொண்டுபுறப்பட்டுவிட்டார்கள்.

நான் கார் அருகே போகும்போது சாஹு பக்கம் திரும்பினேன். 'அவள் எங்கே போக வேண்டும்?'

அதைக் கேட்டுக்கொண்டிருந்தவள் 'சிட்டியில் எங்கேயாவது டிராப் செய்தால் போதும்' என்றாள்.

கார் பூட்டைத் திறந்துகொண்டே 'வாங்க, நானும் அந்தப் பக்கம்தான் போகிறேன்.' என்றேன்.

சாஹு நன்றியுடன் சிரித்து எங்கள் இருவரையும் வழியனுப்பி வைத்தான்.

நீல ஜீன்ஸ், பருத்தித் துணியில் காவி நிறச் சட்டை அணிந்த அந்தப் பெண் தேங்க்ஸ் என்று சொல்லிக்கொண்டே இன்னொரு பக்கத்துக் கதவைத் திறந்துகொண்டு என் அருகில் அமர்ந்தாள்.

★★★

3

காரில் போகும்போது அறிமுகப்படுத்திக்கொண்டேன். ‘என் பெயர் மன்மோகன், லால்பாக் பக்கமாகப் போகிறேன். நீங்கள் எங்கே போகவேண்டும்?’

‘நான் ஷமி. என் அம்மாவும் சமீர்சாஹுவும் நண்பர்கள். அவரால் இன்று வர முடியவில்லை. அவருக்குப் பதிலாக நான் வந்தேன். எங்கள் வீடும் அந்தப் பக்கம்தான் பசவணகுடியில்.’ நேரடியாக, எந்தக் கூச்சமும் இல்லாமல் பேசினாள். அவள் இங்கிலிஷ் உச்சரிப்புத் தோரணையில் தன்னம்பிக்கை இருந்தது.

‘பசவணகுடியில் எங்கே?’

‘பிரபல ஜே. ஆர். பேக்கரியிலிருந்து மூன்று கிராஸ் தள்ளி.’

அவள் பூசிக்கொண்டிருந்த பரிமளத்தின் வாசம் காருக்குள் பரவியது. எவ்வளவு மனதை உறுதிப்படுத்திக் கொண்டாலும் அறிமுகமில்லாத இளம் பெண்ணின் அருகாமை எனக்குள் பதட்டத்தையும் துணிச்சலின்மையையும் உண்டு பண்ணியது. மெய்மனம் மிக எச்சரிக்கை வகிக்கத் தொடங்கியது. பேச்சில், கை கால்கள் அசைவில் இயல்பற்ற தன்மைஏற்படுகிறது.

புது விரிவாக்கத்தைக் கடந்து முக்கியத் தெருவை நோக்கி கார் ஓட்டும்போது இடது பக்கமாகத் திரும்பி நொடியில் அவள் முகத்தைப் பார்த்தேன். மென்மையான முடியைக் கட்டாமல் இறக்கிவிட்டிருந்தாள். நீண்ட முகம். மூக்கின் கூர்மை அருகில் தெளிவாகத் தெரிந்தது. அவளுடன் எந்தஅளவில் பேசவேண்டுமென்று தெரியாமல் வெறுமனே காரை ஓட்டிக்கொண்டிருந்தேன். நான் அவளைப் பார்த்ததை அறிந்தவள் போல் ‘வீடு உங்களுக்கு எப்படித் தோன்றியது?’ என்றாள்.

‘வீடு நன்றாக இருக்கிறது. கலையின் பேரில் எதெதையோ சேகரித்து ஹேண்டிகிராஃப்ட் எம்போரியம் போல் தெரியும் வீடுகள் என்றால் எனக்குச்சகிக்காது. அந்த வீட்டு எளிமை எனக்குப் பிடித்தது.’

‘ஓ, சமீர் அங்கிள் ரசனை நன்றாக இருக்கிறது. அவர் பழைய சன்னல்களை மறுபயன்பாடு செய்திருக்கும் வகை எனக்குப் பிடித்திருக்கிறது.’

அவளுக்கு சாஹூ எவ்வளவு நெருக்கமானவன் என்பதை ஊகிக்கத் தொடங்கினேன்.

'இன்று அங்கே உங்களை அறிமுகப்படுத்தும்போது கேட்டேன்... உங்களுக்கு இலக்கியத்தில் ஆர்வமாமே. எழுதுகிறீர்களாம்.'

'இலக்கியம் என்றால் எனக்கு ஒரு தனி காதல். வாசிப்பதைத் தவிர ஓய்வு நேரத்தில் நான் எதுவும் செய்வதில்லை.'

'எனக்கும் இலக்கியத்தில் ஆர்வம். ஆனால் சிறப்பாக மெனக்கெடுவதில்லை. அது ஒரு ஏற முடியாத அதி உயரமான மலை போல் தோன்றுகிறது. நான் கல்லூரிப் படிப்பை முடித்து இரண்டு ஆண்டுகளாகிறது. இங்கே ஒரு ஆர்ட் கியாலரியில் வேலை செய்கிறேன்.'

'இலக்கியம் என்றால் மலையேற்றம் போல் செய்து முடிக்கும் வேலையல்ல. வாழ்க்கை முழுதும் செய்துகொண்டே சுகப்படவேண்டியது.'

இலக்கியத்தைப் பற்றிப் பேசியதால் என் பேச்சில் ஒரு தனி தன்னம்பிக்கை வந்திருந்தது.

'நான் ஒன்றும் இலக்கிய மாணவிஅல்ல. ஆனால் வாசிப்பது என்றால் மட்டும் உயிர்.' சிறிது பொறுத்து 'இப்போது என்ன வாசித்துக்கொண்டிருக்கிறீர்கள்?' என்று கேட்டாள். 'கான்ட்ராட் எழுதிய'சீக்ரெட் ஏஜெண்ட்...' இரண்டாவது முறையாக வாசிக்கிறேன். இனி என்ன முப்பது பக்கங்கள் பாக்கி. என் வேலைப் பளுவால் அத்துடன் நிறுத்திவிட்டு இன்று காலை அலுவலகத்திற்குப் போகவேண்டியிருந்தது. அதுபோன்ற நேரங்களில் இலக்கியமே தொழிலாக இருப்பவர்கள் மீது பொறாமையாக இருக்கும்.' அறிமுகமில்லாதவர்கள் முன் இது போன்ற கருத்துகள் என்னிடமிருந்து வந்தது எனக்கு வியப்பாக இருந்தது.

'நான் அதை வாசித்திருக்கிறேன். அதில் வரும் அந்த வெர்லாக் என்பவனை நினைத்துக்கொண்டால் இதிலிருந்தெல்லாம் எனக்கு விடுதலை இல்லை என்று தோன்றுகிறது. நம் எல்லோரைப் போல் குடும்பம் நடத்திக்கொண்டிருந்தும் தன் வீட்டில் இருப்பவனையே அழிக்க அவன் முற்படுவதை நினைத்தால் எனக்கு பயமாகிறது. மாற்றமாக இருக்கட்டும், புரட்சியாக இருக்கட்டும் தார்மீக நிலைப்பாட்டைத் துறக்கலாமா?'

‘கரெக்ட், எவ்வளவு அழகாகச் சொன்னீர்கள். அதை மிக ஆழமாக வாசித்திருக்கிறீர்கள்.’ நான் மனம் திறந்து புகழ்ந்தேன். என் பெருந்தன்மையால் நான் உணர்ச்சிவசப்பட கண்கள் நிரம்பி வந்தன.

அவள் பதில் சொல்லாவிட்டாலும், அந்தப் புகழ்ச்சியால் அவளுக்குக் கூச்சமும் மகிழ்ச்சியும் ஏற்பட்டிருக்கிறது என்று தோன்றியது. அவளை நோக்கியபோது அவள் முகத்தில் புன்சிரிப்பு இருந்ததை உணர்ந்தேன். அந்த நொடி அவள் தன் வயதையும் மீறிய ஏதோஒர் அடையாளத்திற்காக ஏங்குவதும், அதை எனக்குத் தெரிவிக்க முயற்சிப்பதும் எப்படியோ அது உள்ளுணர்வுக்குப் புரிந்துவிட்டது. சிறுபிள்ளை போல் தெரியும் தன்னை முதிர்ச்சியடைந்தவள் என்று சொல்லும் தவிப்பு இருந்தது. இது போன்ற விஷயங்கள் எல்லாம் தர்க்கத்திற்குச் சிக்காதவை. வெறுமனே தெரிபவை.

கார் கூட்ட நெரிசலான தெருக்களில் கடந்து போய்க் கொண்டிருந்தபோது நிதானமானது. ஒரு சிக்னலில் நிற்கும்போது அங்கே இருந்த நியான் விளக்குகளின் ஒளியில் அவள் தொடை மீதிருந்த தோல் பை தெரிந்தது. அதுவரை அதை கவனித்திருக்கவில்லை. அவள் கைவிரல்கள் அதன் மீது அசைந்துகொண்டிருந்தன. வலது கை விரலுக்கு வெள்ளியால் செய்த ஒற்றைச் சுற்று மெல்லிய மோதிரம் இருந்தது. கார் கண்ணாடி மூடியிருந்ததாலும் காருக்குள் ஏசி இருந்ததாலும் தெரு மீதிருந்த சத்தங்களுக்கும் எங்களுக்கும் தொடர்பில்லாதது போல் உருவான செயற்கைத் தனிமை அங்கே இருந்தது.

எங்கள் இடையேயான மௌனத்தை அவளாகவே விலக்கிப் பேசினாள். அவளுடைய பதினெட்டாவது பிறந்தநாளுக்கு சாஹு, டால்ஸ்டாய் கதைகளின் நூலைக் கொடுத்தானாம். அதை இப்போது அவள் வாசித்துக்கொண்டிருக்கிறாளாம். ‘டால்ஸ்டாய் கிரேட் இல்லையா?’ என்றாள். ‘கிரேட்டெஸ்ட்’ என்றேன்.

பசவணகுடி மிக மிக நெருங்கிக்கொண்டிருந்தது. லால்பாக் சுற்றியுள்ள மதில் அருகே கார் போய்க்கொண்டிருக்கும்போது என்ன பேசுவது என்று தோன்றாமல் தெரிந்திருந்த கிளிஷேக்குத்

திரும்பினேன். 'இந்த லால்பாக்குள் ஒரு குவிமாடம் இருக்கிறது. அதைத் தாண்டினால் பெங்களூர் இருக்காது என்று கெம்பேகௌடா சொல்லியிருந்தாராம். இப்போது பெங்களூரின் நிலைமையைப் பார்த்தால் அவர் சொன்னது உண்மை என்று தோன்றுகிறது.'

'முன்பு எங்கள் வீடு இருந்தது கண்டோன்மென்டில். இப்போது அங்கே அப்படி ஒரு வீடு இருந்தது என்ற அடையாளமே இல்லை. இந்த நகரம் எல்லாவற்றையும் விழுங்கிவிடும். அந்தக் குவிமாடம் வெறும் கட்டுக்கதை. அவை நான்கு காவல் கோபுரங்கள் அவ்வளவுதான். பெங்களூரின் வரலாறை மிக ஆழமாகத் தெரிந்தவர்கள்தான் எனக்கு இதைச் சொன்னது. அழகாகச் சொன்னால் எந்தக் கதையையும்ஏற்றுக்கொள்ள நாம் தயாராக இருக்கிறோம்.'

'இருக்கலாம். பெங்களூரின் குறுக்கும் நெடுக்குமான வளர்ச்சியைப் பார்த்தால் கதை மிகவும் பொருந்துகிறது. இப்போது எனக்குச் சரியாகப் பாதை சொன்னால் வீடு வரை விடுகிறேன்.'

'இதே தெருவில் போய்க்கொண்டிருங்கள். எங்கே வலது பக்கம் திரும்ப வேண்டுமென்று சொல்கிறேன்.'

அவள் சொன்ன இடத்தில் வலது பக்கம் திரும்பினேன். உயரமான மரங்கள் இருக்கும் மக்கள் நடமாட்டம் இல்லாத பரந்து விரிந்த தெரு திடீரென்று எதிர்ப்பட்டது. அது எல்லாத் தெருக்களைப் போல் இருக்கவில்லை. சிறிது இறக்கமாக இருந்தது. இரண்டு பக்கங்களிலும் மரங்கள். 'எவ்வளவு அழகாக இருக்கிறது இந்தத் தெரு. பெங்களூர் வயிற்றில் இதுபோல் பல அதிசயமான இடங்கள் இருக்கின்றன. டெட்எண்ட் இருக்கும் தெருக்கள் பியூட்டிஃபுல்' என்றேன்.

'பகலிலும் இந்தத் தெருவில் வாகனங்கள் குறைவு' என்று சொல்லிக்கொண்டே 'இங்கே, இங்கேதான் இடது பக்கம்' என்று காரை நிறுத்தச் சொன்னாள்.

அவளுடன் நானும் காரிலிருந்து இறங்கினேன்.

பெரிய காம்பவுண்ட் நடுவில் அவள் வீடு. அதற்கு சுமார் எட்டடி அளவு உயரமான சுவர். சுவர் வரை வெளியே ஃபுட்பாத் மீது

மூன்று மரங்கள் இருந்தன. உள்ளேயும் உயரமான மரங்கள். தடித்த இரும்பு சாளரத்து கேட் சுவர் அளவே உயரமாக இருந்தது. கேட் உட்பகுதியிலிருந்து வெளிர்நீல நிறத்து ஃபைபர் கிளாஸ் போட்டிருந்ததால் உள்ளே எதுவும் தெரியவில்லை.அவள் கேட் கொக்கிக்குக் கை வைத்ததும் உள்ளேயிருந்து நாயொன்று விடாமல் குரைத்தது. கேட் திறந்ததும் ஓடிவந்து அவளை வரவேற்க இன்னும் உரக்கக் குரைத்துக்கொண்டே உத்வேகத்தில் அவள் மீது தாவத் தொடங்கியது. அவள் கவனிக்கவில்லை என்று கோபப்பட்டு மேலும் குரைத்தது. ‘சும்மா இரு பீ’ என்றவள் அதட்டி,, அதன் குரல் பட்டையைப் பிடித்த பிறகு முனங்கிக்கொண்டே அமைதியானது. திறந்த கேட்டுக்குள் பசுமையான அடர்த்தியான பூங்கா தெரிந்தது.

‘உள்ளே வாங்க’ என்றாள்.

‘இன்னொரு முறை வருகிறேன். இப்போது வீட்டைப் பார்த்திருக்கிறேனல்ல.’

‘இன்னொரு முறை வரவேண்டும். இந்த வாரம் நான் ஊரில் இருக்கமாட்டேன். அடுத்த வாரம் நான் ஃபோன் செய்கிறேன். உங்களுக்கு நேரமிருந்தால் ஒரு மாலை எங்கேயாவது போய் பியர் குடிக்கலாம்.’

நான் திரும்பி காரில் உட்காரும்வரை கேட்டிற்கு வெளியே நின்றிருந்தாள். கையசைத்து விட்டுப் புறப்பட்டேன்.

★★★

4

இப்படி என்னை பியர் குடிக்க அழைத்த பெண் இவள் ஒருத்திதான்.

அப்படிப் பார்த்தால் ஒரு பெண்ணை பியர் குடிக்க அழைக்கும் துணிச்சல் எனக்கு இதுவரை வந்ததில்லை. இந்த நாற்பத்திரெண்டு வயதிலும் அறிமுகமில்லாத பெண்ணுடன் பேசும்போது பதட்டமாக இருக்கும். குறுகுறுப்பாக இருக்கும். அதிலும்

இங்கிலிஷில் பேசவேண்டிய சூழ்நிலை ஏற்பட்டால், லகுவான வார்த்தைகளை இயல்பாகப் பேசுவதே அசாத்தியமாகும். பேச்சிற்கு நடுவில் வரவேண்டிய அந்த ஒரு அதிகப்படியான வார்த்தை, அந்த ஒரு சிறு வியப்பு, அந்தச் செல்லமான ஒரு சொற்றொடர் எனக்குத் தோன்றுவதே இல்லை. தோன்றினாலும் வாய் வரை வருவதே இல்லை. பெண்ணொருத்தி எதிரில் இருக்கும் பதட்டத்தில் மனதில் இங்கிலிஷ் வாக்கியங்களைத்தயார் செய்துகொண்டு இருப்பதால் உடனே எதிர்வினை செய்வது மறந்துபோகிறது. அதனால் எனக்கு இங்கிலிஷ் வராது என்றல்ல. எங்கள் அலுவலகத்தில் என்னைப் போல் நன்றாக எழுதுபவர்கள், என்னளவு நன்றாகப் பேசுபவர்கள் மிகக் குறைவு. ஆனால் அது அலுவலக விஷயம். ஒரு பெண்ணுக்கு என்னிடம் எவ்வளவு ஆர்வமிருக்கிறது என்று தெரிந்துகொள்ளப் பயன்படுத்தும் மொழியே வேறு. அங்கே பேச்சைக் கொஞ்சம் மிகையாக எடுத்துச் சொல்ல வேண்டியிருக்கும். லகுவாக்க வேண்டியிருக்கும். அறிகுறிகள் கொடுக்க வேண்டியிருக்கும். உரையாடலைத் தொடர அவளுக்குத் தோதாக வழிகாட்ட வேண்டியிருக்கும். முக்கியமாக இலக்கணத்தை விட்டுப் பேசவேண்டியிருக்கும். இவை எல்லாம் இங்கிலிஷில் என்னால் முடியவே முடியாது. முன்பு அதுபோன்ற சாகசங்களில் ஈடுபட்டபோது மூடனானேன். இலக்கணத்தை விட்டுவிட்டால் இங்கிலிஷ் வராத முட்டாள் போல் என் வாயிலிருந்து அசட்டுத்தனமான வாக்கியங்கள் வருகின்றன. பெண்கள் முன்னால் என் தயக்கத்தை மறைக்க, சரியாக இருக்கிறேன் என்று காட்டிக்கொள்ள வியப்பான சொற்களை இயல்பற்ற முறையில் உச்சரித்து, அது எனக்கும் தெரிந்து, இவை எல்லாம் முடிந்தால் போதும் என்றாகிவிடும். இப்போதும் ஹே என்று சொல்ல என் வாய் தடுமாறும். ஹாய் என்பேன், ஹலோ என்பேன்; ஆனால் ஹே சொல்ல வாய் அடைக்கிறது. அது குதிரைகனைப்பதை நினைவுபடுத்துகிறது. இங்கிலிஷைக் கறாராகக் கற்பித்த சௌகூர் ஆசிரியராலும், அவர் ஒவ்வொரு தவறுக்கும் கொடுத்த தண்டனையாலும் எப்போதும் என் கவனம் அதை இலக்கண சுத்தமாகப் பயன்படுத்துவதைத் தவிர இயல்பாக வெளிப்படுத்த முடிந்ததே இல்லை. இலக்கணத்தைத் தவிர்த்து இங்கிலிஷ் பேச எவ்வளவு துணிச்சலும் தன்னம்பிக்கையும் தேவை என்பதை விவரிக்க எனக்குத் தகுந்த சொற்கள் கிடைப்பதில்லை.

இத்துடன் சில வார்த்தைகள் என் நாக்கில் புரளாமல் இருப்பதும், பேசவேண்டியது உள்ளேயே தங்கிவிடுவதும், எடுத்து வைக்க வேண்டிய அடியை எடுத்து வைக்காமல் இருக்கும் விருப்பத்திற்கும் தெங்கனகேரி எஃபக்ட் காரணம். என் ஊர் தெங்கனகேரி. அங்கிருந்துதான் தோன்றியது இந்தத் தெங்கனகேரி எஃபக்ட். இதைத் தெங்கனகேரி மகிமை என்று சொல்லலாம், வேண்டுமென்றால். இப்படித்தான் என்று அதற்கு ஓர் உறுதியான வரையறை கிடையாது. நம் மனதில் சூழ்ந்துகொண்ட நம் ஊர் கற்பனை போலவே இந்தத் தெங்கனகேரி மகிமையும் ஊர், பேட்டை, கன்னடம், இங்கிலிஷ், ஆண், பெண் இப்படிப் பல பத்து சங்கதிகளை உள்ளடக்கிய ஒரு சிக்கலான கற்பனை. இன்றும் அதன் வரம்பு விரிந்துகொண்டே இருக்கிறது. எடுத்துக்காட்டிற்கு உயர்நிலைப்பள்ளி மட்டுமல்ல, பியூசி முடிக்கும் வரை ஒரே ஒரு பெண்ணுடனும் கூட இயல்பாகப் பழகச் சாத்தியப்படவில்லை. உயர்நிலைப் பள்ளியிலிருந்து விடைபெறும் விழா நாளன்று எல்லோரும் போண்டா சாப்பிட்டு வீட்டுக்குப் போகும்போது சங்கீதா என்ற பெண்ணிடம் பேசப் போனால் அவள் பேயைப் பார்த்தவள் போல் ஓடிப்போனாள். ஆசிரியர் அன்று அப்போதுதான் ஆற்றிய சொற்பொழிவால் உங்கள் எதிர்காலம், உங்கள் பொறுப்பு, படியேறும் கல்லூரி போன்ற வார்த்தைப் பிரயோகங்களிலிருந்து திடீரென்று பெரியவர் உலகில் காலெடுத்து வைத்தது போல் தனித் துணிச்சல் வந்திருந்தது. மாணவர்கள் சார்பாகப் பேசிய இருவரில் சங்கீதாவும் இருந்தாள். பாட்டுச் சொல்லிக்கொடுக்கும் ஜானகி மேடம் தயாரித்துக் கொடுத்து, வீட்டில் இரண்டு நாள் மனப்பாடம் செய்த சொற்பொழிவை அவள் திக்கித்திக்கி உச்சரித்தாள். ஜானகி மேடம் எழுதிக்கொடுத்ததாக இருந்தாலும், கண்களை மிதக்கவிட்டு சங்கீதா பேசும்போது சில வாக்கியங்கள் என்னை நோக்கித்தான் என்று நான் எண்ண அவ்வப்போது அவள் கள்ளத்தனமாகக் கண் கோர்க்கும் துணிச்சலே காரணமாக இருந்தது. அதே துணிச்சலான வலுவுடன் அன்று வீட்டிற்குப் போகும்போது அவளுடன் பேசப் போனால், புலியைப் பார்த்தது போல் ஓடிப்போனாள். எதற்கோ பயந்தவள் போல் வேகவேகமாக நடந்துகொண்டே, பின்னால் திரும்பித் திரும்பிப் பார்த்துக்கொண்டே போய்விட்டாள். இப்படி அவள் என்னிடமிருந்து விடுபட்டுப் போனவளைப்போல், பயந்தவள் போல், அசிங்கப்பட்டவள் போல் குடுகுடு என்று ஓடிப்போன

நிகழ்வின் விவரங்களை மறக்க என்னால் முடியவே இல்லை. இவை எல்லாம் தெங்கனகேரி மகிமையின்ஓர் இழை.

அதுபோலவே சௌகூர் ஆசிரியர் இங்கிலிஷ் சரியாக உச்சரிக்காதவர்களை, தவறான வாக்கியத்தை எழுதுபவர்களை கேலி செய்து எகத்தாளமாகச் சிரிப்பார். அவர் வகுப்பு என்றால், கடவுளே எதற்காக இங்கிலிஷ் இந்த பூமி மீது இருக்கிறதோ என்று தோன்றும். தலைக்கு எண்ணெய் தடவி, ஓரமாக வகிடெடுத்து வாரிய அவர் கருங்கூந்தல் அவர் போலவே ஒழுங்காகப் படிந்திருந்தது. சில சமயம் ஓரிரு முடி அவர் எல்லை மீறி நெற்றி மீது வந்து விழுவதும் உண்டு. அப்போது அவர் சசிகபூர் என்ற சினிமா கதாநாயகன் போல் தெரிகிறார் என்று பையன்கள் பேசிக்கொள்வார்கள். அவர் எப்போதும் வெள்ளைச் சட்டை, கறுப்புப் பேண்ட் போட்டிருப்பார். போர்டு மீது சுண்ணக்கட்டியால் எழுதும்போது அவர் கையில் ஒட்டிய சாக்பீஸ் அவர் கறுப்புப் பேண்டின் வலது பாகத்தில் பூசியபடி இருக்கும். ‘இங்கிலிஷ் மொழியில் விதிகளைக் கற்றால் போதாது; எங்கெங்கே விதி பொருந்தாது என்பதும் விதி போலவே முக்கியம். நூறு விதி இருந்தால் நூற்றிப்பத்து விலக்குகள். இந்த மொழி என்றால் சட்டம் பயில்வது போல்’ என்பார். இங்கிலிஷ் மொழியை எங்கள் தலையில் திணிக்க வேண்டுமென்ற விஷயத்தில் மட்டும் அவர் இரக்கமற்றவர். அவர் கிண்டலுக்கு ஆளாகும் பயத்தால் சரியான வாக்கியமும் தவறாக இருக்கலாம் என்ற பிரமை ஏற்படும். மனப்பாடம் செய்யுமளவு ஸ்பெல்லிங் எங்களிடமிருந்து நழுவிவிடும். பல இடங்களில் எந்த எழுத்து சைலண்ட் என்பது தெரியாமல் எங்கள் உச்சரிப்பில் அது நுழைந்ததும் ‘சைலண்ட், சைலண்ட். விழுங்குடா அதை’ என்று ஆசிரியர் வாட்டி எடுப்பார். ‘இங்கிலிஷ் வகுப்பிற்கு வரும்போது கன்னடத்தைத் தலையிலிருந்து விலக்கி வைக்க வேண்டும்’ என்று எங்களால் செயல்படுத்த முடியாத நிபந்தனையைப் போடுவார்.

பிறகு அந்த பட் ஆசிரியர் வாரத்தில் மூன்று நாள் காலை எட்டு மணிக்கே பள்ளிக்கு வரச் சொல்லி, ஸ்லோகம் சொல்ல வைத்து, உச்சரிப்பைத் திருத்துவார். எதற்குச் செய்ய வேண்டும் இந்த லாபமில்லாத வேலையை என்று அவர் என்றும் நினைத்தவரல்ல. அவர் சமஸ்கிருதம் கற்றுத் தருவதென்ன, சிலரை நக்கல்

செய்வதென்ன. தடியன் பாபுவின் நாக்கை சரியாகப் புரளவைக்க அவர் எப்படி முயன்றிருப்பார் - அந்தக் கடவுளுக்குத்தான் தெரியும். கேலிச் சிரிப்புச் சிரித்துக்கொண்டே 'நாக்கைத் தவிர மீதி எல்லாம் புரளுமல்ல பாபு உனக்கு' என்பார். காலையிலேயே எங்களிடமிருந்து சமஸ்கிருத ஸ்லோகங்கள் மனப்பாடம் செய்ய வைப்பார். ச, ஸ, ஷ தெளிவாக இருக்க வேண்டும். அ,ஹ,ய,ர வாய் திறந்துதான் சொல்ல வேண்டும். அவற்றை விழுங்காதீங்கடா விழுங்காதீங்க என்ற அவர் அக்கறையான அறிவுரைகள். படுத்த படுக்கையாக மனைவி, போக்கிரி மகன் இருந்தாலும் அதைவிட அதிகமாக அவருக்கு எங்கள் உச்சரிப்பின் மீது கவலை.

தெங்கனகெரே மகிமைக்கு மும்பை அளித்த பங்களிப்பும் குறைவானதல்ல. மும்பையிலிருந்து கோடை விடுமுறைக்கு வரும் பையன்கள் தினசரி உடுத்தும் ஆடைக்கு முன்னால் எங்கள் புதுத் துணிகளும் வெளுத்துப்போனது போல் தெரியும். ஜெய்ஹிந்த் ஹோட்டல் பக்கத்துச் சந்தில் இருக்கும் டைலர் பிண்டோ புத்தம் புது ஃபேஷன் என்று தைத்துக் கொடுத்தாலும் மும்பைக்காரர்கள் ஆடைக்கு முன்னால் எடுபடாதது போல் தோன்றும்.

அதெல்லாம் எதற்கு, விடுமுறையில் ஊருக்கு வந்த மாமா குடும்பம் அங்கோலாவில் ஒரு சினிமாவுக்குப் போய் அதை அந்த விடுமுறை முழுதும் வேடிக்கை செய்து போனதுண்டு. இருந்த ஒரு மாதம் முழுதும் அந்த டூரிங் டாக்கீஸ் பற்றிப் பேசாத நாளில்லை. அவர்கள் ஒரு ஹிந்தி சினிமா பார்க்கப் போயிருந்தார்கள். அவர்கள் தியேட்டர் போய்ச் சேரும் முன்பே மக்கள் வந்து உட்கார்ந்திருந்தார்கள். உள்ளே போனதும் சில காலி நாற்காலிகளைப் பார்த்து எதற்கு அவை காலியாக இருக்கின்றன என்று யோசிக்காமல் அங்கே உட்கார்ந்தார்கள். சினிமா ஆரம்பமான பிறகு அந்த நாற்காலிகளில் உட்கார்ந்தால் நடுவில் இருக்கும் தூண்கள் திரையை மறைக்கும் என்பது தெரிந்தது! இதை எல்லாம் அவர்கள் சொல்லிக்கொண்டு சிரித்தது அதிகம். ரீல் கட் ஆனதைப் பற்றி, டிக்கெட் கவுன்டர்காரர் சில்லறை இல்லை என்று எல்லோரையும் காக்க வைத்துச் சில்லறை வாங்கி வரப்போனதைப் பற்றி மக்கள் எப்படி அறிவிலிகள் என்பதைப் பற்றி.

மேலும் பேருந்துக்கு ரிசர்வேஷன் இல்லாததைப் பற்றி. அது மக்களுக்கு என்னவென்றே தெரியாமலே ரிசர்வ் செய்த இருக்கையிலும் அமர்கிறார்கள் என்பதைப் பற்றி. கைகாட்டும் இடத்தில் எல்லாம் பேருந்தை நிறுத்துகிறார்கள் என்பதைப் பற்றி. இவர்கள் எல்லாம் மும்பைக்கு வந்தால் முடிந்ததுசோலி என்று சிரித்தார்கள்.

ஒருநாள் மீன் விற்பவள் அதிகமாகக் கொடுத்த பணத்தைத் திருப்பிக் கொடுத்தாள் என்று என்ன நாடகம். மும்பையிலிருந்து வந்திருந்த என் மாமாவின் மனைவி மீன் வாங்கி வர கணவனை உடன் அழைத்துச் சென்றிருக்கிறாள். அயிலை விற்க உட்கார்ந்திருந்த பெண் இவருக்கு மீன் விற்றிருக்கிறாள். முன்பே பேரம் பேசியது போல இவர்கள் பத்து ரூபாய் கொடுத்திருக்கிறார்கள். ஆனால், அதில் இரண்டு தாள்கள் இருந்தன. அவள் கவனிக்கவில்லை. இவர்களுக்கும் தெரியவில்லை. ஒட்டிக்கொண்ட புத்தம் புதுத் தாள்கள். இவர்கள் புறப்பட்டு வந்த பிறகு அவள் பார்த்திருக்கிறாள். தன் கூடை மீது சாக்குப்பையைப் போட்டு மூடிவிட்டு, இவர்கள் பின்னாலேயே ஓடிவந்து தன் ஈரக் கையால் இவர் முழங்கையைப் பிடித்து நிறுத்தியிருக்கிறாள். குளிர்ச்சியாக இருந்த தொடுதலுக்கு பயந்து இவர் உடனே சரக்கென்று கையை இழுத்துக்கொண்டிருக்கிறார். திரும்பிப் பார்த்தால், மீன் விற்கும் பெண். ‘அம்மா, அதிகமா கொடுத்திருக்கீங்க.’ என்று கைநீட்டி பத்து ரூபாய்த் தாளைக் கொடுத்திருக்கிறாள். உடனே சூழ்நிலை புரியாமல், அவள் இன்னும் அதிகம் பணம் கேட்கிறாள் என்று எண்ணி, ‘இல்லை, இல்லை அவ்வளவுதான் கொடுப்பது. முன்பே சொல்லி இருந்தேன்தானே’ என்று சண்டைக்குத் தயாரானார்கள். அவள் சிரித்துக் கொண்டே ‘இல்லை, இங்கே பாருங்க ரெண்டு நோட்டு கொடுத்திருக்கீங்க’ என்கிறாள். இவர்கள் நம்பலாமா வேண்டாமா என்று யோசிப்பதற்குள், கையை நீட்டி அதை அவர்கள் கையில் திணிக்கிறாள். மீண்டும் தன் கூடையை நோக்கி ஓடுகிறாள்.

இந்த முழு நிகழ்வையும் என் மாமாவும் அவன் மனைவியும் விடாமல் வர்ணித்தார்கள். ‘எங்கள் மும்பையில் எச்சரிக்கையாக இருக்க வேண்டும். மறந்து அதிகம் கொடுத்தேன் என்று தெரிந்து, போய் கேட்டாலும் அங்கே திருப்பித் தரமாட்டார்கள். நீங்கள் கொடுத்ததே பத்து என்று சாதிப்பார்கள்.’ அதையே மிகைப்படுத்திச்

சொன்னார்கள். மீன் விற்ற பெண் திருப்பிக் கொடுத்ததே முட்டாள்தனம் என்ற எண்ணத்தில் மும்பையின் பால்காரியாக இருந்தால் 'ஜாரே, ஜா ஜா' என்று எப்படி விரட்டியிருப்பாள் என்று என் மாமா பால்காரியின் செய்கையை நடித்துக் காட்டினார்.

இவை எல்லாம் நடக்கும்போது அந்த மும்பை மக்களுடன் சேர்ந்து நானும் இயலாமையாலோ, மரியாதைக்காகவோ சிரித்தேனே, அந்த முயற்சியற்ற சிரிப்பின் கணம் இருக்கிறதே, அது தெங்கனகேரி மகிமையின் இன்னொரு மிக முக்கியமான இழை.

இது மட்டுமல்ல காவ்ஞ்வடி என்று எனக்குப் பெயர் வைத்த அந்த மும்பைப் பெண்ணும் இதில் இல்லை என்று எப்படிச் சொல்வது? அவள் என் மாமா மனைவியின் அக்கா மகள். என்னைவிட ஒரு வயது மூத்தவளாக இருக்கலாம். நான் அப்போது மெட்ரிக் தேர்வை முடித்திருந்தேன். அந்தக் கோடை விடுமுறையில் ஊருக்கு வந்த மாமா குடும்பத்துடன் கூடவே வந்து ஒரு மாதம் முழுதும் எங்கள் வீட்டில் இருந்தாள். அசல் மும்பைப் பெண். பெயர் ஜமுனா. வயதை மறைக்கும் பெரிய உடற்கட்டு. அந்த கோடை விடுமுறையில் அம்மாவின் தம்பியின் திருமண சாக்கில் வீடு முழுதும் ஜனம். வீடு எங்களுடையதல்ல என்று தோன்றுமளவிற்கு ஜனம். சமையலறையில் பகல் இரவு பெண்கள் சத்தமும் உழைப்பும். அந்தக் கூட்டக் கூச்சலில் குழந்தைகளைக் கட்டுப்படுத்துபவர்கள் இல்லை. அப்படியாக கடற்கரையில் வெகு தூரம் நடந்து போவது, திரும்பி வரும்போது வெங்கடேசன் கடையில் மசாலா பொரி தின்பது போன்றவற்றை யாருக்கும் சொல்லாமல் கொள்ளாமல் செய்ய முடிந்தது. மாமாவும் மிக தாராளமாக எல்லா பிள்ளைகளையும் கார்வாருக்கு அழைத்துப் போய் தர்மேந்திரா சினிமா காட்டியிருந்தார்.

முதல் வாரம் ஜமுனாவுடன் அப்படி ஒன்றும் சலுகை இருக்கவில்லை. ஒரு மதியம் சீட்டு விளையாட்டில் அவளைச் சேர்த்துக்கொண்டபோதுதான் எல்லாம் ஆரம்பமானது. நாங்கள் கழுதை விளையாட்டு விளையாடும் போது 'அவள் டாங்கி, டாங்கி' என்று மிக உற்சாகமாகக் கத்தினாள். அப்போதுதான் நான் அவளைச்சரியாகக் கவனித்தது. அவள் பயன்படுத்தும் சில சொற்களுக்கு மும்பையின் மராட்டி சாயல் இருந்தது. சீட்டு

விளையாட்டிற்கு நடுவில், விறுவிறுன்னு விளையாடு என்று சொல்ல அவள் ஆடரே, ஆடரே' என்பாள். அவள் அப்படிச் சொல்வதற்கு நாங்கள் எல்லோரும் சிரிப்போம். அப்படியே அவளைப் பார்க்கப் பார்க்க மும்பை ஆடை, பவுடர், கண் மை, காது லோலாக்கு, சுருள் வடிவான ஹேர்கிளிப்களில் ஹிந்தி சினிமா நடிகை தனுஜா போல் தெரிந்தாள். அன்று விளையாட்டிற்கு இடையே அவளைக் கண்கொட்டாமல் திருட்டுத் தனமாகப் பார்த்துக்கொண்டிருந்தேன். ஒருமுறை எங்கள் கண்கள் இணைந்தன. அவள் உடனே கண் தவிர்த்தாள். மறுநொடி உறுதிப்படுத்திக்கொள்ள என்பது போல் மீண்டும் பார்வைக்குள்சிக்கினாள். மீண்டும் போனாள். அரைநொடியில் திரும்பினாள். அங்கிருந்து எங்கள் நட்பு தொடங்கியது. அதன் பிறகு சீட்டு விளையாட்டாக இருக்கட்டும், அந்தாட்சரியாக இருக்கட்டும் அவளைத் திருட்டுத்தனமாகப் பார்க்க சாத்தியமாகும் இடத்தையே தெரிவு செய்து உட்காரத் தொடங்கினேன்.

அவள் தடித்த உருவத்தை எல்லோரும் வேடிக்கை செய்தார்கள். அதை அவள் லகுவாக எடுத்துக்கொண்டு 'ஹாத்தி மேரா சாத்தி' என்று தன்னைத் தானே கிண்டல் செய்துகொள்வதால் மற்றவர்களுக்கு பெயர் சூட்ட அவளுக்கு அதிகாரம் கிடைத்திருந்தது. அதுமட்டுமல்ல, எங்கள் நகைச்சுவையை கேலி செய்ய அவளுக்கு மும்பையில் கிடைத்த தன்னம்பிக்கையும் இருந்தது. அவள் ஒருவனுக்கு அக்பர், மற்றொருவனுக்கு தாதா கொண்டகே என்றால் இன்னொருவனுக்கு பிலாண்டர் பிஸ்வாஸ் என்று பெயர் சூட்டியிருந்தாள். இன்னொருவளை சீதா அவுர் கீதா என்பாள். என்னை அவள் 'காவ்ஞ்வடி' என்று அழைத்தாள். அப்படி என்றால் பட்டிக்காட்டான். நானும் மிகப் பணிவுடன் அதை ஏற்றுக்கொண்டேன். சீட்டு விளையாட்டு சூடு பிடிக்கும் நேரங்களுக்கு இடையில், அந்தாட்சரியின் உச்சத்தின் இடையில் 'காவ்ஞ்வடி, ஆடுடா' காவ்ஞ்வடி சொல்லுடா' என்றால் எல்லோருடன் சேர்ந்து நானும் சிரிப்பேன். நான் அந்தப்பட்டப் பெயரை எவ்வளவு மகிழ்ச்சியாக ஏற்றுக்கொண்டேன் என்பதை நினைத்தால் வியப்பாக இருக்கிறது. அதில் சிறிது அவமதிப்பு இருந்தாலும் அதன் வழியாக அவள் உலகில் நுழைய முடிந்ததால் அந்த வேடிக்கை இதமாக இருந்தது.

எவ்வளவுதான் கண்கள் இணைந்தாலும் வேறு எந்த வாய்ப்பும் எங்களுக்கு அமையவில்லை. மாலைசுற்றித் திரிந்து வரப் போகும் போது ஏதோ செய்து அவள் அருகில் நடப்பது, சாப்பிட உட்காரும் போது நான் பரிமாறும் போது அவள் வேண்டாம் வேண்டாம் என்றாலும் அவளுக்கு அதிகமாகப் பரிமாறுவது, எனக்குப் பிறகு அவள் குளிக்க வருபவளாக இருந்தால் அவளுக்கென்று அண்டாவிலிருந்து தண்ணீர் முகந்து வைத்து வருவது இப்படி யாருக்கும் தெரியாதது போல் அப்படி நடந்தால் அவளுக்கு அது தெரிந்தே தெரியும் என்ற நம்பிக்கையில் நான் அவளை வழிபடத் தொடங்கினேன். எவ்வளவு முயன்றாலும் அவள் மும்பைக்குத் திரும்பும் முதல் இரவு வரை எனக்கு அவளுடன் ஒரு நொடியும் தனிமை கிடைக்கவில்லை.

அவர்கள் எல்லாம் மும்பைக்குப் புறப்படும் முதல் இரவு சாப்பிட்ட பின் உட்கார்ந்து அரட்டை அடிக்கும் போது கடற்கரையைச் சுற்றி வரலாம் என்ற அறிகுறியைச் செய்தவன் நான்தான். சரி, எல்லோரும் கடற்கரைக்குப் புறப்பட்டார்கள். மாமாவும் அவர் மனைவியும் கூடவே வந்தார்கள். திரும்பிப்போகும் மகிழ்ச்சியில் இருந்த மும்பைக் கூட்டத்திற்கு, கடலைப் பார்த்ததும் சௌபாட்டியும் அங்கே கிடைக்கும் பேல்புரியும் நினைவானது. இரவு முழுநிலா வேறு அலௌகீகமாக இருந்தது. மேலே மின்னும் நட்சத்திரங்கள். கடல் அலையின் இசை மயங்க வைத்தது. கடற்கரை நீளத்திற்கும் எங்களைத் தவிர வேறு யாருமிருக்கவில்லை. கடலின் உப்பு வாசனை. நான் பித்தன் போல் அவள் பின்னால் திரிந்துகொண்டிருந்தேன். நடக்கும் போது இரண்டடி பின்னால் தள்ளி, அவள் திரும்பிப் பார்க்க வாய்ப்பை உருவாக்கி அந்த இருட்டிலும் கண் இணைக்கத் தவித்துக்கொண்டிருந்தேன். பெரியவர்கள் எல்லாம் பேச்சு மும்முரத்தில் முன்னால் நடந்துகொண்டிருந்தார்கள். எங்களைப் போன்ற சிறியவர்கள் கூட்டம் பின்னால். இடையில் இடைவெளி அதிகமாகும்போது அவர்களில் ஒருவர் நின்று, 'வாங்கடா வேகமா' என்று கட்டளையிட்டு முன்னால் நடப்பார்கள். நாங்களும் பேச்சில் மும்முரமாக இருந்தோம். முன்பின் இல்லாத வெட்டிப் பேச்சு. அவள் சிரித்தால், அவள் எதற்காகச் சிரித்தாலும், நானும் அதை ஆமோதித்துச் சிரித்தேன்.

அப்படி சுமார் தொலைவு நடந்து வந்து ஒரு பக்கம் சிறிது நேரம் உட்கார்ந்திருந்து விட்டுத் திரும்பிப் புறப்பட்டோம். வீடு வந்த போது அந்தத் தொலைவை விரைவாகக் கடந்தது போல் இருந்தது. கடற்கரை முடிந்து தெரு ஆரம்பமாகும் முன் பெரிய பெரிய இரண்டு ஆள் உயரத்துத் தோணிகளைப் பழுது பார்க்கவென்று கரைக்கு இழுத்துக் கொண்டிருந்தார்கள். இந்தப் பக்கம் நின்றவர்கள் அந்தப் பக்கம் தெரிய மாட்டார்கள். அவ்வளவு பெரிய தோணிகள். உருட்டுக் கட்டைகள் மீது அவற்றை உருட்டி மேலே இழுத்திருந்தார்கள். தண்ணீர் இல்லாத இடத்தில் அவை கையறுநிலையில் கண்டன. அவற்றுக்கு இடையே சுற்றிச் சுற்றி நடந்து அலையும்போது, நாங்கள் இருவர் மட்டும் பின்தங்கியிருந்தோம். அவள் இரண்டு அடி மெல்ல நடந்து கூட்டத்திலிருந்து பின்வாங்கி, மணலை செருப்பிலிருந்து உதறும் சாக்கில் நிற்க, அவளையே கவனித்துக் கொண்டிருந்த நானும் நிற்க, நாங்கள் நின்ற இடம் தோணியின் திருப்பத்தில் இருந்ததால் எங்கள் முன்னால் இருப்பவர்கள் மறைந்து இப்படி என்னென்னமோ ஒன்றாக நிகழ்ந்து எங்களுக்கு நொடிப்பொழுது தனிமை கிடைத்தது. அங்கே கிடைத்த அந்த இரண்டு நொடித் தனிமையில், முன்னால் போனவர்கள் நின்று எங்களுக்காகக் காத்திருக்கும் வரையிலான அந்த மணித் துளிகளில், நாங்கள் ஒருவர் கையை ஒருவர் பிடிக்க, எங்கள் விரல்கள் பிணைந்துகொண்டன. அப்போதும் குசுகுசுக் குரலில் ‘ஏய் காவ்ஞ்வடி’ என்று அழைத்திருந்தாள். என்னை இழுத்துத் தழுவி கன்னத்தில் முத்தமிட்டு, என் காதை மென்மையாக நாக்கால் வருடிப் போனாள். அவ்வளவுதான். அவ்வளவுதான். அவ்வளவுதான். நொடிப்பொழுதில் என்னை விட்டு விறுவிறு என்று நடந்து தோணியின் மறைவான பகுதியைக் கடந்து போனாள். நானும் அவளைப் பின்தொடர்ந்தேன்.தோணியைக் கடந்ததுதான் தாமதம் முன்னால் போனவர்கள் தெரிந்தார்கள். அவள் அவசரமாக அவர்களுடன் சேர்ந்துகொண்டாள். நான் போதை ஏறியவன் போல் எதுவும் செய்யத் தோன்றாமல் அதே தோணிக்கு அருகில் சிறுநீர் கழிக்க நிற்பது போல் நடித்தேன். அதுதான் என் வாழ்க்கையின் முதல்முத்தம். ஆழமான, அடித்தளம் இல்லாத பள்ளத்தில் விழுந்துகொண்டே போவது போல் அனுபவமானது. எனக்குள் அப்படியொரு உன்மத்தம் நிறைந்திருந்தது. அப்படியே நின்று சுதாரித்துக்கொண்டேன்.

கடற்கரையிலிருந்து வீசிய காற்றால் அவள் எச்சில் பட்ட இடத்தில் காது குளிர்ந்து, அந்தக் குளிர்ச்சியால் அவள் இன்னும் என்னுடன் இருக்கிறாள் என்று தோன்றியது. ஆனால் அந்த வெப்பத்திற்கு காது குளிர்ச்சி லேசாகி உலர்ந்துபோக, அவள் தொலைவாகப் போய்க்கொண்டிருந்தாள். அவள் எச்சில் குளிர்ச்சியை இன்னும் வைத்துக்கொள்ள வேண்டும் போல் தோன்றியது. தழுவிக்கொண்டபோது அவள் உடல் என்னை எங்கெங்கெல்லாம் தொட்டது என்பதை அடுத்த மூன்று ஆண்டுகள் நான் ஊகித்துக்கொண்டே கழித்தேன். என் கன்னத்தில் முத்தமிடும்போது அவள் என்னை எப்படிப் பிடித்திருந்தாள், அப்போது என் கைகள் எங்கே இருந்தன என்று நான் மிகவும் யோசித்தேன், கற்பனை செய்தேன். அவள் உடல் மணத்த நினைவை மீண்டும் அனுபவிக்க முயன்று தோற்றேன்.

அடுத்த மூன்று ஆண்டுகள் நான் கல்லூரியில் படித்துக்கொண்டிருந்த போது ஒரு முறை மும்பைக்குப் போகும் வாய்ப்புக் கிடைத்தது. அப்போது மிகவும் முயன்று அவள் வீட்டிற்குப் போனேன். மும்பை நகரத்தில் தனியாக அவள் வீட்டைத் தேடிப் போவது அத்தனை எளிதாக இருக்கவில்லை. அங்கே போக என்னிடம் எந்தக் காரணமும் இருக்கவில்லை. ஆனாலும் ஏதோ சாக்கைத் தேடினேன். அவள் வீட்டில் அவளைத் தவிர எனக்கு வேறு யாரும் அறிமுகமில்லை. அந்தச் சிறிய நெருக்கடியான வீட்டில் நான் வந்ததைப் பற்றி யாருக்கும் உற்சாகம் இருக்கவில்லை. 'எங்கே தங்கி இருக்கிறாய்?' என்று முதலில் விசாரித்தார்கள். அவர்கள் எதற்கு வந்தாய் என்று கேட்பதற்கு முன்பே 'அம்மா உங்க வீட்டுக்குப் போய் வரச் சொன்னார்' என்ற ஒரு பொய்யைச் சொன்னேன். ஜமுனா கண்ணில் படவில்லை. சிறிது நேரத்திற்குப் பிறகு வாய்விட்டுக் கேட்டேன். அவள் டைப்பிங் கிளாசுக்குப் போயிருந்தாள். என் புண்ணியத்திற்கு வெகு நேரம் காத்திருக்கும் தேவை இருக்கவில்லை. வந்து என்னைப் பார்த்த பிறகும் என் நினைவே இல்லாதவள் போல் நடந்துகொண்டாள். இந்த ஆண்டுகளில் இன்னும் பெருத்திருந்தாள்.

'நான் யார் தெரிந்ததா, நான் 'காவ்ஞ்வடி' வெட்கத்தை விட்டுச் சொன்னாலும் அவளுக்கு அது எதுவும் நினைவிருப்பதைப்போல் தோன்றவில்லை. இன்னும் மேலே போக எனக்குத் துணிச்சல்

போதவில்லை. ஓரிரு பேச்சுப் பேசி மறைந்து விட்டாள். அவள் கனவில் நான் இல்லை என்ற உண்மை புலப்பட்டது. ஊர் நிலத்திலிருந்து ஊகித்துக் கொண்டு வந்த நகரத்து சுதந்திரத்திற்கும், அங்கே நான் அனுபவித்த உண்மைக்கும் எசகுபிசகாக இருந்தது.

அவர்கள் கொடுத்த தேநீர் பருகி வெளியே வந்தேன். அத்துடன் என் அத்தனை ஆண்டுகளின் கற்பனை முடிவடைந்தது. தெங்கனகோி மகிமையை இடையில் கொண்டுவராமல் இதை எல்லாம் புரிந்துகொள்வது எப்படி?

தெங்கனகேரியின் புதுப் படலங்கள் இன்னும் விரிந்துகொண்டே இருப்பது அவ்வப்போது என் கவனத்திற்கு வந்துகொண்டிருந்தன. என் மகள் பள்ளி ஆசிரியையைப் பற்றி வீட்டில் பேசும்போது, என் மனைவி ‘அவள்’ என்று ஒருமையைப் பயன்படுத்துகிறாள். எனக்கு மட்டும் எந்த ஆசிரியரைப் பற்றியும் அவர்கள் எவ்வளவு சிறுவயதுக்காரர்களாக இருந்தாலும், அவர்களை மனதிலும் கூடஒருமையில் அழைப்பது சாத்தியமாவதில்லை. அப்படிப் பேச நாக்கு வருவதில்லை. என் செகரெட்டரி வாணி ‘ஹேப்பி நியூ இயர் சார்’ என்று கைகுலுக்க வந்தால் என் கை முன்னால் போகும் முன் எனக்கொருவனுக்கு மட்டுமே தெரிவதுபோல் மில்லி செகண்டுகள் காலம் தடுக்கும். மாலை விளக்கு சுவிட்ச் ஆன் செய்யும் போது தன்னை அறியாமல் கை, மார்பைத் தொடுகிறது. அப்போது மனதிற்குள்ளேயே கைகுவிக்கிறேன். இன்னொருவர் மீது கால் படும்போது, என் கைவிரல்கள் கண்கள் பக்கம் விரையும் பழக்கத்தைத் தவிர்க்க, பல ஆண்டுகள் தேவைப்பட்டன. வீட்டிற்குள் செருப்பு அணிந்து நடப்பது எனக்கு இப்போதும் சிரமம். இதுவும் தெங்கனகேரி மகிமைதான்.

இந்த இழைகள் எல்லாம் சேர்ந்து திரித்த கயிறாகி இருக்கிறது. அந்தக் கயிறு என் கைகளைக்கட்டிப்போட்டிருக்கிறது. அதிலிருந்து விடுபட நான் மிகவும் தவித்திருக்கிறேன். ஊகிக்க முடியாத தருணங்களில் ஏதோ ட்ரைனிங் கோர்சில், அலுவலக பார்ட்டிகளில், விரும்பி வந்த ரம்மியமான தருணங்களில் இது திடீரென்று எழுந்து வரும். ஷமி பியர் குடிக்க அழைத்தபோது நான் தத்தளித்தது இதன் பிடியால் தான்.

★★★

5

ஷமியை சந்தித்த அந்த நாளன்றே அவளைப் பற்றி எதற்கு நான் என் மனைவி ஷாலினியிடம் சொல்லவில்லை என்று எனக்கு இப்போதும் தெளிவாகத் தெரியாது. உள்ளே எங்கோ ஓர் இடத்தில் இதை ரகசியமாக வைக்கவேண்டும் என்று தோன்றியதா. அல்லது இது தெங்கனகேரி மகிமையா!

ஷமி ஒரு வாரம் என்று சொன்னது சரியாக ஒரு வாரமா அல்லது பேச்சுவாக்கில் சொல்வது போல் சுமார் ஒரு வாரமா என்றெல்லாம் கவலை ஆரம்பமானது. அவளுக்கு என் ஃபோன் எண் கூட கொடுக்கவில்லை என்று தோன்றியது. அவள் இயல்பான பேச்சை மிகைப்படுத்தக்கூடாது என்று என்னை ஆறுதல் படுத்திக்கொண்டேன். இதர தினசரிகளின் நடுவில் அவள் விஷயம் முழுமையாக மறந்துபோக தாமதமாகவில்லை. ஆனால், சரியாக ஒரு வாரத்திற்குப் பிறகு, ஒரு மாலை அவள் ஃபோன் செய்தாள்.

'ஃபோன் நம்பர் எப்படி கிடைத்தது?' முதல் முதலாகக் கேட்ட கேள்வியது.

'மனம் இருந்தால் மார்க்கம்.'

'அன்றே நம் முதல் மற்றும் கடைசிச் சந்திப்பு என்று எண்ணியிருந்தேன். பிறகு செய்தியே இல்லை.'

'ஊரில் இருக்கவில்லை. இன்று காலை வந்தேன். ஒரு வாரத்திற்குப் பிறகு அழைக்கிறேன் என்று சொல்லியிருந்தேன்தானே. இன்று மாலை உங்களுக்கு நேரமிருந்தால் சந்திக்கலாமா?'

'எங்கே?'

'முதலில் கிராண்ட் புக் ஹவுஸ்க்கு வாங்க. அங்கிருந்து எங்காவது போகலாம்.'

'ஆறரை ஆகும் பரவாயில்லையா?'

'உள்ளே இரண்டாவது மாடியில் இருப்பேன்.'

அலுவலகத்திலிருந்து புறப்படுவதற்கு அரை மணி நேரம் முன்பு ஷாலினியுடன் ஃபோனில் பேசும்போது இன்று மாலை

தாமதமானாலும் ஆகலாம் என்றேன். நானாக சொல்லும்வரை அவள் எங்கே என்ன என்ற கேள்விகளைக் கேட்பவள் அல்ல. அன்று எனக்கு ஷமியைப் பார்க்கப் போகும்போது புது ஆளைப் பார்க்கும் ஆர்வம், எதிர்பார்ப்புகள் மட்டுமே இருந்தன என்றுசொல்லாமல் இருந்தால் நான் பொய் சொன்னது போலாகும். அதனால் ஷாலினிக்கு எல்லாம் சொல்லவில்லை என்ற சங்கதி என்னை பாதிக்கவில்லை.

நான் சரியாக ஆறரை மணிக்கு வந்துசேரும்படி புறப்பட்டாலும் காரை நிறுத்தி கிராண்ட் புக் ஹவுஸ் வந்தடையும் போது பத்து நிமிடம் தாமதமாகியிருந்தது. அவள் எங்கே இருப்பாள் என்பது எனக்குத் தெரியும் என்ற வகையில் நேராக இரண்டாம் மாடியின் இலக்கியப் பகுதிக்குப் போனேன். லிஃப்ட்டுக்கு காத்திருக்கும் பொறுமை இல்லாமல் இரண்டு மாடிகளை ஏறிய வேகத்தில் மூச்சுத்திணறியது. கடை காற்றாடிக்குக் கீழே வந்ததும் அதன் காற்றுக்கு கழுத்தைச் சுற்றிக் குளிர்ச்சி ஏற்பட்டு நான் சிறிது வியர்த்திருந்தது தெரிந்தது. அவளைத் தேடுவது போல அங்கிங்கும் பார்த்துக்கொண்டு காற்றுக்குக் கீழே ஒரு நொடி நின்றேன். ‘சார்’ என்று கொண்டே கடைப்பையன் உதவி தேவையா என்று கேட்க வந்தான். வேண்டாமென்று அவனை அனுப்பி சுற்றிலும் நோட்டமிட்டேன். ஒரு மூலையில் ஸ்டூல் மீது அமர்ந்துகொண்டு புத்தகத்தைப் புரட்டிக்கொண்டிருந்தாள். நான் அருகே செல்ல ஏறெடுத்துப் பார்த்து எழுந்து நின்றாள்.

இன்றும் கூட ஜீன்ஸ் போட்டிருந்தாள். மேலே நீண்ட தோள்களின் சட்டை அணிந்து முழங்கைவரை மடித்திருந்தாள். வெள்ளை ஆடை என்பதால் உள்ளாடை தெளிவில்லாமல் தெரிந்தது. ஒளிரும் மென்மையான கூந்தலைப் பின்னால் கட்டாமல் உணர்வுபூர்வமாக அலட்சியமாக இறக்கிவிட்டிருந்தாள். எந்த அலங்காரமும் இல்லாத முகத்தில் ஓர் அமைதியான களை இருந்தது. அந்த இளமையின் பிரகாசத்திற்கு நான் அச்சமடைந்தேன். வயிறு தசைகள் இறுகி, நிமிர்ந்து நின்று, முடி மீது ஒருமுறை கையை ஓடவிட்டு என்னை நான் சமாளிக்கப் பார்த்தேன். கடந்த வாரம் மெல்லிருளில் காரில் அவளை அமர்த்திக்கொண்டு வந்ததற்கும் இப்போது வெளிச்சத்தில் நேருக்கு நேர் பார்ப்பதற்கும் இருக்கும் வேறுபாடு உடனே கவனத்திற்கு வந்தது. இளமையை கடந்தவர்கள் மட்டுமே

இளமையின் ஒளியைக் காணமுடியும். நோயாளிகள் உடல் நலத்தை கவனிப்பது போல்.

'புத்தகம் வாங்கிவிட்டீர்களா?' என்றேன்.

'எதையும் வாங்கும் எண்ணமில்லை. சந்திக்க நல்ல இடமென்று இங்கே உங்களை அழைத்தேன். சும்மா, புத்தகங்களைப் புரட்டுவது என்றால் எனக்கு மகிழ்ச்சி.' கையில் இருந்த புத்தகத்தை மீண்டும் அலமாரியில் வைத்தாள்.

'ஒரு நிமிடம் காத்திருந்தால் எதையோ காட்டுகிறேன்' என்றவள், இன்னொரு பக்கத்து அலமாரி அருகே போய், அங்கே இருந்து ஒரு புத்தகத்தை இழுத்து என் கையில் வைத்தாள். பார்த்தால் சீக்ரெட் ஏஜெண்ட்! மஞ்சள் நிற அட்டைப்படம் இருக்கும் நூல்.

'ஓ, என்னிடம் இருப்பதும் இதே கவர்!' வியந்து மகிழ்ச்சியில் சொன்னேன். எப்படி என்று சொல்ல முடியாவிட்டாலும் எங்கள் இருவருக்கும் இடையில் இந்தப் புத்தகத்திற்கு ஒரு இடம் கிடைத்திருந்தது. புன்சிரிப்புடன் அதை மீண்டும் அவள் கையில் வைத்தேன்.

'எங்கே போகலாம்?'

'முதலில் இங்கிருந்து வெளியே போகலாம். பிறகு முடிவு செய்யலாம்.' புத்தகத்தை திரும்பவும் அலமாரியில் வைத்துவிட்டுப் புறப்பட்டுவிட்டாள்.

'அப்படியென்றால் நானே அழைத்துச் செல்கிறேன். எனக்கொரு இடம் தெரியும். இங்கே அருகில் இருக்கிறது.'

'ஓய்வாக உட்கார்ந்து பேசக்கூடிய இடமாக இருந்தால் போதும். கூச்சலில்லாத இடம் எதுவாக இருந்தாலும் சரி.'

'முதலில் நான் சொல்லும் இடத்திற்குப் போகலாம். விருப்பமில்லாவிட்டால் வேறு இடம் போகலாம்.'

நான் கார் நிறுத்தியிருந்த இடத்திற்கு இருவரும் நடந்து வந்து, அங்கிருந்து ஏர்வேஸ் ரெஸ்டாரண்டுக்குப் புறப்பட்டோம். அப்படி ஒன்றும் அதிகத் தொலைவில் இல்லாவிட்டாலும், மாலை வாகன நெருக்கடியில் அங்கே போய்ச் சேர இருபது நிமிடங்கள்

தேவைப்பட்டன. தெருவில் தாமதமாகும் அளவிற்கு நான் படபடப்பாக இருந்தேன். பொருள் பொதிந்த எந்த விஷயத்தை எடுக்கட்டும் என்று வழிநெடுக சிந்தித்ததால் என்னிடமிருந்து சரியான பேச்சுகளே வரவில்லை. அவள் சன்னல் வெளியே பார்த்துக்கொண்டு நிம்மதியாக உட்கார்ந்திருந்தாள்.

ஏர்வேஸ் கார்டன் ரெஸ்டாரண்ட் வெளிப்பகுதியில் காரை நிறுத்தினேன். மரஞ்செடிகள் நிறைந்த பரந்த உள்வளாகத்தில் நாற்காலி மேசைகளை நேர்த்தியாக அடுக்கி வைத்திருந்தார்கள். அவளுடன் உள்ளே நடந்து போகும் போது உத்வேகத்தில் மனம் நிரம்பி இருந்தது. ஏதோ வெற்றியைச் சாதித்தவன் போல் நெஞ்சை நிமிர்த்திக்கொண்டு நடந்தேன். அங்கே உட்கார்ந்திருந்தவர் கண்கள் அவளை நோட்டமிடுவது அவர்களைப் பார்க்காமலேயே எனக்குத் தெரிந்தது. மூலை மேசையைத் தெரிவு செய்து அவளை எதிரில் உட்காரவைத்துக்கொண்டபோது என் வயது ஆண்களுக்கு மட்டுமே புரியக்கூடிய பெருமிதத்திற்கு நெருக்கமான அதிசய உணர்வொன்று என்னிடம் நிறைந்திருந்தது.

உயரமான மரங்கள் இருந்த அந்தப் பூங்காவில் சிறு சிறு மண்டபங்களைக் கட்டி அதற்குள் மேசைகளை வைத்து இருந்தார்கள். மேலே ஓட்டுக் கூரையிலிருந்து தொங்கும் விளக்குகள். மாலை முடிந்து இருள் சூழ்ந்திருந்தது. உட்கார்ந்ததும் காட்சியளித்த வெயிட்டர், பல பத்து தடித்த தாள்கள் கொண்ட, நைந்துபோன மெனு கார்டை முன்னால் வைத்தார். அதைத் திறந்து பார்க்காமல் எனக்கொரு பியர் என்றேன்.

'நான் ஒரு கிளாஸ் குடிக்கிறேன்' என்றாள்.

அவள் அப்படிச் சொன்னதும் நான் ஒழுங்குமுறை மீறியது எனக்குப் புரிந்தது. அவளை முதலில் கேட்டிருக்க வேண்டும். அது எனக்குப் புலப்படவில்லையே. அவள் என்ன நினைத்தாளோ என்னமோ என்று முகம் வாடினேன்.

'முதலில் பெண்களைக் கேட்க வேண்டுமல்லவா? நண்பர்களுக்கு இடையில் ஒழுங்குமுறை கடைப்பிடிப்பது எனக்குச் செயற்கையாகத் தெரிகிறது. ஆனாலும்...'

'அதொன்றும் பெரிய விஷயமல்ல. பரவாயில்லை.'

'இத்தனை ஜனங்களுடன் உட்கார்ந்திருந்தாலும் இங்கே ஒரு தனிமை இருக்கிறது. அதற்குத்தான் எனக்கு இந்த இடம் விருப்பம். அது மட்டுமல்ல இங்கே மிகக் குளிர்ந்தபியர் கொடுப்பார்கள். பெங்களூரில் எங்கும் இதுபோல் கிடைக்காது. இவர்கள் செய்யும் ஹரியாலி கபாப் கூட நன்றாக இருக்கும்.'

'நீங்கள் அடிக்கடி வருவீர்களா என்ன?'

'பழைய நண்பர்களுடன் இங்கேதான் வருவேன்.'

அன்று எல்லா நாள்களை விடவும் அதிக காற்று இருந்தது. வீசும் காற்றால் மரங்களின் இலைகளின் ஓசை, சுற்றி இருக்கும் எல்லா சத்தங்களையும் மீறிக் கேட்டது. கவனம் செலுத்தினால் மட்டுமே ஜனங்கள் பேச்சுச் சத்தமும் வெளியே நடமாடும் வாகனங்களின் ஓசையும் காது வந்து சேரும். வெயிட்டர் வந்து ஒரு பியர் போத்தலை வைத்து இரண்டு நீண்ட கிளாஸ்களை வைத்தார்.போத்தல் மூடியைத் திறந்து இரண்டு கிளாஸ்களிலும் ஊற்றி 'பிறகென்ன தரட்டும் சார்?' என்றார்.

'ஒரு ஹரியாலி கபாப்' ஷமி பக்கம் பார்த்து 'இது வெஜிடேரியன் ரெஸ்டாரண்ட். பெயர் மட்டும் ஹரியாலி கபாப். பரவாயில்லை தானே?' என்றேன்.

'எனக்கு வெஜிடேரியன் விருப்பம்.'

மங்கலான ஒளியில் பொன் வண்ண பியர் ஒளிரிக்கொண்டிருந்தது. முதல் மிடறு உறிஞ்சும் முன் கிளாஸ் பிடித்த கையை முன்னால் நீட்டி, தலையை முன்னால் அசைத்து, கண்ணை ஒருமுறை மூடித் திறந்து பேச்சில்லாமல்கண்ணால் சியர்ஸ் என்றோம். ஒரு மிடறு குடித்து கிளாசை மேசை மீது வைத்து ஆஹ் என்றேன். நாள் முழுதுமான சோர்வை ஊதித்தள்ளுவது போல் உஸ் என்று உரக்கப் பெருமூச்சு விட்டேன். அப்படிச் செய்ததும் அது அசிங்கம் என்று தோன்றியது. நான்கு நடுவயது ஆண்கள் குடிக்க உட்கார்ந்தால் அது சரி. இப்போது பெண்ணொருத்தியை எதிரில் உட்கார வைத்துக் கொண்டு புஸ் என்று வாயிலிருந்து மூச்சுவிட்டதால் எனக்கு வெட்கமாக இருந்தது. இவ்வளவு நேரம் முயன்று காட்டிக்கொண்ட என் நயம் நாசுக்குகள் எல்லாம் திடீரென்று கைவிட்டன.

ஒரு நொடி மௌனம் சூழ்ந்தது. அவளும் பேசவில்லை. இப்போது பேசாவிட்டால் நான் உரக்க மூச்சுவிட்ட நொடியைக் கடக்கவே முடியாது. அங்கேயே விரிந்துகொள்ளத் தொடங்குமென்று தோன்றி, 'இன்று அலுவலகத்திற்கு நேரமே போயிருந்தேன். நேற்று இரவு சரியாகத் தூக்கமில்லை. நேற்று ஒரு யட்சகானத்திற்குப் போயிருந்தேன். மூன்று மணி நேர ஆட்டம். நான் சிறுவயதில் இரவு முழுதும் உட்கார்ந்து யட்சகானம் பார்ப்பேன்,' என்று என் உரத்த மூச்சுக்கு சுற்றி வளைத்து விளக்கம் கொடுத்து விட்டேன்.

'ஓ. சாரி. அப்படி என்றால் இன்று உங்களை அழைத்திருக்கக் கூடாது.'

'அப்படி இல்லை. சோர்வாக இருக்கும் போது இப்படி வெளியே வருவது நல்லது.'

'எனக்கு யட்சகானத்தைப் பற்றி சரியாகத் தெரிந்ததே தற்சமயத்தில்தான். எங்கள் ஆர்ட் கியாலரியில் ஒரு கண்காட்சியைத் திறந்து வைத்த ஒருவர் அதைப்பற்றிச் சொல்லி இருந்தார். பிறகு இன்டர்நெட்டில் வாசித்தேன். நான் பெங்களூரில் வளர்ந்தேன் என்று சொன்னால் போதுமே! இங்கே கன்னட தொடர்பில்லாமல் முழு வாழ்க்கையையும் கழித்து விடலாம்.'

உரையாடல் யட்சகானத்தின் பக்கம் திரும்பியபோது என் நினைவுகளையே சொல்லத் தயாராகத் தொடங்கினேன். யட்சகானப் பந்தலில் சாய்வு நாற்காலிகள். கடலை வறுக்கும் வாசம், தேநீர்க் கடையின் கேஸ் லைட்டின் ஸ் ஸ் ஸ் சத்தம். சண்டை வாத்திய ஓசை கேட்டவுடன் இப்போதும் என் மனதில் நிறையும் அதிசய உத்வேகம். கிரீடம், புஜகீர்த்தி வேட அலங்காரங்கள் வழியாகவே வெளிப்படும் பாத்திரங்களின் மாறுபட்ட இயல்புகள், ஒருகாலத்தில் ஒரே ஒருமுறை நானும் வேடம் போட்டு ஆடியது- இவற்றையெல்லாம் சொல்லவேண்டுமென்று தோன்றியது. யட்சகானப் பந்தல் தூண்களைப் புதைத்த குழிகள் மறுநாள் வயலில் விளையாடும்போது எங்கள் கால்களுக்கு இடையூறாக இருந்தன. ஜெனரேட்டர் வைத்த இடத்தில் கசிந்த எண்ணெய்ப் பசை பகல் வெளிச்சத்தில் எடுப்பாகத் தெரிந்தது. இவற்றுக்கெல்லாம் ஏற்ற இங்கிலிஷ் வார்த்தைகள் தேவைப்படும்போது வாய்க்கு வராதென்ற பயமும் தோன்றியது. அதற்குள் அவள் ஆர்ட்

கியாலரியின் வாடகையை உயர்த்திய கதையை ஆரம்பித்தாள். எனக்கு அதில் ஆர்வமில்லாவிட்டாலும் காது கொடுத்தேன்.

என்றோ நிறுத்திய பேச்சு வார்த்தைகளை அன்று மீண்டும் ஆரம்பித்தவர்கள் போல் இருவரும் இடைவிடாமல் பேசினோம். தனிப்பட்ட எந்த விவரங்களையும் அவள் கேட்கவில்லை. நானும் அப்படித்தான். எல்லாம் சிறு சிறு விஷயங்கள்தான். சாதாரண பேச்சுகள்தான். எதையோ சொல்ல அவளும், எந்தப் பேச்சையும் கேட்க நானும் ஆர்வமாக இருக்கும் சூழ்நிலை இருந்தது.

இவை எல்லாவற்றுக்கும் இடையில் ‘உங்களுக்கு சமீர்சாஹு நெருங்கிய நண்பரா?’ என்ற எதிர்பாராத கேள்வியொன்றைக் கேட்டாள். அதைக் கேட்கும் நோக்கம் தெரியாமல் பதிலளிக்கத் தயங்கினேன். ‘அது நினைப்பது போல்’ என்ற என் தெளிவற்ற எதிர்வினையின் இங்கிதம் தெரிந்தவள் போல் மேலும் சில விவரங்களைக் கொடுத்தாள்.

‘அவர் என் அம்மாவின் நண்பர்களின் கூட்டத்தைச் சேர்ந்தவர். அவர் வங்காளத் தொழிலாளர் சங்கத்துப் போராட்டத்தைப் பற்றிப் பேசும்போது எனக்கு மிகவும் ஆர்வம். அவர் வீட்டிற்கு வரும்போதெல்லாம் அவர் பேசுவதை ஆர்வத்துடன் கேட்பேன். அவர் சொல்லும் நக்சல்பாரி கதைகள் சிலிர்ப்பாக இருக்கும். சமுதாய மாற்றத்தின் மீது அப்படித் தீவிரமாக இருப்பவர் இந்த ஊருக்கு வந்து இப்படியொரு வேலையில் நிலைத்து நிற்பதற்குக் காரணமான குடும்ப அழுத்தங்கள் எப்படி இருக்கலாம் என்று நான் யோசித்தேன்.’ பேசும்போது தலையைச் சிறிது முன்னால் சாய்த்தாள். அப்போது அவள் மென்மையான கூந்தல் கன்னத்தில் இறங்கியது. மீண்டும் தலையைப் பின்னால் சாய்த்த போது முடி பின்னால் சரிந்தது.

அவளையே பார்த்தேன்: உறுதியான தோள்கள். விரல்கள் பியர் கிளாஸைச் சுற்றி வளைத்துப் பிடித்திருந்த லாகவத்தில் தெரியும் தன்னம்பிக்கை. மெல்லிய வெள்ளி மோதிரத்திற்குள் இருந்த விரல். காதுகளில் பச்சைக் கல் லோலாக்கு.

ஒரு நொடி மெய்மறந்தவன் உடனே சமாளித்துக்கொண்டு பதிலளித்தேன். சாஹுவுக்கும் எனக்கும் இடையே பல ஒத்த

கூறுகள் இருக்கின்றன. அதுதான் எங்கள் நட்பிற்குக் காரணம். அலுவலகத்தில் மதியம் நாங்கள் இருவரும் ஒன்றாக ஒரே மேசை மீது சாப்பிட உட்கார்ந்தால் எங்களுடன் சேர மற்றவர்கள் தயங்குவார்கள். “உங்கள் வாதம் எங்களுக்குப் புரிவதில்லை” என்பார்கள். அரசாங்க ஆதரவு பெற்ற கம்யூனிசத்தால் எந்த சாதனையும் நடக்காது என்று நான் சொன்னால் “அது மக்கள் தெரிவு. தேர்தலில் மக்கள் வாக்களித்து அதிகாரத்திற்குக் கொண்டு வந்த அரசாங்கம் நம் அரசாங்கம். நம் நாட்டு மாநிலங்களைத் தவிர உலகத்தின் எந்தப் பகுதியில் கம்யூனிஸ்ட் அரசாங்கத்தை மக்கள் உண்மையாகத் தேர்ந்தெடுத்திருக்கிறார்கள்?” என்று அவன் வாதம் செய்வான். டெமாக்ரசி, கம்யூனிசம், வரலாறு சக்கிரம், சுதந்திரப் போராட்டத்தில் கம்யூனிஸ்டுகள் எடுத்த நிலைப்பாடு என்று நாங்கள் சண்டைப் போடுவதைப் பார்த்து இதுபோன்ற சொற்கள் அறிமுகமில்லாத எங்கள் சகபணியாளர்கள் குழம்பிப்போவார்கள்.

ஷமி இப்போது முழுமையாக பின்னால் சாய்ந்து உட்கார்ந்தாள். இரண்டு கைகளால் கூந்தலைப் பிடித்துப் பின்னால் தள்ளினாள். எந்தக் கட்டுப்பாடும் இல்லாத கூந்தல் இப்படி அடிக்கடி முன்னால் வருவதும், அவள் அதைப் பின்னால் தள்ளுவதும் அந்த மாலை முழுதும் தொடரும் என்று தோன்றியது. எனக்குப் புரியமலேயே சாஹு என் எதிராளியாகிவிட்டதால் நான் புரட்சியின் ஆயுதத்தை எடுக்க வேண்டியதானது.அதுவும் மிக நுட்பமாக.

‘சாஹு நக்சல் அனுபவத்தைப் பற்றிச் சொன்னான் என்று சொன்னாயே. எனக்கும் அப்படியொரு நண்பன் இருந்தான். என் கடந்த காலத்தில் நானும் இதுபோன்ற போராட்டங்களில் தீவிரமாக ஈடுபட்டிருந்தவர்களின் தொடர்பில் இருந்தேன். இப்போது நினைத்துப் பார்த்தால் அது நானல்ல என்ற சந்தேகம் எழுகிறது.’

‘என்னது சொல்லுங்கள். சொல்லித்தான் ஆகவேண்டும்...’ மிகவும் வற்புறுத்தினாள்.

நான் உடனே எச்சரிக்கை அடைந்தேன். அவளாகவே வாய் திறந்து தூண்டில் போடு என்பது போல் தோன்றியது. பெரிய மிடறு குடித்து விட்டு ஆரம்பித்தேன்.

‘அதற்கெல்லாம் வெறுமனே விருப்பம் இருந்தால் மட்டும் போதாது. சரியான வாய்ப்பும் கிடைக்க வேண்டும். என் நண்பனின் பெயர் சந்து. அவன் மூலமாக நானும் போராட்டங்களில் சேர்ந்திருந்தேன். இப்போது நினைத்துப் பார்த்தால் அந்த கோஷங்கள், சாலை மறியல் போன்றவை எல்லாம் மிகக் கவர்ச்சியாக ரொமான்டிக்காகத் தெரிகின்றன. ஒன்று மட்டும் உண்மை. இவை எல்லாவற்றிலும் ஈடுபடுபவர்கள் கீழ் நடுத்தர வர்க்கத்து மக்கள். எதற்காக போராடுகிறார்களோ அந்த வாழ்க்கையை வாழ்பவர்கள். கோஷம் போட்டு அவரவர் வீடுகளுக்குத் திரும்பும் என்னைப் போன்றவர்களால் எதுவும் நடக்காது.’

ஒவ்வொரு பேச்சுக்கும் ஒவ்வொரு மிடறு குடித்து சில நிமிடங்களில் என் கிளாஸ் காலியானது. அப்படி அத்தனை விரைவாக குடித்ததைப் பற்றி எனக்குக் கூச்சமானது. அவள் கிளாஸ் இன்னும் கால் பகுதி கூட காலியாகவில்லை. வெயிட்டர் இன்னொரு பியர் கொடுக்கவா என்று கேட்டு என் கிளாசை நிரப்பினார்.

நயம், நாசுக்கு, ஒழுங்குமுறை, கண்ணியம், நடைமுறை, பேசும் பவிசு, வினயமான குரல் இப்படி எதிலும் சிறிதும் தவறில்லாதது போல், அவளுக்கு இவை எதுவும் இயல்பானதல்ல என்று தோன்றாதவாறு ஷமி அமைதியாக இருந்தாள். பெண்ணொருத்தியுடன் இப்படி உட்கார்ந்து பியர் குடித்துக்கொண்டிருக்கிறேன் என்ற உண்மை நிலையை இன்னும் முழுமையாகச்செரிமானம் செய்துகொள்ள முடியாமல், அவ்வப்போது தத்திக்குதிக்கும் உத்வேகத்தைக் கட்டுப்பாட்டிற்குக் கொண்டுவர நான் முயன்றுகொண்டிருந்தேன். தெங்கனகேரி மகிமையைப் பற்றி எந்தக் கற்பனையும் இல்லாதவர்கள் மட்டுமே அவளுடன் பியர் குடித்தது என்ன பெரிய விஷயம் என்று சொல்லலாம்.

‘விடுதி நாள்கள் என் ஏழ்மையான நாள்கள். என்னிடம் சல்லிக்காசு கூட இல்லாத நாள்கள். ஆனாலும் அவை மிக ரோமாஞ்சனமாக இருந்தன. இப்போதும் ரம்மியமாகத் தெரிகின்றன. வங்கி இருப்பு அதிகமாக உயர இழக்கும் மொத்தம் அதிகமாகி ரிஸ்க் எடுக்கும் ஆற்றல் குறைந்து கொண்டே போகும். இழக்க எதுவும் இல்லாத மக்கள் மட்டுமே மகத்துவமான திருப்பங்களுக்குக் காரணமாவார்கள்,’ என்றேன்.

‘இது நூற்றுக்கு நூறு உண்மை. உங்கள் நண்பனுடன் சேர்ந்துகொண்டு என்னென்ன செய்தீர்கள்? அதைச் சொல்லுங்கள்.’ அவள்இச்சகமாகப் பேசினாளா, நான்தான் அப்படி எண்ணிக் கொண்டேனா தெரியவில்லை.

‘சந்துவும் அவன் நண்பன் சிராக் பற்றியும் சொல்லப்போனால் பெரிய கதையே இருக்கிறது. சொந்த விஷயங்களையே சொல்லிக்கொண்டிருந்தால் சலிப்பு ஏற்படலாம் என்ற பயம் எனக்கு.’ மற்றொரு மிடறு குடித்தேன். கிளாஸ் வெளிப் பகுதியில் சேகரமான தண்ணீர் ஈரம் சொட்டுச் சொட்டாக என் சட்டை மீது விழுந்தது. அதன் குளிர்ச்சி வயிறைத் தொட்டது.

‘கேட்க எனக்கு கண்டிப்பாக சலிப்பில்லை. நேரடி அனுபவங்கள்தான் மிக சுவாரசியம். வெறுமனே தத்துவம் பேசினால் அறிவுப் பயிற்சியாகும் அவ்வளவுதான்.’

தன் ஆர்வத்தைத் தெளிவாக வெளிப்படுத்தினாள். அந்த ஊக்கத்துடன் பியர் துணிச்சலும் சேர்ந்து கொண்டதால் என் சேரிப் போராட்டக் கதையை வெளியே எடுத்தேன். இங்கிலிஷில் சொல்ல மிகச் சிரமமான விவரங்களை மாற்றி எளிமையாக்க முடிவு செய்தேன். அப்படிச் சொல்லிக்கொண்டே இருக்க அது வேறு யாருடைய கதை போல் தோன்றத் தொடங்கியது. எதிரில் இப்படி பெண்ணொருத்தி உட்கார்ந்துகொண்டு, தன் கவனத்தை எல்லாம் மையப்படுத்தி நான் பேசுவதைக் கேட்டுக் கொண்டிருக்கும்போது கதையின் உண்மை பொய்க்கு மகத்துவம் இருக்கிறதா? சிறிது விட்டேற்றியாக இருந்தால்தானே பேச்சில் சிலிர்ப்பு சேரும்.

அவள் ஆர்வம் நிறைந்த கண்களாலும் ஊக்கம் நிறைந்த புன்சிரிப்பாலும் என்னுள் புகுந்த பூதத்தின் உதவியுடன் சந்துவையும் அந்த நாட்களையும் கண் முன் கொண்டு வந்தேன்:

நான் பெங்களூருக்கு வேலை தேட வந்தபோது, என் உறவினர் ஒருவர் வீட்டில் தங்கும் ஏற்பாடாகி இருந்தது. அவர் மாடியில் ஒரு அறையில் படுக்க இடம் கொடுத்திருந்தார்கள். காலை சிற்றுண்டியும் இரவு சாப்பாடும் அவர்கள் கொடுத்தார்கள். இதற்கெல்லாம் என் அப்பா பணம் கொடுத்தாலும் மாலை எட்டு மணிக்குள் வீட்டில் இருக்க வேண்டுமென்ற நிபந்தனை.

‘ஒரு நாள் காலை எட்டரை மணிக்கு சந்து எங்கள் வீட்டிற்கு வந்தபோது சிற்றுண்டி சாப்பிட அமர்ந்தேன். ஒன்றன் பின் ஒன்றாக தோசை சாப்பிட்டு முடித்து நான் கை அலம்பி வரும்வரை முள் மீது அமர்ந்தவன் போல் படபடப்பாக உட்கார்ந்திருந்தான். சேரியில் நடந்ததை வாசித்திருக்க வேண்டுமேஎன்றான். முதல் நாள் இரவு அரசாங்கம் அதிகாரபூர்வமானதல்ல என்ற காரணத்தைச் சொல்லி நகரத்துச் சேரி ஒன்றை துவம்சம் செய்திருந்தது. முன் பக்கம் முழுதும் அதன் படங்களும், சார்பாகவும் எதிராகவும் அறிக்கைகளும் இருந்தன. போலாம் வா என்றான். எங்கே என்று கேட்டது அவனுக்கு விருப்பமாகவில்லை.

சந்துவுடன் சேரியைச் சென்றடைந்தபோது பத்து மணியாகியிருந்தது. சேரிக்கு நடுவில் கடந்து செல்லும் தெருவின் ஒரு பகுதி வீடுகளை எல்லாம் இடித்துத் தள்ளியிருந்தார்கள். நூற்றுக்கணக்கான போலீஸ்காரர்கள் ஆர்வலர்களைக் கட்டுப்படுத்த போராடிக்கொண்டிருந்தார்கள்.

ஒரு நாள் முன்பு நெருக்கமாக வீடுகள் நிறைந்திருந்த அந்த இடம் இடித்த தகடுகளாலும் சுவர்களின் எச்சங்களாலும் நிரம்பியிருந்தன. அவை கோடையின் இறுதி நாட்களாக இருந்ததால் வெயில்அதிகரிக்கத் தொடங்கியது. நேற்றுவரை மெல்லிருளில் பாதுகாத்துக்கொண்டு வந்த ரகசியங்கள் எல்லாம் இப்போது வெயிலுக்குத் திறந்து கிடந்தன. பவுடர் டப்பா, கண்ணாடிச் சில்லுகள், பாத்திரம் பண்டங்கள், மங்கிய துணிமணி, போர்வை, சாப்பாட்டுத் தட்டு வெயிலில் ஒளிறிக்கொண்டிருந்தன. இங்கே நான் என்ன செய்ய வேண்டும் என்பது எனக்குத் தோன்றவில்லை.பேசப் போனால் அந்தக் குடிசைப் பெண்கள் மீண்டும் தொடக்கத்திலிருந்து தங்கள் கதைகளைச் சொல்ல ஆரம்பித்தார்கள். அநேகமாக அப்போதே பலமுறை சொல்லிச் சொல்லிப் பழகிப்போன கதைகள். ஒவ்வொரு முறை சொல்லும் போதும் புதிய விவரமொன்று தோன்றி துணிச்சலை இழந்தார்கள்.

முதல் இரவு இடிக்கும் செயல்பாடுகள் தொடங்கும் முன்பே வீடுகளை வலுக்கட்டாயமாகத் திறந்தார்கள். சாராயம் குடித்துவிட்டுப் படுத்திருந்த ஒருத்தனை எழுப்ப முடியாமல் தூக்கி எதிர் தெருவின் ஓர் ஓரத்தில் போட்டிருந்தார்கள். அப்படிப்

படுத்திருந்த அவன் படத்தை பேப்பரில் வெளியிட்டிருந்தார்கள். இங்கே பார்த்தால் போதை இறங்காமல் அவன் இன்னும் அங்கேயே படுத்திருந்தான். சுற்றிப் பெரிய கூட்டம் சேர்ந்து அவனையே பார்த்துக் கொண்டிருந்தது. கூட்டத்தில் இருந்த ஓரிருவர் கையில் அன்றைய நாளிதழில் அவன் படத்தைப் பார்ப்பதும் அவனையும் மீள மீள பார்ப்பதுமாக இருந்தார்கள்.

இதற்கு இடையில் குழாயில் தண்ணீர் வந்தது என்று ஒருத்தி கத்தியதும், தரைமட்டமானவீட்டிற்கு முன்னால் குவிந்து கிடந்த பொருள்களிலிருந்து குடம், வாளி, பெரிய பாத்திரங்களைத் தேடி எடுத்துக்கொண்டு குழாயடிக்கு ஓடத் தொடங்கினார்கள். நொடிப்பொழுதில், அதே தெருவின் கடைசியில் இருந்த குழாய் முன்னால் வரிசை நிற்கத் தொடங்கியது. அதுபோன்ற ஈனமான நிலைமைக்கு இடையிலும் மீறி நின்ற தினசரி செயல்களின் உற்சாகத்தை முழுமையாகப் புரிந்து கொள்ள என்னால் முடியவில்லை.

நானும் சந்துவும் நாள் முழுக்க அங்கேயே கழித்தோம்.

இரவு வீட்டிற்குப் போகாமல் இருந்தால் வீட்டில் ஆதங்கம் உண்டாகும்.நான் யாரிடமும் சொல்லிவிட்டு வரவில்லை என்ற கவலையை சந்துவிடம் கூறியபோது,

'புரட்சி என்றால் நேரம் கிடைக்கும் போது செய்யும் பொழுதுபோக்கு என்று நினைத்தாயா? அதற்கு முழுமையாக சமர்ப்பிக்க வேண்டும். நீ சிராகை ஒரு முறை சந்தித்தால் அது என்னவென்று உனக்குப் புரியும். அவன் இன்று வந்தாலும் வரலாம்.' சிராக் பேச்சை எடுத்தால் அவனிடம் பெருமை பொங்கும்.

★★★

கண் பதித்து என்னையே பார்த்துக்கொண்டு, என் பேச்சைக் கேட்டுக்கொண்டு உட்கார்ந்திருந்த ஷமியிடம் சொன்னேன். 'அதுதான் சொன்னேனல்ல, இதை எல்லாம் செய்தவன் இப்போது கார்பரேட் பணியில் இருக்கும் நானா, மற்ற யாரோதானா என்று பலமுறை தோன்றும்.

பியரை நிறுத்தி ஷமியின் கண்களைக் குடிக்கத் தொடங்கியிருந்தேன்.

கதை நின்றதைத் தாங்க முடியாதவள் போல் ஆத்திர அவசரமாக 'பிறகு? பிறகு?' என்றாள்.

'சந்து ஒருநாள் அந்த சிராகை வீட்டிற்கு அழைத்துக்கொண்டு வந்து இங்கிலிஷிலிருந்து துண்டுச்சீட்டை என்னிடமிருந்து கன்னடத்திற்கு மொழிபெயர்த்துக் கொண்டான். அந்த இரவு எங்கள் வீட்டில் தங்கினான்.

மாலை ஏற ஏற ரெஸ்டாரண்ட் பூங்காவில் மேசைகள் நிரம்பத் தொடங்கின. ஜனங்கள் கூட்டமாக எல்லா இடங்களிலும் குவியத் தொடங்கினார்கள். காற்று இன்னும் வேகமாக வீசத் தொடங்கியது.

இருட்டி வெகு நேரமானது. காற்று வீசும் வகையில், அகாலத்தில் மழை வந்தாலும் வரலாம் என்ற அறிகுறி இருந்தது. இதற்கு இடையில் நான் மூன்று கிளாஸ் பியர் குடித்து முடித்திருந்தேன். இரண்டாவதை முடித்தபோது போதையின் துணிச்சலால் இன்னும் ஊற்றிக்கொண்டேன். அப்படிச் செய்யும்போது அவளுக்கு வேண்டுமா என்று மரியாதைக்குக் கூட கேட்கவில்லை. அவள் கிளாஸ் பாதி நிறைந்திருந்தது உண்மை; ஆனாலும் அது ஒழுங்கான செயலல்ல என்பதை பேச்சின், பியரின் மயக்கத்தில் மறந்தே போனேன். அவள் பாதி முடித்த பியருடன் ஒரு மணி நேரமாக உட்கார்ந்திருந்தாள். மூன்று கிளாசுக்குப் பிறகு தொடரக் கூச்சமாக இருந்தது. இன்னும் வேண்டுமென்று தோன்றினாலும் முதல் சந்திப்பில் குடிகாரன் போல் தெரியக்கூடாது என்று என்னை நான் கட்டுப்படுத்திக் கொண்டேன்.

'இப்ப வர்றேன்' என்று அவள் எழுந்து கழிவறையைத் தேடிக்கொண்டு போனாள். மங்கலான ஒளியில் மரங்களுக்குக் கீழே பாதி போதையில் உட்கார்ந்திருந்த எனக்கு, எதற்காக நான் இதை எல்லாம் செய்துகொண்டிருக்கிறேன் போன்ற கேள்விகள் வதைக்கும் அறிகுறிகள் கிடைத்தன. வீடு மனைவி மகன் நினைவானது. ஷமி மீது தாக்கத்தை ஏற்படுத்த, வெறுமனே பேச்சின் விளைவிற்காகப் பேசினேனா, ஏதோ ஒரு சாதாரணப் பெண் முன் ஜொள்ளுவிட்டு, வாலாட்டிக்கொண்டு உட்கார்ந்திருக்கிறேனா என்ற சந்தேகங்கள் எழ, இதுவரை பேசியதை எல்லாம் எனக்குள் சர் என்று மீண்டும் நினைத்துப் பார்த்தேன். என் அம்பறாத்தூணியின் வலுவான

ஆயுதத்தையே எடுத்திருந்தேன். புரட்சியின் பூச்சு இருக்கும் சொற்றொடர், சாகசமும் ஆபத்தும் இருக்கும் கதை, தற்போதைய என் உயர்நிலை, பணம் எல்லாவற்றையும் சாதாரணம் என்று தோன்றுவது போல் நினைக்கச் செய்யும் பேச்சுத் தோரணை கொஞ்சம் விட்டேற்றியான நிலைப்பாடு இருக்கும் இது போன்ற செயல்களுக்காகத் துடிக்கும் இளம் மனங்களுக்கு இதமாக இருக்குமல்லவா? அவற்றை எல்லாம் பரபரப்பாகச் சொல்லியிருக்கலாம். அது கதையின் பிரச்சினை தானே தவிர வேறெதுவுமல்ல என்று ஆறுதல் சொல்லிக்கொள்ளும்போது அவள் திரும்பி வந்தாள்.

நாற்காலியில் உட்காரும் போதே, 'இந்த மாலை எனக்கு எப்போதும் நினைவில் இருக்கக் கூடியது' என்றுதொடர்ந்தாள். 'ஏன் தெரியுமா? நான் வேலை செய்வது என் அம்மாவுக்கு விருப்பமில்லை. அதற்கு மேல் இருமடங்கு நானே தருகிறேன் என்கிறார். ஒரு நாள் நான் வீட்டை விட்டுச் சுதந்திரமாக இருக்க வேண்டும் என்பது என் விருப்பம். அப்படி ஒரு வேலை கிடைக்கக் கொஞ்சம் அனுபவம் வேண்டுமல்லவா.' உணர்ச்சிவசப்பட்டது எனக்குத் தெரிந்தது.

எங்கள் மேசை அருகே வந்த வெயிட்டர் அடுத்து என்ன என்பதைப் போல் நின்றார். அவள் கிளாஸ் இன்னும் காலியாகவில்லை. ஆனாலும் மரியாதைக்காக 'பிறகென்ன வேண்டும்' என்று கேட்டேன். வேண்டாம் என்று தலையசைத்தாள். பில் கேட்டேன்.

'ஒரு நிமிடம்' என்றவளிடம் மன்னிப்பு கேட்டுவிட்டுக் கழிவறையை நோக்கிப் போனேன். போகும் முன் 'சிராக் அம்சா என்று நெட்டில் தேடிப்பார் என்றேன்'.

நான் திரும்பி வந்து உட்கார்ந்ததும் "ஓ காட், நக்சல் தலைவர் உங்கள் அறையில் ஒரு இரவு கழித்தார் என்பதை நம்ப முடியாது ஓ காட்".

இதை நான் மிகக் குறைவான ஜனங்களிடம் சொல்லியிருக்கிறேன். நினைவிருக்கட்டும்'

"இதையெல்லாம் கேட்டுக் கொண்டிருந்தால், இந்த வயதில் உண்மையான அனுபவம் எடுத்துக்கொள்வதை விடுத்து வீணாக பொழுதைக் கழிக்கிறேன் என்ற குற்ற உணர்வு என்னை வதைக்கிறது."

“அவன் மிக புத்திசாலி. என்கவுண்டர் என்ற பெயரால்நடந்த அவன் கொலை.”

அதற்குள் பில் வந்தது. “நான் கொடுக்கட்டுமா என்றாள்?”

“சிறியவர்கள் கொடுக்கக் கூடாது. இனிமேல் என்னுடன் இருக்கும்போது கூடவே கூடாது.”

“என் அம்மாவைப் போல இருக்கீங்க. நீங்க அவரைச் சந்தித்துத்தான் ஆகவேண்டும்.”

“அடுத்த முறை வரும்போது” என்றேன். தாராளமாக டிப்ஸ் கொடுத்து, நோட்டுக்கள் நிறைந்திருந்த என் பர்சை வலது பக்கப் பின் பையில் திணிக்கவென்று முன்னால் குனிந்து, இடுப்பைத் தூக்கி சரிசெய்தேன். இது உப்பிய பர்ஸ் இருக்கும் நடுவயதுக்காரனின் வழக்கமான செயல் என்று தோன்றி, அப்படிச் செய்ததற்கு சங்கடமானது. என் ஒவ்வொரு உடலசைவுகள் பற்றியும் எச்சரிக்கையாக இருந்தேன் என்றால் நான் என்ன செய்தாலும் அது ஊனம் கண்டது.

“போகலாமா?” கண்ணால் கேட்டு, பதில் பெற்று, நெரிசலான மேசைகளில் குடித்துக் கொண்டு உட்கார்ந்திருந்தவர்களைக் கடந்து நாங்கள் வெளியே வரும்போது அவள் அருகில் நடந்தேன். காரில் உட்கார்ந்ததும், ‘இந்த ரெஸ்டாரண்ட் விருப்பமானதா?’ என்று கேட்டதற்கு ’ஓஹ், வண்டர்ஃபுல்’ என்றாள்.

சாலையில் வாகன நெரிசல் குறைந்திருந்தது. பதினைந்து நிமிடங்களில் அவள் வீட்டை அடைந்தோம். வழியில் அவள் பேசவில்லை. ஏதோ சிந்தனையில் இருந்தவள் போல் ஒருமுறை காரணமில்லாமல் தனக்குத் தானே ‘ஓ மை காட்’ என்றாள்.

காரிலிருந்து இறங்கும் போது ‘இது போன்ற அதிசய மாலைக்காக உங்களுக்கு எவ்வளவு தேங்க்ஸ் சொன்னாலும் போதாது. நாளை ஃபோன் செய்கிறேன்’ என்றாள். அவள் கேட் எதிரில் நின்று காத்து, வலது பக்கத்திலிருந்து யாரோ கேட் திறந்து, அவள் நாயின் அட்டகாசமான வரவேற்பிற்கு அவள் ‘பீ பீ’ என்று அதை சமாதானப்படுத்தும் குரல் கேட்ட பிறகு அவளுக்குக் கையசைத்து விட்டு நான் புறப்பட்டேன்.

என் வீட்டை அடைந்த போது பத்து மணியாகியிருந்தது. எப்போதும் இப்படி தாமதமாகப் போனவனல்ல. ஷாலினி கோபமாக இருப்பாள் என்று எண்ணினேன். கதவு திறந்த போது அவள் முகத்தின் மீது கோபம் தெரியவில்லை. சீமா என்ற அவள் பழைய தோழியொருத்தி ஃபோன் செய்திருந்தாளாம். இருவரும் ஒரு மணி நேரம் பேசினார்களாம். தங்கள் கூட்டாளிகளைப் பற்றிய விவரங்களைக் கிளறிக் கிளறி ஒருவருக்கொருவர் பேசிக்கொண்டது தெரிந்தது. 'அந்த சியாமளா கணவனுக்கு எய்ட்ஸ் என்று செய்தியாம்' 'ராகினி குல்பர்காவுக்கு மாற்றலாகி, அவள் கணவனுக்கு மத்தியப்பிரதேச கிராமம் ஒன்றுக்கு மாற்றியிருக்கிறார்களாம்' என்று நான் வாசலில் இருக்கும் போதே நட்டப்பஞ்சாங்கத்தையே முதலில் திறந்ததைப் பார்த்தால், அவர்கள் எல்லோரை விடவும் தான் சுகமாக இருக்கிறேன் என்பதை நம்ப அவளுக்கு நிறைய ஆதாரங்கள் கிடைத்து நல்ல மனநிலையில் இருந்தது தெரிந்தது.

நான் ஷூ கழட்ட உட்கார்ந்ததும் 'த்தூ சாராய நாற்றம்' என்றாள்.

'சாராயம்னு சொல்லாதே கொஞ்சம் பியர் குடிச்சேன். அவ்வளவுதான்.'

'எல்லாம் ஒண்ணுதான். உன் மகன் தூங்கிட்டான். நான் சாப்பிட்டாச்சு.'

அஜித் அறையின் பாதி திறந்திருந்த கதவு இடுக்கிலிருந்து அவன் படுத்திருப்பதைப் பார்த்துவிட்டு, படுக்கையறையை நோக்கி நடந்தேன். குளித்தால் நன்றாக இருக்குமென்று தோன்றியது. தனிமையும் தேவைப்பட்டது. 'பிறகு எல்லா விஷயத்தையும் சொல்லு. முதலில் ஐந்து நிமிடத்தில் குளித்துவிட்டுச் சாப்பிட வருகிறேன்.'

எங்கே போயிருந்தாய், யாருடன் என்று அவள் எதுவும் கேட்கவில்லை. எப்போதும் போலான அலுவலக பார்ட்டி என்று நினைத்துக் கொண்டாள். குளிர்ந்த நீரில் குளித்து விட்டுச் சாப்பிட வரும்போது 'அந்த சுகாசுக்கு இன்னும் திருமணமாகவில்லையாம். யார் தெரியுமல்ல. என்னுடன் ட்ரைனிங் வந்திருந்தானல்ல அவன்தான்' என்றாள்.

‘ஏனாம்? அவன்தானே உனக்கு நீள நீளமா கடிதம் எழுதிக்கிட்டு இருந்தவன்?’ என் நடையில், பேச்சில் அவளைப் பற்றி முன்பை விட அதிக மென்மை தளும்பிக் கொண்டிருப்பது கவனத்திற்கு வந்து அது எங்கே அவளுக்குத் தெரிந்து விடுமோ என்று எச்சரிக்கையாக இருந்தேன். என் திருட்டுத்தனத்தைக் கண்டுபிடிக்கவில்லையே என்பதற்கு அவளுக்கு நன்றியுடன் இருந்தேன். என்றும் இது போன்ற விஷயங்களில் ஆர்வம் காட்டாதவன் இப்போது இதையெல்லாம் கேட்பதால் அவளுக்கு சந்தேகம் வந்தாலும் வரலாம் என்று தோன்றியது.

சாப்பாட்டுத் தட்டை பிடித்துக்கொண்டு டிவியை ஆன் செய்தேன். ஏதோ விவாதம் நடந்து கொண்டிருந்தது. நாட்டின் பெரிய பெரிய பிரச்சினைகளை விவாதம் செய்து, நாம் செய்ய வேண்டிய சிந்தனைகளை அவர்களே செய்து பதில்களை நம் கையில் வைக்கிறார்கள்.

‘அவன் தான், அவன் தான் போன மாதம் சினிமா தியேட்டரில் பார்த்தாளாம்.’

‘போதுமான அளவு செய்தி சேகரமாகி இருக்கு இன்று’ என்றேன். நான் எங்கே போயிருந்தேன் என்று சொல்ல இரண்டு முறை முயன்றாலும் அது அப்படி எந்த மாற்றத்தையும் செய்யாது என்று தோன்றி அமைதியானேன். சொன்னாலும் என்னவென்று சொல்வது? புதுத்தோழி கிடைத்திருக்கிறாள் என்றா? அல்லது இலக்கியத்தில் ஆர்வமிருக்கும் புது ஆள் அறிமுகமானது என்றா? இந்த எதிலும் எனக்கே நம்பிக்கை இல்லாத போது அவள் நம்பும்படி எப்படிச் சொல்வது?

சாப்பிட்டு முடித்து, டிவி அணைத்து, தட்டை சிங்கில் வைத்து விட்டுப் படுக்க மெத்தையில் சாய்ந்து என் சமாதானத்திற்காகச் சொன்னேன்: ‘இன்னைக்கு ஷமின்னு ஒருத்தி கிடைச்சா.என் கலீக் சாஹூ இருக்காரே, அவர் மூலமாக கிடைத்த அறிமுகம். ஏர்வேஸ் ஹோட்டலில் பியர் குடிச்சிக்கிட்டு உட்கார்ந்திருந்தோம். இவ்வளவு நேரமாச்சு.’

அவள் உலகிலேயே இருந்ததால் ஷாலினி எதையும் கேட்கவில்லை. என் அதி புத்திசாலித்தனத்தால் எனக்கு வெட்கமானது. என்

பேச்சில் என்னுடன் சாஹு கூட இருந்தான் என்ற தொனி இருந்தது. ஆனால் இலக்கணப்படி அவன் இருந்தான் என்று நான் சொல்லவில்லை. மனிதன் இப்படி இலக்கண உதவியை எதெதற்குப் பெறுகிறான் என்று எனக்கு நானே வேடிக்கையாகச் சொல்லிக்கொள்வதுபோல் அப்படியே உறங்கி விட்டேன்.

★★★

6

மறுநாள் நான் அலுவலகம் சேர்ந்த ஐந்து நிமிடங்களில் அலுவலக லாண்ட் லைனுக்கு ஷமி ஃபோன் வந்தது. அவள் ஹலோ என்றவுடன் அடையாளம் கண்டுகொண்டேன்.

'இப்படி இந்த நேரத்தில் வேலை செய்யும் போது சிரமம் கொடுப்பதற்கு மன்னிக்கவும்' நீண்ட மன்னிப்பு கேட்கும் படலத்துடன் தொடங்கினாள்.

'அப்படி ஒன்றுமில்லை. இந்த நேரத்தில் எப்போதும் சிறிது ஓய்வாக இருப்பேன். நாளின் முதல் இருபது நிமிடம் அன்றைய வேலையைப்பற்றிச் சிந்திக்க ஒதுக்கி வைக்கும் நேரம்' என்றேன்.

'அப்படி என்றால் நான் பிறகு ஃபோன் செய்யவா?"

'வேண்டாம், வேண்டாம் இப்போதே பேசலாம்.'

'இரண்டே இரண்டு நிமிடம் மட்டும் எடுத்துக் கொள்கிறேன். நாளை மாலை எங்கள் கியாலரியில் ஒரு புதிய கண்காட்சி ஆரம்பமாகிறது என்று சொல்ல ஃபோன் செய்தேன். உங்களுக்கு நேரமிருந்தால் வரவும். மேலும் எனக்கு உங்கள் படைப்புக்களைக் கொடுத்தால் வாசிப்பேன்,' ஒரே மூச்சில் விறுவிறு என்று பேசினாள்.

'அவ்வளவு அவசரத்தில் முடிக்க வேண்டிய அவசியமில்லை. நாளை மாலை என்னால் முடியாது. ஆனால் இன்று மாலை முடியும். சும்மா சந்திக்கலாம் சிறிது நேரம்.' என் மிகையான ஆசையைப் பற்றி எனக்கே சங்கடமாக இருந்தது.

‘கண்டிப்பாக, எங்கே சந்திக்கலாம்? எதற்கு நீங்கள் வீட்டிற்கு வரக் கூடாது?’

அவள் வீட்டிற்குப் போகும் மனம் இருக்கவில்லை. ஆனாலும் சொன்னேன். ‘வருகிறேன், ஆபீசிலிருந்து சீக்கிரம் புறப்பட்டு நேராக அங்கேயே வருகிறேன். ஐந்தரை மணிக்கு.’

நேற்று அவளை டிராப் செய்திருந்தாலும் எதற்கும் இருக்கட்டும் என்று மீண்டும் முழு விலாசத்தை எழுதிக் கொண்டேன்.

மாலை விலாசத்து உதவி இல்லாமல் அங்கே போய்ச் சேர்ந்தேன். என் கார் வீட்டு முன் நின்ற நொடியே ஷமி வெளியே வந்தாள். என்னை எதிர்பார்த்துக் கொண்டிருந்திருக்கலாம். குரைப்பது கேட்டதே தவிர இந்த முறை நாய் கண்ணில் படவில்லை. இன்னும் முழுமையாக இருட்டியிருக்கவில்லை. முன்மாலை ஒளியில் வீட்டு முன் தோட்டம் அழகாகத் தெரிந்தது. வரம்பற்ற காட்டின் அனுபவம் ஏற்படுவது போல் புதர் புதர்களாக வளர்த்திருந்தாலும், மிக அக்கறையுடன் அதைப் பாதுகாப்பது தெரிந்தது. கேட்டிலிருந்து வீடுவரை, சுமார் இருபத்தியைந்து அடி கற்பலகை பதித்த நடைபாதை. ‘வாங்க, வாங்க’ என்று முன்னால் நடந்துகொண்டு என்னை உள்ளே அழைத்துச் சென்றாள். உள்ளே போகும் போது ஷூ கழற்ற வேண்டுமா வேண்டாமா என்ற தடுமாற்றத்தில் ஒரு நொடி நின்றேன். வீட்டு நபர்கள் எங்கே வைத்திருக்கிறார்கள் என்று அங்கும் இங்கும் கண்ணைப் பாய விட்டு முட்டாள் போல ‘ஷூ’ என்றேன். ‘பரவாயில்லை வாங்க வாங்க’ என்றாள். காலணியைக் கழட்டாமல் போவது மனதிற்கு சங்கடமாக இருந்தது, நிம்மதியாக இருக்க முடியவில்லை. தரைவிரிப்பின் மீது கால் வைக்கும் போது என் உயிரே போனது.

எங்கிருந்தோ நாய் விடாமல் குரைப்பது கேட்டது. ‘உங்களை என் நாய்க்கு அடையாளம் காட்டுகிறேன். அதுவரை அது சும்மா இருக்காது’ என்று வாசலுக்கு வெளியே எங்கேயோ போய் அதை அழைத்து வந்தாள். அவளும் செருப்பு போட்டிருந்ததை அப்போது கவனித்தேன். அவள் எத்தனை இறுக்கமாக சங்கிலியைப் பிடித்திருந்தாலும் அவளால் அதை அடக்க முடியவில்லை. அது இழுக்கும் இழுப்பிற்கு அவளும் போனாள். என் அருகே வந்த போது குரைத்துக்கொண்டே வாயால் புசு புசு என்று

மூச்சுவிட்ட அதை விலக்கி, 'பார் பீ இது என் நண்பர்' என்று என் கையைத் தன் கையால் பிடித்துக் கொண்டு குலுக்கினாள். பீ வந்து என்னை முகர்ந்து, சுற்றித் திரிந்து தன் ஒப்புதலைக் கொடுக்கும்வரை அவள் கைக்குள் என் கை இருந்தது. அது வெகு நேரம் இருந்தது போல் எனக்குத் தோன்றியது.

'இதன் பெயர் என்ன?'

'பீ'

'என்றால்?'

சிரித்தாள். 'அப்படி என்றால் பீத்தோவன். என் விருப்பமான இசைக் கலைஞன். அவ்வளவு நீண்ட பெயரை வைத்து அதைக் குழப்ப வேண்டாமென்று அதை பீ என்று சுருக்கி விட்டேன்' என்றாள். 'இருங்கள். இதை விட்டு விட்டு வருகிறேன்' என்று பீயை அழைத்துக் கொண்டு வெளியே போனாள். இப்போது அது குரைப்பதை நிறுத்தியது.

எங்கே உட்காருவது என்று தெரியாமல் நான் இன்னும் நின்றுகொண்டே இருந்தேன்.

உள்ளே இரண்டு வரவேற்பறைகள் இருந்தன. வலது பக்கம் சிறியது. அங்கே கறுப்பு மர சோஃபாவும் நாற்காலிகளும் இருந்தன. அதற்கு மெத்தென்ற சின்னச் சின்ன தலையணைகள். தரையில் தரைவிரிப்பு இருந்தது. இடது பக்கப் பகுதியில் இன்னும் பெரிய சோஃபாவும் இன்னும் விசாலமான அமரும் இடமும், இன்னும் பெரிய தரைவிரிப்பும் இருந்தது. அங்கே நடுவில் ஒரு மேசை. அதன் மீது பூக்குவளைகள். சுவர் மீது இருந்த பெரிய பெரிய ஓவியங்கள். சன்னலுக்கு வெளிர் நிறத்துத் தடித்த திரைகள். அவற்றை ஓரமாக ஒதுக்கி குஞ்சங்கள் இருக்கும் அழகான நீண்ட கயிற்றால் கட்டியிருந்தார்கள். ஒரே பார்வையில் இந்த வீட்டின் செழிப்பும், நவீன வாழ்க்கை முறையும் தெரிந்தது.

முன்வாசலிலிருந்து வெளியே போன ஷமி அங்கிருந்து வருவாள் என்று எதிர்பார்த்தேன். ஆனால் அவள் பின்வாசல் வழியாக வீட்டிற்குள் வந்து கூடத்து மற்றொரு பக்கத்தில் வந்து நின்றாள். 'இங்கே வாங்க' என்று என்னை வலது பக்கத்து சிறிய இடத்திற்கு அழைத்து வந்தாள். அந்த இடம் மிகவும்

நெருங்கிய சிறு கூட்டத்திற்காக அமைக்கப்பட்டது என்று ஊகித்தேன். கறுப்பு மர நாற்காலியில் என்னை உட்கார வைத்து எதிரில் உட்கார்ந்தாள். வீட்டில் வேறு யாரும் இருந்தது போல் தெரியவில்லை. அந்தப் பக்கம் மேசை மீது ஷமியின் கறுப்பு வெள்ளைப் போட்டோக்கள் இருந்தன. அழகான இரண்டு சட்டகங்களில் பால்ய போட்டோக்கள். அவள் அம்மாவுடன் உட்கார்ந்துகொண்டும், நின்றுகொண்டும் எடுத்த வாழ்க்கையின் வெவ்வேறு கட்டங்களின் போட்டோக்கள்.

‘தினமும் இந்த நேரம்தான் உங்கள் வேலை முடியுமா?’ என்று கேட்டுக்கொண்டே தன் நாற்காலிக்குப் பின்னால் இருந்த சிறு தலையணையை எடுத்து மடி மீது வைத்துக் கொண்டாள்.

‘ஒவ்வொரு நாள் ஒவ்வொரு நேரம். சில நாள் இரவு பத்து மணியானதும் உண்டு. இன்று சீக்கிரமாகவே புறப்பட்டு விட்டேன்.

‘இப்போது என்ன வாசிக்கிறீர்கள்?’ என்றவள் கேட்க நான் பதில் சொல்வதற்கு முன்பே, என்னைப் பார்த்துக் கொண்டிருந்த அவள் கண்கள் அங்கிங்கும் சுழன்று என் பின்னால் எதையோ பார்ப்பது புரிந்தது. என் பின்னால் காலடியோசை கேட்டது. அவள் எழுந்து நின்று, ‘இவர் என் அம்மா. அம்மா இவர் மன்மோகன்.’ என்று என்னை அவள் அம்மாவுக்கு அறிமுகப்படுத்தினாள். அவள் அம்மா உயரமாக இருந்தார். வெளிர் நீல நிறத்துப் பட்டு ஸ்கார்ஃப் ஒன்றை கழுத்தில் சுற்றியிருந்தார். கறுப்பு பேண்ட் பாலாடை நிறத்து டாப் போட்டிருந்தார். அவர் இடது கையில் ஒரு வெள்ளிக்கடகம் இருந்தது. கண்புருவத்தைத் திருத்திய அடையாளங்கள் இருந்தாலும் திருத்தாமல் அதுபோன்ற புருவங்கள் இருக்க சாத்தியமில்லை என்பதைப்போல அவற்றின் வடிவங்கள் இருந்தன. அவள் சிவப்பு உடல் வண்ணத்தில் எடுப்பாகத் தெரியும்படி உதடுகளுக்கு சாயம் பூசியிருந்தாள். அவள் மொத்த அமைப்பிற்கு நாகரிகத்தின் அடர்த்தியான பூச்சு இருந்தது.

‘ஹலோ... நான் ரேவதி...’ என்று முன்னால் வந்து என் கையைக் குலுக்கினார். அவர் உடல்வாகும், முகச்சருமத்து இறுக்கமும், முடியின் அடர்த்தியும், கண்ணின் ஒளியும் அவை எல்லாம் அவள் ஷமி போன்ற பெரிய பெண்ணின் அம்மா என்பதை நம்பமுடியாமல் செய்திருந்தன. கண்ணோடு கண் சேர்த்து அவர்

கைகுலுக்கிய பிறகு வெகு நேரம் வரை அவரது வலுவான பிடியின் நினைவு என் கையில் தங்கிவிட்டது.

'நான் புறப்படுகிறேன். மீண்டும் நேரம் கிடைக்கும் போது சந்திப்போம். முடிந்தால் சேர்ந்து உணவருந்தலாம். ஷமி உங்களைப்பற்றிச் சொல்லியிருக்கிறாள். நீங்கள் சமீர் சகபாடியாம். ஷமியை அன்று வீட்டில் கொண்டு வந்து விட்டுப் போனதற்கு மிக்க நன்றி.'

'நீங்கள் எங்கள் வீட்டிற்கு வாருங்கள். அன்று சாஹாவையும் அழைக்கிறேன்,' என்றேன். ரேவதியைப் பற்றி எனக்கு எதற்குத் தயக்கமான எண்ணம் ஏற்படுகிறது என்று புரியவில்லை.

'கண்டிப்பாக வருகிறேன். ஷமி, நான் வருகிறேன் குழந்தை. எஞ்ஜாய் யுவர் ஈவினிங்.' என்று புறப்பட்டாள். அவர் செருப்புக் குதிகால்ஓசை மெல்ல குறைந்து கொண்டே போனது.

அம்மாவை பெருமையுடன் பார்த்துக்கொண்டு நின்ற ஷமி, அவர் வாசல் தாண்டி வெளியே போனவுடன் என் பக்கமாகத் திரும்பி 'பாருங்கள் எப்படி இருக்கிறார் என் அம்மா' என்றாள். அந்தக் குரலில் உல்லாசம் இருந்தது.

தலையசைத்துப் பாராட்டை வெளிப்படுத்தினேன். 'அப்பா என்ன செய்கிறார்?' என்றேன்.

'எனக்கு அவரைப் பார்த்த நினைவே இல்லை.'

நான் பிறகு தொடரவில்லை. ஏனோ கேட்கக்கூடாத கேள்விகளையே கேட்கிறேன் என்று என்னை நான் தூற்றிக்கொண்டு, 'ஓ ஸோ சாரி' என்றேன்.

'பரவாயில்லை விடுங்கள். அலுவலகத்திலிருந்து நேராக இங்கே வந்திருக்கிறீர்கள். தேநீர் போடட்டுமா?' அந்த விஷயத்தை வளர்ப்பது அவளுக்கு விருப்பமில்லை என்று தெரிந்தது.

'தேநீர் வேண்டாம். தண்ணீர் கொடுத்தால் போதும். நான் தேநீர் பருகுவது தினம் ஒரு முறைதான். அதுவும் காலையில் மட்டும். பால்யத்தில் நாங்கள் தேநீர் என்றால் ஒரு கெட்ட பழக்கம் என்ற எண்ணத்தில் வளர்ந்தவர்கள்.'

'பிறகென்ன குடிக்கிறீர்கள்?'

‘கசாயம். அதொரு வகையான மூலிகைத் தேநீர் என்று சொல்லலாம்.’

இப்படி கசாயத்தை விவரிக்க வேண்டியதானதே என்று எனக்கு வெட்கமானது. அது எங்கள் உறவின் வர்ணனை போல் இருக்கிறதே என்ற நக்கல் திடீரென்று மனதில் தோன்றியது.

‘என் அம்மா காப்பி குடிக்கும் போதெல்லாம் நான் பிடிவாதம் பிடித்துக் குடித்துக் கொண்டிருந்தேன்.’

‘இப்போதெல்லாம் நான் எப்போதாவது ஒரு முறை காலை நடைப்பயிற்சி முடித்த பிறகு ஒரு கப் குடிக்கிறேன். என் மனைவிக்கு காப்பிதான் வேண்டும்.’

‘எங்கே வாக் போகிறீர்கள்?’

‘லால்பாக் போவேன். இங்கே வீட்டிற்கு அருகில்தானே? அதுவரை காரில் போய் பிறகு உள்ளே ஒரு சுற்று சுற்றுவேன். வாரத்தில் நான்கு நாட்களாவது போகாமல் இருந்தால் மனசு கேட்காது.’

‘அட, உண்மையா? அப்படியென்றால் நானும் ஒரு முறை கூட வருகிறேன்... முதலில் எங்கள் அம்மாவும் நானும் போய்க்கொண்டிருந்தோம். அது இப்போது நின்று விட்டது.

‘அப்படி என்றால் நாளையே வரலாமே?’

‘வருகிறேன், வெஸ்ட் கேட் அருகே இருப்பேன். எத்தனை மணிக்கு?’

‘ஆறரை?’

‘கண்டிப்பாக.’

உள்ளே சென்று தண்ணீர் நிறைந்த கிளாசை ஒரு ட்ரேயில் வைத்து எடுத்து வந்தாள். நான் கிளாசை எடுத்துக் கொள்ளும் போது ஃபோன் மணி அடித்தது. ‘ஒரே நிமிடம்’ என்று ஃபோனை எடுத்துக்கொண்டு உள்ளே போனாள்.

பத்துப் பதினைந்து நிமிடங்கள் ஆகியும் அவள் வரவே இல்லை. அவள் பேசுவது தெளிவில்லாமல் கேட்டது. பெண்கள் விரல் நுனியில் ஆட்டுவது என்றால் இப்படித்தான் இருக்கலாம் போல்! இருந்த வேலைகளை எல்லாம் தள்ளிப்போட்டு விட்டு, விரைவாக இங்கே வந்து முட்டாள் போல் தண்ணீர் கிளாசை பிடித்து

உட்கார்ந்து கொண்டு காத்திருக்கிறேனே! ஏதோ ஒரு வயதில் கைநிறைய நேரமிருக்கும் போது பெண்களைக் கவர இப்படி காத்திருக்கலாமே தவிர என் போல் ஒரு நொடியும் நேரமில்லாத மனிதன் அதைச் செய்ய முடியாது. இன்று எனக்கு இதே நேரம் சாஹூடமுடன் ஒரு மீட்டிங் இருந்தது. 'இன்று முடியாது நாளை பார்க்கலாம்' என்று அதைத் தள்ளிப்போட்டிருந்தேன். அவனுக்கு நான் இங்கே வந்து இப்படிக் காத்திருப்பது தெரிந்தால்? நான் எதையும் ஒட்டுமொத்தமாக யோசிக்காமல் வெறுமனே காற்று அடித்துச் செல்லும் இடத்திற்கு நகர்வது தெளிவாகத் தெரிந்தது.

அவள் அவசரத்துடன் ஓடோடித் திரும்பி வந்து. 'மன்னிக்கவும். மன்னிக்கவும் மிக தாமதமாக்கி விட்டேன்' என்றாள்.

'புறப்படுகிறேன்' என்று எழுந்து நின்றேன்.

'வந்ததும் புறப்படுகிறீர்களே. நீங்கள் வருவீர்கள் என்று நான் கியாலரியிலிருந்து சீக்கிரமாகவே வந்து விட்டேன். நாளையிலிருந்து எங்கள் கண்காட்சி இருக்கிறதல்ல, அது விஷயமாக ஃபோன் செய்திருந்தார்கள். அதை நிறுத்த முடியவில்லை. மன்னிக்கவும்.'

'ச்சே ச்சே... அப்படி எதுவும் இல்லை. ஏதேதோ வேலைகள் இருக்கின்றன. சும்மா ஒரு முறை பார்த்துவிட்டுப் போகலாம் என்று தோன்றி வந்தேன்.' அவள் மென்மையாக மன்னிப்பு கேட்டதால் நான் ரகசியத்தை வெளிப்படுத்திவிட்டேன். சும்மா அவளைப் பார்த்துவிட்டுப்போக எதற்காக வரவேண்டும்? அதன் பொருளை எண்ணிப் பதட்டமடைந்தேன்.

'அப்படியென்றால் நாளை காலை சந்திப்பீர்கள் தானே?'

'கண்டிப்பாக.'

'என்னுடையதொரு நிபந்தனை,' என்று என் முகத்தைக் கூர்ந்து பார்த்தாள்.

'என்ன?'

'அன்று சொல்லி இருந்தீர்களே, உங்கள் ஊர் கதைகள் இன்னும் நிறைய இருக்கிறதென்று. அவற்றைக் கேட்கவேண்டும். நாளை வாக் போக வரும்போது சொல்லுங்கள். எதைச் சொல்ல வேண்டுமென்று இன்று இரவே யோசித்து வைத்திருங்கள்.' அவள் வற்புறுத்தல் விருப்பமானது.

‘எதையும் யோசிக்கத் தேவையில்லை. இப்போதே வேண்டுமென்றால் சொல்லி விடுவேன். என் வாழ்க்கை வரலாற்றிலிருந்து அதுபோல் கதைகள் எத்தனை வேண்டுமென்றாலும் தோன்றும். இருக்கட்டும், நாளை காலை பேசலாம்.’ தன்னம்பிக்கையுடன் சிரித்தேன்.

நான் காரில் உட்கார்ந்து புறப்படும் வரை கேட்டுக்கு வெளியே நின்றிருந்தாள். புறப்படும் போது சிரித்துக் கொண்டே கையசைத்தாள்.

★★★

7

ஐந்தரை மணிக்கு வைத்த அலாரம் அடிப்பதற்கு வெகு நேரத்திற்கு முன்பே எனக்கு விழிப்பு வந்திருந்தது. படுக்கையறையின் அரை இருட்டில் கடிகாரத்தைப் பார்த்து, ஓசையில்லாமல் அதை மீண்டும் வைத்து விட்டு, கண் திறந்து கொண்டே படுத்தேன், தூக்கம் முழுமையாகக் கலையாமல் இருந்தாலும் இனி படுத்திருக்க முடியாது என்று தோன்றியது. வீட்டு முதல் மாடியின் எங்கள் படுக்கையறை சன்னலுக்கு வெளியே அடர்த்தியாக இலைகள் நிறைந்த மாமரம் தெரிந்தது. தெரு விளக்குகளிலிருந்து வந்த ஒளி இலைகளின் இடது பக்கத்திலிருந்து கடந்து சன்னல் திரைகள் மீது அதிசயமான நிழல்களைத் தோற்றுவித்தன. எழ சோம்பேறித்தனம், படுத்தால் மீண்டும் விழிப்பு வராது என்ற ஆதங்கத்தில் சிறிது நேரத்தைக் கழித்தேன். இனி தூக்கம் வராது என்று உறுதியான பிறகு ஓசையில்லாமல் கடிகாரத்து அலாரத்தை அழுத்தி அதை நிறுத்தினேன். எவ்வளவு நிதானமானாலும் தயாராக பதினைந்து நிமிடம் போதும். அதன் பிறகு வீட்டில் செய்ய வேண்டியது எதுவும் இருக்கவில்லை. ஷாலினிக்கு விழிப்பு வந்தால் என்று கவலையானது. நான் காலை எழுந்து இப்படி நடைபழகப் போவது அவளுக்கொன்றும் புதிதல்ல. ஆனாலும்,

அதை உதறிவிட்டு நேற்று ஷமியுடன் கழித்த கணங்களை நோக்கி மனதை ஓட விட்டேன். என்னிடமிருந்து கதைகளைக் கேட்க விரும்பிய அவள் நிபந்தனைகள் எங்கள் சந்திப்பைத்

தொடர்வதற்கு இருக்கும் ரகசிய அழைப்பைப் போல் தோன்றியது. என் கதைகளை அவளிடம் சொல்வது, அவள் அதிலிருந்து தாக்கமடைந்து என்னை வழிபடச் செய்வது, அவளைப் பிடியில் வைத்துக்கொள்ள நான் எல்லாவற்றையும் இன்னும் பரபரப்பாகச் சொல்வது-இப்படியெல்லாம் ஊகிக்கத் தொடங்கினேன். இருட்டில் மனதிற்குக் கிடைக்கும் சுதந்திரம் எப்படிப்பட்டது என்றால் அங்கே எதுவும் முடியாத காரியமல்ல என்று தோன்றுவதில்லை.

எழுந்து, திருடன் போல் சத்தமில்லாமல் காலைக் கடன்களை முடித்துக்கொண்டு, ஆறேகாலுக்கு நான் வீட்டை விட்டுப் புறப்பட்டபோது, ஷாலினி இன்னும் உறங்கிக்கொண்டிருந்தாள். இன்னும் அரை மணி நேரத்தில் அவள் எழுந்து, அஜித்தை எழுப்பி, பள்ளிக்கு அனுப்பத் தயார் செய்யவேண்டும். காலை தாமதமாகக் கூடாது என்று இரவே சிவப்பு டிஷார்ட்டையும் ஜீன்ஸ்சையும் எடுத்து கைக்கு உடனே கிடைக்கும்படியாக வைத்திருந்தேன். ஆனாலும் ஆடை மாற்றும் சிறிய சலசலப்பு சத்தத்தைத் தடுப்பது சாத்தியப்படவில்லை. வெளியே இன்னும் வெளிச்சம் வந்திருக்கவில்லை. படுக்கையறைக் கதவை ஓசையில்லாமல் மூடும்போது உள்ளே அரைகுறை ஒளியில், ஷாலினி போர்வைக்குள் அசைந்தது தெரிந்தது. மாடிப் படிகளை மெல்ல இறங்கி வந்து கொக்கிகளை மென்மையாக நகர்த்திவீட்டுக்கதவைத் திறந்தேன். வெளியே போய் மெதுவாகச்சாத்தினேன். என்றும் கவனிக்காத ஓசைகள் எல்லாம் புலப்படத் தொடங்கின. வீட்டு வாசல் கதவு இதுபோல் ஓசை எழுப்பியதை நான் இதுவரை கவனித்ததில்லை. இன்றே அதன் கீல்களுக்கு எண்ணெய் தடவ வேண்டும் என்று கொண்டேன். கேட் பூட்டைத் திறந்து அதன் இரண்டு கதவுகளையும் மெல்லத் திறந்தேன். ஓசையெழுப்பாமல் செய்ய வேண்டிய வேலை - ஆனால் நாராசமாகத் தொடங்கியது. கார் ஸ்டார்ட் செய்து வெளியே எடுத்தேன். இறங்கி கேட் கதவை மெல்ல மூடினேன்.

காலை வேளையில் நான் கார் ஓட்டும் வேகத்திற்கு அது வெறுமனே ஐந்தாறு நிமிடப் பாதை. வீட்டுத் தெருவைக் கடக்கும் போது இன்னும் வேகமாக ஓட்டினேன். லால்பாக் கேட்டுக்கு வெளியே செயல்பாடுகள் தொடங்கி வெகு நேரமாகியிருந்தது. தொலைவில் காரை நிறுத்திவிட்டு கேட் பக்கமாக நடந்தேன்.

அப்போதே வாக் முடித்துத் திரும்புபவர்கள் வெளியே வருவதைப் பார்த்து, தாங்கள் எதையோ வென்றது போல் பெருமைப்பட்டுக் கொண்டார்கள்.

உள்ளே போனதும், நடமாடும் மக்களுக்கு நடுவில் அவளைத் தேடினேன். ஷமி எனக்கு முன்பே வந்து காத்துக்கொண்டிருந்தாள். கேட் உள்ளே ஓர் ஓரத்தில் கைகட்டி நின்றிருந்தாள். தளர்வான ஊதா டிராக் சூட்டும் வெள்ளை டிஷர்ட்டும் அணிந்திருந்தாள். முடியை பின்னால் வாரிக் கறுப்பு கிளிப் போட்டிருந்தாள். இந்தச் சிறு கிளிப் அளவுக்குள் அடங்காத மென்மையான கூந்தல், கன்னம் காதுகள் மீது இறங்கி காலை காற்று வீசும் திசையைக் காட்டியது.

‘நான் தாமதிக்கவில்லை’ வாட்ச் கட்டிய கையை முன்னால் நீட்டினேன்.

‘நான் அப்படி எங்கே சொன்னேன்?’ என்று சிரித்தாள்.

வெயில் வந்திருக்காத காலை, அந்த ஒளியில் அவள் வேறு மாதிரி இருந்தாள். அவள் இறுக்கமான முகச்சருமமும் அதன் ஒளியும் துணிச்சலை இழக்கச் செய்தன. வீசிக்கொண்டிருந்த தூய காற்றால் இவற்றுக்கு இன்னும் அதிக அலௌகீகத் தன்மை வந்திருந்தது. ‘எந்தப் பக்கம்?’ என்று விரலை ஒருமுறை இடது பக்கமும் ஒரு முறை வலது பக்கமும் ஆட்டினாள். வலது பக்கம் என்று சொல்ல கழுத்தைத் திருப்பினேன். அது ஏரிக்கரைப் பாதை.

அவள் அருகே முழ நீள இடைவெளியில் நடக்கும் போதும் அவளிடமிருந்து வெளிப்படும் நறுமணம் என்னை வந்தடைந்தது. காலையிலேயே இதை எல்லாம் பூசிக்கொண்டு வரவேண்டும் என்றால் அவள் புறப்படும் முன் தயார் செய்துகொண்டிருக்க வேண்டும். என் உடம்பிலிருந்து வியர்வை வாடை அடிக்கலாம் என்ற சந்தேகத்தில் அவளுக்கு மிக நெருக்கமாக நடக்கத் தயங்கினேன்.

‘அப்படியே இந்த ஏரியைச் சுற்றி வரலாம். பிறகு வேண்டுமென்றால் அந்தப் பக்கம் குன்றை ஏறலாம். அதுதான் உங்கள் கெம்பேகௌடா குடிமாடக் குன்று. பிறகு அடுத்த முடிவெடுப்போம்.’

'எனக்கு நடந்தால்போதும். எந்தப் பக்கமானால் என்ன?' என்று வேகமாக நடக்கத் தொடங்கினேன்.

ஏரிக்கரைவரை மண் பாதை பனியாலும் கடந்து போன இரவாலும் மென்மையாகி காலடி எடுத்து வைக்கும் போது தூசி எழவில்லை. எல்லா இடங்களிலும் நடைபழக வந்த ஜனங்கள். அந்த விடிகாலையில் அப்படி ஒரு கூட்டத்தைப் பார்த்தபோது பகல் வேகவேகமாக எங்கள் பக்கம் ஓடி வருவது போல் தோன்றியது.

'இன்று என்ன கதை சொல்கிறீர்கள்? யோசித்திருக்கிறீர்களா இல்லையா.'

அப்போதே அந்தக் கேள்வி எதிர்படலாம் என்று நான் நினைக்கவில்லை. என் வாழ்க்கை வரலாறிலிருந்து எத்தனை கதைகள் வேண்டுமென்றாலும் தோன்றும் என்று ஷமியிடம் சொன்னது என்னவோ உண்மை. ஆனால் அதை எல்லாம் இங்கிலிஷில் சொல்ல வேண்டி இருந்ததே. இது வெறும் மொழிப் பிரச்சினை அல்ல. சொற்களின் தெரிவு, இலக்கணம் சரியாக இருந்தால் போதுமா? இது அகாலத்தில் மாமரம் வளர்ப்பது போல். தார்வாட் பேடாவை பெங்களூரில் தயாரித்து விற்பது போல். ஓட்டகச்சிவிங்கியை மைசூர் மிருகக்காட்சி சாலையில் பார்த்தது போல். பீட்சாவை மைதா ரொட்டி என்பது போல். தோசையை பேன்கேக், கசாயத்தை ஹர்பல் டீ என்பது போல். வேரைப் பிடுங்கியதும் அதன் நிறைவான வளம் போய்விடும். ஊரையும் அந்த அனுபவத்தையும் எவ்வளவு பொருத்தமான இங்கிலிஷில் சொன்னாலும் அது அதல்ல. பெறுகின்ற உணர்வு ஏற்படும். கிடைப்பதில்லை.

அவள் மனதைத் தொடும் ஒரு கதை சொல்ல வேண்டுமென்றவுடன் முதல் முதலாக கிமானி வக்கீல் நினைவானது. லட்சியக் குழப்பம், சமுதாயப் பொறுமையின்மை, புதுத் தலைமுறையின் எதிர்ப்பு, சோக நாயகனின் பிடிவாதம் போன்றவை நிறைந்த சிலிர்ப்பான கதை என்று தோன்றலாம். அவரை இப்படிப் பயன்படுத்திக் கொள்ளும் எண்ணம் வந்தவுடன் ஒரு நொடி உள்ளுக்குள் தடுமாறியது உண்மை.

'உண்மையாக யோசிக்கவில்லை. அதில் யோசனை செய்ய எதுவும் இல்லை. நேற்று சொன்னது போல் அவை எல்லாம் இங்கே எனக்குள் இருக்கிறது, மீட்டினால் வெளிப்படும்.' இதயத்தைத் தொட்டுக்கொண்டு சொன்னேன்.

'அப்படியென்றால் இதயத்தை மீட்டி விடுங்கள். முதல் முதல் எது ரீங்கரிக்கிறதோ அங்கே இருந்தே தொடங்கட்டும்.'

நான் எனக்குத் தோன்றியதை மறைக்கவில்லை. 'எனக்கிருக்கும் பிரச்சினை வேறு வகையானது. இதை எல்லாம் இங்கிலிஷில் சொல்வதிருக்கிறதே அதுதான் அதிகமாகச் சொல்வதைத் தடுக்கிறது. அப்போது நான் சொல்ல எளிதானதையே தேர்ந்தெடுப்பேன் என்ற பயம் எனக்கு. மேலும் அப்படிச் சொல்லாமல் தங்கிவிட்டதை மட்டும் பார்த்தால் அது வேறொரு பொருளைக் கொடுக்கலாம் போல்.'

அவள் பேசவில்லை. இரண்டு நொடி விட்டுச் சொன்னாள். 'உங்களுக்குத் தோன்றியது போல் செய்யவும். சொல்ல முடியாத இடங்களைக் கன்னடத்திலேயே சொல்லவும். எனக்குக் கன்னடம் தெரியாது என்று எதுவும் இல்லை. அவ்வளவு சரளமாக வராது. பேசுவதற்கு தன்னம்பிக்கை இல்லை. இனி உங்களுடன் பேசிப் பழகிக் கொள்கிறேன்.' வேகவேகமாக மூச்சுவிட்டுக்கொண்டு தடதடவென்று அடியெடுத்து வைத்துக் கொண்டே பின்னாலிருந்து வந்த ஒரு ஜோடி எங்களைக் கடந்து போனது. மரங்களின் இடையிலிருந்து வெயில் கதிர்கள் மிளிரத் தொடங்கின. இனி அதிக தற்பெருமையடித்துக் கொள்ளாமல் ஆரம்பிக்கலாம் என்று நினைத்தேன்.

மனதிற்கு வந்ததைச் சொல்லிப் பயனில்லை. அது அவள் கண்களில் ஒளிரவேண்டும்.

'கிமானி வக்கீல் கதையையே சொல்கிறேன். அவர் தார்மீக அடிப்படை வேறுபட்டது. அவரை வர்ணிக்க லட்சியம், நீதிக்காக போராட்டம் என்பது போன்ற சொற்களைப் பயன்படுத்த வேண்டியிருக்கும். அவை ஒன்றும் பெரும் லட்சியங்கள் அல்ல. நியாயமாக இருக்க வேண்டும், கையூட்டு கொடுக்கக் கூடாது, வாங்கக்கூடாது, சொல்வது போல் நடக்க வேண்டும் இப்படி சாதாரண மனிதர்களான நமக்கும் இருக்கக்கூடிய

எதிர்பார்ப்புகள். ஆனால் நாம் அவற்றை அவ்வப்போது பிடி தளர்த்தி நழுவவிட்டும் கூட அதிலிருந்து பாதிக்கப்படாமல் வாழ்கிறோம். அவர் பிடியைத் தளர விடுவதில்லை. அதுதான் வேறுபாடு. அந்தப் பிடியில் யார் யார் வாழ்க்கையின் இழைகள் சிக்கிக்கொண்டனவோ அவர்கள் எல்லாம் நலிந்து போனார்கள். அதெல்லாம் இருக்கட்டும், இதை ஒரு கதை என்று மட்டுமே பார்க்க வேண்டும். இங்கே சில விவரங்களும், சில நிகழ்வுகளும் இருக்கின்றன. மிக புத்திசாலித்தனமான செருக்குடன் அவற்றின் தற்போதைய நிலை என்ன, அவற்றின் பொருள் என்ன என்று திணறத் தொடங்கினால் நமக்குத் தெரியாததை மனம் நீக்கிவிடும். அதனால் பொருள் சகவாசமும் வேண்டாம், எல்லாவற்றையும் ஒரு சூத்திரத்தில் இணைக்கும் பிடிவாதமும் வேண்டாம். ஒன்றோடொன்றைத் தொடர்புபடுத்தி நாம் நம்பிய பொருளை வெளிப்படுத்துவதில் ஒருவகையான அநீதி இருக்கிறது. இம்சை இருக்கிறது.'

'நீங்கள் சுயமாக கதைசொல்லியாக இருப்பதால் நீங்கள் கதை சொல்வதுதான் பொருந்தும். உங்களுக்கு நினைவிருக்கிறதோ இல்லையோ, எந்தக் கதையும் முடிவதில்லை. எங்கேயோ நிற்கிறது அவ்வளவுதான் என்று நீங்கள் தான் முதல் நாள் காரில் சொல்லியிருந்தீர்கள். எகென்ஸ்ட் இன்டர்பிரட்டேஷன் என்று சொல்லியிருந்தீர்கள்தானே. நான் அதன் சார்பாக இருக்கிறேன்.'

'வாழ்க்கை வரலாறாக இருக்கட்டும், கதையாக இருக்கட்டும் ஒரு மொழிக்குப் பொருந்துவது போல், காதுக்கு ஏதுவாகச் சொல்லும்போது அது இன்னெதுவாகவோ ஆகிவிடலாம். உண்மையாக எல்லாவற்றையும் சொல்வது சாத்தியமா? வெறுமனே வாதத்திற்கு என்று சொல்வதென்றால் ஒவ்வொரு அடிக்கும் இருக்கும் எண்ணிக்கையற்ற தெரிவுகளில் எதைத் தெரிவு செய்தோம் எதை விட்டோம் என்று காலப்போக்கில் நின்று பார்க்கும் போது நமக்கு சரியாகத் தெரியுமா? ஆனாலும் ஒரு நொடியைத் தூக்கிப் பிடித்து அந்த இன்னொரு பாதையைத் தெரிவு செய்திருந்தால் என்னென்னமோ நடந்திருக்கலாம் என்று எத்தனை எளிதாக யோசிக்கத் தொடங்குகிறோம். உண்மையில் அந்தத் தெரிவு இருந்ததா என்பது சந்தேகம்.'

‘கதை சொல்லுங்கள் என்று சரளமாகக் கேட்டால் எவ்வளவு சிக்கலாகப் பேசுகிறீர்கள். நீங்கள் அடுத்து சொல்லக் கூடியதையும், சொல்லாமல் இருப்பதையும் கூட ஒத்துக் கொண்டேன். இப்போது உடனே ஆரம்பிக்கவும்,’ என்று லேசாக கிண்டலடித்தாள்.

‘உங்கள் தலைமுறைக்கு அந்தக் காலத்தைக் கற்பனை செய்துகொள்வதும் கூட சிரமம். நடுத்தர வர்க்கத்து அன்றைய குறைபாடுகளை ரம்மியமான வார்த்தைகளில் மட்டுமே கேட்டு அறிந்திருப்பீர்கள்.’

பிறகு சிறிது நேரம் இருவரும் எதுவும் பேசவில்லை. அமைதியாக நடந்தோம்.

அந்தக் காலத்தை, தெங்கனகேரியை, ஊரின் பலவகை ஜனங்களை கண் முன் அழைத்தேன். கிமானி வக்கீலையும் கூட.

★★★

படலம் : இரண்டு

ஆகஸ்ட் பதினைந்து

ஆகஸ்ட் பதினைந்து விடிகாலை. மூன்று நாள்களாக விட்டு விட்டு பெய்த மழை அப்போதுதான் நின்று மேகங்கள் சிதறத் தொடங்கின. அணில் ஒன்று சர்ரென்று ஓடிப்போக பின்பக்கத்து மாமரக் கிளையிலிருந்து சல சலவென்று மழைத்துளிகள் சொட்டின. ஈரத் தரையில்மெல்லிய ஓசையுடன் அவை கலந்து போவதைப் பார்த்துக் கொண்டு நின்ற கிமானி வக்கீல்அய்யா மனதில் அவர் அன்று பள்ளியில் பேசவேண்டிய சொற்பொழிவு உருவாகிக்கொண்டிருந்தது. அவர் சொற்பொழிவு, பள்ளியில் பிள்ளைகளுக்கு நாட்டுப்பற்றையும், தியாக உணர்வையும், தாய்நாட்டிற்காக உழைக்கும் துணிச்சலையும் ஏற்படுத்த வேண்டும் என்ற எண்ணத்தில் அவர் ஊக்கமளிக்கும் கதைகளையும், வீராவேசம் பொங்கவைக்கும் நிகழ்வுகளையும் சொற்பொழிவில் நிரப்பிக்கொண்டிருந்தார். நன்றாக தலை வாரிக்கொண்டு, இருப்பதில் நல்ல ஆடையை அணிந்துகொண்டு வந்து தரை மீது வரிசையாக அமர்ந்து, சொற்பொழிவு முடிந்த பிறகு விநியோகிக்கும் லட்டுகளுக்காகக் காத்துக்கொண்டிருக்கும் பிள்ளைகள் முகத்தின் மீதான உணர்வுகள் எந்த வார்த்தைகளாலும் மாறவில்லை. அவ்வப்போது பிள்ளைகள் லட்டு நிறைந்த கூடைப் பக்கம் கண்ணைப் பாய்ச்சிக்கொண்டு அவர் சொற்பொழிவு முடியும் வரை காத்திருந்தார்கள். கூடையை மூடியிருந்த பழைய சம்யுக்த கர்நாடக நாளிதழ் மீது அங்கங்கே எண்ணெய்ப்பசை தெரிந்தது. அதனால் முகப்புப் பக்கத்தின் மீதிருந்த படங்களில் தேசத்தலைவர்களின் முகங்களுக்குக் கரி பூசியது போல் இருந்தது. பிள்ளைகள் பார்வை லட்டுக் கூடை மீதிருந்தது என்பது

கவனத்திற்கு வந்தாலும் அவர்கள் மனதைக் கவர வக்கீல் அய்யா வலுவான வார்த்தைகளை ஆய்ந்துகொண்டிருந்தார். ஆனால் எந்த ஆடம்பரச் சொற்பிரயோகமும் பிள்ளைகளுக்கு தெம்பை ஊட்டவில்லை. ஆனாலும், அவர் சொல்வதை சொல்லித்தான் ஆகவேண்டும். அந்த முயற்சியில் ஒருஇளம் மனங்களிலாவது தன் பேச்சின் விதை விதையலாம் என்ற நம்பிக்கையில் ஒவ்வொரு ஆண்டும் அதே கம்பீரத்துடன் சொற்பொழிவாற்றுவார்.

ஊரில் வக்கீல் என்று யாராவது சொன்னால் அது கிமானி வக்கீல் அய்யா என்றுதான் பொருள். இளைஞர்களாக இருக்கட்டும் பெரியவர்களாக இருக்கட்டும், அவர் பின்னால் இருக்கட்டும், முன்னால் இருக்கட்டும், தங்களுக்கு இடையேயான பேச்சுக்களில் ஆகட்டும், எல்லோரும் அவரை அழைப்பது வக்கீல் அய்யா என்றுதான். ஆறடிக்குப் பக்கமான உயரம், இளம் பழுப்பு நிறத்தேகம், வாட்டசாட்டமான உடல்வாகு, அவரை ஒருமுறை பார்த்தால் மறக்க முடியாமல் செய்யும் இரண்டு கூறுகள் என்றால் அவர் உப்பிய கண்ணும், முடியும்.

அவர் பெரிய கண்கள் பிதுங்கியது போல் இருக்கும். அடர்த்தியான புருவங்களுக்கு கீழே விரிந்திருக்கும் அந்தக் கண்களால் அவர் வெறுமனே பார்த்தாலே போதும். முறைத்துப் பார்ப்பது போல் தோன்றும். கரு விழிகளைச் சுற்றி இருக்கும் வெள்ளைப் பகுதி தெரியுமளவு பெரிய உப்பிய கண்கள். மனித முக ஓவியத்திற்கு வட்டக்கண் வரைந்து நடுவில் கரும் புள்ளி வைத்தது போல். அவர் சிரித்துப் பேசினாலும் அவர் சிரிப்பும் அவர் உக்கிரமான கண்களும் பொருந்தாமல் குழப்பம் ஏற்படும். யட்சகானம் பார்த்து தூக்கம் கெட்ட அவர் கண்களுக்குள் ரத்த நாளங்கள் எடுப்பாகத் தெரியும். அப்போது அந்தப் பார்வை இன்னும் கொடூரமாக இருக்கும். உறங்கிக்கொண்டிருந்தாலும் கண் விழிகள் இமைகளை உள்ளிருந்து அழுத்தி விரியச் செய்வது போல் தெரியும். சிறு குழந்தைகள் அவர் அருகே போக பயப்படுவார்கள்.

இரண்டாவது, அவர் முடி. சுருள் சுருளாக சுற்றிக்கொண்டு நிற்கும் அடர்த்தியான சுருட்டை சுருட்டையான முடி. அப்படியொரு சுருட்டை முடியை ஊரில் யாரும் கண்டதில்லை. அங்கங்கே நரைத்து, வகிடு எடுத்துச் சீவுவதற்கு முடியவே முடியாது அந்த

அளவிற்கு அடர்ந்திருக்கும் அவர் சுருட்டை முடி நீண்டு வளர்ந்தால் தலை வளர்ந்து நிற்பது போல் தோன்றும். அதனால் முடிவெட்டுவதற்கு முன்பான நாள்களில் தலை மீது ஒரு கிரீடம் வைத்துக் கொண்டு நடமாடுபவர் போல் தெரிவார். இவர் முடிவெட்ட வந்தால் நாவிதர் புண்டலீகர் திகைத்துப் போவார். பெரிய பற்கள் இருக்கும் சீப்பாலும் வக்கீல் முடியை மடக்க முடியாது. முதலில் தண்ணீர் போட்டு, பிறகு எண்ணெய்ப்பசைக் கையைத் தலையில் தேய்த்து அவர் முடியைப் பணியவைக்க முயற்சிப்பார். இருவருக்குத் தேவையாகும் நேரம் அவர் ஒருவருக்கே வேண்டியிருக்கும். அதனால் கூட்டமிருக்கும் ஞாயிற்றுக்கிழமை நாள் அவர் புண்டலீக் சலூனுக்குப் போகமாட்டார்.

அதிகமாக கிமானி வக்கீல் அய்யா உடுத்துவது வெள்ளை பைஜாமா, வெள்ளை ஜிப்பா. சில சமயம் சிறப்பான தருணங்களில் மேலே ஒரு கோட் அணிவார். நீதிமன்றம் போகும் போது மட்டும் சட்டை கோட் பேண்ட் ஷூ அணிந்துகொள்வார். அவர் பற்றிய பேச்சு மஞ்சள் குங்குமம் அழைப்பிற்கு வரும் பெண்கள் அரட்டைக்கு இடையிலும் வருமளவு அந்த ஆடைகளில்எடுப்பாகத் தெரிவார்.

ஆகஸ்ட் பதினைந்து என்றால் வக்கீலுக்குப் பண்டிகை. ஆனால் அன்று எதற்கோ எழும்போதே சங்கடமாக இருந்தது. அடுப்பைப் பற்றவைக்கப் போனால் நூற்றியெட்டுத் தடங்கல்கள். நேற்று பாதி எரிந்துஅணைந்திருந்த தடித்த விறகு குளியலறை அடுப்பிலிருந்தது. அதை அணைக்க ஊற்றிய தண்ணீர் அதிகமானதால் ஈரமாகத் தெரிந்தது. மழைக்காலத்திற்கு என்று குவித்து வைத்த சுள்ளிக் கட்டிலிருந்து சிறிது பொறுக்கி, அடுப்பிலிருந்த விறகைச் சுற்றி அடுக்கினார். துருவி எறிந்த தேங்காய்ச் சிரட்டைகளை நிரப்பி வைத்த மூங்கில் கூடையிலிருந்து ஒரு சில்லை எடுத்து, விளக்கு புட்டியில் இருந்து சில துளி மண்ணெண்ணெயை அதில் ஊற்றி குச்சிகளுக்கு நடுவில் வைத்தார். நெருப்புப் பற்றவைக்க எப்போதும் குளியலறைச் சுவர் பொந்தில் இருக்கும் வத்திப்பெட்டி காணவில்லை. உள்ளே சமையலறைக்குப் போய்த் தேடினார். அங்கே அடுப்பிற்கு அருகிலேயே வத்திப்பெட்டி இருந்தது. அதில் இரண்டு குச்சிகள் மட்டும் இருந்தன. அதை எடுத்து வந்து குளியலறை அடுப்பு முன் குத்துக்காலிட்டு உட்கார்ந்து பற்றவைக்க முயன்றார். அவை இரண்டும் மழைக்கு நமுத்துப்

போய் உரச உரச மருந்து தேய்ந்து போய் வெறும் குச்சிகள் எஞ்சின. இன்றைய நாள் எல்லா நாள்களைப் போல் அல்ல, விரைவாக குளித்துவிட்டுப் போகவேண்டும் என்பது நினைவிற்கு வந்து அவசரப்பட தீப்பொறி அவர் கையிலிருந்து நழுவிப்போனது. புதிய பெட்டியை எடுத்து வரலாம் என்று மீண்டும் அடுக்களைக்குப் போய் வத்திப்பெட்டி எப்போதும் வைக்கும் கோக்காலிப் பலகை மீது கையை வருடினார். அங்கே சாவி மார்க் வண்ணத்து லேபல் மட்டும் கைக்குக் கிடைத்தது. அப்படியென்றால் எல்லாப் பொட்டணங்களும் காலியாகிவிட்டன.

வழியில்லாமல் அவர் பூசை அறைக்குப் போனார். அங்கே அவர் மனைவி ஏற்றிவைத்த தீப விளக்கில் வத்திப்பெட்டிக்காகத் தேடினார். அறை முழுதும் எண்ணெய் விளக்கு வெளிச்சத்தில் அமைதியாக ஒளிரிக்கொண்டிருந்தது. ஒரு பக்கம் அரிசி மூட்டைகள். இன்னொரு பக்கம் சுவரில் சாய்த்து வைத்த இரண்டு மணைகள். மூலையில் சுற்றிவைத்த ஒரு பாய். தீபத்திற்கு அருகில் சிறிய பீடத்தின் மீது இருந்த மண்டபத்தருகே பார்த்தார். அதற்குள் இருந்த படங்கள், சிலைகளைப் பார்த்தார். வெள்ளி சட்டகம் போட்ட சிறு படங்கள். அதன் முன் வெள்ளித் தட்டில் தலையில் மயிலிறகு வைத்துக் கொண்டு தவழும் கிருஷ்ணனின் வெள்ளிச்சிலை. இந்த ஒரு விஷயத்தில் அவரால் மனைவி நீலாவதியைத் தன் வழிக்குக் கொண்டுவர முடியவில்லை. கணவன் என்ன சொன்னாலும் அவர் கடவுளை நம்புபவர்தான். கைகூப்பி வேண்டுபவர்தான்.

கிமானி வக்கீல் அய்யா பீடத்திற்கு முன்னால் மண்டியிட்டு உட்கார்ந்துகொண்டு அதன் மீது கண்ணை ஓடவிட்டு வத்திப்பெட்டியைத் தேடினார். பீடத்திற்குக் கீழே மெல்லக் கையை நுழைத்து விரல்களை அகலப்படுத்தித் தேடினார். கல் தரையால் விரல் நுனி குளிர்ந்ததே தவிர எதுவும் கிடைக்கவில்லை. கடவுள் மண்டபத்திற்குக் கீழே இருந்த சிறிய இழுப்பறையைத் திறந்தார். அதில் பருத்தி உருண்டைகள், திரித்து வைத்த தீபத் திரிகள், கோலம் போடும் சிறிய சுண்ணக்கட்டி, ஒரு சிறு சந்தனக்கட்டி, ஒரு சந்தன மரத்துண்டு, ஒரு கோபிசந்தனத் துண்டு (ஒருவகையான திருமண் பொடி.கோபியர்களின் அழகு சாதனப் பொருட்களில் ஒன்றாகும்) ஒரு சிறு நூலுருண்டை,சுருங்கிப்போன ரோசா நிறக் காகிதம்

போன்றவை நிறைந்து கிடந்தன. அதைத் திரும்ப மூடி எழுந்து நின்று, இனி தாமதிக்க முடியாத அளவிற்கு நேரமாகிவிட்டது என்று தமக்குத் தாமே சொல்லிக்கொண்டு குளியலறைக்குப் போனார். அங்கே இருந்த ஒரு காய்ந்த தென்னங்கீற்றை இழுத்து, அதிலிருந்து நான்கு இலைகளை உருவினார். அதை மடித்துச் சுற்றி தீவட்டி போல் செய்து பூசை அறைக்குப் போய் பற்றவைத்துக் கொண்டார். படபடவென்று பொறி கக்கும், புகை உமிழும் அந்த எரியும் கொள்ளியைப் பிடித்துக்கொண்டு அவசரமாக ஓட்டமும் நடையுமாக குளியலறைக்கு விரைந்தார். அதை எச்சரிக்கையாக அடுப்பிற்குள் திணித்து தேங்காய்ச் சில்லில் பற்றிக்கொள்வது போல் வைத்தார். அதிகம் தாமதமில்லாமல் தீ மெல்லப் பற்றி எரியத் தொடங்கியது. தேங்காய்ச் சிரட்டைக்கு நெருப்பு பற்றிக்கொண்டதுதான் தாமதம் அது புர்ரென்று எரிந்து, தீ பெரிதாகி நடுவில் இருந்த விறகுக் கட்டையில் பற்றிக்கொள்ளத் தொடங்கியது. பச்சை விறகுப் புகை வாடை பரவியது. ஊதாங்குழலால் காற்றை ஊதினார். ஒரு நொடி காத்திருந்து, அண்டாவின் பித்தளை மூடியைச் சரியாக மூடி விட்டு பின்கட்டிற்கு நடந்தார்.

பொழுது விடியும் நேரம் அவருக்கு விருப்பானது. தினமும் அவர் குளியலறை அடுப்பைப் பற்றவைத்து விட்டு மெல்ல பின்கட்டில் ஒரு சுற்று வலம் வரும் நேரம் நெருப்பு நன்றாகப் பற்றிக்கொண்டிருக்கும். மனைவி நீலாவதி எழுந்து தேநீர் போடுவார். அந்த வெளிச்சம், அந்தக் குளிர் அவருக்கு உற்சாகத்தை ஏற்படுத்தும். இன்று விழித்ததுதான்தாமதமானதா, அடுப்பைப் பற்ற வைத்ததுதான் தாமதமானதா என்ற உணர்வு அவரை வாட்டியது. அப்படிப் பார்க்கப் போனால் ஒன்றும் தாமதமாகியிருக்கவில்லை. சுதந்திரதினவிழா நாளன்று அவர் குளித்துவிட்டு, பள்ளிக்குப் போய் அங்கே கொடியேற்றிய பிறகு வீட்டிற்கு வந்து சிற்றுண்டி சாப்பிடுவது வாடிக்கை. அது தெரிந்திருந்த நீலாவதி எந்த அவசரமும் படவில்லை. பிள்ளைகள் இவர் பேச்சைக் கேட்குமளவு சிறியவர்களாக இருந்தபோது அவர்களுக்கும் இது பொருந்தும்.'கடவுளையே நம்பாத நாத்திகர்... இந்த விஷயத்தில் மட்டும் இதென்ன மடி, இதென்ன சாத்திரம்' என்று நீலாவதி கேட்டதுண்டு. அதற்கு

கிமானி வக்கீல் அய்யாவிடம் ‘சிரத்தை வேறு. மூட நம்பிக்கை வேறு’ என்ற பதில் தயாராக இருக்கும். அவர் வீட்டில் அன்று பாயசத்துடன் சமையல். சுதந்திரம் கிடைத்த பண்டிகை நாள் விருந்து சமையல்.

பள்ளிக்குப் போய் கொடியேற்ற அவர் ஒன்றும் பள்ளியில் ஆசிரியரல்ல. ஆனால் அவர் வீட்டருகே இருக்கும் ஆரம்பப் பள்ளிக்கு அவர் ஆகஸ்ட் பதினைந்தன்று போய் சொற்பொழிவாற்றும் வழக்கம் பல ஆண்டுகளாக நடக்கிறது.

காலை ஏழு மணிக்கு ஆரம்பப் பள்ளி தலைமையாசிரியர் சதானந்தர் வீட்டிற்கு வந்து, கிமானி வக்கீல் அய்யாவை உடன் அழைத்துக் கொண்டு பள்ளிக்குப் போவார். காலை குளித்து முடித்துவிட்டுத் திண்ணையில் உட்கார்ந்து காத்துக் கொண்டிருக்கும் கிமானி வக்கீல் அய்யா, தெரு ஓரத்தில் சதானந்த ஆசிரியரைக் கண்டதும் அவசரமாக வீட்டுப் படிகளில் இறங்கி படல் நோக்கிப் புறப்படுவார். பள்ளியில் ஏழரை மணிக்கு கொடி வணக்கம். பிறகு சொற்பொழிவு. பிறகு பிள்ளைகளுக்கு லட்டு விநியோகம். ஒவ்வொரு ஆண்டும் அதை நன்கொடையாகக் கொடுப்பவர் சமையல்காரர் முராரி. நேர்ந்து கொண்டது போல், யாரும் நினைவூட்டுவதற்கு முன்பே லட்டுகள் நிறைந்த மூங்கில் கூடை அன்று விடிகாலை பள்ளியை வந்தடையும். அது நாட்டிற்கு முராரியின் தொண்டு என்று கிமானி வக்கீல் அய்யா பெருமையாக ஒவ்வொரு சொற்பொழிவிலும் சொல்லி அவருக்கு நன்றி செலுத்துவார். சுமார் அரை மணி நேரம் நடக்கும் வக்கீல் அய்யாவின் சுதந்திரதினவிழா சொற்பொழிவு ஊரில் பிரபலமானது. பிரிட்டிஷார் வருவதற்கு முன்பிருந்தே தொடங்கி இன்றைய தினம் வரும்வரை பிள்ளைகள் மட்டுமல்ல ஆசிரியர்களும் அது முடிவதை எதிர்பார்த்துக்கொண்டிருப்பார்கள். ‘கிமானி வக்கீல் அய்யாவின் ஆகஸ்ட் பதினைந்து சொற்பொழிவு’ என்பது ஒரு வேடிக்கையான சொற்றொடரானது.

கிமானி வக்கீல் அய்யா தேநீர் பருகி, குளித்துவிட்டுத் தயாரானார். குடையை எடுத்துக் கொண்டார். வெளியே போய் வீட்டிற்கு முன்னால் திண்ணை மீது உட்கார்ந்து கொண்டார். அப்படி ஆசிரியருக்காகக் காத்துக்கொண்டிருக்கும்போது மனதிற்குள்ளேயே

சொற்பொழிவைத் தொடங்கினார். ஒவ்வொரு ஆண்டும் கூறும் அதே செய்திகள். அதே பெயர்கள். புதிதாக என்ன சொல்லவேண்டும் என்று அவருக்குத் தோன்றவில்லை. அதை விட மகத்துவமானது என்ன இருக்கிறது? பள்ளிப் பிள்ளைகள் என்று ஏதாவது வாயிற்கு வந்ததைச் சொல்லலாம் என்ற விட்டேற்றித்தனம் அவரிடம் கிடையாது. சுதந்திரப் போராட்டத்தில் வாழ்க்கையை தியாகம் செய்த மகான்களின் எடுத்துக்காட்டுகளை எடுத்துச் சொல்வார். வாழ்க்கையைக் கொடுப்பதை விட வாழ்க்கையை அர்ப்பணிக்கும் தியாகம் பெரிது என்பார். தேசத் தலைவர்களின் வாழ்க்கையிலிருந்து தெரிவு செய்த நிகழ்வுகளைக் கதையாகச் சொல்வார். இந்த முறை அவர் பகத்சிங், லால்பகதூர் சாஸ்திரிகளின் வாழ்க்கையில் நடந்தவற்றைத் தேர்ந்தெடுத்து மனதிற்குள் குறிப்பு எடுத்துக் கொண்டிருந்தார். தற்போதைய அரசியல்வாதிகளின் பெயர்கள் மட்டும் அவர் வாயில் சலீசாக வருவதில்லை. அவர்களைப் பற்றிச் சொல்லும் கதைகளும் இருக்கவில்லை.

மன ஓட்டத்தில் தொலைந்து போனவர் போல் திண்ணை மீது உட்கார்ந்திருந்த வக்கீல் அய்யாவைப் பார்த்து நீலாவதிக்கு இவர் எதற்கு‘இங்கே உட்கார்ந்திருக்கிறார், நேரமாகவில்லையா’ என்று தோன்றியது. கூடத்தில் ரேடியோவில் தில்லி செங்கோட்டைக் கொடியேற்றக் காட்சி விவரணை வந்துகொண்டிருந்தது.

‘எதற்கு நீங்கள் இன்னும் புறப்படவில்லை என்று கேட்டார்?’

‘சதானந்தருக்காகக் காத்திருக்கிறேன்” என்ற வக்கீல் அய்யா கைக்கடிகாரத்தைப் பார்த்தார். எழுந்து உள்ளே வந்து சுவரில் இருந்த வீட்டு கடிகாரத்தையும் பார்த்தார். தாமதமாகிறது. ஏழரை மணிக்குக் கொடி வணக்கம். ஏழரை என்றால் சரியாக ஏழரைக்கு. சதானந்தர் மறந்துவிட்டாரா? அவர் மறந்துவிட்டார் என்பதற்காக போகாமல் இருப்பதா? நம் பள்ளி, நம் பிள்ளைகள், அங்கே என்ன சம்பிரதாயம் வேண்டிக்கிடக்கு என்று யோசித்து அவசரமாக நடந்து பள்ளிக்குப் புறப்பட்டு விட்டார்.

அவர் வெளியே அடியெடுத்து வைத்ததும் தில்லி செங்கோட்டையில் நடக்கும் அணிவகுப்பு பேண்டு சத்தம் உரக்கக் கேட்கத் தொடங்கியது. வீட்டிலிருந்து பள்ளி ஐந்து நிமிடப் பாதை. அவர்

வீட்டிற்கு முன்னால் மண் தெருவில் இரு ஓரங்களிலும் மழைத் தண்ணீர் சிவப்பாக மெல்ல ஓடிக்கொண்டிருந்தது. நடக்கும்போது சகதியாகாமல் இருக்கட்டுமென்று பைஜாமாவை சிறிது மேலே தூக்கிப் பிடித்துக் கொண்டார். பள்ளி நெருங்க பிள்ளைகள் கூச்சல் கேட்டு சிறிது விரைவாக நடந்தார். பள்ளி உயரத்தில் இருந்தது. படியேறிப் போனால் அங்கே சிறு வெளி அங்கே கொடிக்கம்பம்.

அவர் படியேறிப்போனதும் வரிசையாக நின்றிருந்த பிள்ளைகள் முதுகு தெரிந்தது. அப்போதே எல்லோரையும் வரிசையாக நிறுத்தியிருந்தார்கள். கொடியேற்றம் எந்த நொடியிலும் நடப்பதற்கான எல்லா ஏற்பாடுகளும் செய்யப்பட்டிருந்தன. வாடிக்கையை விட அதிகமாகப் பள்ளிக்கு அலங்காரம் செய்யப்பட்டிருந்தது. வண்ணப் பதாகைகளை அன்று காலைதான் கட்டியது போல் இருக்கிறது. இல்லையென்றால் இரவு இடைவிடாத மழைக்கு அவை எப்படித் தாங்கும்? முன்னால் மேடை மீது பலர் கூடி இருந்தார்கள். சதானந்த ஆசிரியர் மட்டுமல்ல இன்னும் யார் யாரோ இருந்தார்கள். முன்னால் போகவேண்டுமா இல்லையா என்ற முடிவை எடுப்பதற்குள் கொடியேற்றம் முடிந்தேவிட்டது. அவரை வேண்டுமென்றே அழைக்கவில்லை என்பது வக்கீல் அய்யாவுக்குத் தெரிந்துவிட்டது. இப்போது எதுவும் செய்ய முடியாது. கொடி விரிந்துகொண்டு அதிலிருந்த பூவிதழ்கள் காற்றில் பறந்தன. கொடி தெம்பற்று சப்பையாக சாய்ந்துகொண்டது. நொடியில் ஜன கண மன ஆரம்பமானது. அப்போது வக்கீல் அய்யா பிள்ளைகளுக்குப் பின்னால் நின்றிருந்தார். முன்னால் போய் நிற்குமளவிற்கு நேரமிருக்கவில்லை. அங்கேயே கடைசி வரிசைச் சிறுவர்கள் பின்னால் நின்றுகொண்டு குடையைக் கீழே வைத்தார். சல்யூட் அடிக்க அவர் வலது கை மேலே உயர்ந்தது. தேசிய கீதம் முழங்கிய பின் அவர் மனம் லேசாகி எல்லா சிந்தனைகளிலிருந்தும் விடுபட்டது. உரக்க வாய் விட்டு ஜன கண மன பாடும் போது நெஞ்சம் நிமிர்ந்தது. பின் பக்கத்திலிருந்து வந்த கரகரப்பான குரலைக் கேட்ட சில பிள்ளைகள் கையை நெற்றியில் அழுத்தி வைத்துக்கொண்டே பின்னால் திரும்பிப் பார்த்தார்கள். வக்கீல் அய்யாவுக்கு எந்தப் பரிவும் இருக்கவில்லை. அவர் தலை நிமிர்ந்து கொடியை உற்றுப் பார்த்துக்கொண்டிருந்தார். கடைசி

சரணம் ஐயஹே சொல்லும் போது அவர் குரல் எல்லோரை விடவும் உரக்கக் கேட்டது.

வக்கீல் அய்யா வந்ததை சதானந்த ஆசிரியர் கவனித்தார். எப்படி எதிர்வினை செய்ய வேண்டுமென்று தெரியாமல் அங்கிருந்தே கைச்சைகை செய்து முன்னால் வரும்படி அழைத்தார். ஒவ்வொரு ஆண்டும் இந்தக் கொடி வணக்கம் முடிந்ததும் வக்கீல் அய்யா பேசுவார். ஆனால் இந்த ஆண்டு அவருக்குப் பதிலாக வேறு யாரோ அதைச் செய்வதாக இருக்கிறார் என்பது தெளிவானது. வக்கீல் அய்யாவுக்கு சப்பென்று போனது. ஆசிரியர் என்னிடம் சொல்லியே இதைச் செய்திருக்கலாம் என்று தோன்றியது.

சதானந்த ஆசிரியர் வந்து 'வாங்க வாங்க' என்று முன்னால் அழைத்துச் சென்றார். அப்படிச் சொல்லும்போது பார்வையைத் தவிர்த்து இருவருக்கும் இடையே பேச்சுக்கு வாய்ப்பளிக்காமல் அப்படியே குடுகுடு என்று முன்னால் நடந்தார். எதிர் மேடை மீது மூன்று நாற்காலிகள் இருந்தன. ஒன்றில் கிராமப் பஞ்சாயத்து தலைவரான லட்சுமண நாயக் அமர்ந்திருந்தான். இன்னொன்றில் பலசரக்குக் கடை விட்டோபன். அவனைப் பார்த்ததும் இது அவனுடைய சதியாகத்தான் இருக்கலாம் என்று தோன்றியது. ஆசிரியர், வக்கீல் அய்யாவை வாங்க வாங்க என்று அழைத்தாலும் அங்கே மூன்றே நாற்காலிகள் இருந்தன. இன்னொரு நாற்காலியை எடுத்து வரப் பையனை அனுப்பி வக்கீல் அய்யாவை மூன்றாவது நாற்காலியில் உட்கார வைத்தார். பையன் நாற்காலியை எடுத்து வரும்வரை ஆசிரியர் அங்கேயே நின்று கொண்டு காத்திருந்தார்.

விட்டோபனாகட்டும், லட்சுமண நாயக் ஆகட்டும் எந்த மாற்றமும் ஏற்படாதவர்கள் போல் காட்டிக்கொண்டாலும் அவர்களுக்கு உள்ளுக்குள் உறுத்தலாக இருந்தது. வக்கீல் அய்யாவுக்கு நாயக்கைப் பார்த்துச் சிறிது ஆறுதலானது. அடுத்த தலைமுறையைச் சேர்ந்தவன் - அவன் சொற்பொழிவாற்றுவதாக இருந்தால் நல்லதுதான் என்று யோசித்தார்.

லட்சுமணனுக்கு இது எங்கேயோ தாளம் தப்பிவிட்டது என்று தெரிந்தது. இன்று வக்கீல் அய்யாவுக்குப் பதிலாக நான் பேசுவது என்று சொல்லி இருந்தார்களே தவிர அவரும் அங்கே இருப்பார் என்பதை அவரிடம் யாரும் சொல்லியிருக்கவில்லை. அதிலும்

அவருக்கு நாற்காலி போட நடந்த குழப்பத்தைப் பார்த்தால் இந்த விஷயம் வக்கீல் அய்யாவுக்குத் தெரியாது என்பது எந்த முட்டாளுக்கும் தெரிந்துவிடும். இப்போது அடுத்து என்ன நடக்கப் போகிறதோ என்ற ஆதங்கம் எல்லோரை விடவும் அதிகமாக சதானந்த ஆசிரியரை வதைத்தது. வக்கீல் அய்யா இன்று வரத் தேவையில்லை என்பதைத் தெரிவிக்க வேண்டிய பொறுப்பு ஆசிரியரிடம் ஒப்படைக்கப்பட்டது. ஆனால், அவருக்கு அதைச் சொல்லும் துணிச்சல் போதாமல் போனது. வக்கீல் அய்யாவிடம் போய்ச் சொல்லிவிடலாமென்று நூறு முறை மனப்பாடம் செய்து வைத்த வாக்கியங்கள் மீண்டும் மீண்டும் மறந்து போனது போலாயின. முதல் நாள் மாலையும் கூட, வீட்டிலிருந்து இரண்டு முறை புறப்பட்டு வக்கீல் அய்யா வீடிருக்கும் தெருவுக்கு வந்ததும் துணிச்சல் போதாமல் இன்னொரு தெரு வழியாக வீடு வந்து சேர்ந்திருந்தார். மாலை முழுதும் தவித்துப் போய் முடிவாக வக்கீல் அய்யாவிடம் சொல்ல அவர் வீட்டிற்குப் போவதே வேண்டாமென்று தீர்மானித்து, தாம்சொல்லாமல் இருந்தால் எப்படியும் அவருக்குத் தெரிந்துவிடும் என்று எண்ணி அமைதியானார். காலை விரைவாக எழுந்து பள்ளிக்கு வர வேறு பாதையைப் பிடித்திருந்தார்.

ஆசிரியர் நினைத்ததற்கு மாறாக வக்கீல் அய்யா பள்ளிக்கு வந்து விட்டார். அவர் வருவதை எதிர்பார்க்காதவன் போல் விட்டோபன் பார்வையை அங்குமிங்கும் பாயவிட்டுக்கொண்டு உட்கார்ந்திருந்துவிட்டான். இனி கொடியேற்ற வேண்டும் என்னும்போது அவனுக்கு வக்கீல் அய்யாவின் புதர் முடி தெரிந்தது. அதைப் பார்த்ததும் அவர் அடையாளம் தெரிந்து நெஞ்சம் துசுக் என்றது. இந்த ஆசிரியர் ஏதோ வீம்பு செய்கிறார் என்று கொண்டான். அவர் ஒவ்வொரு படியாக ஏற, முதலில் தலைமுடி பிறகு அவர் முகம் தெரிந்தது. எல்லோர் பின்னாலிருந்து அவர் உதித்து வந்தது போல் தெரிந்தது. ஏதோ வில்லங்கம் காத்திருக்கிறது, ஏதோ தகராறு நடக்கப் போகிறது என்று எண்ணி விட்டோபன் தயாராகத் தொடங்கினான்.

கிமானி வக்கீல் அய்யாவைப் பார்த்ததும் லட்சுமண நாயக்குக்கும் குழப்பம் ஏற்பட்டு அவசரத்தில் கொடியேற்றிவிட்டான். அவனுக்கு பிள்ளைகளிடமிருந்து கார்ட் ஆஃப் ஆனர் பெரும்

ஆசை இருந்தது. அது கொடியேற்றத்திற்கு முன்பா பின்பா என்ற சந்தேகம் வந்து ஆசிரியரைக் கேட்கவேண்டும் என்பதற்குள், வக்கீல் அய்யா கண்ணில் பட்டு கொடியேற்றும் மரியாதையும் கைதவறிவிடலாம் என்ற பதட்டத்தில் கயிறை இழுத்து விட்டான். அது முடிந்ததும் தேசியகீதம் தொடங்கி அது வக்கீல் அய்யாவை நின்ற இடத்திலேயே நிற்கச் செய்தது.

முன் மேடை மீது மூன்று நாற்காலிகளுடன் நான்காவது சேர்க்கப்பட்டது. வக்கீல் அய்யா எப்போது வெடிக்கலாம், எப்போது இங்கே போர்க்களம் ஏற்படும்என்று ஆசிரியரும், விட்டோபனும், லட்சுமணனும் ஆதங்கத்திலிருந்தார்கள். அவரைச் சொற்பொழிவாற்றச் சொல்ல வேண்டுமா கூடாதா என்ற இக்கட்டில் இருந்தார் ஆசிரியர். 'இப்போது முக்கிய அழைப்பாளரான திரு லட்சுமண நாயக் சொற்பொழிவாற்றுவார்' என்று ஆசிரியர் சொன்னதும் லட்சுமணனின் கை கால்கள் அதிர்ந்தன. சிறுவர்கள் முன் அவனுக்கு பயமிருக்கவில்லை. ஆனால் வக்கீல் அய்யா அங்கே இருக்கும் போது எந்தப் பேச்சைப் பேசினால் என்ன ஆகுமோ என்ற பதட்டம் அவனைச் சூழ்ந்துகொண்டது. 'இந்த ஊருக்கும், இந்த நாட்டிற்கும் நம் எல்லோரைவிட மூத்தவருமான மதிப்பிற்குரிய கிமானி வக்கீல் அவர்களே' என்று ஆரம்பித்தான். தடுமாறி சில வாக்கியங்களில் அவன் சுதந்திரப் போராட்டத்தையும், நேரு, சாஸ்திரி, காந்தி, பட்டேல் எல்லோரையும் கடந்து வந்து விட்டான். அதுவும் கிமானி வக்கீல் அய்யாவின் தாக்கத்தினால் ஏற்பட்டதுதான். இது போன்றதை இந்தத் தருணத்தில் சொல்ல வேண்டும் என்று வகுத்துக் கொடுத்த பாதையிலிருந்துதான். இல்லை என்றால் அவன் அதைச் சொல்லியிருக்கமாட்டான். தேசத் தலைவர்களின் தியாகம், போராட்டம் அது போன்றவற்றை விட அதிகச் சொற்கள் அவனிடமிருக்கவில்லை. 'இந்திராகாந்தி நம் லீடர்' என்று அவனுக்கே உரிய இலக்கணத்தில் எப்போது பேசத் தொடங்கினானோ அப்போது அவன் சொற்பொழிவு எளிதானது. அதன் பிறகு எல்லாம் 'இந்திரா காந்தியார்' செய்தவைகளைப் பற்றியே வர்ணனை. அவனிடம் வக்கீல் அய்யா போல் துணிச்சல், சவால் விடுவது, சுதந்திர விரும்பி, தடுமாற்றங்கள் போன்ற சிக்கலான சொற்கள் இருக்கவில்லை.

நாட்டைக் காப்பாற்றிய துர்க்கையாக, ஏழைப் பங்காளியாக இந்திரா காந்தியவர்கள் செய்த சாதனைகளின் பட்டியல் மட்டும் இருந்தது. அவன் ஒவ்வொரு முறையும் ‘காந்தியார்’ என்று சொல்லும் போதெல்லாம் ‘காந்தி அம்மையார்’ என்று திருத்த வேண்டுமென்ற அழுத்தத்தை வக்கீல் அய்யா மிகச் சிரமப்பட்டு அடக்கிக் கொண்டார். ஒரு முறை அவன் வண்டி தண்டவாளம் ஏறிய பிறகு அவன் ஊரின் வண்டிப் பண்டிகை(வீர தெய்வங்களின் வழிபாட்டுக் காலம். கடல் சீமைப் பகுதிகளில் இந்தப் பண்டிகை ஒரு சிறப்பான நாட்டுப்புறப் பண்டிகை. கிராமதேவதை பெயரில் நடக்கும் இந்தப் பண்டிகை-தென்னங்கீற்று, பாக்குக் கொத்து, தென்னம்பாளைகளை வண்டியில் கட்டி அலங்கரிப்பதால் அந்தப்பெயர்வந்தது) மைதானத்தில் கட்டிய மேடை, மக்கள் ஒத்துழைப்பு என்று தன்னுடைய சொற்பொழிவை ஆற்றினான்.

அவன் பேசிக்கொண்டிருந்த நேரம் முழுதும் வக்கீல் அய்யா தன்னைத்தானே ஆறுதல் படுத்திக்கொண்டு உட்கார்ந்திருந்தார். தான் என்ன சொற்பொழிவைக் குத்தகைக்கு எடுத்திருக்கிறேனா என்று இன்னொரு முறை, மற்றொரு முறை சொல்லிக் கொண்டார். இதைப் பற்றி யாருடனும் சண்டைக்குப் போகக்கூடாது, அடுத்த தலைமுறை இந்தப் பணியை முன்னெடுத்துக்கொண்டு போவதை ஊக்குவிக்க வேண்டும். சிறியவர்கள் தவறு செய்தால் பொறுத்துக்கொண்டு போவது பெரியவர்களின் பொறுப்பு போன்றவற்றைத் தமக்குத்தாமே சொல்லிக்கொண்டார். அப்படியே அமைதியாகிமுன்னெப்போதும் இல்லாத தம் கட்டுப்பாட்டை பாராட்டிக் கொண்டார்.

கடைசியாக லட்சுமணன் ‘நான் இன்று இங்கே நின்று பேசியதற்குக் காரணம் இந்திரா காந்தியார்’ என்று சொற்பொழிவை முடித்தான். அதன் பிறகு மீண்டும் யாரையும் பேசக் கேட்டுக்கொள்ளாமல் ஆசிரியர் சபையைக் கலைத்தார். வக்கீல் அய்யா வராமல் இருந்தால் விட்டோபனும் பேசுவதாக இருந்தது. ஆனால் வக்கீல் அய்யாவைப் பார்த்ததும் அவன் ஆசிரியர் காதில் கிசுகிசுத்தான். ‘நான் பேசப் போவதில்லை. வக்கீலைக் கேட்காதீர்கள். அதுதான் நல்லது. நான் ஏதாவது பேசினால் அவரையும் அழைக்க வேண்டியிருக்கும்.’

லட்சுமணன் சொற்பொழிவு முடிந்த கையோடு, யாரையும் பார்க்காமல் நன்றியுரையாற்றி ஆசிரியர் நிகழ்வை முடித்து வைத்தார். பிறகு லட்டுடன் பிள்ளைகளுக்கு இரண்டிரண்டு பெப்பர்மிட்டாயும் கொடுத்ததை வக்கீல் அய்யா கவனித்தார். அது அநேகமாக விட்டோபன் அல்லது இலட்சுமணன் நன்கொடையாக இருக்கும். இந்த முறை முராரிக்கு யாரும் நன்றி சொல்லவில்லை.

சபை முடிந்ததும் வக்கீல் அய்யா வீட்டிற்குப் போய் விட்டார். ஆசிரியருக்கும், லட்சுமண நாயக்குக்கும், விட்டோபனுக்கும் மிக வியப்பாக இருந்தது. இதை எப்படிப் புரிந்துகொள்ள வேண்டுமென்று அவர்களுக்குத் தெரியவில்லை. வக்கீல் அய்யா தகராறு செய்யாமல் போவதென்றால் என்ன? அவர் இப்படி மென்மையாகிவிடுவார் என்று தெரிந்திருந்தால் முதல் மாலை அவர் வீட்டில் போய் தெரிவித்திருக்கலாம் என்று ஆசிரியர் பரிதவிக்கத் தொடங்கினார். இந்த எல்லா கைங்கர்யமும் விட்டோபனுடையது!லட்சுமண நாயக் காதில் ஊதி, சதானந்த ஆசிரியரை பயமுறுத்தி வக்கீல் அய்யாவின் சொற்பொழிவைத் தவிர்ப்பதில் அவன் வெற்றி கண்டான்.

பள்ளியிலிருந்து வீட்டிற்கு வரும்போது கிமானி வக்கீல் அய்யா மனதில் புரியாத கவலை நிறைந்திருந்தது. ஆசிரியர் தனக்குத் தெரிவிக்கவில்லை என்பதை விட்டால் வேறு யாரையாவது அழைத்திருந்தாலும் அவருக்குத் தவறாகத் தெரிந்திருக்காது. அப்படி யோசித்துக் கொண்டிருக்கையில் அவர் தனக்குச் சொல்லாமல் இருந்ததை அப்படியொரு தவறாகப் புரிந்துகொள்ளத் தேவையில்லை என்று தோன்றியது. அதென்ன தன் குடும்ப உரிமையா? ஆனாலும் லட்சுமணன் சொற்பொழிவில் இருந்த ஏதோ ஒரு குறை அவர் மனதைத் தட்டியது. தான் சொற்பொழிவாற்றுவதாக இருந்தால் என்ன பேசியிருப்பேன் என்பதை நினைத்துக் கொண்டார். பிள்ளைகளிடம் தேசபக்தியை ஏற்படுத்தும் எதையும் சொல்லாமல் இந்திராகாந்தியார் என்று பேசினானே. வரலாறை அவ்வளவு விரைவாக மறந்துவிடுவது என்றால் என்ன? அந்த சிரமங்களை அனுபவித்த, அதற்காக தியாகம் செய்த மக்கள் இன்னும் உயிரோடு இருக்கும்போது? கல்லூரிக்குப் போய் நல்ல வேலையில் சேர்வதை விட்டு விட்டு தாய்நாட்டின் மீதான பற்றில் எல்லாவற்றையும் காலால் உதைத்து இயக்கத்தில் குதிப்பது என்றால் என்னவென்று

இவர்களுக்குத் தெரியவில்லையே. இதை எல்லாம் பிள்ளைகளுக்குச் சொல்லாமல் இருந்தால் அவர்களுக்குத் தெரிவதாவது எப்படி? அடுத்த தலைமுறை இந்த எந்த நினைவுகளும் இல்லாமல் வளர வேண்டுமா?

அவர் வீடு சேர்வதற்குள் மேகம் சிதறி சூரியன் தெரிந்து கொண்டிருந்தான். மழைக்குப் பிறகு அந்த வெயில் மிகத் தூய்மை என்று தோன்றியது. ஆனாலும் பலவித யோசனைகளில் மூழ்கிப்போனதால் அது அவர் மனத்திற்கு அப்படியொரு உல்லாசத்தைக் கொடுக்கவில்லை. வீட்டிற்குள் வந்த போது ரேடியோவில் தில்லி காட்சி விவரணை இன்னும் வந்துகொண்டிருந்தது. அது என்ன சொல்லிக் கொண்டிருந்தார்களோ அவருக்குப் புரியவே இல்லை. தான் வந்ததை மனைவியிடம் தெரிவிப்பது போல் சட்டென்று ரேடியோவை அணைத்தார். பள்ளியில் நடந்த நிகழ்வைப் பற்றி யாரிடமாவது பேசலாம் என்று தோன்றினாலும் நண்பர் சுங்காபுரர் அல்லாமல் வேறு யாரிடம் இதைச் சொல்வது என்று தெரியாமல் அமைதியானார். நீலாவதி கொடுத்த தோசையைத் தின்றுவிட்டுத் தேநீர் அருந்தி பத்து நிமிடம் எதையோ யோசித்துக்கொண்டே திண்ணையில் உட்கார்ந்தவர் திடீர் என்று எழுந்து பரண் மீது ஏறினார்.

பரண் மீதிருந்த அறையில் அவருடைய புத்தகங்கள், பழைய சாமான்கள், ராட்டை போன்றவை இருந்தன. உள்ளே போய் அறைக் கதவை சாத்திக் கொக்கி போட்டுக்கொண்டார். அறையின் ஒரு மூலையில் ஒன்றின் மீது ஒன்றாக அடுக்கி வைத்திருந்த மூன்று டிரங்குகள் இருந்தன. நிறம் மங்கிப்போயிருந்தாலும் எல்லாம் கெட்டியாக இருந்தன. ஒன்றொன்றாக அவற்றை எடுத்துக் கீழே வைத்து எல்லாவற்றையும் விட கீழே இருந்த டிரங்கைத் திறந்தார். திறந்ததும் மூக்கைத் துளைத்த பழைய துணியின் வாசம் இதமாக இருந்தது. உள்ளே ரோசா நிறத்துத் துணியில் கட்டி வைத்திருந்த ஒரு மூட்டை இருந்தது. அதன் கட்டை அவிழ்த்தார். அதில் அவர் பழைய துணிகள் இருந்தன. கறுப்பு குல்லா இருந்தது. கேசரி நிற பகவாத் துவஜம் இருந்தது. அதை வெளியே எடுத்து விரித்தார். ஆண்டுகள் கணக்காகத் திறக்காமல் இருந்ததால் மடித்து வைத்த பகுதிகள் மென்மையாகி, அந்தக் கோடுகளுக்குத் துணி பலவீனமாகி நைந்து போனது போல் இருந்தது. அறையில்

இருந்த கட்டில் மீது அதைப் பரப்பினார். கையால் அதை அழுத்தி அழுத்திக் கோடுகளை மறைக்க முயன்றார். அழுத்தம் அதிகமானால் அது கிழிந்துவிடலாம் என்பது போல் பலவீனமாக இருந்தது. அதைப் பார்க்கப் பார்க்க அவருக்கு நெஞ்சம் நிரம்பி வந்தது. எழுந்து நின்றார். கறுப்பு குல்லாவை எடுத்துக் கொண்டு அதை மென்மையாக வருடினார். குல்லாவை தலையில் போட்டுக்கொண்டார். அதைச் சிறிது ஓரமாக ஒரு பக்கத்திற்கு சாய்த்தார். முதுகை நிமிர்த்தி காலைக் கூட்டிவைத்துக் கொண்டு நின்றார். இடது கையை நேராகக் கீழே இறக்கி, வலது கையை மடித்து மார்பில் வைத்தார். இதை எல்லாம் செய்துகொண்டிருக்கும் போது அவர் இதயம் உத்வேகத்தில் துடித்தது. இதயத் துடிப்பை கட்டுப்படுத்த முயன்று கொண்டே 'நமஸ்தே சதா வத்சலே' என்று மெல்லப் பாடத் தொடங்கினார். முதல் வரிக்குப் பிறகு பாட முடியாமல் அவர் தொண்டை கனத்தது. குரல்வளை உப்பியது. எத்தனையோ ஆண்டுகள் செய்யாமல் விட்ட அந்த வேலையைச் செய்யும் போதும், மறந்தே போய்விட்டது என்ற பிரார்த்தனையைப் பாடும் போதும் அதன் ஒவ்வொரு சொல்லும் அவருக்குள் உன்மத்தத்தை ஏற்படுத்தியது. ஹே, தாய்நாடே, ஓ என் நிலமே, ஓ என் தேசமே உன் மேன்மைக்காக நான் உறுதி பூண்டிருக்கிறேன் என்று உச்சரிப்பதில் இருக்கும் நிம்மதி, காதலிக்காகச் செய்யும் தியாகத்தைப் போலவே இன்பமாகத் தெரிந்தது. எவ்வளவு மெல்லப் பாடினாலும் பாடப்பாட அவர் குரல் சிறிது உயர்ந்தது. உத்வேகத்தில் அவர் கண்கள் நிறைந்தன. உடல் வியர்த்திருந்தது. உண்மையாக ரோமஞ்சனமாக இருந்தது. பிரார்த்தனை முடிந்து எச்சிலை விழுங்கிய போது உணர்ச்சி எழுச்சியால் தொண்டையில் சிறு வலி தெரிந்தது.

பிரார்த்தனையை முடித்துவிட்டு ஒரு நொடி வெறுமனே நின்றார். அவர் மனம் லேசானது.

உணர்ச்சிகள் இல்லாமல் தியாகம் சாத்தியமில்லை. நிறைய யோசிப்பவன் இன்னொருவனுக்காக எதையும் செய்வதில்லை என்று அவர் நண்பர் பாலேகர் சொன்னது நினைவிற்கு வந்தது. அவை எல்லாம் மனதின் வியாபாரம். ஆம், அவை எல்லாம் மனதின் வியாபாரம்தான். கடவுளை நம்பாமல் தாய்நாட்டை வழிபட முடியாது என்பதை எத்தனை பேர் புரிந்துகொள்ள

முடியும் என்பதை யோசித்தார். இந்த பிரார்த்தனையை நெஞ்சை நிமிர்த்திப் பாடிய நாள்கள் தொலைந்து போனதைப் பற்றி நொந்துகொண்டார். புனேயை விட்டு வந்த நாள்கள் நினைவிற்கு வந்தன. புனேயைப் பற்றி எவ்வளவு உணர்ச்சி நிறைந்திருந்தாலும் வக்கீல் அய்யா அந்த ஊருக்குத் திரும்பிப் போகவில்லை. அந்த ஊரை விட்டு வந்த நொடிகள் அவருக்குள் ஒரு கசப்பான நினைவாகத் தங்கிவிட்டது.

★★★

காந்தி கொலையான இரண்டாவது நாளே அவர் புனேயைத் துறந்துவிட்டார். கொலைச் செய்தி காட்டுத் தீ போல் பரவி முழு நகரமும் அமைதியின்மையால் நிரம்பி இருந்தது. பலநூறு வதந்திகள் பரவத் தொடங்கின. அறையில் அவர் தனியாக அமர்ந்து துயரப்பட்டுக் கொண்டிருந்தார். அன்று இரவு அவர் சாப்பிடவில்லை. தூங்கவில்லை. மறுநாள் காலை கிளை உறுப்பினர்கள் தினமும் கூடும் வெளியில் யாராவது பேசக் கிடைக்கலாம் என்று புறப்பட்ட போது, அங்கே வருபவர் வழியைக் காத்துக்கொண்டு நின்றிருந்த ஒருவன் அவரைச் சந்தித்து ஒரு வீட்டில் நடக்கும் கூட்டத்திற்கு வரவேண்டும் என்று கிசுகிசுத்துவிட்டு வீட்டு அடையாளத்தைச் சொன்னான். வக்கீல் அய்யா அங்கே போனார்.

கேசரி வாடாவின் பின் பக்கத்துத் தெருவில் போய் சந்து ஒன்றில் நுழைந்தால் அங்கே இருக்கும் வரிசை வீடுகளில் ஒன்று அந்த வீடு. சாத்தியிருந்த கதவைத் தட்டினார். சிறிது நேரத்தில் அதே சந்திலிருந்து நடந்து வந்த பையன் ஒருவன் பெயரைக் கேட்டான். ‘அவரிடம் தெரிவிக்கிறேன்’ என்று மெல்லிய குரலில் சொல்லிவிட்டு முன்னால் எங்கேயோ போனான். வெகு நேரம் கடந்த பிறகு அதே பையன் உள்ளே இருந்து கதவைத் திறந்தான். வியந்து அவனைப் பார்க்க, அவன் குறும்புச் சிரிப்பு சிரித்தான். உள்ளே சாய்வு நாற்காலியில் அமர்ந்திருந்த முதியவர் ஒருவர் மேலே மாடிக்குப் போகச் சொல்லி கண்ணால் தெரிவித்தார். மாடியில் இருந்த பெரிய அறையில் கிளையை நடத்தும் சாட்டே அமர்ந்திருந்தான். தரையில் சிவப்பு நீலப்பட்டை போட்ட ஜமுக்காளத்தை விரித்திருந்தார்கள். சாட்டே எதிரில் ஜமுக்காளத்தின் மீது

கிளையின் உறுப்பினர்கள் உட்கார்ந்திருந்தார்கள். எல்லோரும் மெல்லிய குரலில் பேசிக்கொண்டிருந்தார்கள். அங்கே இருந்த சூழல் ரகசியமாக இருந்தது.

பக்கத்து வீட்டுக் காம்பௌண்டிலிருந்து இரண்டு மூன்று பெண்கள் மராட்டியில் பேசிக்கொண்டிருப்பது கேட்டது. பாத்திரம் தேய்த்துக் கொண்டு அவர் பேசிக் கொண்டிருந்தார்கள். இடையில் காந்தியின் பெயர் அவரிடமிருந்து கேட்டது. சாட்டே முகத்தில் ஆதங்கம் இருந்தது போல் தெரியவில்லை.

சற்று நேரத்திற்குப் பிறகு சாட்டே "இப்போது சூழ்நிலை மிகவும் மோசமாக இருக்கிறது. இப்போதிலிருந்தே நாம் கண்காணாத இடங்களுக்குச் சிதறிப் போவது நல்லது" என்றான்.

வக்கீல் அய்யாவுக்கு அது சரி என்று தோன்றவில்லை. 'இந்தக் கொடூரமான துயரமான தருணத்தில் ஒற்றுமையாக நாட்டை வலுப்படுத்த வேண்டுமே தவிர நம் நாட்டிலேயே நாம் எதற்குத் தலைமறைவாக வேண்டும்?' வாக்கியம் முடிவதற்குள் அவர் குரல் உயர்ந்து விட்டது. இவன் ஒரு மூர்க்கன் என்பதை போல் எல்லோரும் அவர் முகத்தைப் பார்த்தார்கள்.

'அட, அறிவாளி இஷ் இஷ் இஷ்... முதலில் குரலைத் தாழ்த்து. எப்போதும் இப்படியே பேசுகிறாய். சூழ்நிலை என்னவென்று பார்ப்பதே இல்லை. கிடைக்கும் முதல் வண்டியைப் பிடி. எங்கேயாவது போ. கண்ணில் படவேண்டாம். காரணங்களைக் கேட்க யாருக்கும் பொறுமை இல்லை. கொன்றவன் பின்னால் யார் இருக்கிறார்கள் என்ற ஊகங்களைக் கேள்விப்படவில்லையா என்ன? முதலில் புறப்பட்டுப் போ' என்று சொல்லும் போது சாட்டே முகத்தின் மீதிருந்த அதிசய வெற்றிப் புன்னகையால் வக்கீல் அய்யாவுக்கு சங்கடமானது.

அங்கே உட்கார்ந்திருந்த கூட்டத்தில் பின்னாலிருந்து ஒருவன் 'பேவடா' என்று முனகியது அவர் காதில் விழுந்தது. தலைவனே அறிவாளி என்று நக்கலாகச் சொன்ன பிறகு மற்றவர்கள் எப்படி சும்மா இருப்பார்கள்?

அவருக்குள் துயரம் எப்படி ஆழமாக இருந்தது என்றால், அவர் முன் நடந்து கொண்டிருந்த இந்த உரையாடல்களும் ரகசிய

அறிவிப்புகளும் அற்பமானவை என்று தோன்றிவிட்டன. தனக்கும் இவர்களுக்கும் எந்த உணர்வுபூர்வமான தொடர்பும் இருக்க சாத்தியமில்லை என்று தோன்றிவிட்டது. சட்டென்று பேசாமல் வெளியே வந்து விட்டார். அவர் வெளியே அடியெடுத்து வைக்கும்போது அலட்சிய சிரிப்பு அலையின் மெல்லிய ஓசை அந்த அறையில் பரவியது என்பதை அவர் கவனித்தாரும் கூட.

பிறகு இலக்கு இல்லாமல் அவர் பயணம், எங்கே என்று தெரியாமல் அலைந்த அந்த ஒரு வாரம் அவர் வாழ்க்கையின் மிகக் கசப்பான தருணம். கேசரி வாடாவிலிருந்து தன் அறைக்கு வந்தவர் துணிமணிகளையும் நான்கு புத்தகங்களையும் சிறு டிரங்கில் நிரப்பிக்கொண்டார். அதைத் தலை மீது சுமந்துகொண்டு நடந்து போய், கிடைத்த மோட்டாரில் ஏறினார். கடைசி நிறுத்தத்தில் இறங்கினார் இன்னொரு வண்டியைப் பிடித்தார். இரவாகும் இடத்தில் படுத்தார். அந்தக் காலத்தில் அவர் மனதில் வந்து போகாத சிந்தனைகளே இல்லை. அவை எல்லாம் முடிவாக அவரை ஊருக்குக் கொண்டு வந்து சேர்த்தது. அவரால் என்றும் சாட்டேயின் அந்த நக்கல் சிரிப்பைக் கடக்கவும், அது பிரதிபலித்த நெறியற்ற அட்டகாசத்தை மீறவும் சாத்தியப்படவே இல்லை. அதற்கு எவ்வளவு ஆற்றல் இருந்தது என்றால் அதே காரணத்திற்காக அவர் தன் புனேயின் கடந்த வாழ்க்கையையும் அங்கே இருந்த எல்லா அரசியல் தொடர்புகளையும் டிரங்கில் வைத்துப் பூட்டிவிட்டார்.

நினைவுகளை உதறி, துவஜத்தை மடித்து மீண்டும் பெட்டிக்குள் வைத்தார். டிரங்குகளை ஒன்றன் மீது ஒன்றாக அடுக்கி வைத்து அதன் மீது முன்பு போல் கட்டம் போட்ட போர்வை போர்த்தினார். அதன் மீது மூன்று தலையணைகளை வைத்தார். இனி என்ன புறப்பட வேண்டும் எனும்போது குல்லாவை மறந்து அது தலை மீது தங்கிவிட்டது கவனத்திற்கு வந்தது. டிரங்குகளை மீண்டும் தூக்கி, கடைசி மூடியைத் திறந்து அதற்குள் வைத்தார். பரணிலிருந்து இறங்கி வரும் போது சன்னலிலிருந்து வெளியே பார்த்தார். மீண்டும் மழை வரும் அறிகுறிகள் தெரிந்தன.

★★★

ஒவ்வொரு ஆண்டும் போல் அந்த நாளும் மாலை இருட்டுவதற்குள் கொடியை இறக்குவதை அவர் உறுதி செய்து கொள்வதற்காக பள்ளிக்குப் போனார். காலை பள்ளியில் சொற்பொழிவாற்றாமல் இருப்பதற்கும் இதற்கும் தொடர்பில்லை என்று தனக்குத்தானே சொல்லிக்கொண்டார்.

பள்ளி வளாகத்தில் சதானந்த ஆசிரியர் வந்து கொடியை இறக்கிக் கொண்டிருந்தார். அவருக்கு கிமானி வக்கீல் அய்யாவைப் பார்த்ததும்முகம் சுருங்கிப் போனது. ‘சதானந்தா’ என்று ஆரம்பித்ததும், அழும் குரலில் ஆசிரியர் கெஞ்சிக் கொண்டு ‘இதில் என் தவறு எதுவுமில்லை வக்கீல் அய்யா. அவர் என் வேலைக்கு வேட்டு வைத்தாலும் வைப்பார்கள். அப்படிச் செய்தால் நான் எங்கே போகட்டும்? எல்லாம் அந்த விட்டோபனின் விளையாட்டு.’

‘அதுவும் நல்லதுதான். நான் நிரந்தரம் என்று நினைத்தாயா என்ன? அடுத்த தலைமுறை இதைத் தொடர்ந்து நடத்திக்கொண்டு போகும் என்றால் மகிழ்ச்சிதான். அவன் இன்று சொற்பொழிவாற்றியது நன்றாகத்தான் இருந்தது. நானாக இருந்தால் மீண்டும் சுதந்திரப் போராட்ட பேச்சைத்தான் பேசியிருப்பேன். அவன் அதெல்லாம் நடந்து முடிந்து விட்டது, இனி அடுத்த சிந்தனைகளைச் செய்யலாம் என்றான். அதுவும் சரிதான். ஆனால் அத்தனை விரைவில் அதை வரலாறில் சேர்த்து விடக்கூடாது. செடி வளர்ந்து விட்டது என்று வேரை வெட்டினால் மரம் காய்ந்துவிடும். இருக்கட்டும்.’ மதியம் முழுதும் யோசித்துத் தோன்றிய இந்த வாக்கியங்களை கிமானி வக்கீல் அய்யா மனத்தாழத்திலிருந்து பேசியிருந்தார். அவருடைய இந்த சுயநலமற்ற தன்மையால் ஆசிரியரின் குற்ற உணர்வு மேலும் அதிகமானது. அவர் கொடியை இறக்கி, மடித்து பள்ளி அலுவலக அறை அலமாரியில் வைத்துவிட்டு வீட்டிற்குப் போகும் வரை வக்கீல் அய்யா கூடவே இருந்தார்.

பள்ளி மேட்டிலிருந்து தெருவை வந்தடையும் போது வக்கீல்,‘உன் மனைவி எப்படி இருக்கா சதானந்தா’ என்று கேட்டார்.

‘அப்படித்தான் இருக்காள் வக்கீல் அய்யா. எல்லாம் என் தலையெழுத்து’ என்று சொல்லும் போது ஆசிரியர் குரல் தழுதழுத்தது.

★★★

சண்டே பிளீடர்

வக்கீல் அய்யாவின் முழுப்பெயர் உபேந்திர ராமராவ் கிமானிகர். அவர் மூல ஊர் கிமானி. அவர் பெயரில் வக்கீல் ஒட்டிக்கொண்டது அவர் வக்கீலுக்கு படித்தது ஒரு காரணமாக இருந்தாலும் அவர் பணத்திற்காக வக்கீல் தொழிலைச் செய்யவில்லை. அவருடைய வழக்குகள் எல்லாம் நயாபைசாபெறாத, சொந்தப் பணம் செலவாகும் மக்கள் நல வழக்குகள்தான். அப்படியாக அவரைக் கண்டால் ஆகாதவர்கள் அவருக்கு சண்டே பிளீடர் என்ற பட்டத்தைக் கொடுத்திருந்தார்கள். இன்னும் அதிகமாகக் கோபமிருந்தவர்கள் 'பிளீடர் அல்ல பீடர்-பீடிப்பவன். ஆல் டைம் பீடர்' என்று சொல்வார்கள்.

இந்த விஷயம் என்றில்லை, கிமானி வக்கீல் அய்யாவுக்கு தகராறு செய்யத் தொட்டதற்கெல்லாம் காரணம் கிடைக்கும். அவர் ஒருமுறை குமட்டாவுக்கு பேருந்தில் போகும் போது, மூட்டை சுமந்துகொண்டு உட்கார்ந்திருந்த கவுண்டர் ஒருவர், மாதனகேரியில் மணி அடித்து 'அடுத்தது முர்க்கியில் நிறுத்துங்கடா, முர்க்கி, முர்க்கி' என்று கத்தினார். அவர் அப்படி கத்தினாலும் ஓட்டுநர் நிறுத்தியது திருப்பத்தைக் கடந்து முன்னால் போன பிறகுதான். இவர் அதைப் பார்த்துக் கொண்டு சும்மா இருப்பாரா? வாயைப் பிளந்து கொண்டு சண்டைக்கு நின்றுவிட்டார்.

'அந்த ராயபிரபு பேருந்தில் உட்கார்ந்தால் அவன் மணி அடிக்காவிட்டாலும் சரி வீட்டு முன்னால் பேருந்தை நிறுத்தரே. இவன் முர்க்கி, முர்க்கின்னு கத்தினாலும் உனக்குக் காது கேட்காதா? ரிக்வெஸ்ட் ஸ்டாப் இருக்கல்ல அங்கே? இருக்கா இல்லையா? பேருந்தைப் பின்னால் எடு. அங்கே முர்க்கியில் இறக்கு...' என்று தகராறு செய்யத் தொடங்கினார்.

'நான் போறேன் அய்யா... ரெண்டு எட்டு நடக்க என்ன சிரமம்' என்று இறங்கப் போன கவுண்டர் தோளைப் பிடித்துக் கொண்டார்.

'இறங்காதே, பார்க்கறேன் இவன் எப்படி பேருந்தைப் பின்னால் எடுக்காமல் இருப்பான்னு' என்று வக்கீல் அய்யா கத்தத் தொடங்கினார்.

'நான் தினமும் வர்றவன் அய்யா, இவங்க கூட எதுக்குத் தகராறு. நான் எங்கே, ராயபிரபு பணக்காரர் எங்கே.' கவுண்டரின் புலம்பலை வக்கீல் அய்யா அலட்சியப்படுத்தினார். 'பேருந்தில் எல்லோருக்கும் ஒரே காசு. பணக்காரன் அதிகமாகக் கொடுக்கிறதில்லை. அவன் மிதிப்பான், நீ மிதிபடு.' வக்கீல் அய்யா கொதிக்கத் தொடங்கினார்.

இவர் உருவம், கடுசான குரல், சட்டப் பேச்சுக்களுக்கு பயந்த ஓட்டுநர் நடத்துநரைப் பார்த்தார். நடத்துநருக்கு முன்பு ஒருமுறை இவர் இயல்பு அறிமுகமாகி இருந்தது. அவர் சைகையின் பேரில் பேருந்தை பத்தடி பின்னால் நகர்த்தினார். சடங்கு முடிந்தது. அப்போதே வக்கீல் அய்யா பிடியிலிருந்து விடுவித்துக்கொண்டு கதவருகே வந்து சேர்ந்திருந்த கவுண்டர் இறங்கும் போது நடத்துநரின் சிவந்த கண்களைப் பார்த்து 'நாளையிலிருந்து இவன் ஒரு மைல் கடந்து நிறுத்துவான்' என்று மனதில் சொல்லிக் கொண்டார்.

இப்படி அவர் பேருந்து ஏறினால் சண்டை, திருமணத்திற்குப் போனால் தகராறு, ஆசிரியர் பள்ளிக் கணக்கில் தேநீர் பருகினால் புகார், கிராம பஞ்சாயத்து வரவு செலவு கணக்கைக் காட்டு என்று பிடிவாதம். இப்படி கிமானி வக்கீல் அய்யா இருக்கும் இடத்தில் அடிதடி. அநீதி இழைப்பவன் மீதான கோபத்தை விட அதிகக் கோபம், அதைப் பொறுத்துக் கொள்பவன் மீது என்பார்.

நீதிமன்ற வழக்குகளுக்காக அவர் காரவார் போகவேண்டி இருந்தது. இவை எல்லாம் இலவசமாக, உதவியாகச் செய்யும் வேலையாதலால் இப்படிப்பட்ட வக்கீலால் அவர்களுக்கு ஆதாயம் இருக்கவில்லை. வீட்டிற்குப் பின்னால் இருந்த பெரிய தோட்டமே அவர் வாழ்க்கைக்குப் போதுமானதாக இருந்தது. யல்லாபுரச் சாலையோரம் ஹெக்காரா என்ற ஊரில் இருந்த அதிகமான தோட்டம் துரவுகளை அவர் நில சீர்திருத்த சட்டத்திற்கு முன்பே விவசாயிகளுக்கு விட்டுக் கொடுத்திருந்தார். அவர் அப்பா காலத்தில் பணத்திற்கு எந்த பஞ்சமும் இருக்கவில்லை. அவர் புனேக்குப் போய் சட்டம் பயின்று வந்தவர். அவர் புனேயில் இருந்தபோதே சுதந்திரப் போராட்டத்தில் குதித்ததைப் பற்றிய கதைகள் இருந்தன. அவர் ஆவேசமான பேச்சுக்களைக் கேட்ட யாருக்கும் இந்த குதிக்கும் என்ற சொற் பிரயோகத்தைப் பற்றி

இரண்டு கருத்துக்கள் இருக்க முடியாது. அவர் நல்ல நோக்கத்துடன் போராட்டத்தில் குதித்திருக்கலாம். அவர் இருக்கும் இடத்தில் கலவரம் நிச்சயம். சண்டையை ஆரம்பிக்க ஒரு நொடி போதும். அந்தக் காரணங்கள் அவருக்கு மட்டுமே தோன்றக் கூடியவை. அவற்றைத் தவறு என்று சொல்லவும் முடியாதவை. ஆனால் அது வேறு யாருக்கும் தோன்ற சாத்தியமே இல்லை. அவர் போல் கடுமையான நெறிமுறை நிலைபாடு கொண்ட மனிதனுக்கு முழு உலகமே ஒவ்வொரு நொடியும் தவறு செய்வது போல் தெரிகின்றதோ என்னவோ.

கிமானி வக்கீல் அய்யா எப்படிப்பட்ட கடவுள் நம்பிக்கையற்றவர் என்றால் கேட்பவர்கள் அதிர்ந்து போவது போல் வாய் திறந்து தம் அவநம்பிக்கையைப் பறைசாற்றுவார். கடவுளையே வேசி மகன் என்பார். மகமாயியைச் சிறுக்கி என்பார். அதைக் கேட்பவருக்கு நெஞ்சம் நடுங்கும். மாலை நேரம் காந்தி மைதானத்தில் கூடும் போது, இல்லை என்றால் யாராவது வீட்டுத் திண்ணையில் பேச்சுத் துணைக்குக் கிடைக்கும் போது, ஏதேதோ அரசியல் தத்துவங்களைப் பிடித்துக் கொண்டு உக்கிரமாக வாதம் செய்வார். பேசிக்கொண்டிருக்கும் போது ஆவேசம் கூடி அதைத் தாங்க முடியாமல் கடகடவென்று நடுங்குவார். அப்போது யாராவது அவருக்கு தண்ணீர் நிறைந்த சொம்பைக் கொண்டு வந்து கொடுப்பார்கள். குனிந்து நின்று சொம்புத் தண்ணியைத் தலை மீது ஊற்றிக்கொண்டு ஈரத் தலையுடன் சிறிது நேரம் அமர்ந்து சுதாரித்துக்கொள்வார். அவருக்கு அப்படியொரு உணர்ச்சி ஆவேசம். அவர் சொல்வதைக் கேட்டுக் கொண்டிருக்கும் நேரம் வரை அதில் எந்தத் தவறும் இல்லை என்று தோன்றும். அதற்குப் பிறகு அதை வேறு யாரிடமாவது சொல்லப் போனால் எதிரில் இருப்பவர் கேட்கும் கேள்விகளுக்குத் தடுமாறி வாயடைந்து போகும். அந்த உணர்ச்சி ஆவேசம் இல்லாமல் அது போன்ற வார்த்தைகளை, அந்தச்சொற்களைச் சொல்ல முடியவே முடியாது என்று தெரிந்த மக்கள், கிமானி வக்கீல் அய்யா முன்னால் உட்கார்ந்தால் புத்தி மழுங்கிப் போகும் என்பார்கள்.

அப்படி பார்க்கப் போனால் வக்கீல் அய்யா எல்லோரைப் போல் சாதாரணமானவர் தான். ஒரே ஒரு வேறுபாடு என்னவென்றால் ஊழல், பொய், பித்தலாட்டங்களை சற்றும்

சகித்துக்கொள்ளமாட்டார். பொது வாழ்க்கையில் சிறு தவறு கண்டாலும் மிகக் கடுமையாகிவிடும் அவருக்கு, ஏமாற்றுதல் வஞ்சனைகளைக் கண்டால் நேரம் காலத்து இங்கிதமே போய்விடும். உடம்பின் மீதானகட்டுப்பாடே தவறிவிடும் அளவிற்குக் கோபம் வரும். 'இதெல்லாம் சனி போல் எங்கே இருந்து வருகிறதோ தெரியாது. நளனுக்கு அசுத்தமான குதிக்கால் வழியாக சனி நுழைந்தானாம். நம் அறிவில்லாமலேயே ஊழல் நடந்துவிடுகிறது' என்று அவர் பல தருணங்களில் சொல்வார்.

வக்கீல் அய்யா அந்த தார்மீக காவலின் கட்டெச்சரிக்கையை எப்படிப்பட்ட மிகைக்கும் எடுத்துச் செல்லக் கூடியவராக இருந்தார். சரியாக இருக்கும் போது அன்புடன் நடந்துகொள்ளும் இந்த மனிதன் அநியாயம் கண்டால் நண்பர்கள் என்று பார்க்காமல், அதிகாரம் அந்தஸ்து என்று பார்க்காமல், சொந்தக் குடும்பத்தார் என்றும் பார்க்காமல் எதிர்த்து நின்றுவிடுவார். அதனால் எந்தத் தருணத்திலும் 'போகட்டும் விடுங்கள் வக்கீலய்யா' என்று சொல்லும் துணிச்சல் யாருக்கும் இருக்கவில்லை. 'போகட்டும்?' என்ன போகட்டும்? ஆன்மாவே அழிந்து போகட்டும் என்கிறீர்களா?' என்று அவர் எதிர்த்து நின்றால் பதில் சொல்லும் நெஞ்சுரம் யாரிடமும் இருக்கவில்லை.

ஶ்ரீதர் நாயக் வீட்டுப் புதுமனை புகுவிழா நாளும் கூட அது போலவே நடந்தது. நாயக் பாவப்பட்டவராக, யார் வம்பு தும்புக்கும் போகாதவராக, தன் பாட்டிற்குத்தான் 'பிரபாத் டீ டிபோ' என்ற தேநீர் பொடிக் கடை நடத்திக்கொண்டு வாழ்க்கையை ஓட்டிக் கொண்டிருந்தார். ஊரில் யாரும் கண்டும் கேட்டும் இருக்காத வகையில் தன் மனைவியைப் பன்மையில் அழைப்பார். 'நீங்கள் சமைத்து முடித்து விட்டீர்களா?", நீங்கள் சேலை உடுத்திக் கொண்டு விரைவாக வந்தால் போகலாம்' என்று இது போன்ற உரையாடல்களைக் கேட்க குறும்புப் பயல்கள் அவர் வீட்டிற்கு அந்த வேளை நொண்டிச்சாக்கு கற்பித்துக்கொண்டு போய்விடுவதும் உண்டு. அவருக்கு குழந்தைகள் கிடையாது. பன்மையை விட்டொழித்தால் குழந்தைகள் உண்டாகும் என்று வேடிக்கை செய்தவர்களும் உண்டு.

வியாபாரம் சுமாராக இருந்தாலும் நாயக் கடையில் நான்கு பேர் மாலை நேரம் உட்கார்ந்து பேசும் இடமாகவும் இருந்தது.

அப்படிப்பட்ட மாவீரர் ஊரில் எல்லோரையும் அழைப்பதைப் போல் கிமானி வக்கீல் அய்யாவையும் புதுமனை புகுவிழாவிற்கு அழைத்திருந்தார். புது வீடு புகுவிழா நாளன்று வளாகத்தில் பந்தல் போட்டு வந்தவர்கள் உட்காருவதற்கு ஏற்பாடு செய்திருந்தார்கள். கிமானி வக்கீல் அய்யாவும் கூட எல்லோருடனும் பேசிக்கொண்டு அங்கே உட்கார்ந்திருந்தார்.

பேச்சுக்கு இடையே பாகல்கோட் சிமெண்ட் கிடைப்பதே அரிது என்பதைப் போன்ற விஷயம் வாதத்திற்கு வந்தது. சிமெண்ட் கோட்டா அந்தக் காலத்தில் அதிக தட்டுப்பாட்டில் இருந்ததால் வீட்டைக் கட்டி முடிக்க முடியாமல் கடைசியில் மஞ்சய்யா பாளிகனின் தயவால் ஸ்ரீதர் நாயக் பத்து மூட்டை அதிக சிமெண்ட் வாங்கி வேலையைச் செய்து முடித்தார் என்ற செய்தியும் கூட அங்கே வந்தது. சரி, வந்ததே கோபம் இவருக்கு.

'பாளிகன் மீது புகார் கொடுக்கிறேன். அது எப்படி அவன் கொடுத்தான்? அது நியாயமாகக் கிடைக்க வேண்டியவருக்கு என்ன சொன்னான்? எங்கேயோ கணக்கில் தில்லுமுல்லு செய்யணும். இல்லை என்றால் கோட்டாவுக்கு அதிகமாகக் கொடுக்கும் அதிகாரம் அவனுக்கு இருக்கிறதா? ஒரு முறை இப்படி சாணி தின்னீங்க என்றால் வாழ்க்கை முழுதும் பாளிகனுக்கு எதிரா வாயைத் திறக்க முடியாது. அவன் தருவிக்கும் சிமெண்ட் அரை நாளிலேயே எதுக்கு மாயமாப் போகுதுன்னு சொல்ல உங்க யாருக்கும் எதுக்கு துணிச்சல் இல்லை என்பது இப்போது தெரிந்தது' என்று குரலை உயர்த்த ஆரம்பித்து விட்டார்.

அங்கே கூடியிருந்த சிலருக்கு பாளிகன் மீது பல காரணங்களுக்காகக் கோபம் இருந்தது. அதனால் நெருப்பிற்குக் காற்று வீச நிறைய பேர் இருந்தார்கள்.

'ஒரே ஒருமுறை கூட அவன் கிடங்கிற்கு சிமெண்ட் லாரி வந்ததை நான் பார்த்ததே இல்லைப்பா. எப்போதும் அது இரவோடு இரவா இந்த ஊருக்கு வந்து சேருமா? எப்போ வருது, எப்போ அன்லோட் ஆகுது கடவுளுக்குத்தான் வெளிச்சம். நம்ம ஊர் ஒரு கூலிக்காரரும் இதுவரை அதை சுமந்து உள்ளே போட்டதில்லை. லாரி கூடவே கூலியாட்களும் வருவார்களாம். அவர் 'சிமெண்ட் வந்திருக்கிறது' என்று போர்ட் போட்ட பிறகுதான் அது வந்ததே நமக்குத் தெரியவரும்.'

‘அந்த போர்ட் கண்மூடித் திறப்பதற்குள் உள்ளே போய்விடும். நான் பொய் சொல்ல மாட்டேன். ஒரு முறை நான் வீட்டிற்குப்போய் பணத்தை எடுத்து வருவதற்கு முன்னமே அவன் போர்டைக் கழட்டி உள்ளே போட்டுவிட்டான்.’

‘அவன் போர்ட் மாட்டுவது உங்களுக்கு விற்பதற்கு அல்ல. வந்தது காலியாகி விட்டது என்பதைத் தெரிவிக்க. எல்லாம் பின் கதவு விற்பனை.’

‘ரெண்டு கேஜி சிமெண்ட் கொடுங்க, குளியலறைக் கூரை ஒழுகுது’ என்று கேட்டால், சில்லறை வியாபாரம் செய்யணும்னு சட்டம் இல்லை. தேவை என்றால் கிமானி வக்கீலைக் கேளு, என்று சொன்னான்.

அதற்குள் பூசையை முடித்துவிட்டு பிரசாதக் கையோடு ஸ்ரீதர் நாயக் வெளியே வந்தார்.

கிமானி வக்கீல் அய்யா ‘ஸ்ரீதர்... சிமெண்ட் சரி போச்சாடா? எப்படி வாங்கினே?’ என்று கேட்டார். அதுவரை அங்கே நடந்தது தெரியாத ஸ்ரீதர் நாயக் ‘நம் பாளிகன் கொடுத்தான். அவன் பத்து மூட்டை அதிகமா கொடுக்காவிட்டால் காரை பூசியிருக்க முடியாது. சரியான நேரத்திற்குக் கிடைத்ததே. பிறகு மழைக் காலம் ஆரம்பமானால் கிருகப்பிரவேசம் செய்ய முகூர்த்தம் கிடைக்காது’ என்றார்.

அதைக் கேட்கும் போதே கிமானி வக்கீல் அய்யாவின் உடல் வெப்பம் ஏறியது. ‘நீ சாணி தின்ன மாதிரியாச்சு. இப்போ சொன்ன வார்த்தையையே பாளிகன் முன்னால் சொல்லணும். நான் கேஸ் போட்டால் கோர்ட்டிலும் சொல்லணும். இப்ப வருவான் தானே அவன். நானே கேட்கிறேன். பாரு, இத்தனை பேர் இதைக் கேட்டுக்கொண்டிருந்தார்கள் தானே. வந்து சாட்சி சொல்லட்டும். கொட்டை கெட்டியா இருந்தா வந்து உண்மை சொல்லட்டும்.’ பேசிக் கொண்டிருந்தவர் எழுந்து நின்று விட்டார்.

ஸ்ரீதர் நாயக்கிற்கு தான் மாட்டிக்கொண்ட சூழ்நிலை புரிந்தது. இந்தப் பிடிவாதக்கார வக்கீல் கையில் சிக்கிக்கொண்டு இப்போது கிருகப்பிரவேசத்திற்கு வரும் பாளிகனை சந்தேகப்பட அவர் தயாராக இல்லை. உடனே போருக்குத் தயாரான கிமானி வக்கீல்

அய்யாவை சமாளிக்க ஒரு வழியும் அவருக்குத் தோன்றவில்லை. அங்கே வந்தவர்களுக்கு பாளிகன் மீது அதிகக் கோபம் இருந்தாலும் புகுவிழாவின் இந்த சுப தருணத்தில் நாயக்கை கத்தரிக்கோலில் சிக்க வைப்பதை மட்டும் யாரும் ஒத்துக் கொள்ளவில்லை. 'இப்போ இந்தச் செய்தியைப்பேசாதீங்க வக்கீல் அய்யா. பிறகு பார்த்துக் கொள்ளலாம்' என்றால் அவர் கேட்க வேண்டுமே. 'நான் உங்களைக் கேட்கச் சொன்னேனா? நான் கேட்கிறேன்? இப்போ பாளிகன் வருவான்தானே, நான் கேட்கிறேன்.'

கண் மூடித் திறப்பதற்குள் மாறிப்போன இந்தச் சூழ்நிலையைக் கண்டு அங்கே இருந்தவர்களுக்கு என்ன செய்வதென்று தோன்றவில்லை. இது போன்ற விஷயங்களில் வக்கீல் அய்யாவுடன் வாதம் செய்வதில் அர்த்தமில்லை என்பது அவருக்குத் தெரியும். பொதுவாக மக்கள், 'போகட்டும் விடு' என்றோ 'அது அவ்வளவு பெரிய தவறல்ல' என்றோ சூழ்நிலையைத் தெளிவாக்க முயற்சிப்பார்கள். ஆனால் அவை இரண்டும் வக்கீல் அய்யாவின் கோபத்தை மேலும் அதிகரிக்கச் செய்யும்.

'இன்னைக்கு ஒரு நாள் எங்கள் வீட்டில் தகராறு செய்யாதே சாமி' என்று ஸ்ரீதர் நாயக் வக்கீல் காலில் விழப் போனார். வக்கீல் கோபத்தில் கொதித்துக் கொண்டே 'அப்படி என்றால் அவன் வீட்டில் போய் கேட்கிறேன்' என்று புறப்பட்டுப் போய் விட்டார்.

கிமானி வக்கீல் அய்யா இப்படி சண்டையை ஆரம்பித்தால் அத்துடன் விட்டு விடும் ஆளல்ல. மொட்டைக் கடிதம் போடும் கோழைத்தனத்தையும் அவர் என்றும் காட்டியவர் அல்ல. விண்ணப்பங்களை சொந்தப் பெயரில் எழுதி, பல தடவை அவரே வழக்குக் கூட தொடுத்து நீதிமன்றத்திற்கு அலைபவர். அவர் பிரச்சினை என்றால் இந்த சாட்சிகள். ஸ்ரீதர் நாயக் போன்ற பாவப்பட்ட நல்லவர் போக்கிரி பாளிகனுக்கு எதிராக சாட்சி சொல்ல வருவாரா? அல்லது அங்கே கிருகப்பிரவேசத்திற்கு வந்த குடும்பஸ்தர்கள்தான் வருவார்களா? கிமானி வக்கீல்தான் விட்டு விடுவாரா? இந்த விஷயத்திலும் அப்படித்தான் நடந்தது. கண்ட இடத்தில் ஸ்ரீதர் நாயக்கை சாட்சி சொல்ல நச்சரித்தார். தினமும் அவர் கடைக்குப் போய் உட்கார்ந்து கொண்டார்.

மதியம் உணவிற்குப் பிறகு நாயக் கடைக்கு வரும் போது கிமானி வக்கீல் அய்யா அவரை வழியிலேயே சந்திக்கத் தொடங்கினார். சில நாட்களுக்குப் பிறகு ஸ்ரீதர் நாயக் பாதையை மாற்றி கோட்டேபேனா தெரு வழியாக வரத்தொடங்கினார். ஆனால் என்ன, வக்கீல் விடுவாரா?

'பாருடா ஸ்ரீதர் இந்த ஒரு முறை நீ சரீன்னு சொல்லு. உனக்குக் கொடுத்த சிமெண்ட் பில் கொடு. சாட்சி சொல். பிறகு நான் அவன் பழைய கணக்கை எல்லாம் கிளரும்படி செய்கிறேன்.'

'இது என்னால் முடியாத வேலை. உதவியவன் தலையில் கல்லைத் தூக்கிப் போடட்டுமா? அவன் இல்லாமல் இருந்தால் வீடு கட்டி முடித்திருக்க முடியாது. பாதியில் வீடு நின்று, மழைக் காலம் வந்தால் கோர்ட் வருமா வீட்டுக்குள் தண்ணீர் எடுக்க?' ஸ்ரீதர் நாயக் கெஞ்சினார்.

'அவன் ஏதோ தில்லுமுல்லு செய்துதான் உனக்குக் கொடுத்திருக்கிறான். பத்துப் பைக்கு செஞ்சவன் நூறு பைக்கும் செய்வான். ஊசி திருடினாலும் திருடன், யானை திருடினாலும் திருடன்' கிமானி வக்கீல் அய்யா பொறுமையாக விவரித்தார்.

'ஆனால் நான்தான் கெஞ்சிக் கூத்தாடி வாங்கியது. அவன் எனக்கு உபகாரம் செய்ய கொடுத்தானே தவிர வேறு எந்த நோக்கத்திலும் அல்ல. அவன் அதிகமாகப் பணம் கூட வாங்கவில்லை.'

'இவை எல்லாம் கண்ணுக்குக் காண்பது போல் எளிதாக இருக்காது. ஊழல் என்றால் லஞ்சம், கையூட்டு மட்டுமல்ல. அப்படி பார்க்கப் போனால் சிமெண்ட் வாங்கிய உன் மீதும் வழக்குப் போடலாம்.'

அவர் சொன்ன எந்த வார்த்தையையும் ஸ்ரீதர் நாயக் மறுக்காவிட்டாலும் சாட்சியாக மட்டும் வர உறுதியாக சம்மதிக்கவில்லை. முடிவில், சாட்சிகள் கிடைக்காமல் வக்கீல் அய்யா வழக்குத் தொடுக்க முடியாமல் போனார்.

★★★

ராமரஹீம்

கிமானி வக்கீல் அய்யாவின் எந்தச் செயலும் தவறென்று சொல்ல முடியாவிட்டாலும் அது ஏதோ ஒரு இடத்தில் ஒரு குண்டுமணி அதிகமாகி சுவை கெட்டுப் போகும். அற்பமான விடயங்களும் கூட தத்துவங்களின்கயிற்றில் சிக்கிப் பூதாகரம் பெற்றுவிடுகின்றன. அதன் சூட்டை அதிகமாக அனுபவித்தது அவர் குடும்பம்தான். ‘படிப்பது வேதம்; அறுப்பது தாலி’ என்ற பேச்சுக்கு இடமில்லாமல் குடும்பத்தார் மீது தேவைக்கு அதிகமாக கடுமையாக இருப்பார். அதனால் அவர் குடும்ப சக்கரம் சலீசாக உருளவில்லை. சில காயத்தழும்புகளை நிரந்தரமாகத் தக்கவைத்துவிட்டுப் போயின. பல ஆண்டுகளுக்கு முன் அவன் மகனுக்கு பெயர் சூட்டும் விடயத்தில் நடந்த நிகழ்வுகள் அப்போது உயிருடன் இருந்த அவர் அம்மாவுக்குக் கொடுத்த சங்கடம் எக்கச்சக்கம்.

திருமணமான ஆண்டே நீலாவதி பிள்ளை பெற்றாள். வக்கீல் அம்மா பிரியாகி இன்னும் இருந்தார். புனேக்குப்போன பிறகு மகன் கைக்குக் கிடைக்க மாட்டான் என்று எண்ணி மகன் திரும்பி வந்து, திருமணமாகி, இப்போது அப்பாவும் ஆகிறான் என்பது அவருக்கு அதிசயமான மகிழ்ச்சியை ஏற்படுத்தியிருந்தது. நீலாவதி பிள்ளைப்பேறுக்கு கோடகணியில் இருக்கும் அம்மா வீட்டிற்குப் போனாள். அவளுக்கு மாதம் நிரம்பிய பிறகு, கோடகணியில் வரும் செய்திக்காக பிரியாகி தினமும் காத்துக்கொண்டிருந்தார். அந்த நாளும் வந்தது. அன்று சனிக்கிழமை. காலை பதினொரு மணி சமயம் வக்கீல் அய்யா வெளியே எங்கேயோ போயிருந்தார். அவர் போன பத்து நிமிடத்திலேயே யஷ்வந்த் என்ற பையன் கோடகணியிலிருந்து வந்திருந்தான். யாரும் கிடைக்காததால் அவனையே செய்தியைச் சொல்லிவரும்படி அனுப்பியிருந்தார்கள். அவன் வீட்டிற்குள் வர நேரமில்லாதவன் போல் வாசலிலேயே ‘நீலக்காவுக்கு ஆண் குழந்தை பிறந்திருக்கிறது’ என்று கூவிச் சொன்னான். பிரியாகிக்கு மகிழ்ச்சி தாங்கவில்லை. ‘வாப்பா உட்கார். சர்க்கரையை வாயில் போட்டுக்க’ என்றவள் அவசர அவசரமாக உள்ளே போய் தேக்கரண்டி நிறைய சர்க்கரையை நிரப்பிக் கொண்டு வந்து அவன் உள்ளங்கையில் கொட்டினார்.

யஷ்வந்தனுக்குப் புறப்படும் அவசரம் இருந்தது. பிரியாகி எளிதாக விடுபவர் அல்ல. அவளிடம் நூறு கேள்விகள் இருந்தன.

‘எத்தனை மணிக்கு பிள்ளை பிறந்தது?’

‘நான் எழுந்தவுடன் இங்கே அனுப்பி வைத்தார்கள் என்றால் காலையிலேயே பிறந்திருக்க வேண்டும்.’

‘நேற்று எப்போ வலி ஆரம்பமானது?’

‘எனக்குத் தெரியாது. நான் வந்ததே நேற்று இரவு.’

‘யார், மீராபாய் வந்திருந்தாளா பிரசவம் பார்க்க?’

‘தெரியாது.’

‘மிகவும் சிரமமா இருந்ததா என்ன?’

‘...’

‘குழந்தை எப்படி இருக்கு? உபேந்திரன் பிறக்கும் போது கொழுக்கு மொழுக்குன்னு இருந்தான். அதனால் எனக்கு பிரசவம் சிரமமாக இருந்தது. ரெண்டு நாள் அவஸ்தைப் பட்டேன். அப்பாடி வெளியே வந்தால் போதுமுன்னு ஆயிடுச்சு எனக்கு.’

யஷ்வந்தன் குழந்தையைப் பார்த்திருக்கவில்லை. ஒரு பிரசவச் செய்தியைச் சொல்ல வரும்போது இவ்வளவு ஏற்பாடுகள் தேவை என்று அவன் நினைத்திருக்கவில்லை. காலை அவனை எழுப்பி தெங்கனகேரிக்குச் செய்தியைச் சொல்லி வர விரட்டியிருந்தார்கள். அதிகம் யோசிக்காமல் அவனும் புறப்பட்டுவிட்டான்.

‘குழந்தை நிறம் அப்பா போலவா? அம்மா போலவா?”

தான் குழந்தையைப் பார்க்கவில்லை என்று அவன் இப்போது சொல்ல வேண்டியதானது. ‘நான் பார்க்கவில்லை. முதலில் போய் செய்தியைச் சொல்லிவிட்டு வா என்று அனுப்பிவிட்டார்கள். நான் புறப்படுகிறேன்,’ என்றவன் புறப்பட எழுந்தான்.

‘சாப்பிட்டு விட்டுப் போ. இனி சாதம் வைக்க இருந்தேன்.’

‘இல்லை, இல்லை. நான் இப்போதே போகவேண்டும். இன்னைக்கு நிறைய வேலை இருக்கு.’

‘ஏதாவது பருகிவிட்டுப் போ. தேநீரா அல்லது கசாயமா?’

‘எதுவும் வேண்டாம். நான் புறப்படுகிறேன். நேரமாச்சு.’ என்றவன் புறப்பட்டுவிட்டான்.

எப்படிப்பட்ட ஆளை செய்தி சொல்ல அனுப்பியிருக்கிறார்கள் என்று கொண்டே, இந்தக் காலத்துப் பசங்களுக்கு எதுவும் சரியாகத் தெரியாது என்று பிரியாகி முனகிக்கொண்டே அன்று மதியம் கோடகணிக்கு புறப்படத் தயாராகிவிட்டார். வக்கீல் அய்யா வீட்டிற்கு வரும் நேரம் மதியச் சமையலைத் தயார் செய்துவைத்து தானும் புறப்படத் தயாரானார். வக்கீல் அய்யா வந்ததும், இருவரும் அவசரமாகச் சாப்பிட்டுவிட்டுப் புறப்பட்டு விட்டார்கள்.

அம்மாவை அழைத்துக்கொண்டு புறப்பட்ட வக்கீல் பேருந்தைப் பிடித்து கோடகணி பிரிவில் இறங்கியபோது மாலையாகி இருந்தது. அங்கிருந்து ஊருக்கு நடந்து போகவேண்டும். அகநாசிக் கரையில் இருக்கும் கோடகணி மிக மனோகரமான ஊர். பாக்கு, தென்னை மரங்கள் நிரம்பி இருக்கும் ஊரின் எந்த வீட்டிற்குப் போகவேண்டுமென்றாலும் பல தோட்டங்களுக்கு நடுவில் இருக்கும் பாதைகளைக் கடந்து போகவேண்டும். அப்போதுதான் மழைக்காலம் முடிந்திருந்ததால் சுற்றிலும் பசுமை செழித்திருந்தது. பிரிவிலிருந்து ஊர்வரை இருக்கும் தொலைவான பாதையைக் கடந்து தோட்டங்களுக்கு நடுவில் வரப்புகளைத் தாண்டி நடக்கும் போது பிரியாகி ‘உபேந்திரா, குழந்தைக்குப் பெயர் சூட்டும் நாள் மீண்டும் வர என்னால் முடியாது. அதுவரை இங்கேயே இருக்கிறேன்’ என்றார். அவள் கையிலிருந்த பெரிய பையின் பொருள் இப்போது அவருக்குப் புரிந்தது.

‘அப்படியே ஆகட்டும். இன்னும் பார்க்காத பேரன் மீது அப்போதே மோகம் பிறந்துவிட்டதே’ என்று அவர் வேடிக்கையாகச் சொன்னார்.

யார் யோசிக்காமல் இருந்தாலும் பிரியாகி மட்டும் பேரன் பிறந்தால் தன் கணவர் ராமராயர் பெயரை வைக்க வேண்டுமென்றும், பேத்தி பிறந்தால் தன் அம்மா பாகீரதி பெயரைச் சூட்ட வேண்டுமென்றும் மனதில் முடிவு செய்துகொண்டிருந்தார். அது அவன் வாயிலிருந்து வரட்டுமென்ற ஆசையில் பிரியாகி ‘பட்டர்

ஜாதகம் பார்த்து எந்தப் பெயர் சொன்னாலும் சொல்லட்டும், நாம் மட்டும் நம் பெரியவர்கள் பெயரையே வைப்போம். எப்படியும் ஐந்து பெயர் வைக்கும் சடங்கு இருக்கிறது அல்லவா, அதில் ஒரு பெயர் சாத்திரப்படியே இருக்கட்டும்' என்றார். அப்படிச் சொல்லும் போது ஜாதகத்தில் நம்பிக்கையே இல்லாத மகனுக்கு இது பிடிக்கும் என்ற நம்பிக்கை அவருக்கு இருந்தது.

வக்கீல் அய்யா ஒரு நிமிடம் அமைதியாக இருந்து பிறகு மெல்லப் பேசினார். 'பட்டர் சொல்வதை நான் எவ்வளவு கேட்பேன் என்பது உனக்குத் தெரியுமல்லம்மா. நான் ஒரு பெயரை முடிவு செய்திருக்கிறேன். இப்போது அல்ல, நான் முன்பு புனேயில் இருக்கும் போதே அதை யோசித்திருந்தேன்.'

'பெரியவர் பெயர் என்றால் உன் அப்பாவின் பெயரா. அதை நான் வாய் விட்டுச் சொல்ல வேண்டுமா என்ன. எப்படியும் என்னால் அவனை அந்தப் பெயர் சொல்லி அழைக்க முடியாது. நான் புத்தூராயன் என்றே அழைப்பேன்' அவன் வார்த்தைகளால் பிரியாகி ஆதங்கத்துடன் சொன்னார்.

'என் மனதில் இருக்கும் பெயரே வேறு அம்மா. ராமரஹீம் என்று. வேண்டுமென்றால் ஐந்து பெயரில் ஒன்றாக அப்பாவின் பெயரை வைக்கலாம். பள்ளியில் பெயர் எழுதும் போது ராமரஹீம் என்றே இருக்கட்டும். இதில் அப்பா பெயரும் இணைந்திருக்கிறதே.'

பிரியாகிக்கு அதிர்ச்சியானது. இறந்துபோன தாத்தாவின் பெயரைப் பேரனுக்கு வைப்பதைப் பற்றி யாராவது அபஸ்வரம் எடுக்கலாம் என்ற கற்பனை கூட அவருக்கு இருக்கவில்லை. அதுவும் மகனிடமிருந்து அதுபோன்ற பேச்சை அவர் எதிர்பார்க்கவில்லை.

'அதென்ன பெயர், அர்த்தமில்லாதது. அப்பாவின் முழுப் பெயர் வேண்டாம் என்றால் முதல் இரண்டெழுத்தை வை.' என்றார். ஏதாவது தோன்றினால் செய்து முடிக்கும் மகனின் இயல்பு தெரிந்திருந்த அவர் பதட்டப்பட்டார். நடை நிதானமானது.

அந்த எதிர்ப்பை வக்கீல் அய்யா ஊகித்திருந்தார். அதனால் அம்மாவே அந்தக் கேள்வியை எழுப்பும்வரை அவர் வாய்திறக்கவில்லை. யார் எதிர்த்தாலும் அந்தப் பெயரை வைக்க வேண்டுமென்ற அவர் முடிவு உறுதியானது.

'அப்படி அல்லம்மா... அது மிகவும் சிறப்பான பெயர். அதில் மகத்துவமான தத்துவம் அடங்கியிருக்கிறது.'

'தத்துவம் தத்துவமுன்னு நீ பாழாப் போகவேண்டாம்டா. மகனுக்கு தாத்தா பெயர் வைப்பது வழக்கம். அதென்ன தத்துவமோ அதை நீயே வைச்சுக்க. இந்த விஷயத்தில் மூக்கை நுழைத்தால் உனக்கு என் மீது சத்தியம்.' உத்வேகத்தில் புசுபுசு என்று மூச்சிரைக்கப் பிரியாகி சொன்னார்.

'சத்தியம், கித்தியம் எல்லாம் வேண்டாம்மா, அதையெல்லாம் நான் நம்பமாட்டேன் என்பதும் உனக்குத் தெரியும்.'

'நீ எதை நம்புகிறாய் சொல்லு. அந்த காந்தியையாவது நீ நம்புகிறாயா? அவன் மீதே சத்தியம் செய்கிறேன். உன்னுடையது மிகையானது. இப்போது தன் பிறந்த குழந்தை பெயர் மீது தத்துவம் பேசறான்.' அவள் நடை மேலும் நிதானமானது.

'காந்தி இருந்திருந்தால், இது அவருக்குப் பிடித்திருக்கும்.' வக்கீல் அய்யா சிரித்தார்.

மகன் சிரித்தது அவன் தன்னை கம்பீரமாக எடுத்துக்கொள்ளவில்லை என்று பிரியாகிக்குக் கோபம் வந்தது.

'அதெல்லாம் எனக்குத் தெரியாது. நீ அந்தப் பெயர் வைத்தால் நான் பெயர் சூட்டு விழாவுக்கு வரமாட்டேன்.' நடந்துகொண்டிருந்த பிரியாகி நின்றுவிட்டார்.

'நான் சொன்ன பெயரில் அப்பா பெயரின் முதல் இரண்டெழுத்து இருக்கிறதுதானே அம்மா. விடு, இப்போது அதை எல்லாம் தொடர்வது வேண்டாம். முதலில் அவர் வீட்டிற்குப் போகலாம். அப்போதே தாமதமாகிவிட்டது.' வக்கீல் அய்யா முன்னால் நடந்தார்.

இருவரும் வீட்டிற்குள் சென்று மங்கிய இருட்டு அறையில் தாய் மகனைப் பார்த்தார்கள். குழந்தை தலைநிறைய முடி இருந்தாலும் அது வக்கீல் அய்யா முடி போல் சுருட்டையாக இல்லாததால் பையன் நீலாவதி சாடையில் இருக்கிறான் என்று முடிவு செய்தார்கள். 'மூக்கு அப்பாவுடையது' என்று பிரியாகி மீள மீள சொல்லி அதையே நிலைநாட்ட முயன்றார். குடும்பத்தாருடன் சேர்ந்து சாப்பிட்டு முடிக்கும் வரை பெயரைப் பற்றி மகனுடன்

நடந்த வாக்குவாதம் பிரியாகி மனத்தில் பின் தங்கிவிட்டது. இரவு உறங்கப் போகும்போது மீண்டும் அதன் நினைவானது. புதிய இடம், சூழ்ந்திருக்கும் இந்த விஷயங்கள், மகனின் பிடிவாதங்களை எல்லாம் நினைத்துக்கொண்டே அவருக்குத் தூக்கம் வரவில்லை. காலை எழுந்து நீலாவதியைப் பார்த்து அவள் காதில் இந்தச் செய்தியைப் போட்டு வைத்தார். அது அவளுக்கும் கவலையைக் கடத்தியது போல் ஆனதே தவிர, நீலாவதியால் அதை எல்லாம் சமாளிக்கும் திறமை இருக்கவில்லை. பிரியாகி அன்று மாலை மகனுடன் தெங்கனகேரிக்குப் புறப்பட்டார். பெயர் சூட்டு விழாவரை இங்கே இருப்பதாகச் சொல்லியிருந்த அம்மா தன்னுடன் புறப்படக் காரணம் வக்கீல் அய்யாவுக்குத் தெரியாதது அல்ல.

மீண்டும் தெங்கனகேரிக்கு வந்த பிறகு ‘மகனுக்கு என்ன பெயர் வைக்கிறீர்கள்?’ என்று யாரோ யதேச்சையாகக் கேட்ட கேள்விக்கு பதிலாக வக்கீல் அய்யா ‘ராமரஹீம்’ என்று சொன்னது ஊர் முழுக்கப் பரவத் தாமதமாகவில்லை. ‘வக்கீல் அய்யா மகனுக்கு துலுக்கன் பெயர் வைக்கிறாராம்.’ என்ற செய்தி பரவியது.பெயர் என்னவென்று பலருக்குத்தெரிந்திருந்தாலும் அது ஒரு முஸ்லீம் பெயர் என்பது மட்டும் தலைக்குள் பதிவானது.

அந்தச் செய்தி பிரியாகியிடம் வந்தடைந்தது. அதுவும் வாயாடி ஹடினபாள ராதாவின் வழியாக. ‘உண்மையா பிரியாகி, உபேந்திரன் மகன் பெயர் பற்றிக்கேள்விப்பட்டேன். அவனுக்கு உங்க வீட்டுப் பெயர் எதுவும் கிடைக்கவில்லையாடி? துலுக்கன் பெயரை வைக்கிறானாம். நாளைக்கு முஸ்லீம்‘உபநயனமும்’ செய்வான் பார். வாழ்க்கையில் எல்லாம் சரியாக இருக்கும் போது கடவுள் தர்மம் வேண்டாம். நீ சும்மா இருக்கிறாயே, மகன் காதை திருகிச் சொல்.’ என்று ஆட்சேபணை தகராறு நக்கல் கலந்து பிரியாகி காதில் போட்டுவைத்தாள். அது முஸ்லீம் பெயர் என்பது பிரியாகிக்குக் கவலையை ஏற்படுத்தியது. ராமரஹீம் என்ற பெயரில் ராமன் இருக்கிறான் என்று சொல்ல வந்த பிரியாகிக்கு அதை எப்படிச் சொல்லவேண்டுமென்று தெரியவில்லை. அவருக்கு ராமரஹீம் பெயரின் பொருளும் தெரிந்திருக்கவில்லை. தத்துவத்திற்காக ஒருநாள் இல்லை ஒருநாள் அவமானப்படுவான் என்பதைப் பற்றி உறுதியாக இருந்த அவருக்கு அவன் முஸ்லீம் பெயரை வைத்தாலும்

வைப்பான் என்று தோன்றியது. ஆனாலும் முஸ்லீம் பெயர் என்ற களங்கம் ஏற்படாமல் இருக்கட்டுமென்றும், அதிலும் ராதாவின் கூர்மையான நாக்கிலிருந்து தங்களைக் காப்பாற்றிக் கொள்ள வேண்டுமென்றும் அதை முடிந்த அளவிற்கு மென்மையாக்க முயன்றார்.

'எனக்கு அதெல்லாம் தெரியாது ராதா. இப்போது உன் வாயிலிருந்து தான் முதல் முறையாகக் கேட்கிறேன். இருந்தாலும் இருக்கலாம். நம்மவர்களுடைய சில பெயர்கள் அவர்கள் பெயர் போலவே இருக்குமாம். அவன் வடநாட்டில் இருந்த போது எங்கேயோ தெரிந்துகொண்டு அந்தப் பெயரை வைக்கலாம். பெயர் வைத்ததும் ஏதாவது மாறுமா என்ன? என்ன பெயர் வைத்தாலும் நான் புத்தூரராயன் என்றுதான் அழைப்பேன்.'

அன்றே மீண்டும் பிரியாகிக்கும் வக்கீல் அய்யாவுக்கும் இதே விஷயமாகத் தகராறு நடந்தது. 'நீ அந்தப் பெயர் வைத்தால் நான் பெயர் சூட்டு விழாவிற்கு வரமாட்டேன்' என்று பிரியாகி பிடிவாதம் பிடித்தார்.

'ஜனங்க முஸ்லீம் பெயர் என்று சொன்னாலும் நான் அந்தப் பெயரைத்தான் வைப்பேன். உனக்குத் தேவையில்லை என்றால் பெயர் சூட்டு விழாவுக்கு வரவேண்டாம்' என்று வக்கீல் அய்யா கடுசாக சொல்லிவிட்டார்.

இப்படி வக்கீல் அய்யாவின் பிடிவாதத்தால் அவர் மகன் ராமரஹீம் என்ற பெயரைப் பெற்றுக்கொண்டான்.

இரண்டு ஆண்டுகளுக்குப் பிறகு அவர் மகள் பிறந்த போது விஜயா என்ற பெயரைத் தெரிவு செய்தவரும் அவர்தான். அவர் என்ன பெயர் வைப்பார் என்று மக்கள் ஆர்வத்துடன் காத்திருந்தார்கள். சிறிது தளர்வான நாக்குடையவர்கள் விஜயாபீபீ என்று கிண்டல் செய்தார்கள். ஆனால் விஜயா என்பது ராமரஹீம் பெயர் போல் ஊருக்கு மனரஞ்சகமாக இருக்கவில்லை. அந்தப் பெயரால் மிகவும் ஆறுதல் அடைந்தது நீலாவதி. மகனுக்குப் பெயர் சூட்டியது போல் ஏதாவது அபத்தமான பெயரை வைத்தால் பிறகு திருமண வேளையில் அந்தப் பெயரே ஒரு சாபக்கேடாகலாம் என்ற ஆதங்கம் விலகியது.

★★★

சதானந்த ஆசிரியர்

தன் பாட்டிற்கு அவருடைய ஏற்ற இறக்கங்களுடன் நடந்து கொண்டிருந்த சதானந்த ஆசிரியரின் வாழ்க்கை வக்கீல் அய்யாவின் வரவால் அல்லோலகல்லோலமானது.

சதானந்த ஆசிரியரின் ஊர் சிரசிக்கு அருகில் பைரும்பே. அவர் பல ஆண்டுகள் பணியாற்றியது யெல்லாபுரத்தில். அங்கிருந்து தெங்கனகேரிக்கு வந்தது மனைவியின் ஆஸ்துமா நோய் காரணமாக. கடற்கரைப் பகுதியில் வளர்ந்த அவளுக்கு திருமணத்திற்கு முன்பே ஆஸ்துமா இருந்து அது குடும்பத்தாரைத் தவிர வேறு யாருக்கும் தெரிந்திருக்கவில்லை. திருமணத்திற்குப் பிறகு யெல்லாபுரத்திற்கு வந்ததும் மலை மீதிருந்த குளிருக்கு அது முதல் நாளிலிருந்தே அதிகமானது. சதானந்த ஆசிரியரின் தாம்பத்தியத்தின் ரம்மியமான கற்பனைகள் ஆஸ்துமா சத்தத்திலேயே திணறின. அவள் எப்போதும் மூச்சுத்திணறி இரைப்பதைப் பார்த்துப் பார்த்துச் சகிக்கமுடியாமல் அவர் பலர் கால்களைப் பிடித்து மலைக்குக் கீழே தெங்கனகேரி பள்ளிக்கு மாற்றல் வாங்கிக்கொண்டு வந்தார். தெங்கனகேரிக்கு வந்து அவள் உடல்நலம் சிறிது சுதாரித்துக் கொண்ட பிறகு அவருக்கு மனைவியின் இயல்பு சரியாக அறிமுகமானது. யெல்லாபுரத்தில் மூச்சுவிடத் தவித்துக்கொண்டிருந்த போது அமைதியாக இருந்தவள் இங்கே உடல்நலம் சரியாகத் தொடங்கியவுடன் அப்படியே தன் வெறிபிடித்த குணத்தால் ஆசிரியரை வாணலியில் இருந்து நெருப்பிற்குத் தள்ளினாள்.

ரமாவுக்கு இரண்டு விசித்திரமான பழக்கங்கள் இருந்தன. முதலாவது நிறைய பால் வாங்கி புரையூற்றி, வெண்ணெய் எடுப்பது. அது அவளுக்கு என்ன ஆறுதலைக் கொடுக்கும் என்பது கடவுளுக்குத்தான் வெளிச்சம். வீட்டில் இருப்பது அவர்கள் இருவர் தான் என்றாலும் நான்கு படி பால் வாங்குவாள். கிடைத்தால் இன்னும் அதிகம். சில நாள்கள் அதிகம் பால் மீதமானால் பாலூற்றும் பொம்மியாகட்டும், நாராயண கொண்டன் ஆகட்டும் இவள் வீட்டிற்கு வந்து பால் கொடுத்துப் போவார்கள். பால் வாங்க ரமா என்றும் இல்லை என்று சொன்னதில்லை.

இவர்களுக்குத் தேவையான இரண்டு கரண்டி பாலை எடுத்து வைத்துக்கொண்டு மற்றதைப் புரையூற்றித் தயிர் கடைவாள். நான்கு பேரிடமிருந்து அவள் ஒவ்வொரு படி பால் வாங்கிக் கொள்வதால் அதை நான்கு வெவ்வேறு பாத்திரங்களில் புரையூற்றி வைப்பாள். அதற்கு அவள் செய்யும் அட்டகாசம் அடேயப்பா! பாலைக் காய்ச்சியதும் அதை ஆடையோடு குளிரவைப்பது. ஏதோ ஒரு வெப்பத்தில் பால் அதிகக் கெட்டியான தயிரைக் கொடுக்கும் என்பது அவளுக்குத் தெரியும். அந்த நொடிவரை காத்திருப்பாள். பால் பாத்திரத்து வெளிப்பகுதியை அவ்வப்போது இரண்டு உள்ளங்கைகளால் பிடித்து வெப்பத்தைப் பரிசோதிப்பாள். சரியான பதத்திற்கு வந்திருக்கிறது என்று தெரிந்தவுடன் கடைசி சோதனையாக வலதுகை சுண்டுவிரலை அதில் முக்கி, மனம் நிறைவடைந்தால், அதற்கு ஓரளவில் தயிர் கலந்து மர மத்தில் ஒரே ஒரு முறை கடைவாள். பிறகு அதை யாரும் தொடக்கூடாது. தொட்டால், அல்லது அது அசைந்தால் தயிர் சரியாக வராது என்பது அவள் நம்பிக்கை. அதனால் யாரும் தொடாதபடி, அசையாமல் இருக்கும்படி அப்படியே அதன் மூடியுடன் பூசையறைக் கோக்காலிப்பலகை மீது ஏற்றிவைப்பாள்.

இன்று புரையூற்றியதை எடுப்பது மீண்டும் மறுநாள் காலையில்தான். சதானந்த ஆசிரியர் பள்ளிக்குப் போன பிறகு அவளுக்கு இதே வேலை. ஒவ்வொரு பாத்திரமாக எடுத்துத் தயிரைக் கடைந்து வெண்ணெய் எடுப்பது. அவள் அடுப்படி பின்கதவைத் திறந்தால் அங்கே இருந்து பின்கட்டு தெரியும். தயிர் கடையும் மத்துக்குச் சுண்டுவிரல் அளவு தடித்த இரண்டு கயிறு முடிச்சுகள். ஒரு பீங்கான் போகணியில் அவள் தயிர் கடைவது. எந்தப் பாத்திரப் புரை யார் கொடுத்த பால் என்பது அவளுக்கு அத்துப்படி. தினமும் அவள் வெண்ணெய் எடுத்ததும் கண்ணால் அதை அளந்து மனதில் பதியவைத்துக் கொள்வாள். அப்படி எடுத்த வெண்ணெய் உருண்டைகளை முதல் நாள் எடுத்த வெண்ணெயுடன் சேர்த்து வைப்பாள். வெண்ணெய் கட்டி மீது இன்றைய கட்டியைச்சேர்ப்பதுவும் கூட நுண்ணிய வேலைதான். முதல் நாள் வெண்ணெய் சிறிது மஞ்சளாக,வாசனை மாறி, மூடிவைக்கும் முன் அவள் வருடிய விரல் அடையாளங்களைத் தக்க வைத்துக்கொண்டு மிருதுவாக இருக்கும்.

பால் தயிர்களை வைக்கவென்று கறுப்பு நிறச் சிறிய மர அலமாரி இருக்கும். எலி, பூனை புகாதபடி, ஆனால் காற்றோட்டமாக இருக்க அதற்குச் சிறு துளைகள் இருக்கும் சல்லடைக் கதவு. ஒன்றன் பின் ஒன்றாக தயிர் பாத்திரத்தை எடுத்து மீண்டும் சரபர என்ற சத்தம் வரும்படியாகக் கடைந்து, அப்படிக் கடையும் போது வெளியே பின்கட்டுப் பக்கம் அவ்வப்போது பார்த்துக்கொண்டு, கடைந்த வெண்ணெயை இன்னொரு பாத்திரத்தில் சேர்த்து, அதை உள்ளே வைத்து மற்றொரு பாத்திரத்தைக் கோக்காலிப்பலகை மீதிருந்து இறக்கி, வெந்நீரால் மத்தைக் கழுவி, இப்படி அவளுடைய பாதி நாள் சிரமமான வேலைகளில் கழிந்து போகும்.

வெண்ணெய் கடைந்த பிறகு எஞ்சிய மோரை இருவரும் சேர்ந்து எவ்வளவு குடிக்க முடியும்? மீதமான மோர் வீட்டுப் பின்கட்டில் கைத்தோட்டச் செடிகளுக்குப் போய்ச் சேரும். தினமும் ஊற்றுவதால் எல்லா செடிகளுக்கும் அடியிலும் மோரின் வெள்ளைப் பசை.

‘நீ போன பிறவியில் பால்காரன் வீட்டில் பிறந்திருக்கலாம்’ என்று சதானந்த ஆசிரியர் ஆரம்பத்தில் கிண்டல் செய்வார். ஆனால் நாட்கள் கடக்க நாலு படிப்பாலை இப்படி தயிர் கடைந்து, வெண்ணெய் எடுத்து, செடிக்கு மோரை ஊற்றி, வெண்ணெய் வீணாகும் என்று நெய் காய்ச்சி அதை என்ன செய்வது என்று தெரியாமல் யார் யாருக்கோ கொடுத்துவிடும் அவள் பழக்கம் சதானந்த ஆசிரியருக்கு மிகவும் விலையுயர்ந்ததாகத் தெரிந்தது. எங்கெங்கோ கை கடிக்க, பிடிமானமாகச் செலவு செய்து மிச்சம் பிடித்த பணத்தை வெண்ணெய் எடுக்கும் மகிழ்ச்சிக்கும், தினமும் புது வெண்ணெய்க் கட்டியைப் பார்க்கும் சந்தோஷத்திற்கு வீணடிப்பது அவருக்குப் புரியவே இல்லை. அவருக்கு மட்டுமல்ல ஊரில் யாருக்கும் புரியவில்லை. அது மட்டுமல்ல இது ரமாவுக்கும் புரியவில்லை. அதைச் செய்யும் போது இருக்கும் மகிழ்ச்சி, அந்த வெண்ணெய் கடைந்து குவிந்து கிடக்கும் வெண்ணெய் உருண்டைகளின் காட்சி அவளுக்கு அதிசயமான நிறைவைக் கொடுத்தது.

எங்காவது மஞ்சள் குங்குமத்திற்கு அழைத்தால் அவள் அங்கே வரும் பெண்களிடம் சுற்றிவளைத்துக் கேள்விகள் கேட்டு,

அவர்கள் வீட்டில் எவ்வளவு பால் வாங்குகிறார்கள், எவ்வளவு புரையூற்றுகிறார்கள், எவ்வளவு வெண்ணெய் வருகிறது, எவ்வளவு நெய் கிடைக்கிறது போன்றவற்றை விவரமாகத் தெரிந்துகொள்வாள். அவள் முன்னால் கம்பீரமாக பதிலளிக்கும் பெண்கள் முதுகுக்குப் பின்னால் நக்கலாகப் பேசிக்கொள்வார்கள். இப்படி பால் வாங்குவதை விட, இரண்டு எருமைகளை அல்லது பசுக்களை வளர்க்கலாம் என்று யாரோ பரிந்துரை செய்தார்கள். ஆனால் அதைச் செய்யவே முடியாத இன்னொரு இயல்பும் அவளிடமிருந்தது.

அது என்னவென்றால் சுகாதாரத்தைப் பற்றி அவளுக்கு இருந்த பயம். பயமல்ல, ஒருவகையான அசாத்தியமான அக்கறை. அதொரு நோய்தான். திடீரென்று அவளுக்கு எல்லாம் அசுத்தமாக இருக்கிறது என்று தோன்றும். அப்படித் தோன்றியதும், கண்டதை எல்லாம் துடைப்பதும், சில சமயம் துணியால் துடைப்பதும், சில சமயம் தண்ணீர் ஊற்றிக் கழுவுவதும் நடக்கும். நேரம் காலம் தெரியாமல் வீட்டில் அவள் எதெதைச் சுத்தம் செய்யத் தொடங்குவாள் என்பதை ஊகிக்கக்கூட முடியாது. பாத்திரம் பண்டங்களை மட்டுமல்ல, கை கால்களையும் அலம்புவது.

ஒரு நடு இரவு நேரத்தில் அவள் எழுந்து வாளியில் தண்ணீர் நிரப்பிக்கொண்டு முழுத் தரையையும் ஈரத்துணியால் துடைக்கத் தொடங்கினாள். ஆசிரியருக்கு விழிப்பு வந்து அருகில் இருந்த கடிகாரத்தைப் பார்த்தால் அதன் ஒளிரும் முற்கள் இரண்டு மணியைக் காட்டின. எழுந்து வந்து பார்த்தால் ரமா குத்துக்காலில் உட்கார்ந்துகொண்டு தரையைத் துடைப்பது தெரிந்தது. அப்போதே வெளி வராண்டாவைத் துடைத்துவிட்டு நடுக்கூடத்திற்கு வந்திருந்தாள். துணியை வாளியில் முக்கி முக்கி எடுத்து, அதைப் பிழிந்து, பிறகு அதில் தரையைத் துடைத்துக் கொண்டிருந்தாள். சத்தம் வராமல் இருக்கட்டுமென்று வாளியை மெதுவாக இழுத்தாள். ஆசிரியர் வந்தது அவளுக்குத் தெரிந்தது. அது ஆசிரியருக்கும் தெரிந்தது. அவர் எதுவும் சொல்லவில்லை. வெறுமனே கதவில் சாய்ந்து நின்றுகொண்டார். சிறிது நேரத்திற்குப் பிறகு போய் படுத்துக்கொண்டார். அவள் அந்தக் கூடத்தை முடித்து, சமையலறையை முடித்து, கடைசியாக பூசையறையையும் துடைத்து, வாளியை காலி செய்து குளியலறையில் வைத்துவிட்டுப்

படுக்க வந்தாள். ஆசிரியர் எதுவும் பேசவில்லை. அவர் விழித்துக்கொண்டுதான் இருந்தார். சிறிது நேரத்திற்குப் பிறகு அவருக்கு ரமா அழுவது தெரிந்தது. அவள் மௌனமாக ஓசையில்லாமல் அழுதுகொண்டிருந்தாள். ஆசிரியர் நிம்மதியாகப் படுத்திருந்தார். அவளை ஆறுதல் படுத்த தான் பேசும் எந்தப் பேச்சுக்கும் வலுவிருக்காது என்று அவருக்குத் தோன்றியது. மேலும் தனக்குத் தெரியாமல் இருக்கட்டுமென்று அவள் அழும்போது அது தனக்குத் தெரியுமென்று வெளிப்படுத்துவது அவரால் இயலவில்லை. அப்படி அவள் முதுகை வருட நீட்டிய கையை அப்படியே அங்கேயே நிறுத்திவிட்டார். தான் அவளுக்குத் துணையாக இருக்கிறேன் என்பது சொல்லாமலேயே அவளுக்குத் தெரியட்டும் கடவுளே என்று மனதிற்குள் வேண்டிக்கொண்டார். ஒரு தாம்பத்தியத்தில் வாய்விட்டுச் சொல்லாமலே ஒருவரை ஒருவர் புரிந்துகொள்ளும் எத்தனை சங்கதிகள் இருக்கின்றன என்பது அவருக்கு அப்போது முதல் முறையாகத் தோன்றியது. அந்த நாளுக்குப் பிறகு அவளிடம் வெண்ணெயைப் பற்றியாகட்டும் பாலைப் பற்றியாகட்டும் சொல்வதை நிறுத்திவிட்டார். யார் என்ன சொன்னாலும் அவளால் வீட்டில் பசுவைக் கட்டுவதாகட்டும், தொழுவத்து வேலைகளைச் செய்து கொண்டிருப்பதாகட்டும் சாத்தியமே இல்லை என்பது அவருக்குத் தெரிந்துவிட்டது. மொத்தத்தில் அவர் பொருளாதார நிலை மேம்படவே இல்லை. மோரைக் கடைந்து வெண்ணெய் எடுப்பது, வீட்டை சுத்தம் செய்வது இந்த இரண்டு வேலைகளில் அவள் முழு நாளும் கழிந்துவிடும்.

மலையை விட்டிறங்கி கடற்கரைப் பகுதிக்கு வந்ததால் சதானந்த ஆசிரியரின் வாழ்க்கை சிரமமானது. ஆரம்பத்தில் தட்பவெப்பநிலை அவருக்கு ஒத்துக் கொள்ளவில்லை. அந்த வெப்பத்தைத்தாங்கிக்கொள்வது சிரமமாக இருந்தது. இரண்டாவது இங்கே யாரும் நண்பர்கள் இருக்கவில்லை. யெல்லாபுரத்தில் இருக்கும் போது அடிக்கடி சிகரெட் புகைக்க பிரபாகர் என்ற ஓய்வு பெற்ற ராணுவ மனிதர் கிடைப்பார். வாரத்தில் மூன்று நாளாவது இருவரும் ஒன்றாகக் காற்று வாங்கும் சாக்கில் ஹுப்பள்ளி சாலையில் நடந்து ஊருக்கு வெளியே இருக்கும் சிறு பாலத்தின் மீது அமர்ந்து ஒரு சிகரெட் புகைப்பார்கள். பிரபாகருக்கு யார்

பயமும் இல்லாவிட்டாலும், 'ஆசிரியரே இப்படிச் செய்தால் எப்படி' என்ற தார்மீக அழுத்தத்தைத் தாங்கிக்கொள்வது சதானந்த ஆசிரியருக்கு அத்தனை எளிதாக இருக்கவில்லை. இந்த ஊருக்கு வந்த பிறகு பிரபாகர் போல் கூட்டாளி யாரும் கிடைக்கவில்லை. சங்கடங்களுக்கு கலசம் வைப்பது போல் ரமாவால் பாதி ஊதியம் பால்காரனுக்குப் போகும். எப்படிப் பார்த்தாலும் இந்த ஊரில் அவர் தலையெழுத்து களை இழந்திருந்தது.

அதற்கு இடையில் இந்த ரேஷன் கடை நிகழ்வால் சதானந்த ஆசிரியர் வாழ்க்கையில் வக்கீல் அய்யாவின் நேரடி தலையீடு இருந்தது. ஒருநாள் அவர் விட்டோபனின் ரேஷன் கடையிலிருந்து வெறும் கையோடு வந்துகொண்டிருந்தார். அவர் கடைக்குப் போனது இது மூன்றாவது முறை. இப்படி மக்களுக்குத் தண்ணி காட்டுவது விட்டோபனுக்கு சலீசாக இருந்தது. சில சமயம் அது அவன் பொழுதுபோக்காகவும் இருந்தது. சர்க்கரையோ அரிசியோ காலியானதற்கு அவன் ஒருங்கிணைந்த அரசாங்கத்திலிருந்து தொடங்கி தாலுக்கா அலுவலகம் வரை எல்லோரையும் திட்டித் தீர்ப்பான். ரேஷன் பொருள் வாங்கப் போனவர்களுக்கு அவன் யார் சார்பாகப் பேசுகிறான் என்பது தெரியாமல் தாங்கள் போன நோக்கமே மறந்து போகும். சதானந்த ஆசிரியர் போனபோதும் அப்படித்தான் நடந்தது. முதல் முறை அவர் வந்து கேட்டபோது, 'இன்னும் வரவில்லை ஆசிரியரே. ஓரிரு நாட்களில் வரலாம்' என்று சொல்லியிருந்தான். இரண்டாவதுமுறை அவர் போனது இரண்டு நாட்களுக்குப் பிறகு. அப்போதும் 'இன்னும் இல்லை ஆசிரியரே. இந்த முறை மக்கள் என் கடையை முற்றிகையிடும்படி செய்துவிடுவார்கள் போல் அந்தத் தேவடியாப் பசங்க. சரியான தேதிக்கு அனுப்புவதில்லை. இங்கே ஜனங்கள் என் உயிரை வாங்குகிறார்கள்' என்று ஆரம்பித்து அங்கிருந்து சராவதி பாலத்து மோசமான கட்டுமானப் பணிவரை போய்ச் சேர்ந்திருந்தான். அவர் புறப்படுவதற்கு முன் கடையின் உயரமான திண்ணை மீது உட்கார்ந்த இடத்திலிருந்தே 'சர்க்கரை வந்ததும் வாங்க. இந்த முறை தாமதமாகி விட்டது. மக்கள் எறும்பு முற்றுவது போல் முற்றிக்கொண்டு என்னிடமிருந்து பறித்துக்கொண்டு போய்விடுவார்கள். பிறகு நான் கொடுக்கவில்லை என்று சொல்ல வேண்டாம்.' என்று எல்லா பொறுப்பையும் ஆசிரியர்

மீது போட்டுவிட்டான். ரேஷனில் கிடைக்காவிட்டால், சந்தை விலையில் சர்க்கரை வாங்க ஆசிரியர் கை கடிக்கும். நாளுக்கு நாள் அவர் பொருளாதார நிலைமை நலிந்துகொண்டே இருந்தது. கோகர்ணாவுக்கு பெரியப்பா வீட்டிற்கு சிவராத்திரிக்குப் போய் வரக்கூட அவர் முன்னும் பின்னும் பார்ப்பது போலானது. அந்தப் பக்கம் போனால் மிசல்பாஜி (இது ஒருவகை சிற்றுண்டி-காரக்குழம்பில் காரச்சேவை கலந்து-ரொட்டியுடன் சாப்பிடுவது) சாப்பிட விருப்பமாகுமென்று ஜெய்ஹிந்த் ஹோட்டல் பக்கம் போவதையே விட்டுவிட்டார். அவருக்கு விட்டோபனின் நடத்தையால் விசித்திரமான பிடிவாதம் ஏற்பட்டு இந்த முறை அரிசி, சர்க்கரை முழுக் கோட்டாவையும் வாங்கவேண்டுமென்று முடிவு செய்தார்.

மூன்றாவது முறை ஆசிரியர் போனது நான்கு நாட்களுக்குப் பிறகு. மாலை நேரம். விட்டோபன் அவசரத்தில் இருப்பவன் போலவும் பேசுவதற்கு நேரமில்லாதவன் போலவும் ஆசிரியர் இன்னும் தொலைவில் இருக்கும் போதே கையசைத்து இல்லை என்று சொன்னான். ஆசிரியர் கடைக்கு முன்னால் போய் நின்றதும் 'சொல்லி இருந்தேனே ஆசிரியரே, நேற்று ஏன் வரவில்லை? முந்தாநாள் சாயந்திரம் வந்தது. வந்ததும் பாருங்க அதை எண்ணி உள்ளே எடுத்து வைக்கவும்என்னை விடாமல் ஜனங்கள் முற்றிக்கொண்டு காலி செய்து விட்டார்கள். ஆனாலும் மூட்டைக்கு அடியில் இருந்ததில் கொஞ்சம் வைத்திருந்தேன். தங்கத்தையாவது பாதுகாக்கலாம். ரேஷன் சர்க்கரையைப் பாதுகாப்பது இந்தக் காலத்தில் முடியாது' என்றான். ஆசிரியரை வாய் திறக்க விடவேயில்லை. இன்று அவன் வேலையாள் ஹம்மண்ணா வரவில்லை என்பதைப் பெரிய விஷயமாக்கிப் பேசத் தொடங்கினான். 'காலையிலிருந்து நானே எடை போடுவதும், நானே கூலி ஆள் போல் மூட்டையைத் தூக்கி வைப்பதுமாக இருக்கிறேன். எண்ணெயையாவது நாளைக்கு வாங்கிக்கங்கன்னு சொன்னா ஜனங்க விடணுமே. எதிரில் எண்ணெய் தெரிகிறது, ரேஷன் கடை திறந்திருக்கு, என்ற பிறகு இந்த விட்டோபனின் பிணம் விழுந்தாலும் சரி, எங்களுக்கு எண்ணெய் கிடைத்தால் போதும் என்று ஒரே பிடிவாதம். போதுமாப் போச்சு இந்த ரேஷன் கடை சகவாசம். நாலு காசு ஆசைக்கு இதைக் கட்டிக்கிட்டு

அழறது போதும் போதும் போலாகிவிட்டது. அந்தத் தரித்திர ஹம்மண்ணாவுக்கு கனவு விழும் போல். சர்க்கரை வரும் நாள் சரியா மட்டம் போடறான். இது இரண்டாவது முறை.' இப்படி விட்டோபனின் புலம்பல் கதை நிற்கவே இல்லை. மாலை நேரம் அவன் புராணம் கேட்கும் மனம் ஆசிரியருக்கு இருக்கவில்லை. அவர் பேசாமல் திரும்பினார். வேறு வழியேஇருக்கவில்லை. வியாபாரிகள் வாயில் இந்த ஒப்பேற்றும் பேச்சுகள் சிறுவயதிலேயே எவ்வளவு சல்லீசாக வருகிறது என்று யோசித்துக் கொண்டே வீட்டை நோக்கிப் புறப்பட்டார்.

கையில் காலிப்பை, தலைக்குள் பல கவலைகள், மனதில் துயரத்தை நிரப்பிக்கொண்டு மெல்ல நடந்துகொண்டிருக்கும் போது கிமானி வக்கீல் அய்யா எதிரில் வந்தார்.

அவர் கையில் இருந்த காலிப் பையைப் பார்த்து, 'என்ன வாங்க புறப்பட்டே?' என்று கிமானி வக்கீல் அய்யா கேட்டார்.

'ரேஷன் சர்க்கரைக்கு கடைக்குப் போனேன். போக சிறிது தாமதமாகி விட்டது. நேற்றே வந்திருந்தால் கிடைத்திருக்கும் என்கிறான் விட்டோபன். எப்போது சர்க்கரை வருகிறது, எப்போது கொடுக்க ஆரம்பிக்கிறான், எப்போது தீர்ந்து போகிறது என்பது யாருக்கும் தெரிவதில்லை.'

'அது அப்படியல்ல சதானந்தா. எத்தனை கார்டு இருக்கிறதோ அவ்வளவு சர்க்கரை வரும். அதில் இவனுடைய சிபாரிசு என்ன இருக்கிறது. எத்தனை மூட்டை சர்க்கரை வந்தது, அவன் யார் யாருக்குக் கொடுத்தான் என்று கணக்குக் காட்டட்டும். இப்போ நீ என் கூட வா. உனக்கு எப்படிக் கொடுக்காமல் போவான் பார்க்கிறேன்' கிமானி வக்கீல் அய்யா போருக்குத் தயாரானார்.

ஆசிரியருக்கு சர்க்கரை தேவை இருந்தது. ஆனால், அவர் விட்டோபனிடம் தகராறு செய்யத் தயாராக இல்லை. ஒரு காலத்தில் விட்டோபனின் மகன் அவர் மாணவனாக இருந்தான். அப்போது அவனை அறைந்திருந்திருக்கலாம், அதற்குத் தன்னை அலைக்கழிக்கிறான் என்றும் கூட அவர் நினைத்தது உண்டு. இன்று சர்க்கரை கொடுத்தாலும் நாளைக்கு மண்ணெண்ணெய்க்கு நடக்கவிடாமல் இருப்பானா. அடுத்த மாதம் அரிசி கொடுப்பானா என்று ஆசிரியர் கவலைப்பட்டார். 'இப்போ போகட்டும் விடுங்க

அய்யா. திரும்ப அங்கே போக மனமில்லை. நாளைக்குப் பார்க்கலாம்' என்று சதானந்த ஆசிரியர் நழுவிக்கொள்ளப் பார்த்தார். அவருக்கு இந்தக் கிமானி வக்கீலிடம் மாட்டிக்கொண்டு தகராறு செய்ய விருப்பமில்லை. அது மட்டுமல்ல ஆசிரியர் பல காரணங்களுக்காக ஊரில் எல்லோருக்கும் கடமைப்பட்டவர். அப்படியானவர் கனவிலும் கூட யாரையும் பகைத்துக் கொண்டவரல்ல.

கிமானி வக்கீல் அய்யா அத்துடன் விடுபவரல்ல. 'நீயே இப்படிச் சொன்னால் எப்படி? நீங்கள் பிள்ளைகளுக்குப் பாடம் சொல்லிக் கொடுப்பவர்கள். கல்வி கற்பிப்பவன் வாழ்க்கையில் லட்சியத்தைக் கடைபிடிப்பது மிகவும் சிரமம் சதானந்தா. உன்னிடம் இல்லாத துணிச்சலைப் பிள்ளைகளுக்கு எப்படிச் சொல்லிக்கொடுப்பாய்? இப்போது என்னுடன் வா?'

சதானந்த ஆசிரியர் நின்ற இடத்திலிருந்து அசையவில்லை. அவர் கையிலிருந்த மங்கிய நீல நிறப் பை காற்றுக்கு அசைந்தாடிக் கொண்டிருந்தது. அதை அவர் மடித்து இடது கையில் பிடித்துக் கொண்டார். எப்படி கிமானி வக்கீலிடமிருந்து விடுபடுவது என்பது அவருக்குத் தெரியவில்லை.'இருக்கட்டும் விடுங்க, பரவாயில்லை' என்பதைத் தவிர அவர் வாயிலிருந்து வேறு வார்த்தைகளே வரவில்லை.

'இருக்கட்டும் விடுங்கள் என்றால், உனக்கு சர்க்கரை வேண்டாமா? தேவை இல்லை என்றால் எதற்குக் கேட்கப் போனாய்? எனக்கு எல்லாம் தெரியும். அவன் என் முன்னால் சொல்லட்டும். எனக்கு அவன் வியாபாரம் எல்லாம் நல்லாத் தெரியும். யார் யார் கார்டுக்கு எவ்வளவு சர்க்கரை எழுதுகிறான், எவ்வளவு கொடுக்கிறான் என்பதை எல்லாம் வெளியே எடுக்கும் நேரத்திற்காகக் காத்திருந்தேன். இப்போது திருடன் மாட்டிக்கிட்டான்.'

'எனக்கு சர்க்கரை வேண்டாம் வக்கீல் அய்யா.' தான் அப்படிச் சொன்னது ஆசிரியருக்கே வியப்பாக இருந்தது. அவருக்கு இந்த வம்பில் மாட்டிக்கொள்ள சுத்தமாக விருப்பமில்லை.

இப்போது வக்கீல் அய்யாவின் குரல் ஓங்கத் தொடங்கியது. 'அவனுக்குச் சொந்தமா எந்த அதிகாரமும் கிடையாது. அரசாங்கம்தானே அவனுக்கு இந்த ரேஷன் கடையை நடத்த அனுமதி அளித்தது. அதை அவன் சரியாக நடத்த வேண்டும்.

எந்தக் காரணத்திற்கும் தில்லுமுல்லு நடக்கக்கூடாது. அதுதான் நாட்டுக்குச் செய்யும் சேவை. அதில் அவன் ஏதாவது குறை வைத்தால் யாராவது புத்தி புகட்டணுமல்ல.'

'நமக்கு எதுக்கு அதெல்லாம் வக்கீல் அய்யா.' இவ்வளவு சொல்லிய ஆசிரியரால் பிறகு வாய்திறக்க முடியவில்லை.

வக்கீல் அய்யாவுக்குக் கோபம் தலைக்கு ஏறியது. 'சதானந்தன் இப்படி அநீதியை சகித்துக் கொள்வது, அது அநீதி இழைப்பதை விடவும் தீயது. நீ பொறுத்துக்கொண்டால் அவன் நாளை இதையேதான் இன்னும் நாலு பேருக்கு செய்வான். இன்று தாக்கினால் நாளை தயங்குவான். இதை எல்லாம் ஆசிரியனான உனக்கு நான் சொல்ல வேண்டியதில்லை. இங்கிருந்து நான்கு எட்டுத்தான் இருக்கிறது அவன் கடை. நீ எதுவும் பேசவேண்டாம். அமைதியா வா போதும். எல்லாம் நான் பேசுகிறேன். திருடன் மாட்டியிருக்கான். அவனுக்கு சரியா புத்தி புகட்டணும்,' வக்கீல் அய்யாவின் ஆர்ப்பாட்டத்தைப் பார்த்து, அவர்களுக்கு இடையில் தகராறு நடக்கிறது என்று எண்ணி தெருவில் சென்றுகொண்டிருந்த ஓரிருவர் நின்று பார்க்கத் தொடங்கினார்கள்.

'எனக்கு இந்தத் தகராறு தேவையில்லை வக்கீல் அய்யா. விட்டோபன் இந்த ஆசிரியரிடம் பொய் சொல்ல மாட்டான். அப்படி அவன் செய்தால் செய்துவிட்டு பாழாய்ப் போகட்டும்.'

வக்கீல் அய்யாவின் கோபம் வானைத் தொட்டது. 'த்து கோழை' என்று இகழ்ந்து ஆசிரியர் கையைப் பிடித்துக்கொண்டு தரதரவென்று இழுத்துக்கொண்டு போகத்தொடங்கினார். ஆசிரியர் வேண்டாம் என்று கையை உதறுவதும் இவர் இழுப்பதும் நடந்துகொண்டிருந்தது. கிமானி வக்கீல் அய்யாவின் வலுவான பிடியிலிருந்து கைகளை விடுவித்துக்கொள்ள ஆசிரியரால் முடியவே இல்லை. நடுத்தெருவில் நடந்து கொண்டிருந்த இந்த நிகழ்வால் ஆசிரியருக்குக் கூச்சமாக இருந்தது.

அவர்கள் ஊர்வலத்தை விட்டோபன் தொலைவிலிருந்தே பார்த்துக் கடைக்கு அரட்டை அடிக்க வந்த நண்பன் ஜன்னனிடம் சொன்னான். 'சதானந்த ஆசிரியருடன் வக்கீல் பீடை வந்துகொண்டிருக்கிறது.'

மாலை நேரம் நண்பன் விட்டோபனின் கடையில் உட்கார்ந்து கொண்டு அரட்டை அடித்துக்கொண்டு இன்னொரு கவுளிக்கு ஏற்பாடு செய்துகொண்டிருந்த ஜன்னன் 'ஆசிரியருக்கு சர்க்கரையைக் கொடுத்தனுப்பு' என்றான். அந்த அறிவுரை விட்டோபனுக்குப் பிடிக்கவில்லை.

'இருக்கட்டும். வக்கீல் என்ன சொல்கிறார் பார்ப்போம்.'

'அவர் ஏதாவது வம்பில் மாட்டிவிடுபவர்தான். விலகி இருப்பது நல்லது' என்ற ஜன்னனின் உபதேசத்தைக் கேட்காதவன் போல் விட்டோபன் கடை வாசலுக்கு வந்து நின்றான்.

கடைக்கு அருகில் வர ஆசிரியரின் துள்ளல் அதிகமானது. முடிவில் அவர் வக்கீல் அய்யாவின் உடும்புப் பிடியிலிருந்து தப்பித்துக்கொண்டு, எரிச்சலாக இருந்த முன் கையைத் தேய்த்துக் கொண்டு ஓட்டமும் நடையுமாகப் போய்விட்டார். கிமானி வக்கீல் அய்யா 'சதானந்தா' என்று அவன் பின்னால் ஓடினாலும் அவர் சிறுவன் போல் தப்பித்துக்கொண்டு ஓடிய வேகத்திற்கு அதிர்ந்து நின்றுவிட்டார். மக்கள் நின்று பார்க்கத் தொடங்கினார்கள். சோர்ந்துபோய் நின்றிருந்த வக்கீல் அய்யாவிடம் விட்டோபன் தானாக முன்வந்து பேசினான்.

'அவரை எங்கே இழுத்துக்கொண்டு வந்தீர்கள் வக்கீல் அய்யா?'

'சர்க்கரை தீர்ந்து விட்டது என்று சொன்னாயாம். அதனால் வாங்கிக் கொடுக்க அழைத்து வந்தேன்' என்ற கிமானி வக்கீல் அய்யா முடிந்த அளவு கோபத்தை அடக்கிக்கொண்டு நக்கலாகச் சொல்லப் பார்த்தார்.

'அய்யோ, ஆசிரியருக்கு அப்படி என்ன அவசரம். நான் கொடுக்க மாட்டேன்னு சொன்னேனா. இன்னைக்கு இல்லைன்னு சொன்னேன். கடையில் இருந்த மூட்டை காலியாகிவிட்டது. இன்னைக்குன்னு பார்த்து ஹம்மண்ணனும் வேலைக்கு வரவில்லை. கிடங்கிலிருந்து மூட்டையைச் சுமந்து வருபவர் யார்? யாராவது சுமந்து வந்து போட்டால் நான் ஆசிரியருக்கு இன்றே கொடுக்கிறேன். அதற்குள் இந்த ஆசிரியர் போய் வழக்குத் தொடுக்க உங்களை அழைத்து வந்து விட்டாரே' என்ற விட்டோபனிடம் அப்போதுதான் வாய் நிறைய வெற்றிலையை நிரப்பிக்கொண்ட

ஜன்னன் திக்கிய உச்சரிப்பில் ஆமோதித்தான். 'அவறை னாலைக்கு வற சொன்னா தளையை ஆட்டி சறின்னு சொள்ளி போனாரே.'

இப்போது கிமானி வக்கீல் அய்யாவின் வாயடைந்து போனது. பிறகு எதுவும் சொல்லாமல் அவர் அங்கே இருந்து கிளம்பிவிட்டார்.

அவர் அந்தப் பக்கம் போனதும் கடைத் திண்ணை மீது உட்கார்ந்திருந்த இரு நண்பர்களுக்கும் சிரிப்பு பொங்கிக்கொண்டு வந்தது. ஒரு முறை ஆரம்பித்தது தான், அது அவர்கள் கட்டுப்பாட்டையும் மீறிப் பொங்கியது. இருவரும் எப்படிச் சிரித்தார்கள் என்றால் ஜன்னனுக்கு வாயில் வெற்றிலையை அடக்கி வைப்பது சிரமமானது. உமிழப் போனால் உமிழும் முன்பே சிரிப்பு வந்து வாயிலிருந்து வெளியே தெறித்து உடம்பின் மீது விழும் என்ற பயம். உதட்டை இறுக்கிச் சிரித்ததால், ஜன்னனின் கன்னங்கள் வலித்தன. வெற்றிலையைத் துப்பவென்று கடையோரமாகப் போய் குனிந்து அவசர அவசரமாக வாயை காலி செய்தான். தொண்டையைக் கனைத்து காறியுமிழ வாய்க்கு எடுத்து வந்து, வாயிலிருந்த கடைசி பாக்குத் துகள்களை உஃப் உஃப் என்று துப்பி விட்டு வரும்போது சிரிப்பு கட்டுப்பாட்டிற்குள் வந்தது. மேலும் கடந்து போன சில நிமிடங்கள் வேடிக்கையாகத் தெரிந்தன. எதற்குப் பைத்தியங்கள் போல் சிரிக்கிறோம் என்று கடைக்கு வந்த ஒரு வாடிக்கையாளரிடம் சொல்லப் போனபோது விட்டோபனுக்கு அதன் அற்பத்தனம் தெரிந்தது. அதற்குள் வெற்றிலையைத் துப்பிவிட்டு வந்த ஜன்னனுக்கும் சிரிப்பிலிருந்து விடுதலை கிடைத்தது. அவன் விட்டோபனின் விவரணையைப் பாதியில் தடுத்து 'அதை எல்லாம் சொல்லித் தெரிந்து கொள்வதல்ல. அனுபவித்து அறிந்துகொள்ள வேண்டும்' என்ற பொன்னான சொற்களை வாடிக்கையாளரிடம் கூறி, பற்களுக்கு இடையில் சிக்கிக்கொண்ட பாக்குத் துகள்களை நாக்கு நுனியால் வெளியே தள்ளத் தொடங்கினான்.

★★★

பின்வாசல் வழியாக!

மறுநாள் ஞாயிற்றுக்கிழமை. சதானந்த ஆசிரியர் வீட்டில் இருப்பார் என்பது உறுதியாகத் தெரிந்திருந்த கிமானி வக்கீல்

அய்யா காலை எட்டு மணியளவில் அவர் வீட்டிற்குப் போனார். அது ஹளதிபுர முதலாளியின் பழைய வீடு. ஆரம்பத்திலிருந்து பள்ளி ஆசிரியர் வசிக்குமிடமாக இருந்தது. அதன் மேற்பார்வை செய்து கொண்டிருந்தவர் கிமானி வக்கீல் அய்யா. அதன் வாடகை என்ற சிறுதொகையைப் பெற்றுக்கொண்டு ஆண்டுக் கடைசியில் ஹளதிபுரரின் மகன் சம்புவுக்கு அனுப்பி வைப்பவரும் அவர்தான். அங்கே வசிக்க வரும் ஆசிரியர்கள் அப்படியொரு குறைந்த வாடகை வீட்டை ஏற்றுக்கொள்ளும்போது இவை எல்லாம் தெரிந்திருந்தும், சொல்லமுடியாத வகையில் வக்கீல் அய்யாவிடம் கடமைப்பட்டிருந்தார்கள்.

திறந்த கதவின் கொக்கியைத் தட்டி ‘இருக்கியாடா’ என்று கிமானி வக்கீல் அய்யா அழைத்தார். வெளியே வந்த சதானந்த ஆசிரியர் அந்த நேரத்தில் வக்கீல் அய்யாவை வீட்டு வாசலில் எதிர்பார்க்கவில்லை. ‘வாங்க, வாங்க’ என்று சொல்லிக்கொண்டே, உள்ளே வேலை பார்க்கும்போது தூக்கிக் கட்டிய தன் வேட்டியைக் கீழே இறக்கிக் கொண்டே, ஆணியில் மாட்டியிருந்த சட்டையொன்றை அணிந்துகொண்டு அவரை வரவேற்றார். இவ்வளவும் நடக்கும்போது அவர் முகம் வெளிறிப் போயிருந்தது. நேற்று வக்கீல் அய்யா பிடித்த பிடி மீண்டும் எரிவது போல் தெரிந்தது. முதல் நாள் மாலை அவரிடமிருந்து தப்பித்துக்கொண்டு வந்த பிறகு வக்கீல் அய்யா தன்னைத் துரத்திக்கொண்டு வீட்டிற்கு வருவார் என்று எண்ணிய ஆசிரியர் உடனே வீட்டிற்குப் போகாமல் வேலிப்பக்கம் நடந்திருந்தார். வெறுமனே வெகு நேரம் நடந்துவிட்டுத் திரும்பும்போது இரவு எட்டு மணியாகியிருந்தது என்பது கூட அவருக்குத் தெரியவில்லை. வீட்டிற்கு வந்து சமைத்துச் சாப்பிடும் அளவிற்குப் பொறுமை இருக்கவில்லை. இரண்டு வாழைப்பழத்தைச் சாப்பிட்டுவிட்டுப் படுத்துவிட்டார்.

காலை எழுந்தபோது பசி வந்து கஞ்சி காய்ச்ச அடுப்பைப் பற்ற வைத்தார். அது எந்தக் காலத்தில் காயுமோ என்று அவல்-தயிர் கலக்கித் தின்று பிறகு கஞ்சி தயாராவதை எதிர்பார்த்துக்கொண்டு உட்கார்ந்திருந்த போது வக்கீல் அய்யா வந்தார்.

அவரைப் பார்த்ததும் ‘எதுக்குடா நேற்று ஓடி வந்தே?’ என்று நேரடியாகக் கேட்பதன் வழியாக வக்கீல் அய்யா ஆசிரியரை

நிம்மதியடையச் செய்தார். மேலும் அவர் பதில் சொல்வதற்கு முன்பே, 'அவன் என்ன சொன்னான் தெரியுமா? கிடங்கிலிருந்து சர்க்கரை மூட்டையைச் சுமந்து வர ஹம்மண்ணா இல்லை. இருந்திருந்தால் அப்போதே கொடுத்திருப்பேன். நாளை கண்டிப்பாகக் கொடுக்கிறேன் என்றான்' என்றார்.

தானாக இதை எல்லாம் அவர் செய்வதைப் பற்றி ஆசிரியரிடம் நன்றி தோன்றினாலும் அவர் முயற்சிகள் புலியின் கொஞ்சல் போலத் தோன்றின.

'மனைவி அம்மா வீட்டிற்குப் போயிருக்கிறாள். நான் தனியாக இருக்கிறேன். இப்போது சர்க்கரைக்கு அவசரமில்லை' ஆசிரியர் விட்டு விட்டுச் சொன்னார். 'துளியூண்டு சர்க்கரைக்கு அவன் கூட என்ன சண்டை' என்று சேர்த்தார்.

வக்கீல் அய்யா நாற்காலியில் உட்கார்ந்துகொண்டு 'சதானந்தா' என்றதும் ஆசிரியருக்கு ஏதோ கெட்ட அறிகுறி கிடைத்தது.

'அவன் இன்னைக்குக் கொடுக்கிறேன் என்று சொன்னான் அல்லவா, வா போய் வாங்கி வரலாம்?'

'எனக்கு அவன் கூடத் தகராறு வேண்டாம் வக்கீல் அய்யா.'

'நீ பேசாதே. நான்தானே வாயாடி. நானே பேசுகிறேன். நீ நேர்மையானவன் போல் வாயில் அவல் அடக்கிக்கிட்டு எல்லோருக்கும் நல்லவனா இரு.'

'என்னால் அதெல்லாம் முடியாது. மேலும் இன்னைக்கு ஞாயித்துக்கிழமை. அவன் கடையைத் திறக்கமாட்டான்.'

அவருடைய ஒவ்வொரு பேச்சுக்கும் வக்கீல் அய்யாவின் பொறுமை குறைந்து கொண்டே போனது.

'எதுக்குடா, எதுக்குடா? ஒரு சிறு அநீதி கண்டாலும் எழுந்து நிக்கணும்னு தோணமாட்டேங்குது உங்களுக்கு? யாராவது தலையை வெட்டுவேன்னு சொல்ற வரைக்கும் சும்மா இருக்கணுமா என்ன? இல்லை நீங்கள் அதுக்கும் தயாரா இருக்கலாம். யாருக்குத் தெரியும்?' என்று ஆவேசமாகப் பேசினார்.

கோபத்தால் வக்கீல் அய்யாவின் தேகம் நடுங்கத் தொடங்கியதைப் பார்த்து ஆசிரியருக்கு பயமானது. அவருக்கும் இவை எல்லாம்

போதும் போதுமென்றானது. இப்படிப்பட்டவர்களிடமிருந்து தப்பித்துக்கொள்ள தான் இப்போது நீதி, அநீதி பாடங்களைக் கேட்கவேண்டி இருக்கிறதே என்று வெறுத்துப் போனார்.

‘தொட்டதுக்கெல்லாம் தகராறு பண்ணினா எப்படி வாழ்வது?’ ஆசிரியர் கேட்டது வக்கீல் அய்யாவுக்கு எரிச்சலூட்டியது.

‘பாருடா சதானந்தா, இது தகராறல்ல. நீதிப் பிரச்சினை. சமுதாயத்தில் வாழ்ந்துகொண்டிருக்கும் போது அதன்நலத்தைப் பேணிப் பாதுகாக்க வேண்டுமா இல்லையா? அவனிடம் கேள்வி கேட்க நீ ஆம்பிளை இல்லையாடா?’ அப்படிச் சொல்லும் போது இவனுக்கு ஏதாவது இது உறுத்தலாம் என்று விரும்பினாரும் கூட.

ஆனால் அவர் பேசியது ஆசிரியரின் பொட்டில் சுத்தியலால் அடித்தது போல் தாக்கும் என்று அவர் எண்ணவில்லை. அவருக்கு பிள்ளைகள் இல்லாவிட்டாலும் தான் இப்போது சொன்ன வசைச் சொற்களுக்கும் இருக்கக் கூடிய தொடர்பு அவருக்கு அதைப் பேசும் போது தோன்றியிருக்கவில்லை.

வக்கீல் அய்யாவின் பேச்சைக் கேட்டு ஆசிரியர் முகம் சுருங்கிவிட்டது. தன் தர்க்கம் தாக்கியதென்று வக்கீல் அய்யா உற்சாகமடைந்தார். இன்னும் தொடரவேண்டும் என்பதற்குள் அவருக்குத் தன்னையே பார்த்துக்கொண்டிருக்கும் ஆசிரியரின் முகத்தில் அதிசயமான பரிதாபம் தெரிந்தது. வெளிறிக்கொண்டிருந்த அந்த முகத்தைக் கூர்ந்து பார்க்கையில் வக்கீல் அய்யாவுக்குக் குழப்பமானது.

இருந்த இரண்டு நாற்காலிகளில் ஒன்றின் மீது வக்கீல் அய்யா உட்கார்ந்திருந்தார். மற்றொன்றின் ஆணி கழன்று ஆடிக்கொண்டிருந்ததால் ஆசிரியர் அதை மடித்து வைத்துவிட்டு, எதிரில் இருந்த பாய் மீது உட்கார்ந்திருந்தார். அவருக்கு வக்கீல் அய்யாவின் பேச்சு எப்படித் தாக்கி வலித்ததென்றால் அவர் நொந்துபோய் வக்கீல் அய்யாவைப் பார்த்துக்கொண்டிருந்தார். ஆசிரியர் முகத்தில் இருந்த உணர்வின் தீவிரத்திற்கு வக்கீல் அய்யா அதிர்ந்துபோனார். நேற்றும் இப்படித்தான் நடந்தது. அவர் ஓடிப்போக வேறு காரணம் இருந்தது. நடுத் தெருவில் நின்றுகொண்டு வக்கீல் அய்யா ‘பொட்டப்பய, பொட்டப்பய’ என்று சொல்லியிருந்தார். அது தற்செயல் என்று தள்ளிவிட எவ்வளவு

முயன்றாலும் ஆசிரியர் மனதிற்கு அது சாத்தியப்படவில்லை. அதிலிருந்து மீண்டு வருவதற்குள் இப்போது இது. இவர் வேண்டுமென்றே என் மீது இதுபோன்ற வார்த்தைகளைப் பயன்படுத்துகிறார் என்று ஆசிரியருக்கு உறுதியானது.

நாற்காலியின் மீது அமர்ந்திருந்த வக்கீல் அய்யா ஆசிரியருக்குப் பயங்கரமாகத் தெரிந்தார். ஒரு மாதமாக முடிவெட்ட தயாராக இருந்தாலும் வெட்டிக்கொள்ள நேரம் கிடைக்காமல் அவர் சுருட்டை முடி பத்துத் திசைகளுக்கும் பரவி நின்றிருந்தது. நடு நடுவில் வெள்ளையாக இருந்ததால் அதற்கு ஒருவகையான முரட்டுத்தனம் வந்திருந்தது. அவருடைய பெரிய கருவிழிகள் அனல் கக்குவது போல் தெரிந்தன. அவர் வலுவான தோள்கள் நாற்காலி கைகள் மீது நீண்டு கொண்டிருந்தது. உதட்டை மூடாமல் தளர்வாக விட்டிருந்ததால் முன் பற்கள் சிறிது கண்டு அதனால் அவருடைய ரௌத்திர அவதாரம் இன்னும் கடுமையாகத் தெரிந்தது. இனி தாமதித்தால் அவர் தன்னை விழுங்கிவிடுவார் என்று ஆசிரியருக்குத் தோன்றி அவர் பேசினார். வாய் திறந்ததும் அவரிடமிருந்து சோகக் கதை வெளிவந்தது.

'எதுக்கு வக்கீல் அய்யா, நான் உங்களுக்கு என்ன செய்தேன்? தயவு செய்து என்னை விட்டு விடுங்கள். என் கஷ்டங்களே வேண்டிய அளவு கிடக்க இந்த விட்டோபனிடம் எதுக்குத் தேவையில்லாம? அவளுக்கு ஆஸ்துமான்னு இந்த ஊருக்கு அழைச்சுக்கிட்டு வந்தேன். இங்கே இருக்கிற வெப்பத்துக்கோ என்னமோ அவள் புத்தி கொஞ்சம் முன்ன பின்ன ஆயிருக்கு. நான் யதார்த்தமான ஆசிரியர். என் ஊதியம் உங்களுக்குத் தெரியும். அதில் இவளுக்கு பால் பைத்தியம். யார் திங்க வேண்டும் அத்தனை வெண்ணெயை.'

இப்போது குழந்தை இல்லைன்னு கவலைப்படறா. அது என் கையில் இருக்கா? யார் யாரிடமோ காட்டியாச்சு.சிகிச்சையும் ஆனது, வேண்டுதலும் முடிந்தது. இனி எங்களுக்குக் கொடுப்பினை இல்லைன்னு சும்மா இருக்கணும். அப்படி இருக்கும் என்னை பொட்டைன்னு சொல்றீங்களே, ஆம்பிளை இல்லைன்னு சொல்றீங்களே. அந்த விட்டோபன் சர்க்கரை கொடுக்கவில்லை என்பது தவறு என்று சொல்பவருக்கு என்னை இப்படி அவமானப்படுத்துவது சரின்னு தோணுதா?'

வக்கீல் அய்யா என்றும் வாயடைந்து போனவரல்ல. அவர் தோல்வியை ஒத்துக்கொண்டு வெறுமனே இருந்தார். ஒரு நொடிக்குப் பிறகு மெல்ல, 'நான் அந்த அர்த்தத்தில் சொல்லவில்லை' என்றார்.

'ஆனால் என்னை அதே பொருளில் தாக்குகிறதே' என்று பேச்சை எங்கேயோ எடுத்துச் சென்றார்.

சமையலறையில் கஞ்சியின் மணம் பரவியது. அடுப்பின் மீது வைத்திருந்த பாத்திரத்தின் மூடி இருக்கிறதா இல்லையா என்பதைப்போல மெல்ல தக தக்க என்று குதித்துக் கொண்டிருந்தது. புகையின் மெல்லிய திரை சன்னல் காற்றிற்கு அங்குமிங்கும் மெல்ல அசைந்து கொண்டிருந்தது.

வக்கீல் அய்யா பேசாமல் உட்கார்ந்திருந்தார். பிறகு பொறுமையாகச் சொன்னார். 'அப்படியல்லடா, சிரமங்கள் யாருக்கு இருக்காது சொல்? அதற்காக பொறுப்பை மறந்துவிட முடியுமா?'

'நான் விட்டோபனுடன் சண்டைக்கு வரமாட்டேன் வக்கீல் அய்யா."

விடயம் மீண்டும் அதே தண்டவாளத்தில் ஏறியதால், மேலும் ஆசிரியர் கதையின் உணர்ச்சிகளின் விளைவு சிறிது குறைந்ததால், வக்கீல் அய்யா 'எல்லாவற்றையும் என்னிடம் விட்டுவிடு. நீ சரி என்று சொல் போதும்' என்று தாஜா செய்தார்.

என்ன சொன்னாலும், என்ன செய்தாலும் இவர் தன்னை விடமாட்டார் என்பதை அறிந்த ஆசிரியர் கூண்டில் கிடக்கும் விலங்கைப் போல் துடித்தார். திடீரென்று உட்கார்ந்த இடத்திலிருந்தே முன்னால் நகர்ந்து, மண்டியிட்டு, குனிந்து வக்கீல் அய்யாவின் கால்களைப் பற்றிக்கொண்டுவிட்டார். அதை விரும்பாத வக்கீல் அய்யா 'ச்சே, ச்சே, என்ன இது, என்ன இது' என்று பாதங்களை நாற்காலிக்குக் கீழே பின்னால் நகர்த்தினார். ஆசிரியர் விடவில்லை. அவர் முழங்கால்களைப் பிடித்துக் கொண்டார். 'வக்கீல் அய்யா தயவு செய்து என்னை விட்டு விடுங்கள். உங்கள் காலைப் பிடிக்கிறேன். தயவு செய்து என் பாட்டிற்கு என்னை விட்டு விடுங்கள்' என்று கெஞ்சிய ஆசிரியரிடம் துயரத்தை விட அழுமூஞ்சித்தனம் இருப்பது போல் தோன்றி வக்கீல் அய்யாவுக்கு அசிங்கமானது.

‘எதையாவது பண்ணித் தொலை முதுகெலும்பில்லாத பயலே’ என்றவர் எழுந்து நின்று வாசல் பக்கம் திரும்பினார்.

வக்கீல் அய்யாவுக்குத் தெரியாமல் வெளிவந்த இந்தப் புதிய வார்த்தை ஆசிரியரின் கன்னத்தில் பளார் என்று அறைந்தது. அதன்அறிவில்லாத வக்கீல் அய்யா தடதடவென்று வீட்டை நோக்கி நடந்து விட்டார்.

பிறகு வெகு நேரம் ஆசிரியர் பாய் மீது வெறுமனே உட்கார்ந்தபடியே இருந்து விட்டார்.

★★★

வக்கீல் அய்யா ஆசிரியர் வீட்டிற்குப் போன தகவல் விட்டோபனின் காதில் விழ தாமதமாகவில்லை. அன்று காலை விட்டோபன் வீட்டுக்கு முன்னால் போய்க்கொண்டிருந்த பிரசாதைப் பார்த்தான். அவன் வீட்டுக் கூரை மராமத்து பார்க்கும் லோலாராமனின் மகன். ஏழாவது தேர்ச்சியடையாமல் வெறுமனே ஊரில் திரிந்து கொண்டிருந்த பதினான்கு வயதுப் பையன். விட்டோபன் அவன் கையில் நான்கணாவைத் திணித்து வக்கீல் எங்கெங்கே போகிறார் என்று கவனிக்கச் சொன்னான். அவரிவர் செய்திகளை அங்கிருந்து இங்கே சேர்க்கும் தன் திருட்டுப்புரட்டுகளால் ஒற்றன் என்ற அடைப் பெயரைப் பெற்ற பிரசாத் மகிழ்ச்சியாக ஓடி தன் வேலைக்கு புறப்பட்டுப் போனான். வக்கீல் அய்யா ஆசிரியர் வீட்டை அடைந்ததும் விட்டோபனுக்கு செய்தியைத் தெரிவித்து நான்கணாவுக்கு நியாயம் கற்பித்தான்.

முதல் நாள் மாலை ஜன்னனும் கூட இருந்ததால் தோன்றிய முரட்டுத் துணிச்சலில் வக்கீல் அய்யாவை அவமானமாகப் பேசினாலும் வக்கீல் அய்யா ஆசிரியர் வீட்டிற்குப் போன தகவல் தெரிந்து விட்டோபனுக்கு ஆதங்கமானது. அவர் கை எதுவரை நீளுமென்று சொல்ல முடியாது. பிடிவாதம் பிடித்தார் என்றால் நீதிமன்றம் வழக்கு என்று அலைக்கழிக்காமல் விடமாட்டார். அவருக்கு இதுபோன்ற வேலைகளுக்கு நேரமிருக்கலாம், ஆனால் தனக்கு இல்லையே என்று யோசித்தான். வீட்டிலிருந்தே இரண்டு கிலோ சர்க்கரையை எடைபோட்டு ஒரு பொட்டணம் கட்டி பையில் வைத்துக் கொண்டு ஆசிரியர் வீட்டை நோக்கி நடந்தான்.

வக்கீல் அய்யா போன பிறகு கஞ்சி சாப்பாட்டை சாப்பிட்டு விட்டு ஆசிரியர், குளியலறையில் ஒழுகிக்கொண்டிருந்த கூரை ஓட்டை கீழே இருந்தே தடியால் நகர்த்தி சரிசெய்து, ஈரமில்லாத மூலையில் அடுப்பு விறகு அடுக்கிக் கொண்டிருந்தார். அதே நேரம் 'ஆசிரியரே' என்று அழைத்ததைக் கேட்டு வாசலுக்கு வந்த போது கையில் பையோடு நின்றிருந்த விட்டோபனைப் பார்த்து அதிர்ந்து போனார். அவன் பையை முன்னால் நீட்டி 'வாங்கிக்கங்க. வீட்டில் சர்க்கரை தீர்ந்துவிட்டது என்று சொன்னீர்களே. நாளை கார்டில் எழுதிக் கொடுத்து பணம் வாங்கிக் கொள்கிறேன்' என்றான்.

'உள்ளே வாங்க.' ஆசிரியர் அழைப்பதற்காக காத்துக்கொண்டிருந்த விட்டோபன் உள்ளே வந்தும் விட்டான்.

ஆசிரியர் விறகு அடுக்கி வைக்கவென்று மேலே தூக்கிக் கட்டிய வேட்டியைக் கூட இறக்கியிருக்கவில்லை. பனியன் அழுக்காக இருந்தது. உடம்பு வியர்த்திருந்தது. இந்தச் சர்க்கரையை இவன் தானாக எடுத்து வந்ததா அல்லது இங்கே இருந்து போன வக்கீல் அய்யா இவன் வீட்டிற்குப் போய் மிரட்டியதால் எடுத்து வந்ததா என்ற யோசனை அவரிடம் தோன்றியது.

'இதை எல்லாம் எதுக்கு செய்யப் போனீங்க. நான் நாளைக்கு வந்து வாங்கி இருப்பேனல்ல' என்று சொல்லிக்கொண்டே விட்டோபனனின் முகத்தைப் பார்த்தார். அங்கே வக்கீல் அய்யா இவனைச் சந்தித்த அறிகுறிகள் எதுவும் தெரியவில்லை.

'நேற்று வக்கீல் அய்யா கடைக்கு வந்திருந்தார். உங்கள் வீட்டில் சர்க்கரை கொஞ்சமும் இல்லை என்று எனக்கு எப்படித் தெரியும்? கடையில் வாடிக்கையாளர்கள் முன்னால் கொஞ்சம் வேறு மாதிரி பேசவேண்டியிருக்கும். இல்லை என்றால் வறுத்தெடுத்துடுவாங்க. வியாபாரிகள் கஷ்டம் வக்கீல் அய்யாவுக்கு என்ன தெரியும்...' தன் வீட்டிற்கு விட்டோபன் தானாக சர்க்கரையைக் கொண்டு வந்து கொடுத்திருக்கிறான் என்ற உண்மையை உணர ஆசிரியருக்குச் சிறிது நேரம் பிடித்தது.

விட்டோபன் தொடர்ந்தான்.

'கஷ்டத்தில் இருப்பவர்களுக்கு என்னால் சிறிது உதவியானால்

மகிழ்ச்சி. நேற்று வக்கீலிடம் சொல்லியிருந்தேன். தகராறு செய்வதென்றால் பெரிய பெரிய விஷயத்திற்குச் செய்யலாம் வக்கீல் அய்யா. இந்தச் சின்னச் சங்கதிக்கு உங்கள் வக்கீல் ஞானத்தை வீணடிக்க வேண்டாம்' என்றேன்.

'நானும் அதைத்தான் சொன்னேன். இன்று இங்கே வந்திருந்தார்.' விட்டோபன் காத்துக்கொண்டிருந்த விவரத்தை ஆசிரியர் வெளிப்படுத்தி விட்டார்.

'உங்களுக்கும் வக்கீல் அய்யாவுக்கும் நல்ல நட்பு போல. இடையில் பேசி நான் கெட்டவனாகிறேன். இந்த வீட்டை வாடகைக்கு ஏற்பாடு செய்தார் என்று அவருக்குக் கடமைப்படத் தேவையில்லை ஆசிரியரே. தேவைப்பட்டால், இதே வாடகையில் வேறு நல்ல வீட்டை ஏற்பாடு செய்கிறேன்.'

'அய்யோ, எங்களுக்குள்ள என்ன நட்பு? அவர் குணம் தெரியுமல்ல உங்களுக்கு. வழக்குப் போடலாம் என்று அவருக்கு ஒரே பிடிவாதம். நான் ஒத்துக்கொள்ளவில்லை.' ஆசிரியரிடமிருந்து மற்றொரு புதிய விஷயம் வெளியானது.

ஒரு இழை கிடைத்தால் போதும் என்று காத்துக்கொண்டிருந்த விட்டோபன் அதைப் பிடித்துக் கொண்டு பின்னத் தொடங்கினான். 'இல்லை, அவர் ஏதாவது தன் வக்கீல் தொழிலுக்கு புதுப் புது வாடிக்கையாளர்களைத் தேடுகிறார் போல. ரேஷன் சர்க்கரை கொடுக்கத்தாமதமானதற்கு கேஸ் போடுகிறாரா. இப்போ வழக்குத் தொடுக்கிறார் என்று வைத்துக்கொள்வோம். ஏழெட்டு ஆண்டு கேஸ் நடந்து இரண்டு கிலோ சர்க்கரை வாங்கிக் கொடுப்பதால் ஏதாவது பயன் இருக்கிறதா? இவர் புத்தி இப்படி மங்கிப்போய் இருக்கிறது என்று நினைக்கவில்லை. மக்களுக்கு நன்மை செய்வார் என்று நம்பிக்கொண்டு இவரை மேலே மேலே ஏற்றியது தப்பாச்சு. எதைப் பேசித் தீர்க்கணும், எதுக்குக் கோர்ட்டுக்குப் போகணும் என்ற வேறுபாடு இல்லையா என்ன, ச்சீ,ச்சீ.' இப்போது ஆசிரியர் மனதில் உண்மையாக புயல் வீசியது. ஒரு மணி நேரத்திற்கு முன்தான் வக்கீல் அய்யாவின் காலைப் பிடித்துக் கெஞ்சியது நினைவானது. அவருடைய பயமுறுத்தும் பார்வை நினைவானது. ஒரு சிறிய விஷயத்திற்கு இப்படி ஆர்ப்பாட்டம் செய்து விட்டாரே இந்த வக்கீல் அய்யா என்று சங்கடமானது.

விட்டோபன் சர்க்கரைக்காக அலைய வைத்தது நினைவாகி, வக்கீல் அய்யாவின் சூடு தாக்கியே இவன் வந்திருக்கலாம் என்று தோன்றினாலும், வக்கீல் தன் முன் இருந்தபோது எவ்வளவு பெரிய அநீதியாகக் கண்டது இப்போது எதற்கோ அப்படித் தெரியாமல், இந்த விட்டோபனும் பரவாயில்லை அப்படிக் கெட்டவனாக இருக்க மாட்டான் என்று தோன்றத் தொடங்கிவிட்டது. மேலும் விட்டோபன் தானாக தன் வீட்டிற்கு வந்து சர்க்கரையைக் கொடுத்தது அவருக்குள்தீர்க்க முடியாத நன்றியுணர்வை நிரப்பியது.

'மேலும் அவருக்கு எங்கே எதைச் சொல்லவேண்டுமென்று தெரிவதில்லை. மனிதனின் சூழ்நிலை எப்படி இருக்கும் என்று தெரிந்துகொண்டு பேசும் வகையைச் சேர்ந்தவரல்ல.' வக்கீல் அய்யாவிடமிருந்து வந்து தாக்கிய வார்த்தைகளை நினைத்துக்கொண்டு முடிந்த அளவு சுற்றி வளைத்து ஆசிரியர் தன் மனக்குறையை கொட்டிவிட்டார்.

'அய்யோ, நேற்று அவர் கடைக்கு வந்து பேசியதை நீங்கள் கேட்டிருக்க வேண்டும். சட்டத்திற்குக் கண்ணில்லை என்பார்கள், வக்கீலுக்கு கண்ணில்லையா? பெரியவர் என்று அமைதியாய் இருந்தேன். வேறு யாராவது இருந்தால் உதைத்துப் பேயோட்டி இருப்பேன்.'

அந்த வார்த்தைகளால் ஆசிரியருக்கு பயமாகி 'அவர் மனம் கெட்டதல்ல. அதற்காகப் பொறுத்துக் கொள்ளவேண்டும்,' என்று ஒட்டுப்போடப் பார்த்தார்.

எதிர்பாராமல் விட்டோபன் ஒரு கேள்வியை வீசினான். 'ஆகஸ்ட் பதினைந்து என்ன நிகழ்வு ஆசிரியரே?'

'ஒவ்வொரு ஆண்டும் வந்தே தீரும் தானே, கொடி வணக்கம், வக்கீல் சொற்பொழிவு.'

'எப்போதும் அரசாங்கத்திற்கு எதிராகப் பேசுபவரை சுதந்திரதினவிழா கொண்டாட அழைக்கிறீர்களே. நம் ஊரில் வேறு சுதந்திரப் போராளிகள் இல்லையா? ஊரில் பெரியவர் என்று ஒரு முறை அழைப்பது சரி. ஒவ்வொரு ஆண்டும் அவரையே அழைத்து அதே சொற்பொழிவைக் கேட்க வேண்டுமா சுதந்திரம் பெறுவதற்கு நாம் எவ்வளவு இடைஞ்சல்களையும்

இன்னல்களையும் கடந்து வந்தோம் என்று?' தன் நகைச்சுவை உணர்வை தானே பாராட்டிக்கொண்டு ஹ ஹா என்று சிரித்துக் கொண்டே விட்டோபன் நேரடியாக விஷயத்திற்கு வந்தான்.

ஆசிரியர் பதறிப்போனார். என்ன பதில் சொல்ல வேண்டுமென்று தெரியாமல், 'மற்றவர்களையும் அழைப்போம். ஏன் முடியாது? அழைக்கலாம், அழைக்கலாம்' என்றார்.

'இந்த முறை அவரைத் தவிர்த்துவிட்டு லட்சுமண நாயக்கனை அழைக்கலாம். அவன் பஞ்சாயத்து தலைவன். அவனுக்கு தாலுக்காவிலும், மாவட்ட அளவிலும் நல்ல செல்வாக்கு இருக்கு. பிறகு பெரிய தேர்தலிலும் நிற்கலாம். அப்படிப்பட்டவர்கள் கண்ணில் பள்ளிக்கு வேண்டிய தேவைகள் பட்டால் பிறகு ஏதாவது உதவி கிடைக்கும். உங்களுக்கும் நல்லது. பிள்ளைகளுக்கு இரண்டு இரண்டு பெப்பர்மெண்ட் என் சார்பாகத் தருகிறேன். நானும் அன்று அங்கே இருக்கிறேன். வக்கீல் அய்யா தகராறு செய்தால் நான் பார்த்துக்கொள்கிறேன். அரசாங்கப் பள்ளி என்றால் கிமானி வக்கீல் பள்ளி அல்ல. நீங்களே இப்படிச் செய்தால் எப்படி? குறைந்த வாடகைக்கு வீடு கிடைத்தது என்று அவரை நிரந்தர விருந்தாளியாக ஆக்கத் தேவையில்லை.

விட்டோபனின் எந்த வார்த்தைக்கும் சதானந்த ஆசிரியரிடம் பதில் இருக்கவில்லை. மேலும் அவன் சொன்னதில் அப்படி எந்தத் தவறும் தெரியவில்லை. அந்த நொடி ஆசிரியர் பதட்டத்துடன் ஒத்துக்கொண்டார். ஆனால் வக்கீல் அய்யா முன்னால் போய் நின்றுகொண்டு அதைப் பற்றிச் சொல்வது ஆசிரியரால் முடியவில்லை. அதை அறிந்தவன் போல் விட்டோபன் சொன்னான்:

'இதை நீங்கள்தான் வக்கீலிடம் சொல்ல வேண்டும் ஆசிரியரே. நாங்கள் எல்லாம் இந்த விஷயத்தில் பரிந்துரை செய்யலாமே தவிர நாங்களாக எதுவும் செய்ய இயலாது. பள்ளியின் அதிகாரபூர்வமான தலைவர் நீங்கள்தான். இந்த வேலையை நீங்கள்தான் செய்ய வேண்டும். இப்போது காலம் மாறிவிட்டது என்பது அவருக்குத் தெரியட்டும். இப்போதே சொல்ல வேண்டுமென்றில்லை, இரண்டு மூன்று நாட்கள் இருக்கும்போது சொன்னால் போதும்.'

'ஊம்.' ஆசிரியர் அந்நியமானார்.

'சரி, நான் புறப்படுகிறேன். லட்சுமணனிடம் இன்றே சொல்கிறேன்.' விட்டோபன் எழுந்து புறப்பட்டான்.

பேயறைந்தவர் போல் இருந்த ஆசிரியர் அவனை வழியனுப்பி வைத்தார்.

வீட்டிற்குப் போகும் பாதையில் விட்டோபனுக்கு இந்த வக்கீல் தனக்கு ஏதாவது ஒருவகையில் தன் மடியில் கை வைப்பார் என்ற உறுத்தல் சன்னமாகத் தெரிந்தது.

★★★

தணிக்கை

சதானந்தர்சர்க்கரை நிகழ்வு நடந்து ஒரு வாரத்திற்குள் நடந்த சங்கதிகள் விட்டோபனிடம் வக்கீல் அய்யாவின் மீது தீராத வெறுப்பையும் அலட்சியத்தையும் தோற்றுவித்தது. அதற்கு ரேஷன் கடையின் தணிக்கை காரணம்.அவர் வந்தவர்கள் எதற்கு இங்கே வந்தார்கள், அதன் பின்னால் யாருடைய சதியாவது இருக்கிறதா என்பது தெளிவில்லாமல் இருந்தாலும் விட்டோபனுக்குள் இது கிமானி வக்கீல் அய்யாவின் காரியமாகத்தான்இருக்க வேண்டுமென்ற எண்ணம் வலுவாக பதிந்துவிட்டது. அதிலும் அவன் கடந்து போன அவமானகரமான கணங்கள் நொடிக்கு நொடி அவனை வாட்டியது.

விட்டோபனின் துரதிர்ஷ்டத்திற்கு அந்த இன்ஸ்பெக்டர் ஒரு திங்கட்கிழமை காலை அவன் கடையைத் திறக்கும் முன்பே அங்கே ஆஜராகியிருந்தார். அவன் திங்கட்கிழமை கடையைத் திறப்பது தாமதமாகத்தான். அந்த நாள் அவன் குலசாமியை வழிபடுவதால் தாமதமாகும். ரேஷன் கடையாக இருந்தால் என்ன அது தன்னுடைய கடை எப்போது வேண்டுமென்றாலும் திறக்கலாம் என்ற நிலைபாடு அவனுடையதாக இருந்தது. மேலும் அவன் தாமதமாகத் திறப்பான் என்பது எல்லோருக்கும் தெரிந்த செய்திதான்.

அன்று அவன் போகும் வேளை அங்கே இன்ஸ்பெக்டர் என்று சொல்லிக்கொண்டவரும் அவர் ஆள் ஒருவனும் ஆஜராக இருந்தார்கள். அப்போதே பதினொரு மணியாகியிருந்தது.

விட்டோபன் வந்தபோது அவனுக்கு இவர் யார், என்ன என்று தெரியவில்லை. அவர்கள் கடை வாசலில் நின்றிருந்ததால் 'யார் வேண்டும்?' என்று கேட்டுக்கொண்டே கடைப் பூட்டைத் திறந்து பலகைகளை எடுத்து வைக்க ஹம்மண்ணனுக்கு உதவி செய்யத் தொடங்கினான். அவன் தனக்கு போதுமான அளவு மதிப்பு அளிக்கவில்லை என்ற காரணத்திற்காகவோ, ஒரு மணி நேரம் காத்திருந்ததற்காகவோ அந்த இன்ஸ்பெக்டரின் பொறுமை குறைந்திருந்தது.

'எத்தனை மணிக்கு கடையைத் திறப்பது? இந்த ஊரில் கேட்பார் யாரும் இல்லை போல் தெரிகிறது?' என்று அவர் ஆரம்பித்தார். அவர் மொழியால் அவர் எந்தப் பகுதியைச் சேர்ந்தவர் என்பதைக் கண்டுபிடிக்க சிரமமாக இருந்தது. பெயர் நாகராஜ் என்றார். ரேஷன் கடை இன்ஸ்பெக்ஷனுக்கு வந்திருப்பதாகச் சொல்லி முன்னால் வந்து நின்றார். அவர் பேச்சில், உடல்மொழியில் விட்டோபனைப் பற்றி அப்போதே ஒரு அபிப்பிராயத்திற்கு வந்தவர் போல் ஒரு மிடுக்கு தெரிந்தது. கடைத் திண்ணை மீதிருந்த மூட்டைகளை ஓரமாக நகர்த்தி, அங்கே ஒரு நாற்காலியைப் போட்டு அதில் நாகராஜை அமரச் செய்து தேநீரும் அவலும் வாங்கிக் கொடுத்தான்.

வந்தவர் எந்த அவசரமும் இல்லாதவர் போல் கடைத் திண்ணை மீது போட்டுக்கொடுத்த நாற்காலி மீது உட்கார்ந்துகொண்டு கையில் தேநீர் கோப்பையும் இன்னொரு கையில் தட்டையும் பிடித்துக் கொண்டு மெல்ல விட்டோபனின் பழைய கணக்கை எல்லாம் நோண்டத்தொடங்கினார். அவனுடன் வந்த நபர் அவரை 'சார், சார்' என்பதைக் கேட்ட பிறகு விட்டோபனும் சார் என்று சொல்ல ஆரம்பித்தான்.

'எங்கே உங்கள் அனுமதிச் சான்றிதழ் எடுங்கள். அதில் பொதுமக்களுக்காக எத்தனை மணியிலிருந்து எத்தனை மணிவரை கடையைத் திறந்துவைக்க வேண்டுமென்று எழுதி இருக்கிறது, பாருங்கள்' என்று அமைதியாகத் தேநீர் உறிஞ்சிக்கொண்டு உட்கார்ந்து விட்டார். எதையும் சரியாகச் சொல்லாத அவர் மௌனத்திலேயே ஒருவகையான அதிசயமான மிடுக்கும் கடுமையும் இருந்தது.

அந்தச் சான்றிதழை விட்டோபன் தேட அது கிடைக்காமல் போனது. பிறகு அவன் தாளொன்றை சட்டம் போட்டு கடையின் உள்ளறையில் மாட்டியிருந்தது நினைவுக்கு வந்தது. அதுவாகத்தான் இருக்கலாம் என்று எடுத்துக்கொண்டு வந்தான். ‘படிங்க’ என்ற நாகராஜ் மீண்டும் தேநீர் உறிஞ்சினார். விட்டோபன் வாசித்தான்.

‘பொதுமக்களுக்கு எத்தனை மணிக்குக் கடையைத் திறக்கணும். நீங்க திறப்பது எத்தனை மணிக்கு?’ முகத்தை இறுக்கிக்கொண்டு மீண்டும் உட்கார்ந்து விட்டார்.

‘இன்று திங்கட்கிழமை சார்,வீட்டில் சாமிக்கு சிறப்பு பூசை. அதனால் தாமதமானது.’ விட்டோபன் விவரமளிக்க முயன்றான்.

‘பொதுமக்கள் சேவைக்கு இடையில் கடவுளைக் கொண்டு வரக்கூடாது’ என்று கூறிய நாகராஜ், கிமானி வக்கீல் அய்யா போலவே நாத்திகர் போல் பேசினார். விட்டோபன் கூறியது காதில் விழாதவர் போல், ‘எழுதிக்கய்யா அவர் ஸ்டேட்மெண்டை’ தன் ஆளிடம் சொன்னார். அவன் ஒரு தடித்த புத்தகத்தை எடுத்து அதில் ஓரிரண்டு கார்பன் தாள்களை வைத்து கடை விலாசம், உரிமையாளர் பெயர், அனுமதிச் சான்றிதழில் இருந்த விவரங்கள் போன்றவற்றைப் பதிவு செய்துகொண்டு அது விட்டோபனின் மரணதண்டனையோ என்பதைப்போல் முகத்தைத் தொங்கப்போட்டுக் கொண்டு எழுதத் தொடங்கினான். அவர்கள் என்ன செய்கிறார்கள் என்பது தெரியாமல், அவன் எழுதிக்கொள்வதற்கான விளைவும் தெரியாமல் ஆதங்கத்துடன் விட்டோபன் ‘சார், எப்போதும் இப்படி நடப்பதில்லை. தவறானால் சரிசெய்து மன்னித்து வழிகாட்டவும்.’ போன்ற காரவார் மாவட்ட அலுவலகங்களில் பயன்படுத்தும் நயமான செயற்கை மொழியில் பேசப்பார்த்தான். முன்பு நடந்த எந்தச் சோதனையும் இந்த வகையாக இருக்கவில்லை. வந்தவர்கள் சில பதிவுகளை ஒப்புக்குப் பார்த்து, மதியம் விட்டோபன் வீட்டில் சாப்பிட்டுவிட்டு புறப்பட்டுவிடுவார்கள். அவர்களை எப்படி கவனித்துக்கொள்ள வேண்டுமென்று அவர்களே குறிப்பாகச் சொல்வார்கள்.

அதற்குள் கடைக்கு மக்கள் ரேஷன் சாமான்களுக்கு வரத் தொடங்கினார்கள். ‘பிறகு வாங்க’ என்று விட்டோபன்

சொன்னது நாகராஜுக்குப் பிடிக்கவில்லை. ‘பொதுமக்களுக்கு சிரமம் ஏற்படக்கூடாது. நீங்கள் உங்கள் வேலையை எப்போதும் போல் நடத்துங்கள். எங்களுக்கு உங்கள் கணக்குப் புத்தகத்தைக் கொடுத்தால் போதும். நாங்களே எல்லாம் பார்த்துக்கொள்கிறோம்’ என்றது விட்டோபனை மேலும் கலங்கடித்தது.

அது போதாதென்பது போல் நாகராஜ் கடைக்கு வந்த சிலருடைய ரேஷன் கார்டுகளை வாங்கிக்கொண்டு தன்னிடமிருந்த புத்தகத்தில் எதையோ குறித்துக்கொண்டார். ‘இந்த கார்டுகளின் பதிவை ஆரம்பத்திலிருந்து சோதனை செய்யவேண்டும்’ என்று கட்டளையிட்டார். புத்தகத்தில் தலையைப் புதைத்துக்கொண்டிருந்த அவர் ஆள் தலையசைத்தான்.

அங்கிருந்து ஆரம்பத்திலிருந்து சோதனை செய்யும் வேலை தொடங்கியது. வந்தவர்கள் இருவரும் அடுத்த இரண்டு நாள்கள் ஒவ்வொரு பதிவையும் காட்டச் சொன்னார்கள். எவ்வளவு வந்தது, எவ்வளவு கொடுத்தீர்கள், எவ்வளவு எஞ்சியது, எப்படி ரிப்போர்ட் செய்தீர்கள் என்று விட்டோபனின் உயிரை வாங்கினார்கள். இடை இடையில் வழக்கு, தண்டனை, பொதுமக்கள் பணம், சிறை போன்ற வார்த்தைகள் வந்து போயின. நாகராஜை எப்படியாவது வசப்படுத்திக்கொள்ள விட்டோபன் செய்த முயற்சிகள் பலனளிக்கவில்லை. அவர் பேசவே இல்லை. கேள்விகளுக்கு பதில் கொடுக்கவில்லை. அதனால் அவருடன் பொதுவான விஷயங்களைப் பேசவே முடியவில்லை. சலுகையுடன் நெருங்கக்கூட முடியாது. சாதாரணமாகப் பணத்தை எதிர்பார்ப்பவர்கள் தவறுகளைச் சுட்டிக்காட்டுவார்கள். அதற்கான தண்டனையை வர்ணிப்பார்கள். பிறகு அதிலிருந்து தப்பித்துக்கொள்ளும் வழியையும் குறிப்பாகச் சொல்வார்கள். நாகராஜ் மட்டும் தவறு என்னவென்று சொல்லவில்லை. எல்லாவற்றையும் வெறுமனே குறிப்பெடுத்துக் கொண்டிருந்தார். பேசினாலும் பேசாதவர் முன்னால் தன் பேச்சுத் தோற்றுப்போனது போலவும், தன் முக்கிய ஆயுதமே பலனற்றது என்பது போலவும் விட்டோபன் மிகவும் நொந்துபோனான்.

யாரிடமிருந்தாவது சிபாரிசு செய்ய வைத்து, யாருக்கோ கொஞ்சம் பணம் கொடுத்துத் தன்னைக் காப்பாற்றிக்கொள்ளலாம் என்ற அவன் அடிப்படை நம்பிக்கைக்கு அடிவிழும் போது அவனிடம்

ஒருவகையான இயலாமை தோன்றியது. இந்த மனிதனிடம் எப்படி நடந்துகொள்ள வேண்டுமென்பதே தெரியவில்லை. அந்த இரண்டு நாள்கள் அவன் கடைத் திண்ணை மீதே உட்கார்ந்திருந்த நாகராஜ் செய்தி ஊருக்குள் பரவ தாமதமாகவில்லை. சிலர் வேலையில்லை என்றாலும் அவரைப் பார்க்கவென்றே கடைப்பக்கம் வந்து போனார்கள்.

அதே வேளையில் வக்கீல் அய்யாவின் உறவுக்காரர் ஒருவரின் வீட்டைப் பங்கு போடும் விஷயமாக அவர் ஹெரவட்டிக்குப் போயிருந்தார். அப்படியாக இவை எல்லாம் கிமானி வக்கீல் அய்யாவின் வேலையாகத்தான் இருக்க வேண்டுமென்ற சந்தேகம் வலுவாகத் தோன்றத் தொடங்கியது. அவர்தான் எங்கேயோ ஏதோ செய்து இந்தத் தணிக்கைக்கு ஏற்பாடு செய்து அதே நேரத்தில் ஊரை விட்டுப் போயிருக்கிறார் என்று எண்ணிக் கொண்டான். சதானந்த ஆசிரியரை சாக்காக வைத்துக்கொண்டு தனக்குச் சரியான உதை கொடுத்தாரே இந்த வக்கீல் என்று நினைத்தான். நாகராஜ் நடத்தையில் அதிசயமான பிடிவாதமும், தான் லஞ்சம் வாங்குவதை மீறியவன் என்ற ஒருவகையான அவர் செருக்கும் அவனுக்கு கிமானி வக்கீல் அய்யாவை நினைவூட்டியது. மேலும் கிமானி வக்கீல் அய்யாவின் நினைவே ஒருவகையில்பொறுமையை இழக்கச் செய்தது. தணிக்கை நடக்கும் போதெல்லாம் அவரை மட்டம் தட்டவேண்டுமென்று மனம் விரும்பத் தொடங்கியது. முதல் நாள் நாகராஜ் பிடிவாதமாகத் தேநீருக்கு பணம் கொடுக்கிறேன் என்றபோதே அவன் நெஞ்சம் சரிந்து விட்டது. ஆனாலும் சொல்ல முடியாது. சிலர் அப்படிக் கடுமையாக இருந்தால்தான் மதிப்பு என்று எண்ணிக்கொள்கிறார்கள் என்று ஆறுதல் அடைந்தான். அவனுக்கு இந்த இரண்டு நாள்களும் அடிக்கடி கிமானி வக்கீல் அய்யாவின் நினைவானது.

இரண்டாம் நாள் எல்லா தந்திரங்களும் உபாயங்களும் பலனளிக்காமல் போன பிறகு சரணடைவது ஒன்றுதான் வழி என்று அறிந்து விட்டோபன் நாகராஜிடம் மன்றாடி எப்படியோ ஒத்துக்கொள்ளவைத்து வீட்டிற்குச் சாப்பிட அழைத்து வந்தான். பிறகு அவரைப் பரண் மீது அழைத்துச் சென்று கைகால்களைப் பிடித்து கெஞ்சிக் கதறி அழுது அவர் மனதைக் கரைத்து தற்சமயம் எந்தக் கடுமையான நடவடிக்கையும் எடுக்காமல் இருப்பதாக

அறிக்கை பெற்று தப்பித்துக் கொண்டான். போகும் முன் அதற்குப் பிரதி பலனாக நாகராஜுக்கு ஏதாவது கொடுக்க வேண்டுமென்று முயன்றான். கூட வந்த ஆசாமி ‘நீங்கள் கொடுத்தால் உங்களுக்கு சிரமம் ஏற்படுவது உறுதி. இது போன்ற அதிகாரிகளால் எங்களுக்கு எதுவும் கிடைக்காமல் போகிறது’ என்று கூறியதால் கொடுக்கும் துணிச்சலைச் செய்யவில்லை.

இந்தத் தணிக்கைக்கு யாரோ கொடுத்த புகார் காரணம் என்பது தெரிந்ததும் கூட அவருடன் வந்த ஆள் வழியாகத்தான். அது யார் என்பது அவனுக்கு நினைவிருக்கவில்லை.

‘புகார் ஒரு சாக்குத்தான். நாங்கள் ஏதாவது ஒரு இடத்திற்குப் போகவேண்டுமல்லவா. இந்த இடத்தில் என்னமோ பிரச்சினை இருக்கிறது என்றால் அங்கே முதலில் போகிறோமே தவிர அந்தப் புகாருக்கு அதிக மகத்துவம் இருக்காது’ இப்படி அவன் சொல்லி இருந்தாலும் அது விட்டோபனின் மனதில் பதிந்துவிட்டது. தவறே இல்லாவிட்டாலும் அவற்றைத் தோற்றுவித்துப் பணம் பறிக்கும் அதிகாரிகளின் அறிமுகமிருந்த அவனுக்கு இந்த நாகராஜை சமாளிப்பது மிகவும் சிரமமானது.

அவர் போன பிறகு அவன் கடைக்கு வந்தவர்கள் முன்னால் ‘கிமானி வக்கீல் புகார் கொடுத்திருந்தாராம். இப்போது சோதனை முடிந்ததல்ல. எல்லாம் சரியாக இருக்கிறது என்று எழுதிக் கொடுத்துப் போயிருக்கிறார்களே. இப்போது அவருக்கு வெட்கமாக இருக்காதா?’ என்று பரப்பத் தொடங்கினான். சில சமயம் ‘தான்தான் நல்லவன், உலகமே போக்கிரி’ என்று நினைப்பவர்கள் தலையெழுத்தே இப்படித்தான் என்று முழு தணிக்கையின் கதையைத் தொடக்கத்திலிருந்து சொன்னான். அது கிமானி வக்கீல் அய்யாவிடம் போய்ச் சேர்ந்தது. அவர் அதற்கு செவிசாய்க்கவில்லை.

★★★

நம்பிக்கைக்கு முன்னால்

இன்னொருவன் மீது குறைசொல்ல ஆயிரம் சாக்குகள் கிடைக்கும். அதுபோலவே விட்டோபனுக்குக் கிமானி வக்கீல் அய்யாவை

ஏளனம் செய்ய தினமும் புதுப்புதுக் காரணங்களும், வாய்ப்புகளும் கிடைத்தன. அவர் யாருக்கோ செய்த உபதேசம், அவர் சுதந்திர தினவிழா சொற்பொழிவு, அவர் எழுதிக்கொடுத்த விண்ணப்பம் இப்படி ஏதாவது ஒரு சாக்கு அவனுக்குக் கிடைத்து மாலை நேரம் ஜன்னனுடன் உட்கார்ந்து அவரைக் கிண்டல் செய்யும் விஷயங்களாயின. இதை அறிந்த ஊர் மக்கள் வக்கீல் மீது எந்தப் புகார் இருந்தாலும் அதை முதலில் விட்டோபனிடம் கொண்டு சேர்ப்பார்கள்.

ஒரு நாள் அவர்சேயின் (ஊர்)மொத்த வியாபாரி சீதாராமன் வக்கீல் மீது கோபம் கொண்டு விட்டோபனிடம் வந்தான். மதியம் கடையை மூடிவிட்டு சாப்பிடப் போகும் நேரம். அவனுடன் ஊரின் இன்னும் இரண்டு நண்பர்கள்.

‘விட்டண்ணா நீயே சொல்லு. இதுபோல் நடந்தது உனக்கு சரியாகத் தெரிகிறதா?’ படி மீது ஒரு கால் வைத்து கடைக்குள் நுழைவதை யாரோ பாதியில் தடுத்து நிறுத்துகிறார் என்பது போலான தோற்றத்தில் நின்றுகொண்டுசீறினான்.

இவன் தன் மீதுதான் ஏதோ புகார் சொல்ல வந்திருக்கிறான் என்று விட்டோபன் ‘என்னடா சீதாராமா, என்னாச்சு , முதல்ல உட்காருடா’ என்று நாற்காலியை முன்னால் நகர்த்தினான்.

திண்ணை மீதேறி நாற்காலி மீது உட்கார்ந்த சீதாராமன் வியர்வையைத் துடைத்துக்கொண்டான். இந்தப் பாழாப்போன வக்கீலால் அம்மாவுக்குப் பைத்தியம் பிடிப்பது ஒன்றுதான் பாக்கி. எனக்குக் கொஞ்சம் தண்ணி கொடு.’

சொம்பிலிருந்து ஒரு மிடறு தண்ணீர் பருகி விவரமாக எல்லாம் சொன்னான்.

அவனுடன் வந்தவர்கள் அங்கங்கே இன்னும் கொஞ்சம் சேர்த்தார்கள். நடந்தது இது:

வாரத்திற்கு முன் கிமானி வக்கீல் அய்யா மகமாயி கோயில் திண்ணை மீது உட்கார்ந்துகொண்டு அரட்டையடித்துக் கொண்டிருந்தார். அவரைச் சுற்றி அவர் பேச்சு வெடிக்கு நெருப்புப் பற்றவைக்கும் சில மக்கள். இது நடந்துகொண்டிருக்கும் போது சீதாராமனின் அம்மா காமாட்சி அங்கே மகனுக்காகக்

காத்துக்கொண்டு உட்கார்ந்திருந்தார். மகமாயி அவர் குலதெய்வம். பேசிக்கொண்டிருந்தது அவர் காதிலும் விழுந்தது. ஆரம்பத்தில் அரசியலிலிருந்து தொடங்கி, பேய் பூதங்கள் முதற்கொண்டு பிறகு கடவுள் வரை வந்தது.

‘அப்படி என்றால் “நாளை வா” என்று கதவின் மீது எழுதுவது தவறா?’ என்று ஒருவன் கேட்டான்.

‘இல்லைடா, எந்தத் தவறும் கிடையாது. எப்படிப்பட்ட முட்டாப்பயடா நீ. மொதல்ல அந்தப் பிசாசுங்களுக்கு கன்னடம் புரிய வேண்டும். அவை வந்து உன் வீட்டு வாசல் கதவின் மீது எழுதியதைப் படிக்க வேண்டும். அதுமட்டுமல்ல நீ சொன்னது போல் சரி நாளை வருகிறேன் என்று திரும்பிப் போகவேண்டும். அப்படி எல்லாம் அது உன் கட்டளையைக் கடைப்பிடிப்பதாக இருந்தால் ‘மீண்டும் வரவேண்டாம்’ என்று எழுதி இருக்கணும்தானே. முட்டாள்தனத்தைக் காட்டக்கூட ஒரு அளவு இருக்கல்லடா?’ வக்கீல் அய்யா நக்கலாகப் பேசினார்.

‘நீங்கள் கடவுள் மீது நம்பிக்கை இல்லாதவர். கோவிலுக்கு எதற்கு வருகிறீர்கள்?’ என்றொருவன் வக்கீல் அய்யாவிடம் கேட்டான்.

‘இதென்ன கடவுள் கட்டியதாடா? மனிதர்கள் கட்டியது. ஊரில் நாலு பேர் பணம் நன்கொடை கொடுத்துக் கட்டியது. நானும் கொடுத்திருக்கிறேன். கடவுள் மீதான பக்தியால் அல்ல. அந்தத் திண்ணை மீதான காதலால்.’

‘நீங்கள் கடவுளை வைவது எதற்கு?’

‘அது மனிதர்கள் மீது நம்பிக்கை வரட்டும் என்று. அந்தக் கடவுள் பொய்யென்று தெரியட்டும் என்பதற்காக. ஆனாலும் அவர்கள் விடமாட்டார்களே. நான் இத்தனை நாள் இதே வெங்கடரமணக் கடவுளை தேவடியா மகன் என்று சொல்லியிருக்கிறேன். மகமாயியை வேசி என்று சொல்லியிருக்கிறேன். எனக்கு ஏதாவது ஆச்சா?’

வக்கீல் அய்யாவுக்கு எதுவும் நடக்காவிட்டாலும் அங்கே உட்கார்ந்திருந்த காமாட்சியின் காதுகளில் இது விழுந்து பெரிய விபத்தே நடந்துவிட்டது. திண்ணையில் தூண் மீது சாய்ந்து உட்கார்ந்திருந்தவருக்கு தலைசுற்றியது. அங்கேயே பின்னால்

சரிந்து விழுந்தார். நல்ல வேளை முன்னால் சாய்ந்து விடவில்லை. அப்படி நடந்திருந்தால் தலைக்கு அடிபட்டிருக்கும். அதற்குள் சீதாராமன் வந்தான். வந்து பார்க்கிறான். அம்மா முகம் வெளிறி உட்கார்ந்திருக்கிறார். அவனைப் பார்த்ததும் குடிக்கத் தண்ணீர் கேட்டார். தண்ணீர் குடித்துவிட்டு வீட்டிற்குப் புறப்பட்டார். என்ன என்ன நடந்தது என்று கேட்ட யாரிடமும் எதுவும் சொல்லவில்லை. உபசரிக்க ஓடி வந்தவர்களிடம் கிமானி வக்கீல் அய்யாவும் இருந்தார். அவர் புறப்படும் நேரம் சீதாராமனிடம் இரண்டு வார்த்தை பேசினார். ஆனாலும் காமாட்சி எதுவும் சொல்லவில்லை.

வீட்டிற்குப் போனபிறகும் அந்த நிந்தனைகள் அவர் மனதை விட்டுப் போகவில்லை. இரவுவரை எப்படியோ தாங்கிக்கொண்டு பிறகு கணவனிடம் சொன்னார். அவர் குலதெய்வமான மகமாயியைப் பற்றி அப்படியொரு பேச்சைக் கேட்டு அவளுக்குள் எங்கேயோ துவங்கிய நடுக்கம் நிற்கவே இல்லை. கிமானி வக்கீல் என்ன சொன்னாரென்று அவரால் வாய்விட்டுச்சொல்லவும் முடியவில்லை. 'அவர் மகமாயியைப் பற்றிக் கெட்டதாகப் பேசினார்' என்பதைத் தவிர வேறு எதையும் சொல்ல முடியவில்லை. 'அவரை விட்டுத் தள்ளு... கடவுளைப்பற்றி அவர் நல்லதாக பேசியதுண்டா? நம்மூர் சாருவாகன் அவர்.' கணவர் ஆறுதல் சொன்னார்.

வக்கீல் அய்யாவின் குரல் அதன் முழு ஆற்றலுடன் அவள் காதுகளில் தங்கிவிட்டன. இரவு தூக்கம் வரவில்லை. சிறிது கண் சொக்கியதும் விழிப்பு வந்துவிட்டது. மீண்டும் அதே சொற்கள் மனதைச் சூழ்ந்துகொண்டன. விலக்க என்ன முயன்றாலும் அவை வதைக்கத் தொடங்கின.

மறுநாள் காலை எப்போதும் போல் எழ முடியவில்லை. எழுந்தபோது அசதியாக இருந்தது. எழுந்தவுடன் காதை நிரப்பியது மீண்டும் அதுதான். 'கடவுளே உன்னைப் போற்றிப் புகழ்ந்து நினைத்துக்கொள்ளவேண்டும். அப்படி இருக்கையில் இது போன்ற வார்த்தைகளால் உன்னை ஜபிக்கும்படி செய்துவிட்டாயே. எந்தப் பாவத்திற்கு இந்தத் தண்டனை எனக்கு...' என்று உள்ளுக்குள் நொந்துபோனார். இரண்டே நாட்களில் தூக்கமில்லாமல், விசித்திரமான குற்ற உணர்வாலும் பயத்தாலும் நொந்து திராணியற்றுப் போனார். ஒவ்வொரு முறையும் மகமாயியுடன்

வேசி என்ற சொல்லும் நினைவிற்கு வந்து, அப்படி நடக்கும் போதெல்லாம் தன் குடத்தில் பாவத் துளிகள் விழுவது போல் உணர்ந்தார். சொல் என்றால் என்னவென்று சொல்லாமல் , ‘அய்யோ, கேட்காதீங்கடா. எந்த வாயால் அதைச்சொல்லட்டும். அந்த துஷ்டனுக்கு தண்டனை கிடைக்காமல் போகாது. ஆனால் கடவுள் என் காதில் இதை ஏன் விழவைத்தான்’ என்று புலம்பினார். அவர் சங்கடம் கண்ணுக்குத் தெரிவதுபோல் இருந்ததே தவிர அதைச் சரிசெய்வது எப்படி என்று குடும்பத்தாருக்கும் தோன்றவில்லை. அவர் மனதிலிருந்து அந்தச் சொற்களை எடுக்க என்ன உபாயம் இருக்கிறது என்று எவ்வளவு யோசித்தாலும் தெரியாமல் போனது. அதை மறக்கடிக்க முயன்றாலும் அவருக்கு அது மிக அதிகமாக நினைவிற்கு வந்தது. ஆரம்பத்தில் தன்பாட்டிற்கு முறையிட்டுக் கொண்டிருந்தவர் பிறகு வெளிப்படையாக புலம்பத் தொடங்கினார். பூசையறையில் அமர்ந்து தலையைத் தரையில் அடித்துக்கொண்டு அழுதார். அவர் நெற்றியில் காயம் ஏற்பட்டு ரத்தம் சிந்தியது. வீங்கி அது உப்பிவிட்டது. அங்கே ரத்தம் உறைந்து அதில் முடி ஒட்டிக்கொண்டு, நெற்றிக் குங்குமமும் கலைந்து பயங்கரமாகத் தெரிந்தது. நெற்றிக்குக் காயம் ஏற்பட்ட பிறகு தலையை அடித்துக்கொள்வதை நிறுத்திவிட்டு முடியைப் பிய்த்துக்கொண்டு உருண்டு அழுதார். அவருக்கு பைத்தியம் பிடித்து விட்டது என்று வாய் திறந்து யாரும் சொல்லத் தயாராக இல்லாவிட்டாலும் உள்ளுக்குள் அது நம்பும் நிலைமைக்கு வந்துவிட்டது.

இப்படி நான்கு நாள்கள் கடந்த பிறகு மகமாயி கோயில் மதுபட்டரை அழைத்து சாந்தி பரிகாரம் செய்ய வைத்தார்கள். அவர் மீது தேவியே தானாக வந்து காமாட்சியை ஆறுதல் படுத்திய பிறகு அவர் கட்டுப்பாட்டிற்குள் வந்தார்.

இவை எல்லாம் நடந்து முடிந்த பிறகு சீதாராமன், கிமானி வக்கீலுக்கு தான் யாரென்று காட்டவேண்டுமென்று இங்கே வந்தது. பிறகு அங்கே போவதற்கு முன் விட்டோபனின் கடைக்கு வந்தது.

‘விட்டண்ணா அவருக்கு கடவுள் மீது நம்பிக்கை இல்லை என்றால் வேண்டாம். அதை எல்லோர் முன்னால் இப்படி பறைசாற்றுவது

எதற்கு? அம்மாவுக்கு ஏதாவது நடந்திருந்தால் அவர் மீது கொலை வழக்குப் போட்டிருப்பேன். அந்த மகமாயி தயவால் எதுவும் நடக்கவில்லை. நீ என்னுடன் வருகிறாயா என்ன?'

இன்னும் விட்டோபன் சாப்பிட்டிருக்கவில்லை. இப்போது வக்கீல் வீட்டிற்குப் போய் உட்கார்ந்தால் வீட்டில் சாப்பிடக் காத்துக்கொண்டிருக்கும் பெண்கள் கதி என்னவென்று யோசித்தான்.

'சீதாராமா நான் சாப்பிடாமல் வர முடியாது. வீட்டில் காத்துக்கொண்டிருப்பார்கள்.'

'அப்படியென்றால் நான் தனியாகப் போகிறேன். நானும் வீட்டில்தான் சாப்பிட வேண்டும்.' கூடவே வந்தவர்கள் அவன் பின்னால் போனார்கள்.

சீதாராமன் வந்த போது வக்கீல் அய்யா சாப்பிட்டு விட்டு திண்ணை மீது உட்கார்ந்துகொண்டு நாளிதழை அப்போதுதான் திறந்துகொண்டிருந்தார். அப்போது வேகமாக நடந்துகொண்டு வக்கீல் அய்யா வீட்டுப் படல் தாண்டி உள்ளே வந்த சீதாராமன் அவர் முன்னால் வந்து நின்றான். அவனை அடையாளம் கண்டுகொண்டு, 'வாடா சீதாராமா. என்ன இந்த நேரத்தில் வந்தது? எல்லாம் நலம்தானே?' என்றவர் வரவேற்றபோது தயார் செய்துகொண்டு வந்த தயாரிப்புகள் எல்லாம் மறந்து போனது போலாயின. 'உங்கள் மீது கம்ப்ளையண்ட் கொடுக்கிறேன்' என்றான். அவனுக்கும் பேசிய பிறகுதான் அதன் முட்டாள்தனம் தெரிந்தது.

அவன் எதையோ சொல்லப் பார்க்கிறான். ஆனால் முடியாமல் தடுமாறுகிறான் என்பது வக்கீல் அய்யாவுக்குத் தெரிந்தது. 'பொறுமையா இரு. மொதல்ல உட்கார். என்ன நடந்தது சொல். பிறகு கம்ப்ளைண்ட் கொடுப்பயாம்.'

சீதாராமனுக்கு மனம் சிறிது கட்டுப்பாடிற்குள் வரத்தொடங்கியது. 'உங்களுக்கு நம்பிக்கை இல்லையென்றால் கடவுளை வணங்க வேண்டாம். ஆனால் அதை ஊரெல்லாம் சொல்லிக்கிட்டு திரியணுமா?'

அப்போதும் வக்கீல் அய்யாவுக்குப் புரியவில்லை. கூடவே வந்தவர்கள் எல்லாவற்றையும் விவரிக்க வேண்டியதானது.

'தயவு செய்து வாயிற்கு பூட்டுப் போட்டுக்கொண்டிருங்கள். என்அம்மாவுக்கு பித்துப் பிடிப்பது ஒன்றுதான் பாக்கி இருக்கு. உடனே உங்கள் மீது கம்ப்ளைண்ட் கொடுக்கிறேன்.' சீதாராமன் சொன்னதையே மீண்டும் மீண்டும் பிதற்றிக் கொண்டிருந்தான்.

இப்போது வக்கீல் அய்யாவுக்கு நிலைமை புரிந்தது. காமாட்சியின் நம்பிக்கையைப் பார்த்துப்பதட்டமானது.

'எனக்குத் தெரியாது. உண்மையாக எனக்குத் தெரியாது. யாரோ பையன்களுடன் பேசிக்கொண்டிருந்தேன். நாலு வார்த்தை பேசியது உண்மை. இப்போது நான் என்ன செய்ய வேண்டும் சொல்?' வக்கீல் அய்யா தாழ்ந்த குரலில் கேட்டார். அவர் மனதில் தோன்றும் கடவுள் இல்லாத வாதங்கள் எல்லாம் இந்தத் தருணத்தில் களை இழந்திருந்தன.

'செய்வதற்கு என்ன இருக்கு? செய்வதை எல்லாம் செய்தாகிவிட்டது. .இனியாவது அடுத்தவர் வாழ்க்கையில் மூக்கை நுழைப்பதை நிறுத்திக்கொள்ளுங்கள்.' சீதாராமன் உத்வேகத்துடன் சொன்னான். இன்னும் இங்கேயே நின்றிருந்தால் தன் பேச்சில் அழுகை கலந்துவிடலாமென்று தோன்றி வந்த வேகத்திலேயே புறப்பட்டு விட்டான். அவன் பின்னால் அவன் நண்பர்கள்.

இதை சீதாராமனும் வக்கீல் அய்யாவும் அத்துடன் நிறுத்திக்கொண்டாலும் விட்டோபனுக்கு அதை அத்தனை எளிதில் முடித்துவிடும் மனமிருக்கவில்லை. அவன் தினமும் மாலை கடைத் திண்ணை மீது நடக்கும் கூட்டத்தில் இதையே பேசிக்கொண்டு, எப்படி வக்கீலால் காமாட்சி தலை கெட்டுப்போனது என்று தன்னுடைய விவரங்களைச் சேர்த்துச் சொல்லத் தொடங்கினான். அதன் பிறகு காமாட்சி குணமானாலும் கதையின் ரஞ்சகத் தன்மை குறையாமல் இருக்கட்டுமென்று விட்டோபன் காமாட்சியை பைத்தியக்காரி கணக்கில் சேர்த்துவிட்டான்.

★★★

ரார

ராரர என்பது ராம்ரஹீம் பெயராகிவிட்டது. ஆரம்பத்தில் வேடிக்கையாகவும், கேலியாகவும் பயன்பட்டது பள்ளியில் வலுவாக, பிறகு வக்கீல் அய்யாவின் லட்சியத்தையே நக்கல் செய்வது போல் அந்த அடைப்பெயர் நிலைத்துவிட்டது. ஒவ்வொரு முறை யாராவது அப்படி அழைக்கும் போது அந்தப் பெயர் வைத்த அப்பாவின் மீது ராரவுக்கு தாங்கமுடியாத கோபம் உண்டாகும். அவன் பள்ளி நாட்களில் இருந்தே தொடங்கிய இந்தப் பொறுமையின்மை நாளுக்கு நாள் உள்ளுக்குள்ளேயே வளர்ந்து கெட்டியாகத் தொடங்கியது. அவன் பிறந்த பிறகு ஐந்து ஆண்டுகள் உயிருடன் இருந்த பிரியாகி அவனைப் புத்தூராய என்று அழைத்தார். விஜயா அவனை அண்ணா என்றாள். ‘வாடா, எங்கே போயிருந்தேடா’ என்று அழைப்பதால் அவன் பெயரைச் சொல்லி அழைக்கும் சூழ்நிலை வக்கீல் அய்யாவுக்கு மிகக் குறைவு. அது போன்ற நிலைமை ஏற்பட்டால், ராமரஹீம் என்றே அழைப்பார். வீட்டிற்கு வெளியே மட்டும் அவன் ரார ஆகவே தங்கிவிட்டான். அந்த சாபத்தைத் தாங்கிக்கொள்ள வேண்டியதால் அவனுக்கு ஏற்பட்ட சிரமம் என்ன என்பது அவனொருவனுக்கு மட்டுமே தெரியும்.

ராமரஹீம் மனதிற்குள் புகுந்து பார்க்க முடிந்தால் அவனுக்குத் தன் அப்பாவின் மீதிருந்த வெறுப்பும், கோபமும், அவமானங்களும் எவ்வளவு என்பது தெரியவரும். பள்ளியில் எல்லோர் கேலிக்கும் அவன் ஆளாவான். தேசத் தலைவர்களின் லட்சியக் கதைகள் அவனுக்கு நகைச்சுவையாகத் தெரிந்தன. அவன் அப்பாவின் நிலைப்பாடுகள், அவர் ஆவேசம் எல்லாம் அவனால் சகித்துக்கொள்ள முடியாமல் இருந்தன.

‘ஏ, ரார நேரு என்ன நிக்கர் போட்டிருந்தார் என்று விசாரித்துக் கொண்டு வாடா.’

‘ரார நீ பாகிஸ்தானுக்குப் போவதில்லையாடா’ உன் பெயரைச் சொன்னால் சேர்த்துக்கொள்வார்கள்.’

‘உனக்கு என்ன உபநயனம் செய்திருக்கிறார்கள் காட்டு பார்க்கலாம். ஏ, ரார காட்டுடா, காட்டுடா.’

‘காந்திஜி பெண்களுடன் நிர்வாணமாகப் படுப்பாராமல்ல. எல்லாம் சரியா தெரிஞ்சிக்கிட்டு வாடா.’

இப்படி எல்லாம் அவன் வாழ்க்கையின் பல கட்டங்களில் சகபாடிகள் அலைக்கழிப்பதை அவன் யாரிடமும் சொல்லமுடியாது. எங்கேயாவது பெயர் சொல்லும் சூழ்நிலை வந்தால் அவன் உயிரே போய்விடும் போல் இருக்கும். பள்ளி இன்ஸ்பெக்டர் வந்தபோது அவன் பெயர் அவருக்கு ஒரு பேசும் பொருளானது. முடிவில் அவன் ‘எனக்குத் தெரியாது, என் அப்பாவையே கேளுங்கள்’ என்னும் அளவிற்கு அதன் மீது அவன் வெறுத்துப்போயிருந்தான். பெரும்பாலும் மக்கள் ரார என்றே அழைத்தார்கள். அதைக் கேட்கும்போது அவனுக்குக் கோபம் பொங்கி வரும். அதற்காக யாராவது ராமரஹீம் என்று அழைத்தாலும் அதுவும் அப்படியே கோபத்திற்குக் காரணமாகும். தான் வயதிற்கு வந்ததும் தன் பெயரை மாற்றிக்கொள்வேன் என்று மனதில் முடிவு செய்திருந்தான். இந்த உலகில் எத்தனை நல்ல பெயர்கள் இருக்கும்போது இதைத் தெரிவு செய்த அப்பாவின் மீது கோபமாக இருக்கும். இந்தப் பெயரால் தன் வாழ்க்கையில் எல்லாம் திசைமாறிப் போய்விட்டன என்று அவனுக்குத் தோன்றும். பள்ளி ஆசிரியர் அவன் பெயரை அழைத்ததும் உதட்டில் ஒரு புன்னகை பூக்கும். உயர்நிலைப் பள்ளியில் இருக்கும் போது அவன் நோட் புத்தகக் கடைசிப் பக்கத்தில் தினேஷ், சந்தோஷ், அரவிந்த் இப்படி பெயர்களை எழுதி அவை தன்னுடையதாக இருந்தால் எப்படி இருக்கும் என்று ஊகித்து மகிழ்ச்சியடைவான். ஒவ்வொரு பெயரும் எந்த லட்சியப் பூசலும் இல்லாமல், இன்னொரு மிகச் சிறப்பான வாழ்க்கைக்கான சாத்தியக்கூறுகளைக் காட்டின. தன் தெய்வத்தை இந்த அசிங்கமான பெயரின் சிக்கலிலிருந்து விடுவிக்காமல் இருந்தால் தனக்கு எதிர்காலம் இல்லை என்று தோன்றும். பெயர் மாறியதும் தன் கடந்த காலம் அழிந்துபோய் புது மனிதனாவேன் என்ற கனவு எப்போதும் அவன் கண்ணில் இருக்கும்.

அப்படி இருக்கையில்தான் அவனுக்கு அசோகன் என்ற பெயர் மீது மனம் ஒன்றி அசோக கிமானிகர் என்று எழுதி எழுதி வைத்தான். வர வர அது போதாது என்று தோன்றி மைசூர் தோரணையில் கெ. யூ. அசோக் என்பதே நன்றாக

இருக்குமென்று அதே கையொப்பத்தைப் பழகிக்கொண்டான். எந்தப் பெண்ணும் தற்போதைய அபத்தமான பெயருடன் தன் பெயரைச்சேர்த்துக்கொள்ள கனவு காணமாட்டாள் என்பது அவனுக்கு உறுதியாக இருந்தது. அவன் ரகசியமாகக் காதலித்திருந்த வாசந்தியின் பெயருக்குப் பின்னால் அசோகன் என்பது நன்றாகப் பொருந்தும் என்று கனவு கண்டான். வாசந்தி அசோகன் என்பது எவ்வளவு அழகாகக் கேட்கிறது. அதே வாசந்தி ராமரஹீம் என்றால்? த்தூ. கேட்பவர்கள் சிரிப்பார்கள்.

அப்பாவின் மீதான அவன் வெறுப்பு முதல் முதலாக வெளிப்பட்டது அவன் பத்தாவது வகுப்பில் இருக்கும்போது. ஒரு நாள் நாளிதழ் வாசித்துக்கொண்டிருந்த வக்கீல் அய்யா ஒரு தலைப்பு வரியை வாசித்து, ‘இந்தச் செய்தியின் பொருள் புரிந்ததாடா? சொல் பார்க்கலாம்’ என்று மகனிடம் கேட்டார். அவன் வெறுப்புடன் ‘நான் சொல்ல மாட்டேன். எனக்கது தேவையில்லை’ என்று சொல்லிவிட்டான். வக்கீல் அய்யா பதறிப்போனார். என்ன சொல்லவேண்டுமென்று தெரியாமல் ‘என்னடா, என்ன ஆனது?’ என்றார்.

‘என்ன ஆனது என்றால் ஒன்றும் ஆகவில்லை. இவை எல்லாம் எனக்கு வேண்டாம். இனி இதை எல்லாம் கேட்கமாட்டேன்.’

‘இது உன் நன்மைக்குத்தான். இது காதில் விழுந்தால் நாட்டில் என்ன நடக்கிறது என்பது சிறிதளவாவது தெரியும். உன் வயதில் நான்...’

‘என் வயதில் நீ கோடேபேணேயில் சொற்பொழிவாற்றி இருக்கலாம். எனக்கு அது தேவையில்லை.’

அப்படிச் சொன்னவன் உடனே அவர் அடுத்த பேச்சிற்கு வாய்ப்பளிக்காமல் போய்விட்டான்.

அங்கே உட்கார்ந்திருந்த விஜயா ஓசையில்லாமல் எழுந்து அவனைப் பின்தொடர்ந்தாள். வெகு நேரம் வக்கீல் அய்யா எதையோ யோசித்துக்கொண்டு உட்கார்ந்திருந்தார். உள்ளே போய் மகள் அங்கே நடந்ததை அம்மாவிடம் சொன்னாள். நீலாவதி வந்து பார்த்த போது வக்கீல் அய்யா வெளியே பார்த்துக்கொண்டு உட்கார்ந்திருந்தார்.

'போகட்டும் விடுங்கள். பிள்ளைகள் அப்படித்தான்' என்றார். அப்போதும் அவர் எதையும் சொல்லவில்லை.

★★★

அதே ஆண்டு அரையாண்டுத் தேர்வில் அவன் காப்பியடித்தான் என்று கணித ஆசிரியர் புகார் சொன்னார். மூன்று கேள்விகளுக்குப் பக்கத்தில் உட்கார்ந்திருந்த பையனுடையதும் இவனுடையதும் ஒரே மாதிரியான தவறான விடைகள். முன்பே தேசாயி ஆசிரியருக்கு வக்கீல் அய்யா என்றால் வெறுப்பு. அவர் குத்தகைக்குக் கொடுத்த வயல் வழக்கிற்கும் வக்கீல் அய்யாவுக்கும் மறைமுகமான தொடர்பைக் கற்பித்திருந்தார். அப்படி இருக்க இப்படி ஏதாவது கிடைத்தால் விடுவாரா? முதலில் தலைமை ஆசிரியரிடம் சொன்னார். பையன்கள் இருவரையும் அழைத்து வைதார். யார் யாரைக் காப்பியடித்தார்கள் என்பதை பையன்கள் விட்டுக்கொடுக்கவில்லை. தனித் தனியாக அழைத்துப் பேசிய போதும் அவர்கள் வாய்திறக்கவில்லை. காப்பி அடிக்கவே இல்லை என்று சொல்லிவிட்டார்கள். அதற்குக் காரணமும் இருந்தது. இருவரும் ஒருவரையொருவர் காப்பி அடித்ததால் இன்னொருவன் மீது குற்றம் சொல்ல முடியவில்லை. 'அப்பாவிடம் சொல்கிறேன்' என்று தேசாய் ஆசிரியர் பயமுறுத்தியபோது இன்னொரு பையன் அமைதியாக இருந்தால் ராமரஹீம் 'இன்றே சொல்லுங்கள்' என்றான்.

தேசாய் ஆசிரியர் இவற்றை எல்லாம் அத்துடன் விட்டுவிட்டிருக்கலாம். ஆனால் அவர் அன்று மாலை வக்கீல் அய்யா வீட்டிற்கு வந்தார். அப்போது வக்கீல் அய்யா எரிந்து போன பல்புக்குள் இருந்த கம்பியை இணைத்து பல்பிற்கு மறு ஜீவன் கொடுக்கும் முயற்சியில் இருந்தார். நாற்காலி மீது ஏறிக் கூரையிலிருந்து இறங்கியிருந்த ஹோல்டரிலிருந்து பல்பை எடுத்து மெல்லத் திருகி அதன் உள்ளிருக்கும் கம்பியை இணைக்கும் நேரத்தில் ஆசிரியர் வந்தார்.

படல் தாண்டி உள்ளே வரும்வரை ஆசிரியருக்கு வக்கீல் அய்யா தெரியவில்லை. படியேறி திண்ணைக்கு வந்தால் அங்கே வக்கீல் அய்யா நாற்காலி மீது நின்றிருந்தார். 'வாங்க, வாங்க' என்று

அங்கிருந்தே அழைத்தார். 'உட்காருங்க, உட்காருங்க. இதைக் கையில் பிடித்திருக்கிறேன், விட முடியாது. ஒரு நிமிடம், உட்காருங்க' என்று வக்கீல் அய்யா கம்பியிலிருந்து கண்ணை எடுக்காமல் வரவேற்றார்.

தேசாயிக்கு வந்த விஷயத்தை விரைவாகச் சொல்ல வேண்டிய அவசரமிருந்தது. அவர் மனதிற்குள்ளேயே வார்த்தைகளைப் பின்னிக்கொண்டு வந்திருந்தார். இங்கே இப்படிக் காக்கவேண்டிய சூழ்நிலை ஏற்படலாம் என்று அவர் எதிர்பார்க்கவில்லை.

'இந்த பல்பின் கம்பியை இணைக்க முடியுமா பார்க்கிறேன். இணைத்து, பல்பை எரித்து அப்படியே சிறிது நேரம் பிடித்தால் மீண்டும் அது ஒட்டிக்கொள்ளும். அது எரியும்போது அசைக்கக்கூடாது அவ்வளவுதான்.' வக்கீல் அய்யா தன் நாற்காலியை ஏறி செய்துகொண்டிருந்த வேலையின் விவரத்தைச் சொல்லத் தொடங்கினார்.

அவர் நிதானமாக மிக எச்சரிக்கையுடன் பல்பை திருகித் திருகிக் கம்பியை இணைத்துவிட்டார். பல்பை மெல்ல ஹோல்டரில் சிக்கவைத்து 'தேசாயி அய்யா அங்கே நடுவில் இருக்கும் சுவிட்சைப் போடுங்கள்' என்றார். தேசாய் எழுந்து சுவிட்ச் போட்டால் அது எரியவேயில்லை.

'நான் ஹோல்டரில் சிக்கவைத்துக் கம்பியை இணைத்திருக்கவேண்டும். இவை எல்லாம் எவ்வளவு நாசூக்கு.' வக்கீல் அய்யா ஹோல்டரை பிடித்துக்கொண்டு பல்பை திருகத் தொடங்கினார். 'சுவிட்சை அணைக்கவும்' என்றார். தேசாயி சுவிட்சை அணைத்து அதன் அருகிலேயே அடுத்த கட்டளைக்காகக் காத்து நின்றார். ஏதோ ஒரு தருணத்தில் கம்பி இணைந்தது. கையை அப்படியே தாழ்த்திப் பிடித்துக்கொண்டு 'இப்போது போடுங்கள்' என்றார். பல்ப் எரிந்தது. 'இப்படிச் சிறிது நேரம் பிடித்துக்கொண்டால் போதும். வெப்பத்திற்கு மீண்டும் கம்பி கூடிவிடும்' என்று அதை அசையாமல் பிடித்துக்கொண்டார்.

'என்ன தேசாய் அய்யா வந்தது? எல்லாம் நலம்தானே?' வக்கீல் அய்யா நாற்காலி மீது நின்றபடியே கேட்டார்.

'ஆமாமா, நலம்தான். நீங்கள் இறங்கி வாருங்கள் சொல்கிறேன்.'

‘தேநீர் பருகுகிறீர்களா?’

‘ஒன்றும் வேண்டாம். நான் ஒருநாளைக்கு ஒரு முறைதான் தேநீர் அருந்துவது.’

வக்கீல் அய்யா ஒரு நிமிடம் பல்லை பிடித்துக்கொண்டு அது சூடேற மெல்லத் தொங்கவிட்டார். இருவரும் எதிரெதிர் நாற்காலிகளில் உட்கார தேசாய் ஆரம்பித்தார்.

‘வருத்தமான செய்தி. உங்கள் மகன் தேர்வில் காப்பியடித்திருக்கிறான். அவன் பக்கத்தில் உட்கார்ந்திருந்த பையனுடைய மூன்று கேள்விகளுக்கும் ஒரே விடை. கேட்டால் இல்லவே இல்லை என்கிறான்.’

வக்கீல் அய்யா பதறிப் போனார். ஒரு நொடி அமைதியாக இருந்து சொன்னார். ‘நீங்கள் என்ன செய்தீர்கள் தேசாய்? எல்லோருக்கும் செய்வதையே செய்திருக்க வேண்டும். என் மகன் என்று சலுகை காட்டினால் உங்கள் மீது புகார் கொடுப்பேன். நியமப்படி என்ன செய்ய வேண்டுமோ அதைச் செய்யுங்கள். எல்லோருக்கும் ஒரே சட்டம்.’

இது தேசாய் மனதில் தயாரித்துக்கொண்டு வந்த உரையாடலுக்கு எதிர்மறையாக இருந்தது. இந்த விவகாரம் தன் மீது திரும்பி விழுகிறதே என்றவருக்குப் பதட்டமாக இருந்தது. வக்கீல் அய்யா மகனை மன்னித்துவிடக் கேட்கலாம். அப்போதுதான் ‘அடுத்தவருக்கு உபதேசம் செய்கிறீர்களே. இப்போது பாருங்கள் தன் தலைக்கு வரும் போது லட்சியம் சோதனைக்கு உள்ளாகிறது’ என்று சொல்லவேண்டுமென்று வந்திருந்தார்.

தேசாய் எதுவும் பேசாமல் அமைதியாக இருப்பதைப் பார்த்து வக்கீல் அய்யவே பேசினார்கள். ‘கடுமையான தண்டனையைக் கொடுங்கள். நியமப்படி செய்யுங்கள். நீங்கள் என்ன செய்தாலும் நான் கேட்கமாட்டேன். ஆனால் தண்டனை கொடுக்காமல் இருந்தால் சும்மா இருக்க மாட்டேன். இருவருக்கும் தண்டனை கிடைக்கட்டும்.’

இந்த மனிதனிடம் பேச முடியாது என்று தேசாயிக்கு உறுதியானது. இருவருக்கும் தண்டனை கிடைக்கட்டும் என்பது அவரைக் குழப்பியது. காரணம் அந்த இன்னொருவன் போஸ்ட் மாஸ்டர்

மகனாக இருந்தான். இவரிடம் எதற்காக வந்தேன் என்று தோன்றியது.

'இந்த முறை அறிவுரை சொன்னால் போதும் வக்கீல் அய்யா. இந்த விஷயத்தை உங்கள் காதில் போட வந்தேன். அவ்வளவுதான்.' தேசாய் அவசரமாகப் புறப்பட எழுந்தார்.

தேசாய் அந்தப் பக்கம் போனதும் வக்கீல் அய்யா நீலாவதியை அழைத்து நடந்த சங்கதியைச் சொன்னார். 'அவனிடம் சரியாகக் கேட்காமல் நீங்கள் கோபித்துக்கொள்ள வேண்டாம்,' என்று அவர் மீண்டும் மீண்டும் சொன்னார்.

வக்கீல் அய்யா மகன் வீட்டிற்கு வருவதையே எதிர்பார்த்துக் கொண்டிருந்தார். இருட்டிய பிறகு அவன் வந்தான். அப்பாவைப் பார்க்காதவன் போல் சர்ரென்று உள்ளே போக முயன்றான். 'இங்கே வாடா' என்ற வக்கீல் அய்யாவின் அழைப்பில் அவனுக்கு அபாயத்தின் சுளிவு கிடைத்தது. அமைதியாக வந்து எதிரில் நின்றான்.

'காப்பி அடித்திருக்கியாமா. தேசாயி ஆசிரியர் வந்திருந்தார்.' இதைச் சொல்லிய வக்கீல் அய்யாவுக்குக் கோபம் தலைக்கு ஏறியது. உள்ளிருந்து நீலாவதியும் வந்தார்.

'நான் காப்பியடிக்கவில்லை என்று அவரிடம் சொல்லியிருக்கிறேன். காப்பி அடிக்கும் போதே எதற்குப் பிடிக்கவில்லை? இருவர் விடையும் ஒரே மாதிரி இருந்தால் நான் என்ன செய்ய முடியும்?' இப்படியொரு சூழ்நிலை வரும் என்று அவனுக்கும் தெரிந்திருந்த தோரணையில் அவன் எதிர்வினை இருந்தது.

'பாழாய்ப் போவடா. உங்க தலைமுறையே பாழாய்ப் போகும்.' வக்கீல் அய்யா கோபத்தில் நடுங்கினார். அவர் தலைமுறை பேச்செடுத்ததைப் பார்த்து நீலாவதிக்கு இவருக்கு மகன் கவலையா தலைமுறைக் கவலையா என்று ஒரு நொடி வருத்தமாக இருந்தது.

'அவனுக்கு என்னைக் கண்டால் பிடிக்காது அதற்குத்தான் இந்தப் புதிய பாங்கு.'

மகன் வார்த்தைகளைக் கேட்டதும் வக்கீல் அய்யாவால் சினத்தை அடக்கிக்கொள்ள முடியவில்லை. 'ஆசிரியரை அவன், இவன்

என்று சொல்கிறாயாடா' என்று கத்திக் கொண்டே எழுந்து நின்றார்.

'அவன் ஆசிரியர் யோக்கியதைக்குத் தக்கவாறு இருக்கணும்' என்று சொல்லி அவன் உள்ளே போய்விட்டான்.

'தண்ணி கொடுடி' என்றார் வக்கீல் நடுங்கிக்கொண்டே. நீலாவதி தண்ணீர் சொம்பை எடுத்துவர உள்ளே விரைந்தார்.

பிறகு வெளியே முன்கட்டில் குனிந்து தலைமீது தண்ணீர் ஊற்றிக்கொண்டு வக்கீல் அய்யா கோபத்தைத் தணித்துக்கொண்டார். வீட்டு முன்கட்டில் அவர் தலைக்கு இப்படி தண்ணீர் ஊற்றிக்கொள்வது இதுதான் முதல் முறை.

★★★

ராமரஹீம் கல்லூரிக்குப் போகத் தொடங்கிய பிறகு அப்பாவின் பெயர் சொன்னால் கனல் கக்குவான். பள்ளியில் இருந்தபோது கொஞ்சம் அதட்டி அவனைச் சும்மா இருக்க வைத்திருக்கலாம். இப்போது எதைச் சொன்னாலும் எதிர்த்துப் பேசுகிறான். சரியாக அமைதியாக அவனுடன் பேசுவது அசாத்தியமானது.

இரணியனுக்கு பிரகலாதன் என்பது போல் கிமானி வக்கீல் அய்யாவுக்கு ரார என்பது போலானது. அவர் என்ன சொன்னாலும் அதை எதிர்ப்பான். எந்தப் பிறவியின் சாபமோ என்று நீலாவதி பரிதவிப்பார்.

கல்லூரியின் கடைசி ஆண்டில் இருக்கும்போது ராமரஹீம் பெயரை மாற்றிக்கொண்டு அசோகன் ஆனான். கூடவே தன் கையொப்பத்தையும் மாற்றிக்கொண்டான். இனி யாராவது தன்னை ரார என்று அழைத்தால் பல்லை உடைப்பேன் என்று கல்லூரி முழுதும் செய்தியைப் பரப்பினான். வீட்டிலும் அப்படித்தான். அன்று வக்கீல் அய்யா சாப்பாட்டை முடித்துக்கொண்டு அப்போதுதான் வெளியே வந்து உட்கார்ந்தார். இவன் அங்கே எங்கிருந்தோ வந்தான். நேராக அவர் முன்னால் நின்று சில காகிதங்களைப் பிடித்தான். 'என்னடா' என்றார். 'பார்' என்றான்.

அவன் கையில் பெயர் மாற்றிய ஆவணங்கள். சில ஸ்டாம்ப் பேப்பர்கள். தினசரி பத்திரிகையில் பெயர் மாற்றவென்று கொடுத்த

விளம்பரக் கட்டிங்குகள் இன்னும் பல தாள்கள் இருந்தன. அவருக்கு அது முதலில் புரியவே இல்லை. என்னவென்று கேட்டாலும் அவன் வாய்திறந்து சொல்லாமல் ‘நீயே பார்’ என்று அவர் தாள்களைப் படித்துப் புரிந்துகொள்ள வேண்டுமென்ற கடுமையான பிடிவாதத்தில் அவர் முன்னால் நின்று காத்திருந்தான்.

நாளிதழின் விளம்பரத்தைப் பார்த்ததும், மற்ற தாள்கள் மெல்லப் புரிய ஆரம்பித்தன. ‘எதற்குக் கேட்காமல் இப்படிச் செய்தாய்?’

அவன் சொல்லவில்லை. மாறாக ‘இனி வீட்டிலும் என்னைப் பழைய பெயரால் அழைக்கக் கூடாது’ என்று கட்டளையிட்டான். தன் அப்பா ஒருவர் அந்தப் பெயரால் அழைப்பார் என்பது தெரிந்தே சொன்ன வார்த்தையது.

‘அந்தப் பெயரின் மகத்துவம் தெரியுமா உனக்கு?’ என்று வக்கீல் அய்யா ஆரம்பித்ததும் குறுக்கே தடுத்துச் சீறினான். ‘தெரியும், தெரியும். இத்தனை ஆண்டு காலம் தினமும், ஒவ்வொரு நொடியும் அதன் மகத்துவம் தெரிந்ததுதான். என் பெயரைக் கேட்டு சிரிக்காத ஜனங்கள் இல்லை. ஒருகாசுக்கும் பயனில்லாத உன்லட்சியப் பித்துக்கு என்னை பலியாக்கினாய். இப்போது எனக்கு இருபத்தியொரு வயதாகிறது. என் பெயரை நானாக மாற்றிக்கொள்ளமுடியும். என் பழைய பெயர் இறந்துவிட்டது. அதே பெயரால் அழைப்பேன் என்றால் நான் இந்த வீட்டில் இருக்க மாட்டேன்.’

எப்போது அவன் இதை எல்லாம் செய்தான். அதற்குத் தேவையான பணம் எங்கிருந்து வந்தது என்ற கேள்விகளுக்கு அவன் பதில் சொல்பவன் அல்ல என்பது தெரிந்திருந்தும் வக்கீல் அய்யா கேட்டார்.

‘கொடுக்கும் ஜனங்கள் நிறைய இருக்கிறார்கள். விட்டோபண்ணன் கொடுத்தான். நரஹரி என்னுடன் வந்து எல்லா வேலைகளையும் செய்து கொடுத்தான்.’

‘விட்டோபண்ணன்? அவன் எப்போதிலிருந்து உனக்கு அண்ணன் ஆனான்? அவன் எதற்கு உனக்கு பணம் கொடுக்க வேண்டும்? பிறகு இந்த நரஹரி. அரைகுறை அரசியல்வாதி. அவனுடன் சேரவேண்டாம் என்றால் கேட்கமாட்டாயா நீ. வேண்டுமென்றால்

நானே கொடுத்திருப்பேனே' வக்கீல் அய்யா மிகவும் வருத்தத்துடன் சொன்னார்.

'நீ கொடுப்பது உபதேசம் ஒன்றுதான். உண்மையைச் சொல். நீ கொடுத்திருப்பாயா? இந்தப் பெயரின் மகத்துவத்தை மேலும் உபதேசித்திருப்பாய். அவர்கள் எல்லாம் எனக்கு வேண்டியவர்கள், அதனால் கொடுத்தார்கள். இதை எல்லாம் செய்து கொடுக்க அவர்கள் எத்தனை பாடுபட்டார்கள் தெரியுமா?' என்று சொல்லிவிட்டான்.

இவருடைய பெரிய குரலின் கத்தலைக் கேட்டு நீலாவதி வந்து 'என்ன ஆச்சு?' என்று கேட்டதற்கு 'அசோகனைக் கேள்' என்றார் வக்கீல் அய்யா.

அவள் குழப்பமடைந்து 'எந்த அசோகன்?' என்று கேட்டதற்கு மகன் 'அது நான்தான்' என்றான். அவருக்கு மேலும் பதட்டமானது. ஏதோ வேடிக்கை என்று நினைத்தார். இதை அம்மாவிடம் சொல்வது அவனுக்கு சிரமமானது. அவருடன் சண்டை போடுவது சாத்தியப்படாது. அப்பாவின் மீதான கோபத்தை அம்மா மீது தீர்த்துக்கொள்வானே தவிர அவர் மீது நேரடியாகக் குற்றம் சொல்ல முடியாது.

'என் பெயரை சட்டப்படி மாற்றிக்கொண்டுவிட்டேன் அம்மா. இனி என் பெயர் அசோகன்.'

'நான் புத்தூரராயன் என்று அழைப்பவள். நீ எந்த சக்கரவர்த்தி பெயரை வேண்டுமென்றாலும் வைத்துக்கொள்.' நீலாவதி கோபமாகச் சொன்னார். அவன் அமைதியாக இருந்தான். அப்பாவை பயமுறுத்தியது போல், வீட்டை விட்டுப் போகிறேன் என்று அவரிடம் சொல்ல முடியாது.

வக்கீல் அய்யாவுக்கு மகனுடைய பெயர் சூட்டுவிழா நினைவிற்கு வந்தது. அன்று அந்தப் பெயர் வைத்த போது மகிழ்ச்சியாக இருந்தது தானொருவன்தான். இன்று அந்தப் பெயர் இல்லாமல் போன போதும் வருத்தமும் தன்னொருவனுக்குத்தான்.

பெயர்சூட்டுவிழா நாளின் விவரங்கள் நினைவிற்கு வந்தபோது, இந்த விஷயத்தில் தான் தனிமை என்ற முன்னறிவிப்பு அன்றே கிடைத்திருந்தாலும் தான் அதை அலட்சியப்படுத்திவிட்டேன்

என்று தோன்றியது. அன்று வியாழக்கிழமை. அன்று காலை அவர் கோடகணிக்கு புறப்படவேண்டி இருந்தது. கடைசி நிமிடத்தில் அம்மாவும் மனதை மாற்றிக்கொள்ளலாம் என்று ஆசையாகி பிரியாங்கியை வரும்படி மீண்டும் கேட்டுக்கொண்டார். அவர் உறுதியாக நிராகரித்து விட்டார். இந்தக் குழந்தை பிறந்தது அவருக்கு எவ்வளவு மகிழ்ச்சியாக இருக்கிறது என்பதை அறிந்த வக்கீல் அய்யா அவர் உண்மையாக வருவதில்லை என்பதை நம்புவது சாத்தியமாக இருக்கவில்லை. ராமரஹீம் என்று பெயர் வைக்க வேண்டுமென்ற தன் முடிவின் கடுமையை மேலும் ஆழமாகத் தன்னை பாதிக்க வேண்டுமென்றே அவர் வரவில்லை என்பதும் கூட புரிந்தது. இருவரும் தங்கள் பேச்சுக்குக் கட்டுப்பட்டிருந்தார்கள். விடுவித்துக்கொள்ளும் விருப்பமிருந்தாலும் முடியாத அளவிற்கு முடிச்சுப் போட்டுக் கொண்டிருந்தார்கள்.

வக்கீல் அய்யா விரைவாகக் குளித்துவிட்டு மௌனமாக உட்கார்ந்து சிற்றுண்டி சாப்பிட்டார். அவருக்கு விருப்பமென்று சட்டினிக்கு இஞ்சி சேர்த்து அரைத்திருந்தார். தடித்த அரிசி ரொட்டியுடன் அது மிகச் சுவையாக இருந்தது. 'ரொட்டி சட்னி ரெண்டும் நல்லா இருக்கு' என்றவர் சொன்னபோதும் அவர் எதிர்வினை ஆற்றவில்லை. தான் புறப்பட்டுப் போன பிறகு தனியாக இருக்கும்போது அம்மாவும் கண்ணீர் சிந்தி இருக்கலாம் என்பதை ஊகம் செய்திருந்தார்.

'நீ வருகிறாய் என்றால் மதிய மோட்டருக்குப் போகலாம்.' வக்கீல் அய்யா தாஜா செய்தார்.

'சரியான பெயர் வைப்பதானால் அழைத்துப் போ.' அதற்கு மகன் பதில் தெரிந்திருந்தவர் போல் தன் வேலையில் மூழ்கிவிட்டார்.

'இதைப் பெரிய விஷயமாக்காதே. என்னுடன் வா.'

நானல்லடா. இதை நீதான் பெரிய விஷயமாக்கியது. பிள்ளைகளுக்குப் பெயர் சூட்டுவதில் ஒவ்வொரு குடும்பத்திற்கும் ஒவ்வொரு வழக்கம் இருக்கும். அதற்கு ஆத்திகன், நாத்திகன் என்பது கிடையாது. தாத்தா உயிரோடு இல்லாவிட்டால் முதலில் பேரனுக்கு தாத்தா பெயரை வைப்பது நம் வழக்கம். அதிகப் பிரசங்கித்தனம் செய்து அதை முறியடிப்பவன் நீ.'

பிரியாகி பேச்சிற்கு வக்கீல் அய்யா வாயடைந்து போனார். பல ஆண்டுகளாக அவர் யோசித்து வைத்திருந்த பெயர் கைவிடும் சாத்தியக்கூறுகள் கூட அவர் மனதிற்கு வரவில்லையாதலால் அதில் தீர்வு காணும் வழிகள் இருக்கவில்லை.

குழந்தைக்காக வாங்கி வைத்த மோதிரம், தண்டைகளை பிரியாகி காலையிலேயே பூசை மண்டபத்தின் முன் ஒரு தட்டில் காவி நிறப் பட்டுத் துணியொன்றில் கட்டி வைத்திருந்தார். வக்கீல் அய்யா அதை எடுத்து கைப்பையில் வைத்துக் கொண்டார். அவர் புறப்படும் போது பிரியாகி அடுப்பிற்கு முன்னால் உட்கார்ந்திருந்தார். போய் வருகிறேன் என்று சொன்னபோது உள்ளிருந்தே ஊம் என்ற பதில் வந்ததே தவிர அவர் வெளியே வரவில்லை. அவர் மனதைக் கல்லாக்கிக் கொண்டதைக் கவனித்து அவரிடமிருந்துதான் எப்பேர்ப்பட்ட மகிழ்ச்சியைப் பறித்துக்கொண்டேன் என்பது மெல்ல அவர் அறிவிற்கு வரத் தொடங்கியது.

வக்கீல் அய்யா பேருந்தைப் பிடித்து கோடகணி பிரிவில் இறங்கி நீலாவதி வீட்டை நோக்கி நடக்கும் போது வெயில் ஏறி இருந்தது. அறிமுகமில்லாத ஒருவன் அவரை அடையாளம் கண்டு ‘பெயர் சூட்டு விழாவுக்கா’ என்று புன்னகைத்துக்கொண்டே கேட்டு, அவர் பதிலுக்கும் காத்திருக்காமல் ‘வீடு நிறைய ஜனங்க. இன்னைக்கு நீலக்காவைப் பிடிக்க முடியாதுப்பா’ என்று அவருக்கு வழிவிட்டான். அவன் தாவி நடப்பதையும், முகம் நிறைய மலரவிட்ட சிரிப்பையும் கவனித்து ஒரு வீட்டு கொண்டாட்டம் இப்படிப் பரவும் வகைக்கு வியப்படைந்து வக்கீல் அய்யா நீலாவதி வீட்டை அடைந்தார்.

அவருடையது பழைய வீடு. முன்வாசல் இரு பக்கமும் பெரிய திண்ணை. திண்ணை மீது இரண்டு நீண்ட பெஞ்சுக்கள். இன்னொரு பக்கம் பாய்கள். அவர் வீட்டிற்கு முன் வரும்போது திண்ணையில் நிறைந்திருந்த ஜனங்களின் அரட்டைக்கு நடுவில் சிரிப்பொன்று வெடித்துக்கொண்டிருந்தது. அதற்குள் அவர் வந்ததைக் கவனித்த நீலாவதியின் அப்பா அவரை எதிர்கொண்டு ‘எல்லோரும் வந்திருக்கிறார்கள். நம் வீட்டு முதல் பெயர்சூட்டு விழாவிற்கு வரவேண்டுமல்லவா. நேற்றிலிருந்து திருமண வீட்டைவிடக் கோலாகலமாக இருக்கிறது. பிரியாகி

எதற்கு வரவில்லை? குடும்பத்து பெரியவர் இல்லாமல் எப்படி? அவங்க நலமா இருக்காங்கதானே?' கன்னம் கழுத்துகளில் இறங்கி வரும் வியர்வையைத் தோள் மீது இருக்கும் அங்கவஸ்திரத்தால் துடைத்துக்கொண்டு இடைவிடாமல் பேசினார்.

'அம்மாவால் வர முடியவில்லை.' சுருக்கமாக பதில் சொல்லி வக்கீல் அய்யா படியேறினார். அவரை உள்ளே அழைத்துக் கொண்டு போய் நாற்காலியொன்றில் உட்கார வைத்தார். அங்கே மூன்று பேர் வயதானவர்கள் பேசிக்கொண்டு உட்கார்ந்திருந்தார்கள். வக்கீல் அய்யா வந்த செய்தியை உள்ளே சென்று சொல்ல, நீலாவதியின் அம்மா வந்து பேசினார். 'அவளிடம் கொடுத்து விடுங்கள்' என்று வக்கீல் அய்யா பரிசு பொருட்கள் பொட்டணத்தை பையிலிருந்து எடுத்து அத்தையிடம் கொடுத்தார்.

அதற்குள் ஒரு பையன் எங்கே இருந்தோ வந்து பானகத்து பெரிய கோப்பை ஒன்றை அவர் கையில் வைத்தான். அதைக் குடிக்க நிம்மதியாக இருந்தது. கூட உட்கார்ந்திருந்தவர்கள் முன்பு சரதி நதியில் வெள்ளம் வந்த போது எதுவரை தண்ணீர் ஏறியிருந்தது என்பதைப் பற்றிப் பேசிக்கொண்டிருந்தார்கள். 'நதிக்கு அருகில் தோட்டம் இருந்தால் அடித்துக்கொண்டு போய்விடும்' என்று அவர் எல்லோர் சம்மதத்துடன் முடிவை எடுக்கும் நேரம் நீலாவதியின் தாய்மாமன் வந்தார். ஒருவர் வக்கீலிடம் பேசினார்,

'நினைவிருக்கிறதா இல்லையா? உள்ளே எங்கள் அரட்டை நடக்கிறது. நல்ல நேரத்திற்கு வந்தீர்கள். வாங்க, வாங்க' என்று வீட்டிற்குள் அழைத்துச் சென்றார். அங்கே ஒரு பையனைக் காட்டி 'இவன் என் மனைவியின் தம்பி மகன். அடுத்த வாரம் இவனுக்கு உபநயனம். உபநயனத்தில் தொடையைக் கிழித்துத் தவளையை வைப்பார்களா இல்லையா என்று நீங்கள்தான் இவனுக்குச் சொல்லவேண்டும். நாங்கள் சொல்வதை நம்பமாட்டேன் என்கிறான். எல்லாம் பொய் என்கிறான். இப்போது நீங்கள் சொல்லுங்கள்' என்று வக்கீல் அய்யாவிடம் கேட்டார். பையனைப் பார்த்து 'அவர் சொன்னால் சரி. எங்களுடையது எதுவுமில்லை' என்றார். பையன் பாதி நம்பிக்கை பாதி பயத்துடன் 'இல்லவே இல்லை. எல்லாம் பொய், வெறும் பொய்' என்று துணிச்சலை வெளிக்காட்ட முயன்றான். வக்கீல் அய்யாவுக்கு என்ன சொல்ல

வேண்டுமென்று தெரியவில்லை. இந்த அசட்டு நகைச்சுவைக்குத் தன்னை இழுத்தவன் மீது கோபம் வந்தது. ‘சிறு பையன்களிடமும் வேடிக்கைக்குக் கூட பொய் சொல்லக்கூடாது’ என்றார். ஒரேடியாக எல்லோரும் சிரித்தார்கள்.

மாமன் அந்தப் பையனை நோக்கிச் சொன்னார். ‘சரிதானே. இப்போ இவரே சொல்லிவிட்டாரல்ல. நாங்கள் வேடிக்கைக்குக் கூட குழந்தைகளிடம் பொய் சொல்பவர்கள் அல்ல. இப்போது தொடையை தினமும் நன்றாகத் தேய்த்து வைத்துக்கொள். பயப்பட வேண்டாம். வலிக்காமல் தொடைக்குள் போடுவார்கள்.’

‘நானும் போட்டுக்கொண்டிருக்கிறேன். சின்ன தவளை ஆனாலும் வலிக்காது. தவளையைப் பார்க்க வேண்டுமென்று முன்பே சொல்லிவிடு.’ இன்னொருவன் சொன்ன போது பையனுக்குச் சிறிது பயம் உண்டானது.

வக்கீல் அய்யா ‘யார் சொன்னது உனக்கு? தவளையும் இல்லை பாம்பும் இல்லை. எல்லாம் பொய்’ என்று சொல்லிவிட்டார். அங்கே கூடியிருந்த கூட்டத்திற்கு இதை அத்தனை விரைவாக முடிக்கும் மனம் இருக்கவில்லை- அதுவும் அந்தப் பையன் நம்பும் கட்டத்திற்கு வந்தபோது. பின்னாலிருந்து ஒருவன் ‘மச்சான் எல்லாத்தையும் கெடுத்து விட்டாருப்பா’ என்று முனகினான்.

சாப்பிடுவதற்கு முன் வக்கீல் அய்யா மனைவியையும் ஆழ்ந்த உறக்கத்தில் இருந்த குழந்தையையும் பார்த்து வந்தார்.

சாப்பிட்ட பிறகு சிறு தூக்கம் போட்டு அவர் மாடியிலிருந்து கீழே இறங்கி வந்தபோது நடு வீட்டில் தொட்டில் கட்டி அதை அலங்கரித்திருந்தார்கள். அங்கே பெண்களின் ஆதிக்கம். எல்லாம் அவர் சடங்குகள். பெண்கள் முடிந்த வகை வகையான பூக்களின் நறுமணங்கள் ஒன்றோடொன்று கலந்து அங்கே புதியதொரு பரிமளத்தை உருவாக்கியிருந்தது. நிரம்பி இருந்த மக்களால் உள்ளே காற்று பாரமாகத் தோன்றியது. நீலாவதியின் அப்பா நொடிக்கொரு முறை அங்கவஸ்திரத்தால் வியர்வையைத் துடைத்துக் கொண்டிருந்தார். ‘வியர்வை மச்சான், உங்கள் குளியல் வியர்வையாலேயே முடிந்துவிடும்’ என்றொருவர் அவரை கிண்டல் செய்தார். ‘அய்யோ, என்ன செய்வது.

மழைக்காலத்திலும் எனக்கு வியர்க்கும்' என்றவர் மீண்டும் வியர்வையைத் துடைத்துக்கொண்டார்.

பச்சையும் சிவப்பு நிறமுமாக சேலைகளைக்கொசுவம் பிடித்து மடித்து தொட்டிலைச் சுற்றிக் கட்டியிருந்தார்கள். உத்திரத்திலிருந்து இறங்கி வந்த கயிற்றில் பூச்சர மாலை. அங்கங்கே கிளுகிளுப்பைகள். தொட்டிலுக்கு உள்ளே செந்நீல நிறத்துப் பட்டுத்துணி மெத்தை.

நீலாவதி குழந்தையை எடுத்துக் கொண்டு வந்தார். முதலில் சுமங்கலிகள் துணியைச் சுற்றி அலங்கரித்த கற்குண்டை அது குழந்தை என்பதைப் போல் கையிலிருந்து கைக்கு கடத்திக் கொண்டு தொட்டில் அருகே கொண்டு வந்தார்கள். பிறகு தொட்டிலின் இருபக்கமும் நின்றிருந்த இரு பெண்களில் ஒருத்தி அதைத் தொட்டிலுக்குக் கீழே கொண்டு வந்து அடுத்த பக்கத்தில் நின்றிருந்தவளிடம் கொடுத்தாள். அதை வாங்கிக்கொண்டவள் தொட்டில் மீதிருந்து இவளிடம் கொடுத்தாள். இப்படி ஐந்து முறை நடந்த பிறகு அதைத் தொட்டிலுக்குள் வைத்தார்கள். இப்போது குழந்தையின் வாய்ப்பு. குழந்தையை அதேபோல் ஐந்து முறை செய்தார்கள். பெண்ணொருத்தி ராகமாகப் பாடினாள்.

குழந்தைக்குத் தொட்டிலிட்டுப் பெயர் சூட்டும் சடங்கைத் தொடங்கினார்கள். முதலில் நீலாவதியின் அப்பாவின் வாய்ப்பு. அவர் சர்வோத்தமன் என்று தன் மறைந்த அப்பாவின் பெயரைச் சூட்டினார். குழந்தையின் காதில் ஓதி அருகில் தயாராக நின்றிருந்த பெண்ணின் கையில்இருந்த சர்க்கரைத் துகள் கிண்ணத்திலிருந்து ஒரு சிட்டிகைப் பொடியை எடுத்து குழந்தையின் உதட்டில் தொட்டு வைத்து குழந்தைக்கு ஒரு சின்னத் தங்க மோதிரத்தைப் பரிசாகக் கொடுத்தார். பிறகு குழந்தையின் அப்பாவிற்கான வாய்ப்பு. வக்கீல் அய்யா தண்டை, மோதிரத்தை நீலாவதியின் கையிலிருந்து வாங்கிக்கொண்டு முதலில் அதைக் குழந்தையின் அருகில் வைத்தார். பிறகு ராமரஹீம் என்று பெயர் சூட்டினார். அந்தச் சத்தத்தில் அதை யாரும் கவனித்ததாகத் தெரியவில்லை. சர்க்கரைப் பொடியை குழந்தையின் உதட்டில் தடவும்போது அது, முழுதாக விழித்துக்கொண்டு கத்தத் தொடங்கியது. 'பெயர் பிடிக்கவில்லை போல்' என்றொருவன் ராகமிழுத்தான். சிலர் சிரித்தார்கள். பிறகு குழந்தையின் அம்மாவின் வாய்ப்பு. அவர்

கிருஷ்ணா என்றார். பிறகு நீலாவதியின் பெரியப்பா. பிறகு அவர் மனைவி. இப்படி குடும்பத்து பெரியவர்கள் எல்லாம் சேர்ந்து ஐந்து பெயர் வைத்தார்கள். 'அழைக்கும் பெயர் எது?' என்று யாரோ கேட்டார்கள். 'ராம்' என்றொருத்தி உரக்கச் சொன்னாள். வக்கீல் அய்யா அவளைத் திருத்த வேண்டும் என்பதற்குள் அடுத்த சடங்கு தொடங்கிவிட்டது.

பிறகு வீட்டிற்கு வந்த விருந்தாளிகள்ஒவ்வொருவராகச் சிறு சிறு ரோசா வண்ணக் காகிதப் பொட்டணங்களில் கட்டிக்கொண்டு வந்த பரிசுகளை, குழந்தையின் தொட்டிலுக்குள் அல்லது குழந்தையின் அம்மாவின் கையில் கொடுத்து வாழ்த்தினார்கள். அந்தண்ணன் என்பவன் ஒருவன் குழந்தையின் உதட்டில் சர்க்கரைப் பொடியைத் தடவி 'ஓய், ராமண்ணா, பார் இங்கே' என்று உரக்கச் சொன்னான். அவனுக்குக் காது கொஞ்சம் மந்தமாக இருந்ததால் உரக்கக் கூவிப் பேசுவான். தான் சூட்டிய பெயர், வைத்த சில நொடிகளிலேயே சுருங்கிப் போனது அதிலும் இரண்டாம் பாகம் போனது வக்கீல் அய்யாவுக்குப் பிடிக்கவில்லை. பேச்சு சத்தத்தில் யாருக்கும் அவர் மீது கவனம் இருக்கவில்லை. தன் ராமரஹீம் என்று பெயர் சூட்டியபோதும் அவர்கள் காதில் வாங்கிக்கொள்ளவில்லை என்பது அவருக்குத் தெரிந்திருந்தது. கேட்டால் நீண்ட விவரணை கொடுக்கத் தயார் செய்துகொண்டிருந்தார்.

சமையல்காரர் 'அவல், கேசரி தயாராக இருக்கிறது. இலை போட்டிருக்கு' என்று அறிவித்தார். 'இன்னும் சாப்பாடே உள்ளே இறங்கவில்லையே' என்றொருவர் சொன்னால் 'நீங்கள் பிறகு சாப்பிடுங்கள். இது இப்போது புறப்படும் உறவுக்காரர்களுக்கு. அவர்கள் சாப்பிட்டு புறப்பட்டால்தான் இருட்டுவதற்கு முன் தோணியைப் பிடிக்கலாம்' என்று பதில் சொல்லி சமையல்காரர் உள்ளே போனார்.

பிறகு எல்லோரும் வரிசையாகச் சாப்பிட உட்கார்ந்தார்கள். வக்கீல் அய்யா அருகிலேயே அந்தண்ணா உட்கார்ந்தான். 'குழந்தைக்கு ராமரஹீம் என்று பெயர் வைத்துள்ளேன். வெறுமனே ராமன் அல்ல' வக்கீல் அய்யா அவனுக்கு விவரமாகச் சொன்னார். அதைச் சொல்வதற்கு அவன் காதில் வாய் வைத்துக் கத்த

வேண்டியதானது. என்னவென்று கேட்டுக் கொண்டானோ தெரியவில்லை, உரத்த குரலில் 'அய்யோ, அதனால் என்ன இருக்கிறது? என் பெயர் அந்தண்ணா என்றால் அனந்த என்று நீங்கள் எண்ணிக்கொண்டிருக்கலாம். அதென்ன தெரியுமா? நித்தியானந்தன். சிறுவனாக இருக்கும்போது என் தம்பி நித்தண்ணா என்று அழைப்பான். அது வர வர குதிரை கழுதையான கதையாக அந்தண்ணா ஆகிவிட்டது. அய்யோ பெயரில் என்ன இருக்கிறது. 'ஹ,ஹ, ஹா' என்று சிரித்தான்.

அவல் தாளிப்பின் சுவை, கேசரிக்கு சமையல் பட்டர் தாராளமாக ஊற்றிய நெய், அவலை வறுத்துத் தின்னலாம் என்பதைக் கண்டுபிடித்தவன் எப்படிப்பட்ட திறமைசாலியாக இருக்கலாம் என்ற திகைப்பு, பானகத்தில் விழுந்த ஏலக்காய் மணம் இப்படி பலகாரப் பேச்சுக்கு இடையேயும், உள்ளே பெண்களின் உற்சாகமான பேச்சுக்கு நடுவிலும் வக்கீல் அய்யாவின் லட்சியப் பெயர் யார் கவனத்திற்கும் வராமல், யாரும் அதைப் பற்றிக் கவலைப்படாமல் அடங்கிப்போனது.

சிற்றுண்டிக்குப் பிறகு வக்கீல் அய்யா புறப்படத் தயாரானார். சாப்பாடு, பலகாரக் கெடுபிடியில், பெயர் சூட்டு விழா கொண்டாட்டத்தில் மனப்பூர்வமாகப் பங்குபெற முடியாத தன் முட்டாள்தனம் அறிவுக்கு வந்து, உள்ளே ஏதோ வறண்டு போனது போல் தோன்றியது. புரட்சி எதிர்ப்பால் வளர வேண்டுமே தவிர குடும்ப சகதி சமரசத்தில் கலந்து கரைந்து போனால் அதற்கென்ன மதிப்பு? தன் அம்மாவிடமிருந்து மகிழ்ச்சியைப் பறித்துக்கொண்ட தன் லட்சியப் பிடிவாதத்தின் நோக்கம் உரசல் தானே? 'தோணியிலிருந்து ஹெக்கடே போனால் அங்கே பேருந்து கிடைக்கும்' என்று சொல்லி அவசரப்படுத்தியவனுடன் வக்கீல் அய்யா புறப்பட்டார்.

★★★

படலம் : மூன்று

1

விடிகாலை நான் நேரத்திற்குச் சரியாக வீட்டிலிருந்து புறப்பட்டிருந்தேன். ஒரு திருப்பத்தில் என்முன்னால் போய்க்கொண்டிருந்த பைக்கின் சக்கரம் ஒன்று வழுக்கி, நான் பார்த்துக்கொண்டிருக்கும் போதே பைக் கட்டுப்பாட்டை மீறி குறுக்கும் நெடுக்குமாக ஓடி, தெருவிற்கு நடுவில் விழுந்தது. அதன் ஓட்டுநர் திடீரென்று என் கார் முன்னால் உருண்டு விழுந்தான். நல்லவேளை நான் வேகமாக ஓட்டிக் கொண்டிருக்கவில்லை. அப்படியாக நான் அவன் மீது மோதுவதைச் சிறிதளவு தவிர்த்தேன். அங்கேயே தெருவுக்கு நடுவிலேயே காரை நிறுத்தி, உடனே இறங்கி அவனை நோக்கி விரைந்தேன். அவன் ஹெல்மெட் போட்டிருந்ததால் தப்பித்துக் கொண்டான். தோள், கால்களில் சிறிதளவு சிராய்ப்பைத் தவிர அதிக காயம் ஏற்படவில்லை. கக்கத்தில் கைபோட்டு எழுப்பப் போனேன். ‘விடுங்க விடுங்க’ என்று தானாக முயன்று எழுந்து உட்கார்ந்தான். அவன் பைக்கைத் தூக்கி ஓரமாக நிறுத்தினேன்.

அவன் பைக்கின் இரு பக்கங்களிலும் கட்டியிருந்த பைகள் வாய் பிளந்துகொண்டு அதிலிருந்து பொட்டணங்கள் வெளியே நீட்டிக்கொண்டிருந்தன. அவனுக்குத் தன்னை விட அவற்றைப் பற்றித்தான் அதிகக் கவலை. ஹெல்மெட்டுக்குள்ளிருந்து பேசிக்கொண்டே அவற்றை நோக்கிக் கைகாட்டி எதையோ சொன்னான். ஓரிரு வாகனங்கள் வேகத்தைக் குறைத்து எங்கள் பக்கம் ஆர்வத்துடன் பார்த்துச் சென்றனவே தவிர யாரும் நிறுத்தி விசாரிக்கவில்லை. ஒரு ஸ்கூட்டர்காரன் மட்டும் நிறுத்தி *‘ஆக்சிடெண்டா? உங்கள் கார் இடித்ததா?’* என்று கேட்டான்.

'இல்லப்பா. ஸ்பீட் ஆக வந்து அவன்தான் விழுந்து விட்டான். நல்லவேளை நான் வேகமாக வந்திருந்தால் அவன் மீது ஏற்றியிருப்பேன்.'

என்னை நம்பாதவன் போல் விழுந்தவனைத் திரும்பக் கேட்டான்: 'ஆமாவாப்பா. நீயாக விழுந்ததா, கார் மோதியதா?"

எனக்குக் கோபம் வந்தது. 'என்னங்க நான் பொய் சொல்கிறேனா?'

'அப்படி இல்லைங்க அய்யா. ஆக்ஸிடெண்ட் செய்பவர்கள் எல்லாம் அப்படித்தான் சொல்வார்கள். அதற்காகக் கேட்டேன்' என்று ஹெல்மெட்டைக் கழற்றினான். எனக்குக் கேட்கவில்லையோ என்பது போல் மீண்டும் சொன்னதையே சொன்னான். அவனுக்கு தாடி மீசை இருக்கவில்லை. தலை மொட்டையாக இருந்தது. நடுவயது ஆசாமி. ஸ்கூட்டரிலிருந்து இறங்காமல் இரண்டு பக்கமும் காலைத் தொங்கப்போட்டு உட்கார்ந்து பேசிக்கொண்டிருந்தான்.

'உங்களுக்கு எதுக்குங்க? நானாக மோதினேனா அவனாக வந்து விழுந்தனா? நாங்கள் பேசிக்கொள்கிறோம். உங்கள் வேலையைப் பார்த்துக்கொண்டு போங்க.' என்று சொல்லிவிட்டேன்.

அதையே சாக்காக வைத்துக்கொண்டு அவன் நடுத்தெருவிலேயே, என் காருக்குக் குறுக்கே ஸ்கூட்டரை நிறுத்தி, ஸ்டேண்ட் போட்டு, 'என்னங்க, தெருவிலே யாராவது வி ழுந்துகிடந்தா சும்மா போகணுமா?' என்று சண்டைக்கு வந்தான்.

'யாரு சும்மா போனது? நான்தானே நின்று விசாரித்துக் கொண்டிருப்பது?' நானும் குரலை உயர்த்தினேன்.

நல்லவேளை பைக்காரன் அந்த நேரம் சுதாரித்துக் கொண்டிருந்தான். 'நான்தான் வழுக்கி விழுந்தேன், பாழாப்போன தெருவில் ஒரே மணல்' என்று பெரிதாக முணு முணுத்தான். அதைக் கேட்டுக்கொண்டு அமைதியான ஸ்கூட்டர்காரன் இங்கே இனி அதிக வாய்பில்லை என்று தெரிந்து கார்ப்பரேஷன்காரர்களை வைதுகொண்டு ஸ்கூட்டரை ஓட்டிக்கொண்டு போனான். அவன் போன பிறகு நான் விரைவாக இடத்தைக் காலி செய்யாவிட்டால் இது என் தலையில் வந்து விடியும் என்று 'என்னப்பா கொஞ்ச நேரம் சுதாரித்துக்கொண்டு பிறகு மெல்ல எழுந்து போ' என்றேன். அவன் சிரமப்பட்டு எழுந்து நின்றான். பேண்டை மேலே இழுத்து

முழங்காலைப் பார்த்தான். ஒரு பக்கத்தில் சிராய்த்திருந்தது. தோள் அருகே சட்டை கிழிந்து அங்கிருந்து ரத்தம் கசிந்தது. நொண்டிக்கொண்டே பைக் அருகே போனான். அவனை மருத்துவமனைக்கு அழைத்துக்கொண்டு போகவேண்டுமா வேண்டாமா என்று நொடிப்பொழுது யோசித்து, போனால் ஷமியைப் பார்க்கமுடியாது என்று அறிந்து, ‘உஷாராப் போப்பா’ என்று மற்றொரு முறை சொல்லி அங்கிருந்து நழுவிக்கொண்டேன். வேகமாகக் காரை ஓட்டிக்கொண்டு புறப்பட்டுவிட்டேன்.

காரை நிறுத்தி வெஸ்ட் கேட் அருகே வந்தபோது ஷமி கண்ணில் படவில்லை. கடிகாரத்தைப் பார்த்தால் பதினைந்து நிமிடம் தாமதமாகி இருந்தது. மீண்டும் சரியாகப் பார்த்தேன். எவ்வளவு தாமதமானது என்பதின் மீது எங்கே காத்திருப்பது என்பதைப் பற்றி எங்களுக்குள்ளே அந்த நாட்களில் ஒப்பந்தங்கள் ஏற்பட்டிருந்தன. ஐந்து நிமிடம் தாமதமானால் நுழைவாயில் வலதுபக்கம் இருக்கும் ஏதாவது ஒரு பெஞ்சில் உட்காருவது. பத்து நிமிடம் தாமதமானால் குளத்தைச் சுற்றி அப்பிரதட்சிணமாக பாதி வழி போய்த் திரும்புவது. அப்போதும் வராவிட்டால் இடது பக்கப் பாதையில் கண்ணாடி மாளிகையை நோக்கி நடப்பது. இப்படியெல்லாம் எங்களுக்கு நியமனங்கள் அந்தக் காலகட்டத்தில் உருவாகி இருந்தன. இங்கே வரும்போது அவள் ஃபோன் எடுத்துக் கொண்டு வரமாட்டாள். அதனால் இத்தனை ஏற்பாடுகள். இந்த மொபைல் எப்போதும் என்னுடன் இருந்தால் யாரோ என்னைக் கண்காணிப்பது போல் இருக்கிறது என்பாள். அந்த வார்த்தைகளால் நான் உற்சாகமடைந்திருந்தேன். அவளை யாரும் கண்காணிக்காத அந்த வாய்ப்பில் நான் அவளுடன் இருக்கும் கற்பனை இதமாக இருந்தது. ஆனால் எனக்கு அந்த சுதந்திரம் இருக்கவில்லை. ஓரிரு முறை வேண்டுமென்றே மறந்து வந்தாலும் வீட்டுக்குப் போய் ஃபோனை மீண்டும் வசப்படுத்திக் கொள்ளும் வரை நிம்மதியிருக்காது. பதினைந்து நிமிடம் தாமதமானதால் எங்கள் நியமனத்தின்படி நான் குளத்தைச் சுற்றி அப்பிரதட்சிணமாக நடந்தேன். அப்போதுதான் ஷமி பின்னாலிருந்து வந்து என் முதுகைத் தட்டியது.

சிறிதாக மூச்சிரைத்துக் கொண்டிருந்தாள். ‘இன்று முக்கால் மணி நேரம் முன்பே வந்தேன். காலை விரைவாக விழிப்பு வந்துவிட்டது.

வீட்டில் காத்திருப்பது எதற்கு என்று இங்கே வந்தேன். குளத்தை ஒரு சுற்றுச் சுற்றி வந்தேன்.'

ஓடி வந்ததால் அவள் முகத்தின் மீது வியர்வைத் துளிகள் இருந்தன. வியர்வை சிந்தி வெள்ளை டீ சட்டையின் கழுத்துப் பகுதி ஈரமாக இருந்தது. கறுப்பு டிராக் சூட் போட்டிருந்தாள். முடியைப் பின்னால் கட்ட சிவப்பு நிற ஹேர் பேண்ட் பயன்படுத்தியிருந்தாள். அவளைப் பார்த்துக்கொண்டே மெய்மறந்து என் பதில் அரைநொடி தாமதமானது. அது அவளுக்கும் தெரிந்து விட்டதோ.

'என்ன பேச்சு நின்றுவிட்டதா?'

'இப்போதுதானே வந்தேன். நேரத்திற்கு முன்பு வந்து ஓடியவர்களுக்குச் சிறிது ஓய்வு தேவையென்றால் இங்கே பெஞ்ச் மீது உட்காரலாம்.'

'நான் எங்கும் நிற்காமல் மூன்று சுற்று ஓட முடியும்.'

முழங்காலை நேராக வைத்து எளிதாக இடுப்பைவளைத்து விரல் நுனியால் ஷூவைத் தொட்டாள். அவள் இளமையாலும், ஆரோக்கியமான உடலாலும், தெம்பும், தாழ்வு மனப்பான்மையும் எனக்குள் ஒன்றாகத் தோன்றியது.

'ஓடுவது இருக்கட்டும், என்னால் அவ்வளவு நடக்கக் கூட முடியாது.'

'முடியாமல் என்ன?பாசாங்கு வேண்டாம். போகட்டும் விடுங்கள். நீங்கள் தினமும் கதை சொல்வதைப் பற்றி யோசிக்கும்போது அரேபியன் நைட் நினைவிற்கு வருகிறது. மனிதர்களைக் கதை வழியாக கட்டுப்படுத்தலாம் என்பதில் எனக்கு நம்பிக்கை ஏற்படத் தொடங்கியிருக்கிறது.

'இப்போது நடக்க மனமில்லை. எங்காவது ஒரு காஃபி குடிக்கலாம்' என்றேன். காலை விபத்து மனதிற்கு எரிச்சலாக இருந்தது. அதுவும் அந்த ஸ்கூட்டர்காரன் கேள்வி கேட்ட முறை. அந்த பைக்காரன் என் கார் அவன் மீது மோதியது என்று சொல்லியிருந்தால் என் கதை முடிந்தது. இல்லை என்று சொல்ல அங்கே எந்த சாட்சி இருந்தது?

'அதிகமாக ஓடி என் உடல் பயிற்சி முடிந்தது. காஃபிக்குப் போகலாம்.'

போய் காரில் உட்கார்ந்ததும் எங்கே என்ற கேள்வி எழுந்தது. 'எனக்கொரு இடம் தெரியும். உட்கார அங்கே இடமிருக்காது. காரில் உட்கார்ந்துகொண்டே குடிக்கலாம். எங்கள் வீட்டிற்கும் அருகில் இருக்கிறது' என்றாள். ஐந்து நிமிடத்தில் அங்கே வந்து சேர்ந்தோம்.

நான் போய் எவர்சில்வர் கோப்பையில் நுரை நிரம்பிய காபியை வாங்கி வந்தேன். காரை ஓரமாக, ஜனங்கள் கண்ணில் படாதபடி நிறுத்தவேண்டுமென்று கொண்டேன். இருவரும் அமர்ந்து காரில் காஃபி அருந்தும் போது, நடமாடுபவர்கள் எல்லாம் ஒருமுறை காருக்குள் கண் பாய்ச்சாமல் போகமாட்டார்கள்.

இன்று காலை வரும்போது பைக் ஓட்டுனர் விழுந்ததை விவரமாகச் சொன்னேன்.கூடவே அந்த வாய்ச் சவடால் ஸ்கூட்டர்காரனைப் பற்றியும்.

'அவன் கையில் நான் ஏதாவது சிக்கியிருந்தால் இன்று இங்கே வந்திருக்க முடியாது.'

'உங்கள் கதையில் வரும் வக்கீல் போல் இருக்கிறானே அவன். அவன் மீது எதற்குக் கோபப்படுகிறீர்கள்?'

'அட, உண்மைதானே, நான் அப்படி எல்லாம் யோசிக்கவில்லை பார். அந்த நொடி அந்தப் பீடை தொலைந்தால் போதும் என்று தோன்றியது.'

'கேள்வி கேட்பவர்களைக் கண்டால் நமக்குப் பொறுமை இல்லை அல்லவா? இன்று நடை பழகுவது இல்லை என்றால் கதையில்லை என்று பொருளல்ல.'

'அப்படிப் பழக்கத்தை ஏற்படுத்திக் கொண்டால் எப்படி?' இப்படி ஆட்சேபணை செய்வது போல் சொன்னாலும் அவள் பழக்கமேற்படுத்திக் கொண்டதைப் பற்றி மிகவும் மகிழ்ச்சியாக இருந்தது.

'பழக்கம் என்று சொன்னால் எதையும் சொன்னது போல் இருக்காது. அது பித்து! அநேகமாக தினமும் தவணையில் சொல்வதால் என் கற்பனைக்கும் அதில் இடமிருந்தது. சிறிது

சிறிதாகத் திறந்துகொண்டே கதை சொல்வது உங்களுக்குக் கைவந்த கலை. அதனால்தான் நான் சரணடைந்து விட்டேன்.'

புகழ்ச்சியால் யாருக்கு மகிழ்ச்சி ஏற்படாமல் இருக்கும்? எனக்கும் ஏற்பட்டது.

'உங்கள் கதையைப் பகுப்பாய்வு செய்யக்கூடாது, அதனால் கேட்க வேண்டிய கேள்விகளைப் பிறகு எப்போதாவது கேட்கிறேன். ஆனால் இன்றைய தவணையை எப்போது சொல்கிறீர்கள்?'

'அது எங்கேயாவது நின்றுவிடும் கதை. அதில் கதை இருக்கிறது என்றால் இருக்கிறது, இல்லை என்றால் இல்லை. அப்படிப் பார்க்கப் போனால் கதை நேற்றோடு முடிந்து விட்டது என்று வேணுமென்றாலும் சொல்லலாம்.'

'அடடா இது ஏமாற்றம்! இன்னும் ஏதேதோ இருக்கிறது என்று எனக்குத் தெரியும். சொல்லவேண்டும்' என்று என் தோளைப் பிடித்து மெல்ல அசைத்தாள். அவள் அத்தனை அருகில் இருந்ததால் எனக்கு மூச்சடைப்பது போல் இருந்தது. அவள் உடல் மணம் காருக்குள் நிறைந்திருந்தது. நான் சொல்லும் எதையும் முடிக்கும் ஆதுரம் எனக்கு இருக்கவில்லை. என் பேச்சில் கிமானி வக்கீல் வளர வளர அவளும் நாளுக்கு நாள் நெருக்கமானாள்.

'இன்னொரு காஃபி?'

எனக்கும் தேவை என்று தோன்றியது. மீண்டும் வாங்கி வந்தேன். அது முதலாவது போல் சுவையாக இருக்கவில்லை. அவளுக்கும் அப்படித் தோன்றியது. 'இரண்டாவது முறை இப்படித்தான். பிரபல சினிமாக்களின் சீக்வல் எப்போதும் ருசிக்காது. என்றதற்குச் சிரித்து 'மீண்டும் சொல்ல வேண்டாம். உங்கள் கதையின் முதல் பகுதியே இன்னும் முடியவில்லை' என்றாள்.

'நிறையச் சொல்லலாம். சொல்லிக்கொண்டே இருக்கலாம். இன்று தாமதமானது. நாளை சொல்கிறேன்.'

'இன்னும் இரண்டு நாட்கள் என்னால் வர முடியாது. நாளை மறுநாள் ஆறு மணிக்கெல்லாம் வந்து விடுவேன். இன்று சீக்கிரமாக வந்ததால் கூட்டம் குறைவாக இருக்கிறது. இருட்டாக இருந்தது. எவ்வளவு நன்றாக இருந்தது தெரியுமா? அன்று நீங்கள் விரைவாக வரவும்.'

'என் அரேபியன் நைட்ஸ் மீண்டும் நடைமுறைக்கு வரும் என்றானது.'

'அதை என்அனுமதி இல்லாமல் நிறுத்த முடியாது. அதற்கு இண்டியன் மார்னிங்ஸ் என்று பெயர் வைக்கலாம். வேண்டாம் வேண்டாம் லால்பாக் மார்னிங்ஸ் என்ற பெயரே இருக்கட்டும்.'

'ஷஹர்ஜாதாவுக்கு உயிர் பிச்சை கிடைத்தது. லால்பாக் காலைகளுக்கு என்ன பரிசு?' இது என் வாயிலிருந்து வந்ததே வியப்பாக இருந்தது. இது தெங்கனகேரி சாகசத்துத் தாக்கம் குறைவதின் அறிகுறியாக இருக்கலாம்!

கண் மூடித் திறப்பதற்குள், ஓரமாகத் திரும்பி என் தோளைப் பற்றிக்கொண்டு, என் நெஞ்சம் சிலிர்ப்பது போல், என் இடது கன்னத்தில் முத்தமிட்டு 'இதோ, இதுதான்' என்றாள்.

'தொடர்ந்து நன்றாகச் சொன்னால் மீண்டும் கொடுக்கிறேன்.' கார் கதவைத் திறந்து வெளியே கால் வைத்தாள். சுற்றி நடமாடும் மக்களின் அறிவே இல்லாமல் அவள் அப்படிச் செய்ததால் எனக்குத் தலை திம் என்றது. அந்தக் கணத்திலும் யாராவது பார்த்துவிட்டார்களா என்று நான் அங்குமிங்கும் கண்ணை ஓடவிட்டேன். அவள் எதுவும் நடக்காதது போல் காரிலிருந்து இறங்கி, கதவைச் சாத்தி, சன்னலில் தலை நீட்டி. 'நான் வீட்டிற்கு நடந்துகொண்டு போகிறேன். இரண்டு நாட்களுக்குப் பிறகு மீண்டும் பார்க்கலாம்' என்று புறப்பட்டுப் போனாள்.

அதற்குப் பிறகு சிறிது நேரம் அப்படியே காரில் உட்கார்ந்திருந்தேன். வியப்பான அந்தத் தாக்குதலால் என் புத்தி வேலை செய்யவில்லை. அந்த ஒரு கணத்தை அணுவணுவாக மீளுருவாக்கம் செய்யத் தொடங்கினேன்: ஓட்டுநர் இருக்கையில் அமர்ந்திருந்த என் இடது தோளை அவள் தன் வலது கையால் பற்றிக்கொண்டு தன்னருகில் இழுத்துக் கொண்டாள். அதே வேகத்தில் தன் இடது உள்ளங்கையை என் வலது கன்னத்தின் மீது வைத்து என் முகத்தைத் தன் பக்கமாகத் திருப்பிக் கொண்டாள். இவையெல்லாம் ஒன்றாக நடந்து, அவள் முகம் என்னருகே வருவது தெரிவதற்குள் உதட்டை என் கன்னத்தில் பதித்திருந்தாள். சவரம் செய்யாத என் கன்னம் சொரசொரப்பாக இருந்திருக்கலாம். அவளிடமிருந்து

வெளிப்பட்ட நறுமணம் இப்போதும் என் மூக்கில் தங்கிவிட்டது போல் இருக்கிறது. அவள் என் பக்கம் சாய்ந்த வேகத்திற்கு மென்மையான கூந்தல் என் கழுத்தருகே பறந்தது உண்மையா இல்லையா என்று உணர்வதற்குள் தொட்டுவிட்டது. உதட்டைக் கன்னத்தில் வலுவாக அழுத்தி ஓசையுடன் முத்தமிட்டாள்.

இத்தனையும் நடக்கும்போது என் உடல் எதிர்வினை செய்யாமல் மரத்துப் போயிருந்தது. தெங்கனகேரி தாக்கத்தால் என் கைகள் பின்னால் இறுகக் கட்டியிருந்தன. இயல்பான எதிர்வினை சாத்தியப்படாத வகையில், என்னால் எந்த விபத்தும் ஏற்படாதவாறு சௌகூரு ஆசிரியர் முதற்கொண்டு எல்லோரும் என்னை இறுக்கமாகப் பிடித்துக் கொண்டிருந்தார்கள்.

காஃபிக் கோப்பைகளைத் திருப்பிக் கொடுக்க காரிலிருந்து இறங்கினேன். என்ன செய்கிறேன் என்ற எண்ணமே மனதிலிருந்து விலகியது போல் பில்லிங் கௌண்டர் மீது கோப்பைகளை வைத்தேன். ‘அங்கே சார், அங்கே, அங்கே’ என்றவன் மூலையில் இருந்த ஒரு மேசையைக் காட்டினான். போதையில் இருந்தவன் போல் நடந்து காருக்குத் திரும்பினேன்.

என் போதை இறங்கியிருக்கவில்லை. சிந்திக்கும் ஆற்றலை இழந்துவிட்டது போல் இருந்தது. பல ஆண்டுகளுக்கு முன் கடற்கரையில் பெற்ற முத்தம் நினைவிற்கு வந்தது. எங்கள் லால்பாக் காலைகள் தொடங்கி சுமார் ஒரு மாதமானது என்று கணக்கு வைத்திருந்தேன். என் காலை தினசரியை ஷாலினி கவனித்தாளா என்று கூட நான் கவலைப்படவில்லை. இதற்கு முன்பும் நான் காலை எழுந்து லால்பாகிற்குப் போய்க்கொண்டிருந்தேன். ஆனால் இப்போது போல் வழக்கமானதாக இருக்கவில்லை. அவள் கவனத்திற்கு வந்தால் நாற்பதிற்குப் பிறகு இவையெல்லாம் நல்லதுதான் என்பாள். அவளிடம் ஷமியைப் பற்றிச் சொல்ல வேண்டுமா, சொன்னாலும் என்னவென்று சொல்லட்டும், என்று பலமுறை யோசித்திருந்தேன். இதுவரை ஷமி என் வீட்டைப் பற்றியாகட்டும் குடும்பத்தைப் பற்றியாகட்டும் ஒருமுறைகூட என்னிடம் கேட்டதில்லை. நானாகச் சொல்வதைக் கேட்டுக்கொள்வாளே தவிர அவளாக அதைப்பற்றி எந்த ஆர்வத்தையும் காட்டியவள் அல்ல. மகனுடைய பள்ளிக்குப் போகவேண்டுமென்று ஒருநாள் நடையைத் தவிர்த்திருந்தேன்.

இன்னொரு முறை ஷாலினியின் அப்பாவை அழைக்க ரயில் நிலையத்திற்குப் போயிருந்தேன். இப்படி அவளுக்கு என் குடும்ப விவரங்கள் துணுக்குகளாகத் தெரிந்திருந்தன.

எப்படிக் காரை ஓட்டிக்கொண்டு வீடு வந்து சேர்ந்தேன் என்பது எனக்கு ஒன்றும் நினைவில்லை. அப்படியொரு மயக்கத்தில் இருந்தேன். வீட்டை அடைந்தபோது எல்லாம் இருந்தபடியே இருந்தன. நான் மாறியிருந்தேன். தனிமையை விரும்பி நேராக குளியலறையை அடைந்தேன். சவரம் செய்துகொள்ளும் முன் கண்ணாடியில் பார்த்துக்கொண்டே, கையால் கன்னத்தை வருடி, இது அவள் உதடுகளில் எப்படி முரட்டுத்தனமாக உரசி இருக்கும் என்று தோராயமாக உணர்ந்தேன். ஐந்துநிமிடங்களுக்குப் பிறகு இந்தச் சிறுபிள்ளைத்தனம் போதுமென்று குளிக்கச் சென்றேன். நடுவயது தேகத்தின் நிர்வாணத்தை எதிர்ப்பது எளிதல்ல. வயிறைப் பின்னால் இழுத்து ஒருநாள் இல்லை ஒருநாள் இது இந்த வடிவிற்குத் திரும்பிவிடலாம் என்ற நம்பிக்கையில் பார்த்துக் கொண்டேன். அப்படி எனக்குத்தொப்பை இருக்கவில்லை என்றாலும் அது இருபது ஆண்டுகளுக்கு முன்போல் இருக்கவில்லை. ஷவரிலிருந்து தண்ணீர் என் மீது பொழிந்துகொண்டிருக்கும்போதே இடுப்பை வளைத்துப் பாதங்களைத் தொட முயன்றேன். கைவிரல் நுனிக்கும் தரைக்கும் அரையடி இடைவெளியிருந்தது.

★★★

2

நகரத்திலிருந்து முப்பது கிலோமீட்டர் தொலைவிலிருக்கும் எங்கள் நிறுவனத்தின் பயிற்சி மையத்திற்குப் போகவேண்டுமென்றால் முதலில் வெறுமனே முக்கால் மணி நேரம் போதுமானதாக இருந்தது. நகரத்தின் வளர்ச்சியால் இப்போது ஒன்றரை மணி நேரம் தேவைப்படுகிறது. அங்கே போனபிறகு நகரத்து எதுவும் நினைவிற்கு வராதது போலான சூழல். உயரமான மரங்கள், பச்சைப் புல்வெளி, பூச்செடிகள், கற்கள் பதித்த நடைபாதைக்கு நடுவில் ஓட்டுக் கூரையின் விசாலமான பயிற்சி மையக் கட்டிடம்.

நுழைவாயில் வலது பக்கத்தில் பெரிய செமினார் ஹால். இடது பக்கம் நான்கு சிறிய மீட்டிங் அறைகள். பின்பகுதியில்

சாப்பாட்டுக் கூடம், அதன் நெடுக வெளிப்பகுதியில் திண்ணை. சிறிது தொலைவில் தெரியும் சிவப்புச் செங்கல்களால் கட்டிய மாடிக் கட்டிடத்தில் பயிற்சிக்கு வந்தவர்கள் தங்குவதற்கு அறைகள் இருந்தன.

நான் போய்ச் சேர்ந்தபோது பதினொரு மணிக்குப் பத்து நிமிடம் இருந்தது. நல்லவேளை சரியான நேரத்திற்கு வந்து சேர்ந்திருந்தேன். இல்லையென்றால் கால உணர்வைப் பற்றிப் பேசும் வாய்ப்பு கைதவறியிருக்கும். எங்கள் நிறுவனத்தில் புதிதாக வேலைக்குச் சேர்ந்த இளம் சமூகத்திற்கு எல்லாப் பிரிவுகளையும் விரிவாக அறிமுகப்படுத்திக் கொடுப்பது இந்தச் சில நாள்கள் பயிற்சியின் நோக்கமாக இருந்தது. இன்று நான் ஆடிட் துறையைப் பற்றிப் பேச இருந்தேன். இதுபோன்ற தருணங்களில் எங்கள் பிரிவின்ஒருவரைத் துணைக்கு அழைத்துச் செல்வது வழக்கம். இந்த முறை சாஹூ கூட வருவதாக இருந்தது. முன்பே வந்து எனக்காகக் காத்திருந்தான்.

உள்ளே, பெரிய முட்டை வடிவிலான மேசையைச் சுற்றி எல்லோரும் அமர்ந்திருந்தார்கள். மொத்தம் இருபத்தியெட்டு நபர்கள். இளைஞர், இளைஞிகள். முதலில் எல்லோரும் தங்களை அறிமுகப்படுத்திக்கொண்டனர். அவர்கள் எல்லாம் பிரபலக் கல்வி அமைப்புக்களிலிருந்து வந்தவர்கள். இங்கே வேலைக்குச் சேர்ந்ததால் எல்லோருக்கும் வாழ்க்கையின் கனவொன்று நனவான நிறைவு இருந்தது. அப்படிப்பட்டவர்களின் மனம் நிறுவனத்தின் எல்லா நீதி நியமங்களையும் ஏற்றுக்கொள்ளத் திறந்திருக்கும். ஆடிட் துறை எப்படிப் பணியாற்றும் என்பதை விவரிப்பது எளிது. ஆனால் அதன் பின்னால் இருக்கும் மர்மத்தைப்புரிந்துகொள்ளும்படி சொல்வது கடினமென்று நான் அனுபவத்தால் அறிந்திருக்கிறேன். கார்ப்பரேட் உலகில் ஒழுக்கநெறி வார்த்தைகளை டாம்பீகமென்று தோன்றாதபடி பேசுவதற்கு ஒன்று உண்மையான அலட்சியம் தேவை அல்லது வீராப்பு இருக்க வேண்டும்.

‘ஒரு நிறுவனத்தில் இருக்கும் ஆடிட்டர்களின் வேலை வெறுமனே கணக்கு வழக்குகளை ஆய்வு செய்வதல்ல. அப்படி நீங்கள் எண்ணியிருந்தால் முதலில் அதை உங்கள் மனதிலிருந்து அகற்றிவிடுங்கள். ஒரு நிறுவனத்தின் மொத்த நோக்கத்திற்கு ஏற்றவாறும், வெளி உலக சட்ட திட்டங்களுக்கும், உள் உலகின்

நியமனங்களுக்கும் கட்டுப்பட்டு நம் செயல்முறைகள் இருப்பதைப் பார்த்துக்கொள்வதும் தணிக்கைத் துறையின் பொறுப்பு. அங்கொரு நுட்பமான தார்மீக பொறுப்பும் இருக்கிறது. நாம் போலீஸ்காரர்கள் அல்ல. தவறுகளைச் சுட்டிக் காட்டுவது மட்டுமல்ல, அவை நடக்காதவாறு எச்சரிப்பதுவும் கூட நம் பொறுப்பு. அதனால் வேலை முடிந்த பிறகு மட்டுமல்ல, அதற்கும் முன்பும், அது நடந்துகொண்டிருக்கும் போதும் நாங்கள் துணையாகவே இருப்போம்.

தணிக்கைப் பிரிவில் பணியாற்றுபவர்கள் வேலையில் வல்லுநர்களாக இருக்கவேண்டும். ஒன்றுக்கொன்று தொடர்பில்லாமல் தெரியும் சங்கதிகளை இணைக்கும் போது தோன்றும் அர்த்தங்களைப் பற்றி எச்சரிக்கை இருக்க வேண்டும்.'

சமீபத்தில் எங்கள் பிரிவில் நடந்த ஒரு நிகழ்வை எடுத்துக்கொண்டு, அதற்கு என் கற்பனையையும் சேர்த்துக் கதை போலச் சொன்னேன். சீரற்ற விவரங்கள் எப்படி அறிகுறியைக் கொடுக்கும் என்பதையும், அவற்றைச் சேர்ந்த சிக்கல்களை விடுவித்துக் கொண்டு போகப்போக உள்ளே நிரம்பிக் கிடப்பதையும் வெளியே வருவதையும், அதற்குத் தேவையான துப்பறியும் மனப்பான்மையையும் சிலிர்ப்புடன் விவரித்தேன். இங்கே தவறு யாருடையது? அதைத் தடுக்க முடிந்திருந்தால் எப்படித் தடுத்திருக்கலாம் என்று கேள்விகளை முன்வைத்து வாதம் செய்ய அழைத்தேன்.

தவறு யாருடையது என்ற கேள்விக்கு ஒவ்வொருடைய பதிலும் ஒவ்வொரு மாதிரி இருந்தது. சிலர் ஆடிட்டர்களையும், சிலர் அமைப்பையும் குற்றம் சொன்னால் சிலர் நிறுவனத்தினுடைய தவறு என்றார்கள். கல்வியில் தார்மீக பாடங்களின் குறைபாடு காரணமென்றும் சிலர் சொன்னால், பலர் புதிய தலைமுறையின் விழுமியங்களைக் குறைசொன்னார்கள். அநேகம் பேர் நியமனங்களையே குற்றம் சாட்டினார்கள். நியமனங்கள் இருப்பதால்தான் மீறல்கள் என்பது அவர்கள் வாதம்.

இவையெல்லாம் எனக்குப் பழகிப் போயிருந்தாலும் அவர்களுக்குப் புதிது. கடைசியாக தங்கள் தொழில் வாழ்க்கையைத் தொடங்குபவர்கள் எந்த வகையான தார்மீகத் துணிச்சலை வளர்த்துக்கொள்ள வேண்டுமென்று அழுத்தமாகச் சொன்னேன்.

அவர்களிடம் பல கேள்விகள் இருந்தன. புதியவர்கள் எப்படிப்பட்ட சந்தேகத்தை வேண்டுமென்றாலும் எழுப்பலாம் என்று நாமாக அவர்களிடம் விதைத்த துணிச்சலாலும், அனுபவத்தாலும்தோன்றிய வெகுளித்தனத்தால் எதையும் கேட்க அவர்கள் தயங்கவில்லை. அதில் பெரும்பாலான கேள்விகள் சமுதாயத்திற்கு நாம் என்ன செய்கிறோம் என்பது போலானவை. எப்போதும் போல் நிறுவனத்தின் இலக்குகளையும், நாம் படைக்கும் செல்வத்தினால் சமுதாயத்திற்கு எப்படி மறைமுகமாக லாபம் ஏற்படுகிறது என்பதையும் விவரித்தேன். ஒருவேளை அவர்கள் மற்றவர்களையும் இதே கேள்வி கேட்டு இதுபோன்ற பதில்களைப் பெற்றிருக்கலாம். நாம் உருவாக்கும் தொழில், கொடுக்கும் வரி இப்படி அதை நியாயப்படுத்தத் தேவையான புள்ளிவிவரங்களும் எங்களிடம் இருந்தன. அவர்களிடம் இருக்கும் லட்சியத்தை நியாயப்படுத்தவும், எங்களைப் போன்ற நிறுவனங்களை ஊதியமோ, மற்ற வகையான ஆசைகளால் கூடிய கட்டாயத்தாலோ ஏற்படும் குற்ற உணர்வை விளக்கத் தேவையான விவரங்கள் எங்களிடம் இருந்தன. மேலும் அவை பொய்யாக இருக்கவில்லை. எதுவாகவே இருக்கட்டும், பார்க்க எத்தனை வகைகள் இருக்கின்றன அல்லவா!

சாஹூ பின்வரிசையில் உட்கார்ந்திருந்தான். இரண்டு மணி நேர என் பாடமும், பிறகான கேள்வி பதில்களும் முடிந்த பிறகு சாப்பாட்டு இடைவேளையில் எல்லோரும் சாப்பாட்டுக் கூடத்திற்குப் புறப்பட்டோம். அப்போது அலுவலகத்திலிருந்து எனக்கொருஅழைப்புவந்ததால் நான் பேசிக்கொண்டு நின்றேன். சாஹூ எனக்காகக் காத்திருந்தான். நான் ஃபோன் அழைப்பை முடித்துக்கொண்டு வருவதற்குள் எல்லோரும் சாப்பிடத் தொடங்கியிருந்தார்கள். பொதுவாக நான் பயிற்சிக்கென்று வந்தவர்களுடன் உட்காருவேன். அன்று அது சாத்தியப்படவில்லை. சாஹூ என்னுடன் அமர்ந்தான். அந்த மேசையில் நாங்கள் இருவர் மட்டுமே இருந்தோம். அவனுடன் இப்படி உட்கார்ந்து பேசி வெகு நாட்களாயின.

சூப் பருகிக்கொண்டே இடையில் தலைநிமிர்ந்து பேசினான். ‘இந்தப் பசங்களுக்கு எவ்வளவு உற்சாகம். எல்லோரிடமும் சிறிதளவாவது லட்சியப் பசை இருக்கிறது என்பதே ஆறுதல். சமுதாயத்திற்கு எதையாவது செய்ய வேண்டுமென்கிறார்கள்.

என்னவென்று தெரியவில்லை. பிறகு எல்லோரும் நம் போலவே ஆகிவிடுகிறார்கள் என்பதுதான் வருத்தம்.'

'நம்மைப் போல் ஆக வேண்டும் என்பதால் தானே இந்தப் பயிற்சி? கருத்து வேறுபாடுகள் இருந்தால் இஸ்திரி செய்து சரிசெய்யவும். இதுபோன்ற நிறுவனங்களில் வேலை செய்தால் எப்படிப்பட்ட கடினமான தார்மீகப் பிரச்சினைகளையும் நாசூக்காக, ஆன்மாவுக்கு சிரமம் ஏற்படாதவாறு பரிகாரம் செய்யக் கற்பிக்கிறோமே என்று எனக்கு இன்று தோன்றியது.'

'இங்கே பணியாற்றத் தொடங்கியதிலிருந்து என் இயல்பே மாறிவிட்டது போல் தோன்றுகிறது தெரியுமா? பயமாகிறது.' சாஹூ மெல்லச் சொன்னான்.

'உண்மை சொல்ல வேண்டுமென்றால் இவர்கள் இதுபோன்ற கேள்விகளையாவது கேட்கிறார்கள். நாம் இப்படி ஒருமுறை கூட துணிச்சலாக நமக்குத் தோன்றியதை அந்த வயதில் சொல்லியதில்லை. நமக்கெல்லாம் வேலை கிடைத்ததே பெரிய பாக்கியம் என்பது போல் இருந்தது. இருக்கட்டும். புது வீட்டில் உங்கள் வாழ்க்கை எப்படி இருக்கிறது?'

'இப்போது பரவாயில்லை. ஆனாலும் கத்திரி, சுத்தியல், ஸ்டேப்ளர், டார்ச், பேட்டரி செல்கள் இப்படி தினசரிப் பயன்பாட்டின் சிறு சிறு பொருள்களை எங்கே வைத்தோம் என்பது தெரியாமல் தவித்துக் கொண்டிருக்கிறோம். ஒருவர் இந்த இடம் என்று முடிவு செய்து வைத்தது அடுத்தவருக்குத் தெரியாது. பிறகு இந்தப் பிள்ளைகளுக்குப் பொறுமையே கிடையாது. பெரிய வீடு வேறு.'

'அந்த விரிவாக்கம் நன்றாக இருக்கிறது அல்லவா? அன்று வந்தபோது ஒரு பூங்காவைப் பார்த்தேன். வீட்டிற்கு அருகிலேயே இருந்தது.'

'அதே பூங்காவில் தினமும் விடிகாலை மனைவியுடன் நடைபழகப் போகிறேன்.' அவன் நடைபழகப் போவதைப் பற்றிச் சொன்னதும் உடனே விழித்துக் கொண்டேன்.

பச்சை நிற பாலக்கீரை சூப்புடன் பிரெட் குச்சிகளைக் கடித்துக்கொண்டே, தான் அதில் மும்முரமாக இருந்ததால், விளக்கம் அளிப்பவன் போல் 'காலை சிற்றுண்டி சாப்பிடாமல்

வந்தேன்' என்றான். பிறகு நாங்கள் இருவரும் சாப்பாடு எடுத்து வர எழுந்தோம். நான் சைவத்தைத் தெரிவு செய்தேன். அவன் மீன் வறுவல் துண்டுகளைப் போட்டுக்கொண்டு வந்தான்.

சாப்பிடும் போது அவனாகவே ரேவதி விஷயத்தை எடுத்தான். 'ரேவதி வீட்டிற்குப் போயிருந்தீர்களாமே? மிகத் துணிச்சலான பெண்' என்றான். அவனுக்கும் ரேவதிக்கும் இருக்கும் நட்பு எவ்வளவு ஆழமானது என்று சரியாகத் தெரியாததால் அதிக எச்சரிக்கையாக இருந்தேன்.

'அன்று உங்கள் வீட்டிலிருந்து புறப்படும்போது ஷமியை டிராப் செய்தேனல்ல; அப்போது வளர்ந்த அறிமுகம். அவள் வேறு மாதிரிப் பெண். இலக்கியம், கலையைப் பற்றி அவள் புரிதல் அறிவார்ந்தது.' அப்படிச் சொல்லும் போது முடிந்த அளவிற்கு அது உணர்வற்றதாக இருக்குமாறு முயன்றேன்.

நான் பேசும் போது சாஹூ என்னைக் கூர்ந்து பார்த்துக் கொண்டிருந்தான். அவனது ரோமங்கள் நிறைந்த இடதுகையில் ரொட்டித் துண்டு இருந்தது. அவன் நடுவிரலில் சமீப காலம்வரை மோதிரம் இருந்ததைச் சொல்வது போல் வெள்ளை அடையாளம் இருந்தது. எதற்கோ எனக்கு அவன் மீது சந்தேகம் தோன்றியது. அந்த விஷயத்தை இவன் பேசியது எதற்கு என்று யாருக்குத் தெரியும்? நம் தினசரி நடைபழகும் செய்தியை ஷமி இவனிடம் சொல்லியிருக்கலாமா? அவளுக்கு அது இயல்பானதாக இருக்கலாம். எனக்கு அது பெரிய ரகசியம். நான் இப்போதுதான் எங்கள் நிறுவனத்தின் இளைஞர் குழுவிற்குக் கூறியது போல் இவன் பல விஷயங்களை ஒன்றாக இணைத்துப் பொருத்திப் பார்க்க முயல்கிறானா?

'அம்மாவுக்கு அவளைப் பற்றிக் கவலையாக இருக்கிறது. எதையும் ஈடுபாட்டுடன் செய்யாமல் நாள்களைக் கடத்துகிறாள் என்ற பயம். என்ன நவீனமானாலும் நம் சமுதாயத்தில் திருமணக் கத்தி பெண் பிள்ளைகளின் அப்பா அம்மாக்களின் தலை மீது தொங்கிக் கொண்டிருக்கும்.' பேசிக்கொண்டே சாஹூ மீன் முற்களை எடுக்கத் தொடங்கினான்.

'உங்களுக்கு எப்படி ரேவதி அறிமுகம்?' நான் நேரடியாகக் கேட்டேன்.

'அது மிகப் பழைய அறிமுகம். அவளை நம் சன்யால் அய்யாவுக்கு அறிமுகம் செய்து வைத்திருந்தேன் நான். பிறகு அவள் அவனை இறுகப் பற்றிக்கொண்டாள். ரேவதி செய்யாத தொழில் இல்லை. பெரிய பெரிய நிறுவனங்களில் இருக்கும் ஓரிஜினல் பெயிண்டிங்களை மெய்ன்டேன் செய்வதிலிருந்து, பலவகையான சந்தைக்குத் தேவையான ஆய்வுகளை நடத்துகிறாள். அவளுக்கு யார் யார் அறிமுகமாக இருக்கிறார்கள், என்னென்ன தொழில்களைச் செய்கிறாள் என்பதை எளிதாக ஊகிக்க முடியாது.'

தன் பேச்சின் விளைவை சாஹூ என் முகத்தில் பார்க்கத் துடித்தான். சன்யால் என்றால் எங்கள் எம்டி. நான் எந்த உணர்வையும் காட்டிக் கொள்ளாமல் வெறுமனே கேட்டுக் கொண்டேன். அவனை உற்சாகப்படுத்தி அவன் சொல்ல வேண்டுமென்று இருந்த கதையைக் கேட்கவா என்று ஆசை ஏற்பட்டது. அவனுக்கு என் ஊக்கமே தேவை இருக்கவில்லை. நான் அமைதியாக இருப்பதே போதுமென்பது போல் தொடர்ந்தான்.

'ரேவதி காதலித்துத் திருமணம் செய்துகொண்டது சஞ்சய் என்ற குஜராத்தியை. ஷமி பிறப்பதற்குள் சஞ்சய் விபத்தில் இறந்துவிட்டான். அவன் குடும்பத்து அபரிமிதமான சொத்திற்காக அவள் நீதிமன்றம் போக வேண்டியிருந்தது. பல ஆண்டுகள் நடந்த அந்த நீதிமன்ற வழக்கின் தீர்ப்பு வரும் வரை வேறு வழி தெரியாமல் ரேவதி குடும்பச்சுமையைச் சுமக்க வேண்டியிருந்தது. தன் அப்பாவிடம் சிறிது கடன் வாங்கிப் பல வியாபாரங்களை நடத்திக்கொண்டு இந்த உயரத்தை அடைந்தாள். அவள் தற்போது இருக்கும் வீடு கணவன் குடும்பத்திலிருந்து வந்தது. அவள் வியாபாரம் என்றால் வேசித்தனம், பித்தலாட்டம் என்பதைப் போல் அவள் கணவன் குடும்பத்தார்கள் பேசியும் விட்டார்கள். பிறகு அவள் தொடர்பு ஆற்றல் எப்படி வளர்ந்தது என்றால் அவள் முன்னால் ஒரு வார்த்தை கூட பேசும் துணிச்சல் இப்போது யாருக்கும் இல்லை.' சாஹூ தன் கதையை நிறுத்திய போது 'இவ்வளவு செய்திகள் உங்களுக்கு எப்படித் தெரிந்தது?' என்று வேடிக்கையாகக் கேட்டேன்.

'அதென்ன விடுங்கள். இன்னும் சில நாள்களில் உங்களுக்கும் இவை எல்லாம் தெரியும்,' என்றவன் பேச்சில் வேறு ஏதாவது இருக்கலாமா என்று தேடினேன். மீண்டும் காரணமில்லாமல்

சிறிதாகச் சிரித்து மூச்சுவிட்டான்: 'உண்மை சொல்லட்டுமா? உங்களுக்கு இப்போதே தெரிந்திருக்கலாம். சன்யால் அய்யா ரேவதிக்கு மிக நெருக்கமானவர். அவர்தான் அவளுடைய வகை வகையான வியாபார வளர்ச்சிக்குக் காரணமானவர். அதற்குத் தேவையான தொடர்புகளை ஏற்படுத்திக் கொடுத்தவர். தற்போது நெருங்கிய நண்பர்கள். என்றால் தெரியுமல்ல.'

அவன் முகத்தின் மீதான மிகையான புன்னகை எனக்கு எரிச்சலூட்டியது.

'என்றால் என்ன சாஹூ? அவர்கள் ஒன்றாகப் படுத்திருப்பார்கள் என்றுதானே நீங்கள் கூறுவது? அதனால் என்ன வேறுபாடு ஏற்படும் என்று எனக்குத் தோன்றவில்லை.'

என்னிடமிருந்து இதுபோன்ற வார்த்தைகளை எதிர்பார்க்காத சாஹூ வியந்து அதிர்ச்சியில் வாய்திறந்தான். கூடவே நான் ரேவதிக்கு எவ்வளவு நெருக்கம் என்பது அவனுக்குத் தெரியாமல் குழப்பமானது.

உடனே அதிர்ந்து, 'மன்னிக்கவும். என்னைத் தவறாக என்ன வேண்டாம்' என்று அடிக்கடி சொல்லத் தொடங்கினான்.

'அப்படியல்ல சாஹூ. ஒரு பெண்ணால் இந்த உலகில் தனியாக வாழ சாத்தியமே இல்லை என்பதைப் போல் நாம் எல்லோரும் நமக்குத் தெரிந்த வகையில் கருத்தைச் சொல்லிவிடுகிறோமே, அதைப் பற்றி யோசித்தேன். அவ்வளவுதான்.'

'ஆம், நீங்கள் சொல்வது உண்மை. அப்படிப் பார்க்கப் போனால் நம் சன்யால் அய்யா உண்மையாகவே அதிக உதவி செய்திருக்கிறார்' என்று நொடிப்பொழுது தாமதித்து மெல்ல சன்யால் பற்றிச் சொல்லத் தொடங்கினான்.

சாஹூ திறந்து வைத்த விஷயங்கள் அதி நுட்பமாகவே இருந்தன. ரேவதியை இந்த சன்யால் எப்படி அதி நவீன பெண்மணியாக மாற்றினார். அவளை எப்படி மாறுபட்ட வாழ்க்கை முறைகளுக்குப் பழக்கினார் என்பதைப் பற்றி அதிகமாகவே சொன்னான். ஷமி என்றால் சன்யாலுக்கு மிகவும் விருப்பமாம். மகளைப் போல் பார்த்துக் கொள்கிறாராம்.

‘ஆடிட்டர்களுக்கு எல்லா செலவு விவரங்களும் தென்படும். சிலவற்றை அவர்கள் வேண்டுமென்றே புறக்கணிக்கிறார்கள். அதன் பொருள் அவர் கவனத்திற்கு அது வரவில்லை என்றல்ல. இந்தச் சொற்கள் உங்களுடையதுதான். எம்டி அய்யா செலவிலும் அதிகமான முறை பல சங்கதிகள் கவனத்திற்கு வந்திருக்கின்றன. அலட்சியப்படுத்தப்பட்டிருக்கின்றன. அவ்வளவுதான்.’

இது அவன் வாய்தவறி வந்தது. இல்லை என்னை சோதித்துப்பார்க்க வேண்டுமென்றே சொன்னது.

‘நீங்கள் சொல்ல வருவது என்ன?’ உடனே என் தோரணையில் அலுவலக அதிகாரியின் மிடுக்கு வந்திருந்தது.

‘ஒன்றுமில்லை’ என்றான். தன் தவறு சாஹூவுக்குப் புரிந்தது.

‘ஆரம்பித்த பிறகு சொல்ல வேண்டும்’

‘இது மிகச் சிக்கலானது. எதற்கும் விரைவில் பொருள் கிடைக்காது’ தத்துவம் பேசினான்.

‘தனிப்பட்ட விஷயம் என்றால் எனக்கு ஆர்வமில்லை. அலுவலகத் தவறுகள் என்றால் நான் பொறுப்பேற்க வேண்டியிருக்கும். அதனால் அவை இரண்டையும் பிரித்துப் பார்த்துச் சொல்லுங்கள். ஆடிட்டர் முன்னால் எம்டி அய்யாவும் கேள்விக்கு அப்பாற்பட்டவரல்ல என்பது தெரியுமல்ல.’

அப்போது அவனுக்கு தான் மாட்டிக்கொண்ட புதைகுழியின் ஆழம் புரிந்தது.

‘சிறப்பாகச் சொல்ல என்னிடம் எதுவும் கிடையாது.’ சாஹூ புறப்படப் படபடத்தான்.

அவனுடன் நடந்த கலந்துரையாடல் எனக்கு எச்சரிக்கை மணியாக இருந்தது. கண்ணுக்குத் தெரியாவிட்டாலும் இந்த உலகில் யாரோ எதற்காகவோ கொக்கி போட்டு சோதனை செய்கிறார்கள். இந்த சாஹூவின் அறிமுகத் தொடர்புகள் எங்கெங்கே பரவிக் கிடக்கின்றனவோ. அவன் கொடுத்த அரைகுறைத் தகவல்கள் தூண்டிலா, முன்வைத்த சோதனையா தெரியாவிட்டாலும் நான் மட்டும் எச்சரிக்கையாக இருக்க வேண்டுமென்று நினைத்தேன்.

★★★

3

அதேநாள் மாலை யாரும் ஊகிக்காத நிகழ்வொன்று அலுவலகத்தில் நடந்துவிட்டது. மறுநாள் காலைதான் அது எங்களுத் தெரிந்தது. அத்தருணம் அது நூறு பேர்கள் வாயில் நூறு வகையில் வளர்ந்திருந்தது. அதில் உண்மையாக நடந்தது எவ்வளவு, நாங்கள் ஊகித்துக் கொண்டது எவ்வளவு என்று பிரித்துப் பார்க்கவே முடியாது. இப்படியொரு மனரஞ்சகமான கதை சமீபத்தில் எங்களுக்குக் கிடைத்ததில்லை. உண்மை, பொய்களை ஒதுக்கி வைத்துக் கதையை மட்டுமே பார்ப்பதென்றால்:

பாஸ்கர் ராவ் பணி ஓய்வை அறிவித்த பிறகு தினமும் ஏதாவதொரு வதந்திகள் இருந்தே இருக்கும். அவர் யார் யாரைச் சந்தித்தார், எதற்காகச் சந்தித்தார் என்றெல்லாம் ஊகங்கள். அவர் பணி ஓய்வு அடையும் நாளும் குறிக்கப்பட்டிருந்தது. கடைசி நாள்வரை தான் அந்தப் பதவியில் இருந்து பணியாற்றுவேன் என்பதை அவர் எல்லோரிடமும் தெளிவுபடுத்தி இருந்தார். அவர் யாருக்கு அதிகாரத்தை மாற்றிக் கொடுக்கவேண்டும் என்பது இன்னும் அறிவிக்கப்படாததால் அது மற்றொரு வதந்திக்குக் காரணமானது. அவர் மெய்மறந்து பணியில் வழக்கம் போல் மும்முரமாக ஈடுபடுவதும் கூட அவர் எதிர்ப்பாகத் தெரிந்தது. அதனால்தான் என்னமோ அவர் அலுவலகத்தைச் சுற்றி நடக்கும் ஒவ்வொன்றுக்கும் சிறப்புப் பொருள்கள் தோன்றிப் பரவின.

ஜனார்தனன் என்பவன் ஒருவன் சமீபத்தில் ராவின்விருப்பப் பணி ஓய்வு ஆயுதத்திற்குப் பலியாகியிருந்தான். அதில் விருப்பம் என்பது பணியிலிருந்து நீக்குவதற்கு ராவ் கொடுத்த மதிப்பான பெயர். ஜனார்தனனுக்கு வேறு வழியில்லாத சூழ்நிலையை உருவாக்கியவர் ராவ். ராவ் பணி ஓய்வு காலத்திற்கு முன்பே விருப்பப் பணி ஓய்வு பெறுகிறார் என்பது ஜனார்தனனுக்குத் தெரிந்தபோது அவர் தன் மீது இப்போது மென்மையாகலாம் என்று தோன்றியது. அதனால் தன் விருப்பப் பணி ஓய்வை ஒரு ஆண்டு காலத்திற்காவது தள்ளிப்போடுமாறு அவரை நச்சரிக்கத் தொடங்கினான். தென் கன்னடத்தைச் சேர்ந்த அவன் அவருடன் துளு மொழியில் பேசப் பார்த்தாலும் ராவ் இங்கிலிஷிலேயே பதில் சொல்லி இடைவெளியைப் பாதுகாத்துக் கொண்டார். அவன்

வேண்டுதலுக்கு மகள் திருமணம் முக்கிய காரணமாக இருந்தது. திருமண சமயத்தில் தனக்கு வேலையில்லை என்று சம்பந்திகளிடம் சொல்லும் சூழ்நிலை அவனுக்கு மிக அவமானமாக இருந்தது. ஒரு ஆண்டு சாத்தியப்படாவிட்டால் குறைந்தது ஆறு மாதம் தன் பணி ஓய்வு தள்ளிப் போகட்டும், திருமணத் தருணத்தில்தான் இந்தப் பணியில் இருக்க வேண்டும் என்பது ஜனார்தனனின் விருப்பமாக இருந்தது.

அதற்காக ராவ் அவர்களை ஜனார்தனன் நச்சரிப்பது வியாண்டிக்குத் தெரிந்திருந்தது. அந்த நாள் மதியம் ஜனார்தனன் வந்தபோது வியாண்டி 'அவர் மீட்டிங்கில் இருக்கிறார். வந்த பிறகு உங்களுக்குப் ஃபோன் செய்கிறேன். அப்போது வாருங்கள்' என்று சொல்லி அனுப்பினாள். போகும் முன் ஜனார்தனன் 'இன்று நான் அவரைப் பார்த்தே ஆகவேண்டும். எவ்வளவு நேரம் ஆனாலும் பரவாயில்லை' என்று அழுத்தமாகச் சொன்னான். மீட்டிங் முடிந்த பிறகு ராவ் வந்தபோது வியாண்டி அதைச் சொல்ல மறந்துவிட்டாள். அன்று அவர் வழக்கத்தை விட சிறிது முன்பாகவே சென்று விட்டார். வியாண்டியின் ஃபோனுக்குக் காத்துக் கிடந்த பிறகு ஜனார்தனன் மீண்டும் வந்தான். அவனைப் பார்த்த பிறகு அவள் அவனைத் தான் அழைக்கிறேன் என்று சொன்னது நினைவானது. தன் தவறை மறைத்துக்கொள்ள 'இன்று அவர் பார்க்கிறாரோ இல்லையோ, வேலை அதிகமாக இருக்கிறது' என்று அவன் உற்சாகத்தைக் குறைக்கும் வார்த்தைகளைச் சொன்னாள். அவன் பிடிவாதக்காரன். என்ன சொன்னாலும் கேட்கவில்லை. 'இங்கேயே காத்திருக்கிறேன்' என்று அவள் அலுவலகத்தில்சந்திக்க வருபவர்களுக்கென்று போட்டிருக்கும் சோஃபாவில் உட்கார்ந்துவிட்டான். அவனை விட்டுவிட்டுப் போக முடியாது. உண்மையைச் சொல்லவும் முடியாது என்ற நிலையில் அவள் தவித்தாள். எவ்வளவு நேரம் உட்கார்ந்திருப்பான் பார்ப்போம் என்று அமைதியாக இருந்தாள்.

அவள் அலுவலகத்தின் வழியாகவே ராவ் அவர் அறைக்குப் போகும் கதவு இருந்தது. அப்படியாக ராவ் அந்த இடத்தைக்கடந்துதான் செல்ல வேண்டும். எந்த மீட்டிங்கிற்குப் போனாலும் அலுவலகத்திற்கு வராமல் வீட்டிற்குப் போகமாட்டார் என்பது ஜனார்தனனுக்குத் தெரியும்.

அவள் தனது வேலைகளில் மும்முரமாக இருந்தாள். ஆனால் அவளுக்கு ஆதங்கம் ஏற்பட்டது. சிறிது நேரத்திற்குப் பிறகு, 'மிஸ்டர் ஜனார்தனன், நீங்கள் காத்திருக்க வேண்டாம். நாளை காலையில் முதல் அப்பாயிண்ட்மெண்ட் உங்களுக்குத் தருகிறேன். ஒன்பதரை மணிக்கு வந்து விடுங்கள்' என்று தாஜா செய்தாள். 'அவரைப் பார்க்காமல் போனால் எனக்கு இந்த இரவு தூக்கம் வராது. எவ்வளவு நேரமானாலும் காத்திருக்கிறேன்' என்றவன் உட்கார்ந்தே இருந்தான்.

அலுவலகச் சுவர்கள் மீது இரண்டு பெரிய ஓவியங்களைத் தொங்கப் போட்டிருந்தார்கள். தரையில் வெளிர் நீலத் தரைவிரிப்பு, பெரிய சன்னலுக்கு வெளியே மயிர்க்கொன்றை மரம் தெரிந்தது. உள்ளே இரண்டு பெரிய பூக்குண்டாக்களில் வகை வகையான பூக்கள். கண்ணாடி அலமாரியில் நேர்த்தியாக அடுக்கி வைத்த துறை சார்ந்த படங்கள், கேடயங்கள், ஒரு பக்கமாக வியாண்டியின் மேசை. அதன் ஓர் ஓரத்தில் ராவ் அய்யாவின் கேபின். எல்லாம் ஒழுங்காக இருந்தன. ஃபோட்டோவுக்காக அலங்காரம் செய்தது போல் இருந்தது.

அவளுக்கு அடிக்கடி தொலைபேசி அழைப்புகள் வந்துகொண்டிருந்தன. எடுத்ததும், 'பாஸ்கர் ராவ் ஆஃபீஸ், வியாண்டி ஷெனோய் ஸ்பீக்கிங்' என்று சொல்வாள். பிறகு அழைத்தவரின் அடையாளம் கண்டுகொண்டு 'ராவ் அலுவலகத்தில் இல்லை. ஏதாவது மெசேஜ் இருக்கிறதா? ஆகட்டும் சொல்கிறேன்' என்று அவள் பதில் சொல்லிக்கொண்டே அதை எழுதிக்கொள்வாள். சில சமயம் வெட்டியாகப் பேசுவாள். குளிர்ச்சியான ஏசியால் அவனுக்கு கண் சொக்கியது. ஒருமுறை கண்ணயர்ந்து விட்டான். விழிப்பு வந்த போது அவள் 'ஹலோ சுனில் எப்படி இருக்கிறீர்கள்? எப்படி இருக்கிறது விடுமுறைக் கொண்டாட்டம்? அங்கே இருக்கும் போது வேலையைப் பற்றி யோசிக்கக் கூடாதுப்பா' என்று சலுகையுடன் பேசிக்கொண்டிருந்தாள். அது தொழிற்சாலை மேலாளர் சுனில் பண்டாரியாகத்தான் இருக்க வேண்டுமென்று ஜனார்தனன் தூக்கக் கலக்கத்தில் ஊகித்தான்.

'அவர் இன்று கிடைக்க மாட்டார். இரவு அவருக்கு ஃபோன் செய்யுங்கள். இல்லை என்றால் காலை அவர் வந்தவுடன் உங்களுக்கு ஃபோன் செய்யவா? அப்போது நீங்கள் நீச்சல் குளத்தில்

இருந்தால் சிரமம். ஹ, ஹ ஹா.' ஒரு விரலை மேசை மீது தட்டிக்கொண்டே பேசினாள். அந்தப் பக்கத்திலிருந்து யார் எதைச் சொன்னார்களோஅவள் 'ஊம், ஊம்' என்றவள் குலாவிக்கொண்டு பல்லிளித்தாள். 'இல்லைப்பா ஊம் இல்லவே இல்லை... ஊம்' என்றவள் பேசுவதைப் பார்த்து ஜனார்தனனுக்கு ச்சீ இதொரு பிழைப்பா, வெறுமனே நேரத்தை வீணடிப்பது என்று கோபம் தலைக்கு ஏறியது. 'வியாண்டி ஷெனோய் ஸ்பீக்கிங்' என்பதைக் கேட்டுக் கேட்டு எரிச்சலாக இருந்தது. அவள் இங்கிலிஷ் உச்சரிப்பு ஒய்யாரத்திற்கு சினம் கொண்டான்.

ஆனாலும் அவன் வாய்திறக்காமல் காத்துக் கிடந்தான். எவ்வளவு நேரமானாலும் ராவ் வரவில்லை. அலுவலகத்தில் இருந்தால்தானே வருவார்?

சிறிது நேரமானதும் அவள் 'மிஸ்டர் ஜனார்தனன், இப்போது நான் புறப்படுகிறேன். வேறு வேலை இருக்கிறது எனக்கு. நீங்கள் நாளை வரவேண்டியிருக்கும். நான் அலுவலகத்தில் உங்களைத் தனியாக விட்டு விட்டுப் போக முடியாது. நீங்கள் தேவையானால் வெளியே காத்திருக்கலாம்' என்றாள். ஜனார்தனனுக்கு இப்போது வேறு வழியில்லை. அவள் புறப்படத் தயாராகிக் கொண்டிருந்தாள். அவனும் எழுந்தான். அதற்குள் அவளுக்கு எம்டி அலுவலகத்திலிருந்து ஃபோன் வந்தது. அடுத்த பக்கத்திலிருந்து தெளிவாகக் கேள்வி கேட்டிருப்பார்கள். வியாண்டி உண்மை சொல்ல வேண்டியதானது. 'ராவ் அலுவலகத்தில் இல்லை. அப்போதே புறப்பட்டுப் போய்விட்டார். அவர் மொபைலுக்கு ஃபோன் செய்யுங்கள்.' என்று சொன்னாள்.

இதைக் கேட்டதும், புறப்பட கதவருகே அடி எடுத்து வைத்த ஜனார்தனனுக்கு திடீரென்று கோபம் வந்தது. சீறிவிட்டான்.

'வியாண்டியாம் வியாண்டி, சரியாக வந்தனா என்று சொல்லுடி முண்டை. ஷெனை என்று சொல் ஷெனை. ஷெனோயாமா த்தூ. என்னடி? னை என்று சொல்ல நாக்கு திரும்பாதா என்ன? அதன் மீது ஒட்டியிருக்கும் கொழுப்பைக் கரை. பாஸ்கர் ராவ் இங்கிலிஷ் பீயைத் தின்று படிந்த கொழுப்பு. அப்போது புரளும் பார் நாக்கு சரியாக. தேவடியா.' ஜனார்தனன் கன்னடத்தில் கத்திக் குதறிவிட்டான்.

வியாண்டி தத்தளித்துப் போனாள். அவள் பண்பான இங்கிலிஷ் உலகில் கேட்க விருப்பப்படாத வார்த்தைகள் இவை. அவன் கத்தும்போது அவளுக்கே தெரியாமல் உட்கார்ந்த இடத்திலிருந்து எழுந்து நின்றுவிட்டாள்.

‘எதுக்கு பொய் சொன்னாய்?’ என்று அலறினான். அவள் எப்படி நடுங்கிப் போனாள் என்றால் வாயிலிருந்து ஒரு வார்த்தையும் வரவில்லை. ஆதரவுக்கு என்று மேசையைப் பற்றிய அவள் கை மெல்ல நடுங்கியது. முகம் கருத்துவிட்டது. கண்ணில் கண்ணீர் சிந்தியது. ஜனார்தனன் திடீரென்று கதவைத் திறந்து வெளியே போய்விட்டான்.

ஜனார்தனன் அதை அலுவலகம் முழுதும் பரப்பிவிட்டாலும். வியாண்டி மட்டும் யாரிடமும் சொல்லவில்லை. அவனுக்கு எதிராக எந்தப் புகாரையும் கொடுக்கவில்லை. வியப்பு என்னவென்றால் முழு அலுவலகத்திற்குப் பரவிய செய்தி ராவ் அய்யாவின் காதில் விழவில்லை! அல்லது அவர் அலட்சியப்படுத்தி விட்டாரா, யாருக்குத் தெரியும்? ராவ் மனது வைத்திருந்தால் இது ஒன்றை வைத்துக் கொண்டே, விருப்பப் பணி ஓய்விற்கு மாறாக ஜனார்தனனை உடனே வேலையிலிருந்து நீக்கி இருக்கலாம்.

★★★

4

இரண்டு நாள்கள் நான் நடைபழகப் போகவில்லை. பழக்கத்தால் காலை விழிப்பு வந்தாலும் ஷமியையே கனவு கண்டுகொண்டு எங்களுக்கு இடையேயான புதுப் பேச்சுக்களை ஊகித்துக்கொண்டு படுக்கையில் பொழுதைக் கழித்தேன். மூன்றாவது நாள் அதிக உற்சாகத்துடன் எழுந்தேன். ஒருவகையான தவிப்பும் எனக்குள் இருந்தது. கண்ணாடியில் பார்த்துக்கொள்ளும்போது என் கை முயற்சியின்றிக் கன்னத்தை வருடிச் சோதித்தது. ஷேவ் செய்துகொண்டு காலை நடைபழகப் போவது சாத்தியமில்லை. தனியாக இருந்தால் அதையும் செய்திருக்கலாம். இனி இரவே ஷேவ் செய்துகொண்டு படுத்தால் எப்படி என்ற சாத்தியக்கூறுகளையும்

எண்ணிப் பார்த்தேன். ஒருநாள் பழைய தாடியை வைத்துக்கொண்டு அவளுக்குக் கன்னத்தைக் காட்டுவது எனக்கு விருப்பமில்லை. அதற்காக இப்படிப் பைத்தியக்காரத்தனமாக நடந்துகொண்டால் கண்டிப்பாக ஷாலினியிடம் மாட்டிக்கொள்வேன்.

ஆறு மணிக்கு அங்கே சென்றடைந்தேன். ஷமி அப்போதே வந்து நின்றிருந்தாள். 'குட் மார்னிங்' என்று வரவேற்றாள்.

'வெரி குட் மார்னிங் யங் லேடி'என்று சொன்னதற்குச் சிரிப்பு வந்தது.

அவள் என் சிரிப்பை கவனித்து 'எதற்குச் சிரிக்கிறீர்கள்?' என்றாள்.

'லேடி என்று சொன்னேனல்ல. எதுவோ நினைவிற்கு வந்தது. அதற்கும் ஒரு கதை சொல்ல வேண்டியிருக்கும்.'

லால்பாக் குளத்தை வலது பக்கத்திலிருந்து சுற்றி நாங்கள் நடக்கத் தொடங்கினோம். இன்னும் இருட்டாக இருந்தாலும் மக்கள் வந்திருந்தார்கள். இது இருபத்தைந்து நிமிடச் சுற்று. சிறிது தொலைவு நடந்த பிறகு ஆரம்பித்தேன்.

எங்கள் ஊரில் அச்சுதராயர் என்பவர் இருந்தார். அவருக்கு இரு மனைவிகள். இரண்டாமவளைத் திருமணம் செய்துகொண்டதே ஒரு கதை. முதலாமவள் பிரசவத்திற்குப் போனபோது பக்கத்து வீட்டுப் பெண் யமுனாவை கர்ப்பமாக்கி மாட்டிக்கொண்டு பிறகு அவளைத் திருமணம் செய்துகொள்ள வேண்டியதானது. முதல் மனைவி சுசீலாபாய் திரும்பி வரமாட்டேன் என்று பிடிவாதம் பிடித்தாளாம். அவள் குடும்பத்தார்கள் வசதியானவர்கள் அல்ல. அவளையும் அவள் குழந்தையையும் வாழ்க்கை முழுதும் காப்பாற்றும் பொறுப்பிலிருந்து தப்பித்துக்கொள்ள அவள் அண்ணன்மார்கள் எப்படியோ சமரசம் செய்து வீட்டில் இரண்டு சமையல் செய்யும் நிபந்தனையுடன் அவளை அனுப்பி வைத்தார்கள். அது பிறகு அப்படியே தொடர்ந்தது. முதலாமவளுக்கு பெண் குழந்தை பிறந்தால், இரண்டாமவளுக்கு ஆண் குழந்தை. இரண்டாவது மனைவி யமுனா பெரிய வாயாடி.

'ஒரு நாள் அவர் வீட்டைக் கடந்து போகும் போது வீட்டு முன்னால் கூடியிருந்த மக்கள் கூட்டத்தைப் பார்த்து நின்றேன். அங்கே பார்த்தால் பெரிய ரகளை. யமுனா கண்ணில் கண்ணீர்

நிரப்பிக்கொண்டு எதெதையோ உளறிக்கொண்டிருந்தாள். எல்லோரும் வாய்க்கு வந்ததைப் பேசுபவர்கள்தான். என்ன நடந்தது என்று யாருக்கும் சரியாகத் தெரியாது. பார்த்தால், அச்சுதராயரின் தம்பி ஷாமராயர், மும்பையிலிருந்து வந்தவன், இதற்கெல்லாம் காரணமாக இருந்தான். வீட்டில் ஏதோ தகராறு நடக்க யமுனா குறுக்கே பேசினாள் என்று, 'அந்த லேடி என்ன எனக்குச் சொல்வது?' என்று சொன்னானாம். அது அவளுக்குப் பெரிய அவமானமாகிவிட்டது. 'நான் லேடி போலத் தெரிகிறேனா?' என்று அடிக்கடி கேட்டுக்கொண்டே மூக்கைத் துடைத்துக் கொண்டாள்... ஷாமராயர் 'நான் என்ன சொன்னேன் என்று இவள் இப்படி ரகளை செய்கிறாள்?' என்று விளக்கம் கொடுக்கப் பார்த்தான். அவன் சொல்வதைக் கேட்கத் தயாராக இல்லாத அவள் 'லேடி என்று சொன்னாயா இல்லையா? அதை முதலில் சொல்? சொன்னாயா இல்லையா?' என்று கத்திவிட்டாள். வீட்டுச் சண்டையைத் தெருவிற்குக் கொண்டு வந்ததற்கு அவன் குழம்பினான். சண்டையை விலக்க வந்தவர்களும் கூட அந்தச் சொல்லில் தங்களுக்குப் புரியாதது இருக்கிறது என்று எண்ணி 'போகட்டும் விடு, வீட்டில் ஏதோ பேச்சு வரும் போகும். அதற்கு இவ்வளவு பேசினால் எப்படி?' என்று சமாதானம் செய்தார்களே தவிர அதொரு வசையல்ல என்று அவளுக்குப் புரியவைக்கவில்லை. இப்போது லேடி என்றவுடன் அவை எல்லாம் நினைவிற்கு வந்தது.'

'உங்களுடையது உண்மையாகவும் எக்ஸாடிக் பாஸ்ட்' அவள் மனதாரப் புகழ்ந்தால் என்று தோன்றியது.

எப்போதையும் விட இன்று அவளுக்கு அருகாமையில் நடந்து கொண்டிருந்தேன். அது முந்தாநாள் முத்தத்திலிருந்து வந்த துணிச்சலாக இருக்கலாம். அவள் மட்டும் அந்த நிகழ்வு நடக்காதது போல் இயல்பாகவே இருந்தாள்.

கன்னத்தில் முத்தமிடுவது என் தெங்கனகேரியில் புயலை எழுப்பலாம். இங்கே அவை எல்லாம் இயல்பு என்பதை நான் எதற்குப் புரிந்துகொள்ளவில்லை? ஹோட்டல்களில், ஏர்போர்ட்களில் எத்தனை பேர் தழுவிக்கொண்டு முத்தம் கொடுத்து வரவேற்பதையும், வழியனுப்புவதையும் பார்த்திருக்கிறேன். ச்சே இதொரு சம்பிரதாயம் மட்டுமே என்று பார்க்க என்னால் ஏன் முடியவில்லை? இந்த வர்க்கத்து மக்கள் தினமும் யார்

யாரையோ தழுவிக் கன்னத்தில் முத்தம் கொடுப்பதை நான் பார்த்திருக்கிறேன். ஆனாலும் அவள் இயல்பான செயலுக்கு இல்லாத அர்த்தத்தைக் கொடுத்து முந்தாநாள் முத்தத்தால் சலுகை எடுத்துக்கொள்ளப்போனால் தவறாகுமோ.

‘எங்கே உங்கள் கதை? தொடரட்டும்’ என்றாள்.

இனி எதை சிலிர்ப்பாகச் சொன்னால் அவளுக்குப் பிடிக்கும் என்று நான் நேற்றிலிருந்து யோசித்தேன். அதற்கே உரிய முக்கியத்துவத்தை விட அவளுக்கு அது தொடர்பிருப்பதைப் போல் மாற்றுவது எப்படி என்பதைப் பற்றியே அதிகமாகக் கவலைப்பட்டேன்.

என் மௌனத்தைப் பார்த்து அவளாகவே தொடர்ந்தாள். ‘நீங்கள் என்ன சொன்னாலும் அது நன்றாகவே இருக்கும். எனக்கோ இந்த உலகில் நீங்கள் ஒரு சன்னல் போல் இருக்கிறீர்கள்.’

‘நீ எனக்கு இன்னொரு உலகின் சன்னல்’ என்றேன். நான் வேடிக்கை செய்கிறேன் என்று நினைத்து ‘நான் வெறுமனே பேச்சுக்குச் சொன்னது அல்ல’ என்று கோபித்துக் கொண்டாள்.

‘நானும் கம்பீரமாகத்தான் சொன்னது.’

‘இது புகழ்ச்சியல்ல என்பது எனக்குத் தெரியும்.’

‘அய்யோ எதற்கு அப்படி நினைக்கிறாய். உனக்கு என்னுடையது எக்ஸாடிக் பாஸ்ட் என்று தோன்றுகிறது. உண்மை சொல்லவேண்டுமென்றால், அப்படி உனக்குத் தோன்றட்டும் என்றே என் மனம் விரும்புகிறது. உனக்கு என்றால் உனக்கு மட்டுமல்ல. நீ பிரதிநிதிக்கும் உலகிற்கு. என்றால் அங்கே ஒரு பவர் ரிலேஷன்ஷிப் இருக்கிறது. கதை சொல்லும் போது யாருக்காக, யாரை மகிழ்விக்க அல்லது யாரை சீண்ட சொல்கிறோம் என்பதை முடிவு செய்கிறோமல்ல, அந்தத் தெரிவு மிக ஆழமான தார்மீக நுட்பமான சங்கதி. எதைச் சொல்ல வேண்டும் எதை விடவேண்டும் என்பது அங்கேயே அப்போதே அறிவுக்கு எட்டாமலேயே முடிவாகிவிடுகிறது.’

என்னைக் குறுக்கே தடுத்து, ‘நான் எந்த உல்கையும் பிரதிநிதிப்பதில்லைப்பா. நீங்கள் இத்தனை நாள்கள் என்னுடன் பேசிக்கொண்டிருந்தீர்களா என் உலகத்துடனா? உங்கள்

பொதுமைப்படுத்தலைக் கண்டால் பயமாகிறது. எங்கேயோ கலாட்டா நடந்தால் இங்கே இருக்கும் மக்களை அடிப்பதைப் போல்.'

அந்தப் பாதையில் போக எனக்கு விருப்பமாக இருக்கவில்லை. மிக நேர்மையாகச் சொன்னேன். 'என்னுடையது உண்மையாகப் புகழ்ச்சிதான். ஏனென்றால் எனக்கு உன் உலகத்தின் மீது அபாரமான கவர்ச்சியிருக்கிறது. பயத்தை ஏற்படுத்து1மளவு ஈர்ப்பு இருக்கிறது.'

'உலகச் சங்கதிகள் ஒரு பக்கம் இருக்கட்டும். நான் கவர்ச்சியாக இருக்கிறேனா இல்லையா?' அப்படிக் கேட்கும்போது என் பக்கம் திரும்பினாள். அவள் முகத்தின் மீது ஒரு குறும்புச் சிரிப்பு இருந்தது.

'இதில் கேட்க என்ன இருக்கிறது?'

'நல்லவேளை. இந்த பதிலைச் சொல்லி இன்று தப்பித்துவிட்டீர்கள்!'

அவள் இப்படி எல்லாவற்றையும் லேசாக்கியதால் எனக்கு நிம்மதியாக இருந்தது.

நகரத்து இன்னொரு குளத்தைத் தூர்வாரும்போது இறந்த எண்ணிக்கையற்ற மீன்களைப் பற்றிப் பேச்சுத் திரும்பியது. நேற்றைய பேப்பரில் வந்த செய்தியை எனக்காக விவரித்தாள்: வெளிப்பார்வைக்கு எதுவும் தெரியாது. ஆனால் அந்தத் தண்ணீர் உள்ளுக்குள் மாசுபடுகிறது. நகரத்து தினசரி வாழ்க்கையிலிருந்து தோன்றும் மாசு எங்கிருந்தோ வந்து துளித் துளியாகச் சேர்ந்து விடுகிறது.ஒரு கட்டத்தில் சகித்துக்கொண்டு வாழும் மீன்கள் பிறகு பிராணவாயுக் குறைவால் ஆயிரக்கணக்கில் திடீரென்று மடிந்துவிடுகின்றன.

நடந்துகொண்டே என் கார் அருகே வந்தோம். இப்போது திரும்பவும் முத்தம் கொடுப்பாள் என்ற எதிர்பார்ப்பில் என் கை கால்கள் வறண்டன. எனக்கது வேண்டும் ஆனால் இங்கே வேண்டாம் என்று எப்படிச் சொல்வது? விரைவாக காரின் மற்றொரு ஓரமாக நடந்து கதவைத் திறந்தேன்.

'வீடுவரை விடட்டுமா?'

'ஓகே' என்று உள்ளே வந்தாள்.

காரை ஓட்டுவதற்கு முன் நெஞ்சம் படபடத்தாலும் ‘இன்றைய கதைக்கு’ என்று முகத்தை முன்னால் நீட்டினேன். நல்லவேளை அடுத்தது நல்லபடியாக நடந்தது. ‘ஓ’ என்று கன்னத்தில் உதட்டை வைத்தாள். அவ்வளவுதான். அதில் உற்சாகமிருக்கவில்லை. கன்னத்தில் பட்டது உதடா மூக்கா தெரியவில்லை. செய்யவேண்டிய ஏதோ வேலையைச் செய்து முடித்தது போல் இருந்தது. கையால் தோளைப் பற்றிக்கொள்ளவும் இல்லை. இடது கையால் என் கன்னத்தை ஏந்தவும் இல்லை.

எதற்கோ என் செய்கை பைத்தியம் என்று தோன்றியது. அவளை வீடுவரை விடும் ஆசை வற்றிவிட்டது. முந்தாநாள் ஏதோ உற்சாகத்தில் முத்தம் கொடுத்தால் இவன் தினமும் கன்னத்தை முன்னால் நீட்டுகிறானே என்று நினைத்திருக்கலாம் என்ற சிந்தனை வலியாக இருந்தது. நடுவயது சபலங்களைப் பற்றி தோழிகளுடன் சொல்லி வேடிக்கை செய்துகொண்டு சிரிக்கலாம் என்று தோன்றியது. என் மனைவியே பல முறை கிழவர்கள் சபலத்தைப் பற்றிச் சிரிப்பதில்லையா? வழிநெடுக நான் கன்னத்தை முன்னால் நீட்டிய நொடிகளை மீள மீள நினைத்துப் பார்த்தேன். இன்றும் கூட தெங்கனகெரே தாக்கத்தால் கைகட்டியிருந்தது. தேகம் விறைத்துப் போயிருந்தது. மூச்சு நின்றுவிட்டது. கூடவே அவள் உற்சாகமின்மை எனக்கு என் வயதை நினைவுபடுத்தியது. ஸ்டீரிங் மீதிருந்த என் முன் கை சருமத்தைப் பார்க்க அது பொலிவை இழந்திருந்தது என்று தோன்றியது. அவளுக்கு ஒரு பாய் ஃப்ரெண்ட் இருந்திருந்தால் இருபத்திரண்டு வயதுக்காரனாக இருக்கலாம். அவன் இளமைக்கு முன்னால் நான் வெளிறிப்போன மனிதன். கிமானி வக்கீலைப் பயன் படுத்திக்கொண்டு பெண்ணொருத்தியை இம்ப்ரஸ் செய்ய ஆதுரப்படும் அவசரமான மனிதன். இப்படிப்பட்ட யோசனைகளால் எனக்கு கார் ஓட்டக்கூட உற்சாகமிருக்கவில்லை. அவளை வீட்டில் விட்டுவிட்டுப் புறப்பட்டால் போதுமென்றிருந்தது.

வீட்டு முன்னால் காரை நிறுத்தினேன். ‘உள்ளே வாங்க. ஒரு கப் காஃபி குடித்துவிட்டுப் போகலாம்’ என்றாள். நொடிப்பொழுதில் முடிவு செய்ய வேண்டியிருந்தது. அவள் அம்மாவைப் பார்க்கும் மனம் இருக்கவில்லை. அதற்குள் அவள் இறங்கி ‘வாங்க’ என்று

சொல்லிப் புறப்பட்டுவிட்டாள். என் யோசனையை ஒதுக்கி வைத்துவிட்டுக் கட்டளையைக் கடைப்பிடிப்பவன் போல் காரை நிறுத்திவிட்டு உள்ளே போனேன்.

கேட்டில் கிடந்த பேப்பரை எடுத்துக் கொண்டேன். வீட்டுக் கதவைத் தன்னிடமிருந்த சாவியால் திறந்து உள்ளே போனாள். நான் பின்பற்றினேன். தொலைவில் நாய் குரைக்கும் சத்தம்.

'எங்கே பீ?'

'நான் வந்ததும் கலாட்டா செய்யும். அதனால் பின்னால் விட்டுப் போயிருந்தேன். அம்மா வீட்டில் இல்லை. இரண்டு நாள்களுக்கு மைசூர் போயிருக்கிறாள். நான் காஃபி போடுகிறேன்.'

முன் கதவைச் சாத்தி உள்ளே போனாள். வீட்டிற்குள் நாங்கள் இருவர் மட்டுமே. எனக்குள் தெங்கனகெரே அவதாரமெடுத்து ஆதங்கம் உண்டானது.

வரவேற்பறையின் எல்லா திரைகளும் மூடியிருந்தன. அவற்றை எல்லாம் ஓரமாக நகர்த்திய போது உள்ளே வெயில் வந்தது. 'உட்காருங்கள், வரும் முன் டிகாக்ஷன் போட்டு வந்தேன். ஐந்து நிமிடத்தில் காஃபி தயாராகிவிடும். அதற்குள் பேப்பர் பார்த்துக்கொண்டிருங்கள்' என்று சொல்லி உள்ளே போனாள். பெரிய நாற்காலியில் உட்கார்ந்து நாளிதழைத் திறந்தேன். எவ்வளவு முயன்றாலும் அதைப் பொறுமையாக வாசிக்க முடியவில்லை. மனம் கூனியது. சாஹூவுடன் பேசிய பேச்செல்லம் நினைவிற்கு வந்து அந்த வீட்டிலேயே சன்யாலும் கூட வந்து இப்படி இங்கே அமர்ந்து அரட்டை அடித்திருக்கலாம் என்று தோன்றியது.

'சர்க்கரை எவ்வளவு போடட்டும்?' உள்ளே இருந்து கூவிக் கேட்டாள்.

'இரண்டு தேக்கரண்டி'

'எவ்வளவு?'

'இரண்டு'

இரண்டு நிமிடங்களுக்குப் பிறகு காஃபி கோப்பைகள் இருந்த ட்ரே பிடித்துக்கொண்டு வந்தாள்.

'காஃபி போடும் போது லேடி கதையை நினைத்துக்கொண்டு சிரித்தேன்.'

அப்போதே கேட்காமல் இருந்தால் இதற்கு சிறப்புப் பரிசு கொடு என்று இங்கேயே பெற்றுக்கொண்டிருக்கலாம் என்று நினைத்தேன். மீண்டும் கேட்குமளவு துணிச்சல் இருக்கவில்லை.

'காஃபி மிக நன்றாக இருக்கிறது. த பெஸ்ட்' மனமாரப் புகழ்ந்தேன்.

'எனக்குத் தெரியும் உங்களுக்கு விருப்பமாகும் என்று. இது ஸ்பெஷல் பொடி. குடகிலிருந்து நேராக வந்தது. இதற்கு சர்க்கரை போடாமல் குடித்தால் மட்டுமே அதன் சுவை தெரியும். இரண்டு தேக்கரண்டி போட்டால் அது காஃபி பாயசமாகும்.'

'காஃபியாக இருக்கட்டும் தேநீராக இருக்கட்டும் எங்கள் ஊரில் சர்க்கரை போட்டால்தான் அதிக சுவை என்ற பிரமை. அதே பழக்கம் எனக்கும். அடுத்த முறை சர்க்கரை இல்லாமல் குடிக்கிறேன்.'

கடிகாரத்தைப் பார்த்துக்கொண்டு நேரமானது என்று எழுந்தேன். 'நாளை காலை ஆறேகால் மணிக்கு' என்று சொல்லிக்கொண்டே கதவருகே நடந்தேன்.

அவள் என் பின்னாலேயே வந்தாள். வெளியே குயில் கூவியது கேட்டது.

கதவருகே வந்தவன், பின்னால் திரும்பி, உடனே உடம்பை நெளித்து தெங்கனகேரியிலிருந்து விடுவித்துக்கொண்டு இரண்டு தோள்களையும் திறந்தேன். இரண்டு அடி முன்னால் வைத்து அவள் அதற்குள் சேர்ந்துகொண்டாள். அவள் தோள்கள் என் முதுகை வளைத்திருந்தன. என் வலது கன்னத்தில் முத்தமிட்டாள். அவள் கூந்தல் நறுமணத்தால் போதை ஏறியது. தெங்கனகேரியிலிருந்து சுதந்திரமடைந்த என் கைகள் அவள் இடுப்பை இன்னும் இறுகப் பற்றின. இன்னொரு கன்னத்தைக் கொடுத்தேன். அந்த அவசரத்தில் முகத்தைத் திருப்பியதால் என் உதட்டு ஓரத்தில் அவள் முத்தம் பதிந்தது. அவளை அருகே வளைத்துப் பிடித்து ஒரே ஒரு நொடி அவள் கன்னத்தில் உதட்டைப் பதித்தேன். கையைத் தளரவிட்டேன். அதற்குள் தெங்கனகேரி என்னை வசப்படுத்திக் கொண்டு காதில் உபதேசம் செய்யத் தொடங்கியதால் விலகி

நகர்ந்தேன். அதில் அதிகப்படியானது எதுவும் இல்லை என்பதைப் போலவும், இது இயல்பானது என்பதைப் போலவும் நடந்து கொள்ள முயன்றேன். கண் இணைத்துச் சிரித்தாள். சிரித்தேன்.

'இது இன்று சொல்லாத சிறப்புக் கதைக்கு.'

'அப்படி என்றால் நாளை இன்னும் சிறப்பானதைச் சொல்லாமல் இருக்க முயல்கிறேன்.'

'அதை முடிவு செய்வது மட்டும் நான்.'

எனக்குப் போக மனமிருக்கவில்லை. ஆனால், அவள் கதவைத் திறந்தாள். புறப்பட வேண்டியதானது.

★★★

5

வீட்டிற்கு வந்தவுடன் ஷாலினி 'விரைவாகத் தயாராகு. பள்ளிக்குப் போகவேண்டும். ஒன்பதரை மணிக்கு பேரண்ட் டீச்சர் மீட்டிங் இருக்கிறது. இன்று வாக்கிங் போகாவிட்டால் என்ன உனக்கு?' என்று ரகளை ஆரம்பித்தாள்.

இந்தப் பள்ளி மீட்டிங் எனக்கு மறந்துபோய்விட்டது. 'நீ போ. எனக்கு இன்று அதிக வேலை இருக்கிறது. ஒரு ஆண்டில் அவர்களுக்கு எத்தனை மீட்டிங்குகள்' என்று அசட்டையாகச் சொன்னது அவளுக்குக் கோபம் வந்துவிட்டது.

'ஒரு வாரத்திற்கு முன்பே சொல்லியிருந்தேன். ஒவ்வொரு முறையும் நான்தான் போகிறேன். இருவரும் வரவேண்டுமென்று கடிதம் அனுப்பி இருக்கிறார்கள். இல்லையென்றால் உன்னைக் கேட்பேனா?' பள்ளிக் கடிதம் ஒன்றை என் முகத்திற்கு முன்னால் பிடித்து பயமுறுத்தினாள். 'இப்போது சாக்குப்போக்கு சொல்லாதே. நீ வராவிட்டால் நானும் போகமாட்டேன். என்ன நடக்கிறதோ நடக்கட்டும்.'

வேறு வழியில்லாமல் இதனால் அலுவலகத்தின் எந்தெந்த மீட்டிங்குகளைத் தள்ளிப் போட வேண்டும் என்று

யோசித்துக்கொண்டே குளிக்கப் போனேன். அங்கே தனியாகக் கிடைத்த நொடியில் காலை நிகழ்வுகள் நினைவாயின. நான் தொடராமல் கிடைத்த வாய்ப்பைத் தவறவிட்டேன் என்று தோன்றியது. ஷமியைக் கொஞ்சும் நூறு வகையான காட்சிகள் என் சித்தத்தில் ஒரேடியாகத் தாக்கின. இந்த அந்நிய மனதால் ஷேவ் செய்துகொள்வதையே மறந்து குளித்து முடித்துவிட்டேன். பிறகு மீண்டும் முகத்திற்கு சோப்பு பூசிக்கொண்டு தாடையைச் சிரைத்தேன்.

‘ஆச்சா? இன்றுதான் வேண்டுமென்றே தாமதிப்பாய்?’ ஷாலினி கதவுக்கு வெளியே நின்று கத்தினாள். அடித்துப் பிடித்துக்கொண்டு வெளியே வந்தேன். சிற்றுண்டி சாப்பிடும்போதே அலுவலகத்தில் இருப்பவருக்கு ஃபோன் செய்து அவசரமான பர்சனல் வேலை இருக்கிறது, இன்று மதியத்திற்குப் பிறகுதான் வருவேன் என்று சொன்னேன். இதை எல்லாம் பார்த்து அவளுக்கு சமாதானமானது.

காரில் பள்ளியை நோக்கிப் போய்க்கொண்டிருக்கும்போது ‘எதற்கு இருவரையும் வரச் சொல்லி இருக்கிறார்கள்? அவ்வளவு ஃபீஸ் கொடுப்பதுமல்லாமல் அடிக்கடி அவர்களுடைய இந்தத் தொல்லை வேறு’ என்றேன். கடிதத்தை வெளியே எடுத்தாள். ‘நீ இதைப் படிக்கவே இல்லையா? அவன் அகாடெமிக் பிராக்ரஸ் பற்றிப் பேசவேண்டும்; இருவரும் வரவேண்டுமென்று எழுதியிருக்கிறார்கள்.’ அஜித்தைக் கேட்டேன். ‘எல்லோருக்கும் இப்படித்தான் எழுதி இருக்கிறார்களா இல்லை நமக்கு மட்டுமா’ என்று. அவனுக்கும் தெரியவில்லை.

நாங்கள் பள்ளியை வந்தடைந்த போது ஒன்பதரை மணியாகி இருந்தது. கடிதத்தைக் காட்டிய பிறகு உள்ளே விட்டார்கள். நல்லவேளை சரியான சமயத்திற்கு வந்தோமே என்று நினைத்தால் எங்களைவிட முன்பே வந்திருந்தவர்கள் வரிசையில் நின்றிருந்தார்கள். அஜிதனின் பெயரை எழுதிக்கொண்டு வரிசையாக வைத்திருந்த நாற்காலியில் எங்களை அமர்த்தினார்கள். சிறிது நேரத்திற்குப் பிறகு அஜிதன் எங்களைத் தேடிக்கொண்டு வந்தான். இன்று அவனுக்கு மதியம்வரை வகுப்பு இருக்கவில்லை. ‘இங்கே எங்களுடன் வந்திருக்கலாமேடா’ என்றேன். ‘அதைச் சொல்லியிருக்கவில்லை’ என்றான்.

அஜிதனுடன் பேசிக்கொண்டே அவன் டீச்சர்கள் பெயர்களை எல்லாம் கேட்டுக்கொண்டேன்.

‘ஆண்டுக்கு ஒருமுறை கூட வராவிட்டால் இப்படித்தான் நடக்கும்.’ ஷாலினி முனகினாள். நான் அஜிதனுக்கு என் பள்ளியைப் பற்றிச் சொன்னேன். ‘என்ன தெரியுமா? நான் பள்ளியில் இருந்தபோது ஒருமுறை கூட அப்பா அம்மா பள்ளிக்கு வந்ததில்லை. யாரையாவது நாளை அப்பாவை பள்ளிக்கு அழைத்துக் கொண்டு வா என்று சொன்னால் அதைவிடப் பெரிய அவமானம் இன்னொன்றிருக்காது. இந்த பிடி மீட்டிங் என்பதே இருக்கவில்லை.’

‘ஹவ் லக்கி. உண்மையா அம்மா?’ என்றவன் அம்மாவின் பக்கம் திரும்பினான். ஷாலினிக்குக் கோபம் வந்தது.

‘நீ கொஞ்சம் சும்மா இருக்கியா. அவனிடம் எதெதையோ சொல்லாதே. பின்னாடி உட்கார்ந்திருப்பவர்கள் வேறு கேட்டுக்கொண்டிருக்கிறார்கள்.’ ஷாலினி என் வாயை அடைத்தாள். ‘இதெல்லாம் உண்மைடீ’ என்றேன். அவள் பதில் சொல்லவில்லை.

ஒரு மணி நேரம் காக்க வைத்த பிறகு எங்கள் முறை வந்தது. ஒரு வகுப்பறையில் வரிசையாகப் போட்டிருந்த மேசைகளில் எல்லா டீச்சர்களும் அமர்ந்திருந்தார்கள். ஒவ்வொரு மேசை முன்பு மூன்று நாற்காலிகள். கணிதத்திலிருந்து எங்கள்பயணம் ஆரம்பமானது. அவர் பெயர் ஷண்முகம். முதலில் இந்த ஆண்டு சிலபஸ் என்ன என்பதை விவரித்தார். ஷாலினிஅக்கறையுடன் கேட்டுக்கொண்டாள். பிறகு ஷண்முகம் அஜிதனின் மார்க்ஸ் கார்டை வைத்துக்கொண்டு அலசத் தொடங்கினார். அவனுக்கு எந்த டெஸ்டிலும் நல்ல எண்கள் வந்திருக்கவில்லை.

பேசாமல் உட்கார்ந்திருந்த அஜிதனைப் பார்த்துப் ‘புரியாது என்று எதுவும் இல்லை. புரியும். ஆனால் பரீட்சையில் எழுதவராது. டைம் முடிந்துவிட்டது என்கிறான். பாருங்க இந்த டெஸ்டில் விடை எழுதி இருப்பது ஒரே கேள்விக்கு. எப்படி மார்க்ஸ் கொடுக்க முடியும்? அடுத்து பெரிய கிளாசில் இன்னும் கடினமாக இருக்கும்’ என்று பயமுறுத்தினார்.

ஷாலினி ‘அது டெஸ்டுக்கு நீங்கள் சொன்ன சிலபஸில் இருக்கவில்லை’ என்று வாதம் செய்தாள்.

'இருக்கவில்லை உண்மை. வகுப்பில் சொல்லிக் கொடுத்திருக்கிறோமல்ல. அப்போது சரியாகக் கேட்டுக் கொண்டவர்கள் பதில் எழுதியிருக்கிறார்கள். பரீட்சை என்றால் சில சமயம் நாங்கள் இப்படியும் செய்ய வேண்டியிருக்கும்.'

மீட்டிங் கடைசியில் 'நீங்கள் வீட்டில் சிறிது உதவி செய்வது நல்லது' என்று எங்களுக்கு உபதேசம் செய்தார். என் வேலையைப் பற்றி விசாரித்தார். 'தினம் வீட்டில் ஒரு மணி நேரம் படித்தால் போதும். என்னப்பா. செய்வாயா?' என்று அஜிதனிடம் கேட்டு எங்களை அனுப்பி வைத்தார்.

அடுத்தது அறிவியல் மேசை. அங்கே இன்னும் பெரிய பிரச்சினை இருந்தது. அவன் வகுப்பில் கவனம் செலுத்துவதில்லை. கலந்துரையாடல்களில் கலந்து கொள்வதில்லை. இப்போதே ஏதாவது செய்யாவிட்டால் முன்னால் மிகச் சிரமமாகும் என்று புகார் அளித்தார்.

'அவனுக்கு உடம்புக்கு நலமில்லாமல் மூன்று வகுப்புகள் தவறி இருந்தது' ஷாலினி சொன்னாள்.

'வகுப்புக்கு வராமல் போனால் நாங்கள் அதையே வகுப்பில் மீண்டும் சொல்லிக்கொடுக்க முடியாது. அடுத்தவர்களுக்குச் சிரமமாகும். மேலும் சிலபஸ் முடிக்க முடியாது. நீங்கள் வீட்டில் அதைச் சொல்லிக் கொடுக்கணும். சுற்றி வளைத்து எல்லாம் எங்கள் தலை மீது வந்து விழும்.

மூன்றாவது மேசையில் இருந்த அம்மா அப்பாவைப் பிழிந்து பிழிந்து கேள்வி கேட்டார்கள். அதனால் நாங்கள் காக்க வேண்டியிருந்தது. 'அவன்தான் எங்கள் வகுப்பில் ஃபஸ்ட்' என்று அஜிதன் சொன்னான்.

'பார் அவர் எத்தனை கேள்வி கேட்கிறார். நீ சும்மா இருக்க வேண்டாம். எதையாவது சொல்' ஷாலினி முழங்கையால் என்னை இடித்தாள். 'இவனும் ஃபர்ஸ்ட் வரும்போது கேட்கலாம் விடுடி' என்றது அவளுக்குப் பிடிக்கவில்லை. நேரம் காலம் தெரியாத வேடிக்கை என்று சிடுசிடுத்தாள்.

ஒவ்வொரு மேசைகளாகத் தாண்டிக்கொண்டு வர ஷாலினியின் ரத்த அழுத்தம் ஏறியது. கடைசியாக இங்கிலிஷ். 'அதிக ஸ்பெல்லிங்

மிஸ்டேக் செய்கிறான். தினமும் ஸ்பெல்லிங் பிராக்டீஸ் செய்ய வையுங்கள்' என்று பரிந்துரை செய்தார்.

அரையாண்டுத் தேர்வில் அஜிதனுக்கு அறுபத்தியெட்டு விழுக்காடு வந்தது. அவனை பள்ளியில் விட்டு விட்டு நாங்கள் வீட்டிற்குப் புறப்பட்டோம். காரில் உட்கார்ந்ததும் 'என்ன இது இப்படியாகி விட்டதே?' என்று கண்ணீர் நிரப்பிக்கொண்டாள்.

'என்ன ஆச்சு?'

'வெறும் அறுபத்தியெட்டு பர்சென்டேஜுக்கு இந்தக் காலத்தில் என்ன செய்ய முடியும்?'

'அய்யோ விடுடி. நான் ஆறாவது வகுப்பில் எவ்வளவு வாங்கி இருந்தேன் என்று கூடத் தெரியாது. எங்கள் ஊர் பள்ளியில் சொல்லக்கூட மாட்டார்கள். இப்போது எனக்கு என்ன குறை. பிறகு எல்லாம் சரியாகும்.'

'சும்மா, ஊர் செய்தியைச் சொல்ல வேண்டாம். இவ்வளவு பெரிய பிரச்சினை இருக்கு. நீ அந்தக் குப்பை விஷயத்தைச் சொல்லிக்கொண்டிருக்கிறாய். இப்போதே சரிசெய்யாவிட்டால் பின்னால் வழிதவறி விடுவான். நீ படித்தது அரசாங்கப் பள்ளியில் என்று இவனையும் அரசாங்கப் பள்ளியில் போடவேண்டுமா என்ன?'

'போட்டாலும் எதுவுமாகாது.'

'பிறகு எதற்குச் சேர்க்கவில்லை? இங்கிலிஷ் மீடியம் பள்ளியில் சேர்த்தாலும் அதிலும் குறைவாக வந்திருக்கிறதே. கன்னடமும் சரியாக வராது.'

'வானம் தலை மீது விழுந்தது போல் ஆட வேண்டாம். எல்லாம் சரியாகும்.'

'நாளையிலிருந்து நீயே அவனுடன் உட்கார்ந்து தினமும் இரண்டு மணி நேரம் கற்றுக் கொடு. அவனுக்குப் பாடம் சொல்லிக்கொடுக்க என்னால் முடியாது.'

'சில சமயம் வீட்டிற்கு வருவதற்கு முன்பே அவன் படுத்திருப்பான்.'

'நாளையிலிருந்து காலையில் அவனுக்குச் சொல்லிக்கொடு. அவனை

வெள்ளனே எழுப்பி விடுகிறேன். வாக்கிங் போகாவிட்டால் ஒன்றும் ஆகாது. இது மிக முக்கியம்.'

இப்போது என் உயிர் என் வாய்க்கு வந்தது.

'காலை தூக்கக் கலக்கத்தில் அவனுக்குச் சொல்லிக் கொடுத்தாலும் அது மண்டைக்கு ஏறாது.'

'எதையாவது செய்துகொள். இனி உன் பொறுப்பு' முகத்தைத் திருப்பிக் கொண்டு கார் சன்னலுக்கு வெளியே பார்த்துக்கொண்டு உட்கார்ந்தாள்.

வீட்டை அடைந்த போது அவளை கேட்டிலேயே விட்டு விட்டுப் புறப்பட வேண்டுமென்று நினைத்தேன். 'பன்னிரெண்டரையாகிறது, சாப்பிட்டு விட்டுப் போ' என்றாள். அலுவலகத்திற்குத் தாமதமானது என்று நான் படபடத்தேன். அவள் மறுபேச்சுப் பேசாமல் கார் கதவைத் திறந்து கீழே இறங்கினாள். இனி சண்டை வேண்டாமென்று காரை நிறுத்தி வீட்டிற்குள் வந்தேன். கதவைச் சாத்தியதும் சோஃபா மீது சாய்ந்து உட்கார்ந்து அழத் தொடங்கினாள்.

'என்னால் உண்மையாக முடியாது. அவன் என் பேச்சைக் கேட்கவே மாட்டேன் என்கிறான். ஒன்றுக்கு இரண்டாகச் செய்கிறான்.' அவள் அழுகையின் காரணம் அற்பமானது என்றாலும் அவள் மீதிருக்கும் அழுத்தத்தின் அறிவில்லாமல் இல்லை. ஒரேடியாக எல்லாம் உள்ளே இருந்து பொங்கி வந்தவள் போல் அழுதாள். ஃபேன் போட்டேன்.

'பைத்தியம் மாதிரி அழாதே.'

'ஆம், நான் பைத்தியம்தான்.' மீண்டும் விசும்பத் தொடங்கினாள்.

'இப்படிச் செய்யலாம். இனி ஒவ்வொரு வாரக் கடைசியிலும் நான் நான்கு மணி நேரம் அவனுடன் உட்கார்ந்து படிக்க வைக்கிறேன். சரியா? அதுவும் நடக்கவில்லை என்றால் டியூஷனில் சேர்க்கலாம். அதில் எந்தத் தவறும் இல்லை. ஆயிரக்கணக்கான பிள்ளைகள் போவதில்லையா? இவற்றை எல்லாம் சரிசெய்துகொள்ள வேண்டுமே தவிர, உட்கார்ந்துகொண்டு அழுவதல்ல.' என் ஆறுதல் வார்த்தைகளால் அவளுக்குச் சிறிது சமாதானமானது.

காலை போவதற்கு முன் சமைத்து வைத்த சமையலை சூடுபண்ணி பரிமாறினாள். ஒன்றாக உட்கார்ந்து சாப்பிட்டோம். வார நாளில் நாங்கள் இப்படி ஒன்றாகச் சாப்பிட்டதே இல்லை. நான் அலுவலகத்திலேயே சாப்பிட்டுவிடுவேன். தனியாகச் சாப்பிடுவது சலிப்பாக இருக்கிறது என்று அவ்வப்போது சொல்வாள். ஆனால் மதிய சப்பாட்டிற்கு வீட்டிற்கு வருவது என் முந்தைய தலைமுறையோடு முடிந்து போயிருந்தன.

அதிசயமான சலிப்புடன் அலுவலகம் வந்தேன். எந்த வேலையிலும் கவனம் செலுத்த முடியவில்லை. ஷமியின் அம்மா எப்போது வருவார் என்று கேட்க வேண்டும். இன்னும் திரும்பி வரவில்லை என்றால் நாளை அவள் வீட்டிற்குப் போவது சாத்தியமா என்ற கவலை மனதை நிரப்பியது. எதற்கோ சோர்வாக இருந்தது. ஒட்டுமொத்தமாக விவேகம் இல்லாத இதுபோன்ற உற்சாகத்தைத் தாங்கிக்கொள்ளும் வயது அநேகமாக கடந்து போய் விட்டதோ என்று சந்தேகமானது.

★★★

6

மறுநாள் விடிவதற்காகக் காத்திருந்தேன்.

ஆனால் நான் போனபோது அவள் இருக்கவில்லை. பெஞ்சின் மீது காத்திருந்தேன். ஐந்து நிமிடம் கடந்துவிட்டது. பத்து நிமிடமும் ஆனது. அவள் தென்படவில்லை. இப்போது எங்கள் ஒப்பந்தப்படி கண்ணாடி மாளிகைக்குப் போகவேண்டும். இப்போது என் தலையில் பல விஷயங்கள் புகுந்துகொண்டன. அநேகமாக நேற்றைய என் நடத்தை அதிகமாகி விட்டதா. இல்லையென்றால் இப்படிச் சொல்லாமல் கொள்ளாமல் இங்கே வருவதைத் தவிர்ப்பவள் அல்ல. என்னைப் பற்றி அசமாதானம் தோன்றியது. மீண்டும் என் கைக்கடிகாரத்தைப் பார்த்துக்கொண்டு கண்ணாடி மாளிகை அருகே சென்றேன். வேகமாகப் போகவேண்டுமா இல்லை வேண்டாமா என்று முடிவு செய்வதற்குள் சிறிது தொலைவு நடந்திருந்தேன். நன்றாகச் சோர்வு ஏற்படும்வரை நடக்க

வேண்டுமென்று முடிவு செய்து நடக்கத் தொடங்கினேன். ஒருமுறை நடுவில் நின்று ஃபோன் செய்திருக்கிறாளா என்று ஃபோனைப் பார்த்தேன். மீண்டும் சரசரவென்று நடக்கத் தொடங்கினேன். பாதையோரத்துப் புதர்களை அழகாக வெட்டியிருந்தார்கள். இந்தத் தோட்டத்து உயரமான மரங்களுக்கு நடுவே நடக்கும் சுகத்தை முதல் முறையாக அனுபவிப்பது போல் அவளை மறந்து நடக்கத் தொடங்கினேன். பத்து நிமிடத்தில் உடலிறுக்கம் தளர்ந்து நடக்கும் சுகம் கிடைக்கத் தொடங்கியது. சிறிதாக வியர்க்கத் தொடங்கியது. வேகத்தைக் குறைக்காமல் முன்னே போனேன். என் முன்னால் நடந்துகொண்டிருந்த ஒரு பெரிய கூட்டம் பங்குச் சந்தையைப் பற்றிப் பேசிக்கொண்டிருந்தது. எல்லாம் பெருத்த வயிறுக்காரர்கள். அவர்கள் நடக்கும் வேகத்திற்கு தொப்பை கரையும் என்று எந்த நம்பிக்கையும் இல்லை. அவரைக் கடந்து போகும் போது அவர்கள் பேச்சுக்கள் சரியாகக் கேட்டன. எப்படி தான் நேரத்திற்கு சரியாக பங்கை விற்று நட்டம் ஏற்படாமல் தப்பித்துக் கொண்டேன் என்பதை ஒருவன் விவரித்துக் கொண்டிருந்தான்.

'அது அவ்வளவுதான், இந்த விஷயம் என்றில்லை. எந்த விஷயத்திலும் இது போதும் என்று தோன்றாமல் இருந்தால் நட்டம்தான், அது வியாபாரமாக இருக்கட்டும் பங்குச் சந்தையாக இருக்கட்டும். அத்தனை எதற்கு வீட்டுக்காரியிடமும் அப்படித்தான். போதுமென்று தோன்றாதவன் செத்தான்.' என்று தன் தத்துவஞானத்தைச் சொன்னான். சொன்ன பிறகு, 'என்ன ரெட்டிகாரு, நான் சொன்னது சரியா?' என்று தன் பேச்சுக்கு ஒப்புதலை விரும்பினான். அதற்கு ரெட்டிகாரு 'சிங் சாகேப், நீங்கள் இருவரான பிறகு போதும் என்றீர்கள். போதும் என்று சொல்ல எங்களுக்கு வாய்ப்பே கிடைக்கவில்லை.' என்றதற்கு எல்லாம் ஓ என்று சிரித்தார்கள்.

என் நடை வேகமாக ஆக அவர்கள் குரல் மெலிந்தன. கண்ணாடி மாளிகையை அடையும்வரையிலும் நான் வேகத்தைக் குறைக்கவில்லை. அங்கே போய் அதன் முன்னால் நின்றேன். அங்கேயும் அவள் காணவில்லை. கண்ணாடி மாளிகையை ஒரு சுற்றுச் சுற்றித் திரும்பி வந்த பாதையிலேயே புறப்பட்டேன்.

மீண்டும் வேகமாக நடந்து கேட் அருகே வந்து நாங்கள் எப்போதும் காத்திருக்கும் பெஞ்சின் மீது இரண்டு நிமிடம் உட்கார்ந்தேன்.

பின்னாலிருந்து வந்த ஷமி என் விலாவில் விரல்நுனியால் குத்தினாள்.

‘எங்கே காணாமல் போய்விட்டாய்?’ என்னை மீறிப் பொறுமையின்மை வெளிப்பட்டது.

‘சொன்னால் கோபித்துக்கொள்ளக் கூடாது. நான் வரத் தாமதமானது. ஆனால் நீங்கள் இங்கே வந்து கண்ணாடி மாளிகையை நோக்கி நடப்பதைப் பார்த்துப் பின்னாலேயே வந்தேன். என் மனவலிமையால் திரும்பிப் பார்க்கச் செய்கிறேன் என்று சபதம் தொடுத்து மனதிற்குள் வகைவகையாக அழைத்தேன். நீங்கள் ஒருமுறையாவது திரும்பிப் பார்க்க வேண்டுமா இல்லையா. பார்த்திருந்தால் உங்களுக்குப் பின்னால் பத்தே அடி தொலைவில் நடந்து வந்துகொண்டிருந்த என்னைப் பார்த்திருப்பீர்கள். அட, என்ன அவ்வளவு வேகமாக நடக்கிறீர்கள்! யாரோ துரத்திக்கொண்டு வருவது போல். என்னிடமிருந்து தப்பித்துக்கொள்ள அப்படிப் போகிறீர்கள் என்பதைப் போல். பொய் என்றால் கணக்குக் கொடுக்கிறேன்- பத்து முறை கடிகாரத்தைப் பார்த்தீர்கள்; கூட்டத்தைக் கடந்து போகும் போது மெல்ல நடந்தீர்கள். கண்ணாடி மாளிகை முன்னால் நின்று சுற்றிப் பார்த்தீர்கள். பின்னால் மட்டும் பார்க்கவில்லை. என் மன வலிமை முழுதும் பொய்யாகி விட்டது.’

எனக்கு அவள் வந்ததால் மிக மகிழ்ச்சியாக இருந்தது. ‘ச்சீ, என்னை நிறுத்தி இருக்கக் கூடாதா? மனவலிமையை நம்புவதற்கு மாறாக குரல் வலிமையை நம்பி என்னை அழைத்திருந்தால் எவ்வளவு நேரம் மிச்சமாகி இருக்குமே.’

என் பேச்சிற்கு எவ்வளவு சிரித்தாள் என்றால் எனக்கு இப்படி நோக்கமில்லாமல் சிரிக்கும் ஆற்றலே போய்விட்டது என்பதைப் போல்.

பெஞ்சின் மீது என் அருகே அமர்ந்தாள். மிக நெருக்கமாக அமர்ந்தாள். எங்களை இப்போது யாராவது பார்த்தால் என்ற பதற்றம் சட்டென்று எனக்குள் கடந்து போனது.

‘இனி நமக்கு நடப்பது தேவையில்லை என்றால் வீட்டிற்குப் போகலாம். அங்கேயே உட்கார்ந்து பேசலாம்.’

காரை நோக்கிப் போகும்போது நான் கேட்ட அந்தக் கூட்டத்தின் பேச்சை விவரித்தேன். 'நல்ல தத்துவ ஞானம்-போதுமென்று தோன்றாதவன் செத்தான்!' என்று சிரித்தேன்.

அவள் வீட்டை அடைந்தோம். கதவு பூட்டைத் திறக்கும்போது 'அம்மா வந்து விட்டாரா? என்று முடிந்த அளவு இயல்பாகவே கேட்டேன்.

'இன்னும் இல்லை... இன்னும் இரண்டு நாள் ஆகலாம். உட்காருங்கள். உங்களுக்கு காஃபி போடவா?'

'போட்டால் மகிழ்ச்சியாகக் குடிப்பேன். அன்றைய பொடி இருக்கிறதா?'

'இருக்கிறது. அதிலிருந்துதான் போடுகிறேன். இன்னும் இன்று டிகாக்ஷன் இறக்கவில்லை. பத்து நிமிடமாகும். இப்போதே வைத்துவிட்டு வருகிறேன். உங்களுக்கு அவசரம் இல்லைதானே?' என்று சொல்லிக்கொண்டே உள்ளே போனாள்.

'இன்று என் அலுவலகத்திற்கு விடுமுறை. உட்கார்ந்த இடத்திலிருந்து கூவிச் சொன்னேன்.

'கேட்கவில்லை. இங்கே வாங்க.'

அவர் சமையலறையில் எல்லாம் சுத்தமாக அப்போதுதான் துடைத்து வைத்தது போல் இருந்தது. அவள் காஃபி தயாரிப்பதில் தொடங்கினாள்.

'எனக்கு சர்க்கரை வேண்டாம்.'

'நல்ல பிள்ளை. எவ்வளவு விரைவாகக் கற்கிறது.'

டிகாக்ஷன் இறங்க விட்டாள்.

'வாங்க வெளியே உட்காரலாம். இது இன்னும் ஏழெட்டு நிமிடமாவது ஆகும்' என்னை வெளியே அழைத்துச் சென்று உட்காரவைத்து, என் முன்னால் நாற்காலி மீது உட்கார்ந்து புன்னகைத்துக் கொண்டே ஆரம்பித்தாள்.

'என்னென்ன கவனித்தேன் தெரியுமா? நீங்கள் நடக்கும்போது இடது கையை ஆட்டுகிறீர்கள். வலது கை அசையாமல் இருக்கிறது. பின்னால் பையை அடிக்கடி தொட்டுத் தொட்டுப் பார்க்கிறீர்கள்.

வேகமாக நடக்கும்போது முன்னால் சாய்கிறீர்கள். பிசா சாய்வு கோபுரத்தைப் போல். ஸோ செக்ஸி.'

'இதை எல்லாம் கவனிக்கவென்றே என் பின்னால் வந்தாயா?'

'இல்லைப்பா. என் மனக் கூவல் உங்களை வந்து சேருமா இல்லையா என்று உண்மையாக இன்று சோதனை செய்தேன். ஆனால் தோற்றுவிட்டேன்.'

'இன்றைய கதை கேன்சல்.'

'கோபத்தாலா?'

'முன்கூட்டியே பரிசு கிடைத்தால் முயலலாம்' என்றேன். தெங்கனகேரியிலிருந்து நழுவிக்கொண்டிருந்தேன்.

அவள் உடனே எழுந்து வந்து நான் அமர்ந்திருந்த நாற்காலியின் கைகளின் இரு பக்கமும் கையூன்றி, என் நெற்றியில் முத்தமிட்டாள். நாற்காலியில் பின்னால் சாயந்தேன். அவள் உடல் நறுமணத்திற்கு என் மூச்சு நின்றது. என் தோள்களால் அவள் முதுகை வளைத்தேன். அருகே இழுத்துக்கொண்டேன். அவள் கூந்தல் என் கன்னங்களைச் சுற்றிப் பரவியது. நீண்ட நேரம் எங்கள் உதடுகள் பிணைந்து கொண்டன. என் மீது சாய்ந்திருந்ததால் இப்போது அவள் கூந்தல் என் முகத்தை முழுமையாக மறைத்துவிட்டது. என் கை அவள் டீ-ஷர்ட் உள்ளே போய் முதுகை வருடியது. முதுகு மீது வியர்வையின் மெல்லிய திரை. என் அனுபவக் கைகள் இன்னும் முன்னால் போகத் துடித்தன. ஆனால் அவள் 'ஊம்ம்ம்' என்ற எச்சரிக்கையால் அதைக் கட்டுப்படுத்தினாள். அதை மீறும் துணிச்சல் எனக்கு இருக்கவில்லை. பிறகு எதுவும் தோன்றாமல் முதுகிலிருந்து கைகள் இரண்டையும் இடுப்பிற்குக் கொண்டுவந்து, டிராக் சூட் உள்ளே நுழைத்து அவள் பிருஷ்டங்களை வருடினேன். மென்மையான தோல் கொஞ்சம் கரடுமுரடாக இருந்தது.டிராக் சூட் சிறிது கீழே இறங்கியது. என் கைகளை வெளியே எடுத்து அதை மேலே இழுத்துக் கொண்டாள்.

ஒருவரையொருவர் விடுவித்துக் கொண்ட போது நான் போதையில் இருந்தேன்.

'ஷமி' என்றேன்.

'மோ' என்றாள்.

காஃபி மணம் வீடெல்லாம் பரவி இருந்தது. 'ஓ, காஃபி...' என்று உள்ளே ஓடினாள்.

★★★

7

இப்படி என் பெயரை இவ்வளவு சுருக்கியது இவளொருவள் தான். சிலர் மனு என்றால் இன்னும் சிலர் மோகனா என்பார்களே தவிர இப்படி நடு எழுத்தைச் சொல்லி அழைப்பதில்லை. இது 'பீ' என்பதை நினைவூட்டினாலும் எனக்கு அது ஆறுதலாக இருந்தது.

அன்று அலுவலகத்திற்கு விடுமுறை இருந்ததால் ஓய்வு நேரத்தில் பல கவிதைகளை எழுதினேன். அதை ஷமிக்கு ஃபோன் செய்து தெரிவித்தேன் கூட. 'உங்கள் படைப்பாற்றலுக்கு இன்று காலை ஊக்கம் கிடைத்திருக்க வேண்டும்' என்று கிண்டல் செய்தாள்.

'நாளை காலை வீட்டிற்கு வரவா?' என்ற கேள்விக்கு 'வாருங்கள். அம்மா வருவது இன்னும் தாமதமாகும்' என்று பதில் சொன்னாள்.

கவிதைகளை எடுத்துக்கொண்டு மறுநாள் காலை ஆறு மணிக்கும் சிறிது முன்பே, இன்னும் விடியும் முன்பே, அவள் வீட்டிற்குப் போனேன். எனக்காக கேட் பூட்டைத் திறந்து வைத்திருந்தாள். காத்துக்கொண்டிருந்தாள்.

கையில் கவிதைத் தாள்கள் மீது 'மோ எழுதிய கவிதைகள்' என்ற தலைப்பைக் கொடுத்திருந்தேன். 'எங்கே உட்காரலாம்? இதை எல்லாம் உனக்கு வாசிக்க வேண்டும்' என்றேன். தெங்கனகேரியின் சுளிவிருக்கவில்லை.

வரவேற்பறை பெரிய சோஃபா மீது அருகருகே அமர்ந்தோம்.

'கன்னடத்தில் வாசிக்கிறேன். உனக்குக் கொஞ்சம் புரியுமல்ல. கவிதை புரியவேண்டுமென்று எதுவுமில்லை. உன் மனத்தாளத்தைத் தொட்டால் போதும். ஆனாலும் அங்கங்கே விவரிக்கிறேன்.'

எழுந்து கூரையிலிருந்து தொங்கிக்கொண்டிருந்த விளக்கைப்

போட்டாள். அது எங்கள் மீது வட்ட வடிவமாக ஒளியைச் சிந்தியது. சன்னல் கதவுகள் இன்னும் மூடியே இருந்தன.

கவிதைக் கட்டை மடி மீது வைத்துக்கொண்டு மெல்ல ஒன்றொன்றாக வாசிக்கத் தொடங்கினேன்.

★★★

மோ எழுதிய கவிதைகள்

இருள்

உலகைக் கண்ணால் அழிக்க
காரிருளை வேண்டினேன்
கடவுள் உன்னை அனுப்பி வைத்தார்
மல்லாக்காகப் படுக்க வை
காரிருள் போன்ற கூந்தலில் முகத்தை மறைத்துவிடு
இமைகளை இமைகளால் மூடு
மற்றும்
மிச்ச மீதியிருக்கும் ஒளியை உதட்டால் உறிஞ்சிவிடு
என்று கட்டளையிட்டான்

துயரத்தின் மூலம்

எவ்வளவு முயன்றாலும் உன் உதடுகள் மனதில் மூளவில்லை
பழுப்பு வெளிர் கருப்பு ரோசா இல்லை வேறெதாவது நிறம்
நினைவிருப்பது ஒன்றுதான் அவற்றுடன் நடந்த போராட்டம்
நாக்கு நுனியால்
நக்கிக் கடித்து இறுக அழுத்தி
ஈர நிலம்
நிலத்தடி நீர்

நினைவுகள் மனதில் இருப்பதுதான் எல்லாத் துயரங்களின் மூலம்
நாக்கு உதடு தோள் தொட்டு
ஆண்குறி இடுப்பு கழுத்து பிருஷ்டம் தொடைகளுக்கு
சொந்த நினைவிருந்தால்
மொழி ஒலிகளின் கடைமைப் பொறுப்பில்லா நினைவு
எவ்வளவு லேசானது

புகழுரைப்பவர்

அர்ச்சனை ஆராதனை பூஜை ஸ்துதி வந்தனம்
தேவிக்கு பிரியமானதை செய்வதில் என்ன சுகம்!
புகழ்ச்சியில் அதென்ன காமம் என்ன பேரார்வம்!
தொப்புள் சுழி காரிருள் போல் கூந்தல்
மணிக்கட்டு கணுக்கால் குதிகால் உள்ளங்கை
மூலை மூலைகளையும் வளைவு சுளிவுகளையும்
தேடித் தேடிப் புகழ்
அவள் அடியிலிருந்து முடிவரை வர்ணனை
வியந்த காதலனின் கற்பனை
இடைவிடாத
நிரந்தர ஸ்துதி பாடல்
விலாச வியாமோகியின் சேவை

தேகம், உறவு

விரல் நுனி தொட்டதால் பற்றிய தீ
நீ கண் மறைந்ததும் காட்டுத் தீ போலப் பரவும்
ஒவ்வொரு நொடியும் எரிக்கும்

விரும்பி நெருப்பாகி
ஊகத்தில் பேரார்வம் பொங்கிப் பாயும்
நீ உண்மையாகக் கிடைக்கும் போது
எரியும் கொள்ளியை நீரில் அமிழ்த்தியது போல்
எல்லாம் நொடிப் பொழுதில் அணைந்து விடும்
ஆயிரம் விதத்தில் விரும்பியது தொட்டது முத்தமிட்டது
எங்கே போனது உண்மையில்?
கொஞ்சல், சிணுங்கல், முனகல்
காதை வருடிய நாக்கு நுனி
முகத்தை சூழ்ந்த கூந்தல் மணம்
உள்ளங்கைக்குக் கிடைத்த மென்மையான பிருஷ்டம்
எல்லாம் கற்பனையில் மட்டும் கிடைக்கும்
உடலுறவு மனதில் மட்டும் உண்மையாகும்

பார்த்து

மன ஓவியம்
மங்குவதை
பார்த்து
பற் குறி
மறைவதைப்
பார்த்து
உன்மத்தம்
ரசமாக சொட்டுவதைப்
பார்த்து
கிடைத்த சுகமும்
சொற்களாக தோற்பதைப் பார்த்து

தேவி அருள்

ஸ்வேதம்பரி அழகி

ஸ்வீட்டி பியூட்டி நாட்டி

அமர்ந்தாலும் நின்றாலும் சினந்தாலும் அழுதாலும் அழகி

கூந்தல் விரித்தாலும், முடிந்து கட்டினாலும்

பேசினாலும் பேசாவிட்டாலும்

சிரித்தாலும்

அழகி

குழி

ஒரு பக்கம் புலி

மறுபக்கம் பள்ளம்

நீயாகு

ஒரு பெயரில்

உன்னை அடக்கிவிட முடியுமா?

மேகி, சியாலி, வியாண்டி, ரியாண்டி

விஜி, சுஜி, ரஜியா, லிஜி

எல்லி, மல்லி பாரி, தாரி

நிங்கி, சங்கீ, சாவந்தரீ

சந்திரிகா ராஜேஷ்வரி

எந்தப் பெயரையவது எடுத்துக்கொள்
பிறகு

நீயாகு

பகலில் வெறுமையாகி

கடவுளே அவளுடன் இருளையும் கொடு
பகல் பிரகாசத்திற்குக் கற்பனைக் குருடாகி
உண்மை நுனி பிளக்கும் ஒளியில்
எரிமலை வெறும் முலைகளாகத் தெரிகின்றன
சுகத்தை கடையும் மத்துக்கள் தோள்களாக
உன்மத்த உச்சங்கள் விரல் நுனிகளாக
இணையில்லாப் பேரார்வம் நாக்கு நுனியாக
முடிவில்லாத் தேடல் வெறும் முதுகாக
சொர்க்கத்து உச்சி இதழாக
அக்கினிக் குண்டம் யோனியாக
அவள் வெறும் பெண்ணாக
எதுவுமே இல்லாமல்
கடவுளே அவளுடன் இருளையும் கொடு.

★★★

கவிதைகளை மீள மீள வாசித்தோம். அவ்வப்போது சொற்களை விளக்கிச் சொன்னேன். வர வர அவள் அருகே நகர்ந்துகொண்டே கவிதைகள் முடியும் தருணம் அவளை நெருக்கி அமர்ந்திருந்தேன். என் வலது கை அவள் கழுத்தின் பின் பகுதியை வருடிக்கொண்டிருந்தது. அப்படியே முடியில் விரலை ஆட்டிக்கொண்டிருந்தேன். மென்மையான பட்டு நயம். என் கண் கையில் இருந்த கவிதைத் தாள் மீது இருந்தாலும் மனம் அங்கே இருக்கவில்லை. அதற்கு போதை ஏறியிருந்தது.

'முதல் மூன்று விருப்பானது. புலன்களுக்குக் கிடைக்காத காதலில் எனக்கு நம்பிக்கை இல்லை.'

அவள் காதல் என்ற சொல்லைப் பயன்படுத்தியதால் குழப்பமானது.

தெங்கனகேரி அங்கே எங்கேயோ சுழல்வது போல் தோன்றியது! பிறகு எல்லாம் அவளுடைய பேச்சுத்தான்.

'அறிவுசார் காதல். ப்லடனிக் லவ் எல்லாம் கையாலாகாதவர்களின் சவடால். காதலித்தால் அது தொடுதலுக்கும் முகர்வதற்கும் கிடைக்க வேண்டும். இல்லை என்றால் அதென்ன காதல்? எனக்காக அவன் ஓடிவரவேண்டும். கையைப் பற்றிக்கொள்ள வேண்டும். கொஞ்ச வேண்டும். இந்த சாஃப்ட் லவ் என்றால் அருவருப்பு. அவை எல்லாம் வயதான ஆண்கள் அரிப்பைக் குறைத்துக்கொள்ளச் செய்யும் உடற்பயிற்சி. சிறுபிள்ளைகளைப் பிடித்து வைத்துக்கொண்டு சேஃப் டிஸ்டண்ட் வைத்துக்கொண்டு தொலைவிலிருந்தே விளையாடுவது.தத். என்னம்மா எப்படி இருக்கே என்று தொடங்கி மெல்லத் திருமணத்தைப் பற்றியும் கணவன் மனைவி உறவைப் பற்றியும் பேசுவது. ஆழ்ந்த உறவு இருப்பதைப் போல் பீற்றுவது. வீட்டிற்கு ஃபோன் செய்ய வேண்டாம் என்பது. முகர்வதில்லை தொடுவதில்லை. எந்தப் பொறுப்பையும் எடுத்துக் கொள்வதில்லை. பொறுப்பு என்றால் திருமணம் என்ற ஒரே பொருளல்ல. காதல் பொறுப்பு. அதைச் சுமக்க முடியாதவனுடன் அதென்ன நட்பு சாத்தியப்படும்? த்து அசிங்கம்.'

அவள் பேசியதில் என்னைப் புகழப் பயன்படுத்தியது எது, இகழப் பயன்படுத்தியது எது என்று அறியும் வழி இருக்கவில்லை. அங்கே காதல் அனுபவமும் ஏமாற்றமும் இருந்ததை கவனித்தேன்.

'உங்கள் கவிதையில் இருக்கும் தீவிரம் எனக்கு விருப்பமானது. நாம் உடல் தாகத்தின் உண்மையை எதிர்கொள்ள வேண்டும். ஆண் பெண் உறவில் இன்னொரு மறக்க முடியாத உண்மை. அதை மூடி மறைத்துச் செயல்படும் உறவு பொய் மீதுதான் நின்றிருக்கும்.'

அவளுடைய உறுதியான கருத்தால் எனக்கு மகிழ்ச்சியும் அதிர்ச்சியும் ஒன்றாக ஏற்பட்டது. எதுவும் தோன்றாமல் தடுமாறி 'இன்று வாக்கிங் இல்லை. அதனால் கதையும் இல்லை,' என்றேன்.

'ஆனால் இந்தக் கவிதைகள் இருக்கின்றனவே.'

'என்றால் பரிசு கிடைக்கும் என்றானது.'

'ஓய் என் செல்ல மோ, எவ்வளவு வேண்டுமோ அவ்வளவு.'

அவள் கையைப் பற்றி அழுத்தினேன். 'இங்கே வேண்டாம்' என்றாள்.

அடுத்த நிமிடங்களில் அவள் அறைப் படுக்கை மீதிருந்தோம்.

அவள் என்னை ஏற்றுக்கொண்டதே என் அதிர்ஷ்டம் என்ற உணர்வைத் தடுக்க முடியவில்லை. அவள் எதற்கும் என்னைத் தடுக்கவில்லை. என் பழகிய கைகள் நொடிப்பொழுதில் அவள் ஆடைகளை கழற்றத் துடித்தன. 'அவசரப்படாதே' என்றவள் குசு குசுத்த போது எனக்குக் கூச்சமானது. என் வேகத்தைக் குறைக்க முயன்றாலும் சாத்தியமாகவில்லை. என் விரல்கள் அவள் முதுகை வருடுவதை சிறிது நேரம் பொறுத்துக் கொண்டு 'புத்திசாலி, எல்லா பிராகளுக்கும் கொக்கி ஒரே பக்கம் இருக்காது' என்று சீண்டி அதை விடுவித்தாள். திடீரென்று வெட்கி தன் கைகளால் மார்பை மூடிக்கொண்டாள். அவளை அருகில் இழுத்துக் கொண்டதும் பெண்ணின் தேகத்துடன் எனக்கிருந்த தேர்ச்சியை மூடிமறைக்க முடியவில்லை. பெண்ணைத் தொட்டதும் முதல் தொடுதலிலேயே அது ரகசியத்தை விட்டுக் கொடுக்கும். அது பெண்ணுக்கும் உண்மை. அவள் பிடியின் லாகவத்திலிருந்தே எனக்கு அது தெரிந்தது. ஆண் தேகம் அது எனக்குத் தெரிந்தது என்பது போல் ஒருவகை லீலாஜாலமான உணர்வு. அதனால் தொடர்வதற்கு எனக்கு அதிக தன்னம்பிக்கை உண்டானது. அவள் வெட்கமும் ஒருவகை நாடகம்தான். இருவருக்கும் பொய்யென்று தெரிந்த நாடகம்.

மல்லாக்காகப் படுக்க வைத்து அவள் இரண்டு கைகளையும் அகலமாகப் பரப்பினேன். கண்ணை மூடினாள். என் கண் பசித்திருந்தது. அவள் இளமை ஒளிர்வு, ஆரோக்கியம், இளமைச் சுறுசுறுப்பு எனக்குப் பொருந்தவில்லை. அத்தனை உறுதியான முலைகளைத் தொட்ட நினைவே எனக்கு இருக்கவில்லை. சருமத்தின் இறுக்கம், உதட்டின் இறுக்கம், தொடைகளின் இறுக்கம், தோள்களின் இறுக்கம் எல்லாம் தொலைந்து போன என் இளமையைத் திருப்பி எனக்குக் கொடுத்ததுபோல் தோன்றியது, அட, இது எனக்குக் கிடைத்ததே என்ற உத்வேகத்தில், நன்றி உணர்வின் வெள்ளத்தில் மூழ்கிப்போனேன். இனி விட்டால் இந்த

வாய்ப்பு மீண்டும் கிடைக்காது என்று அதிசய அவசரத்தில் நான் நடந்து கொண்டேன். அவள் உலகின் அதி அழகிய பெண்ணாகத் தெரிந்தாள்.

‘நீ இன்று எத்தனை நேரம் வேண்டுமென்றாலும் இருக்கலாம். பணிப்பெண்ணையும் வரவேண்டாம் என்று சொல்லி இருக்கிறேன்.’

‘ஆனால் நான் அலுவலகம் போக வேண்டுமே. விடுமுறை சொல்ல முடியாது.’

‘நீ சொன்னது போல் பரிசைக் கொடுத்திருக்கிறேன். கதை இல்லை என்றாலும்.’ என்று சொல்லிக் கொண்டே மற்றொரு முறை கொஞ்சினாள்.

‘இது உண்மையாக நடக்கிறதா, கனவா என்று எனக்கு இன்னும் உறுதியாகவில்லை.’

‘அப்படி என்றால் இதோ சோதித்துப் பார்.’ என் தோளை அழுத்திக் கடித்து விட்டாள். அலறிவிட்டேன். பல் ஊன்றிய இடத்தில் எரியத் தொடங்கியது. ‘கனவல்லதானே?’ வலிக்கிறதா? மன்னித்துக் கொள் மோ’ என்று அங்கே உதட்டை வைத்தாள். ‘உன் கவிதையில் வரும் பல் குறி இதுதான். சிறிது முன்பே நீ எழுதிவிட்டாய் அவ்வளவுதான்’ என்றாள்.

‘இருட்டைக் கொடு’ என்றேன்.

‘ஓ உன் இருள் கவிதை எனக்கு மிக விருப்பமானது. இரு, கவிதையை எப்படி அனுபவிக்க வேண்டுமென்று காட்டுகிறேன்.’ என் கவிதையை வரிவரியாக மீளுருவாக்கம் செய்யத் தொடங்கினாள்.

படுக்கையில் உட்கார்ந்திருந்த என்னைத் தள்ளிக்கொண்டே ‘சொல் என்ன வேண்டினாய்?’ என்றாள். அவள் குரலில் இருந்த போதையில் நான் உன்மத்தனானேன்.

‘உலகை கண்ணால் அழிக்க காரிருளில்.’

‘கடவுள் என்னை அனுப்பி இருக்கிறான்.’

என்னை மல்லாக்காகப் படுக்க வைத்து என் இடுப்பின் மீது அமர்ந்து இருபக்கமும் கால்களைப் போட்டாள். கிளிப்பை கழற்றி கூந்தலை அவிழ்த்தாள். என் தோள்களை இருபக்கங்களிலும்

அகலப்படுத்தி, என் தோள்கள் மீது கைகளை அழுத்திப் பிடித்தாள். என் முகத்தின் மீது குனிந்து அவள் கூந்தலை சுற்றிப் பரப்பினாள். அவள் கூந்தல் இருளிலிருந்து வெளிவரும் நோக்கம் எனக்கிருக்கவில்லை. என் மூக்கின் மீது மூக்கை வைத்து அழுத்தி, கண்கள் மீது இமையை அசைத்தாள்.

'இமைகளால் இமைகள் மூடியிருக்கின்றன, அடுத்தது என்ன?'

'மிச்சம் மீதி இருக்கும் ஒளியை இதழ்களால் உறிஞ்சி எடு,' தெளிவில்லாமல் சொன்னேன்.

மிச்சம் மீதி இருக்கும் ஒளியை நிதானமாக, தீர்க்கமாக உறிஞ்சிய பிறகு 'இப்போது?' என்றது தொலைவில் எங்கேயோ கேட்டது.

'ஊம்...'

'இப்போது?'

'அடுத்த கட்டளையைக் கடவுள் உன் தலைக்குள் அனுப்பி இருக்கிறானாம்.'

'அப்படி என்றால் மோ கதை முடிந்தது போ. இப்போதே தின்று விடு என்றான். எங்கிருந்து தொடங்கட்டும்?'

'அவனையே கேள்.'

'உன் விருப்பம் என்றான்.'

'சரி, அப்படி என்றால் உன் விருப்பம்.'

கடவுள் கட்டளையை அவள் அணு அணுவாகக் கடைப்பிடித்தாள். அதன் பிறகு நான் நானாக இருக்கவில்லை.

★★★

8

'**நா**ளை அங்கே சந்திக்கிறேன். இன்று இரவு அம்மா வருகிறாள்' என்று சொல்லியிருந்தாள். அதனால் மறுநாள் எழுந்து புறப்படும்போது எனக்கு எப்போதும் போல் அவசரமிருக்கவில்லை. மெல்ல எழுந்து தயாராகிப் புறப்பட்டேன். லால்பாக் கேட் அருகே காத்திருந்தேன். அவள் தாமதமாக வந்தாள்.

'மோ நேற்று அம்மா வந்த போது நடுயிரவு. அதனால் சரியாகத் தூங்க முடியவில்லை. தாமதமானதற்கு மன்னித்து விடு.'

'எப்படியோ வந்தாயல்ல. மீண்டும் மன வலிமைச் சோதனை நடக்கிறதோ என்று நூறு முறை திரும்பிப் பார்த்தேன்.'

'வாராமல் தப்பித்துக் கொள்ளவே மாட்டேன். அதிலும் மோ காத்துக்கொண்டிருக்கும் போது.'

எனக்குத் துணையாக நடப்பதை விட அவளைக் கக்கத்தில் இழுத்துக்கொள்ள வேண்டுமென்று தோன்றியது. பேச்சையும் மீறியது தேவை என்று தோன்றியது.

'இன்று இரண்டு சுற்று நடக்கலாம். கடந்த மூன்று நாட்களாக நடக்கவில்லையே.' அவளுக்கு பதில் சொல்லாமல் இருவரும் ஏரியைச் சுற்றி நடக்கத் தொடங்கினோம்.

அவள் கதையைப் பற்றிப் பேசவில்லை. எனக்கும் அது தேவை இருக்கவில்லை. நடக்கும் போது அருகில் வந்தாள். அவள் தோள் என்னைத் தொடுமளவு நெருக்கமாக இருந்தது.

'உன் கதையைச் சொல்' என்றேன்.

'அய்யோ, அதில் எந்தக் கவர்ச்சியும் இல்லை. மிக சாதாரணம். உன் கதையையே தொடரவும்.'

'உண்மை சொல்லட்டுமா? நான் இப்போது சொன்னதையே மீண்டும் சொன்னால், அதில் விடுபட்ட பகுதிகளைச் சொன்னால் போதும், இன்னொரு புதுக்கதை பிறக்கும். அடுத்த பாகம் இன்னும் இன்ட்ரஸ்டிங் ஆக இருக்கிறது. இன்று வேண்டாம். இன்னொரு முறை கண்டிப்பாகச் சொல்கிறேன்.' எனக்குக் கதை சொல்லும் உற்சாகம் குறைந்திருந்தது.

அவள் வற்புறுத்தவில்லை.

அதற்குள் எங்கள் பின்னால் ஒரு நடுவயது ஜோடி பேசிக்கொண்டு வருவது என் கவனத்திற்கு வந்தது. அவர்கள் எதையோ ஆழ்ந்து வாதம் செய்துகொண்டு உரக்கப் பேசிக்கொண்டு வந்தார்கள்.

'அவர்கள் பேசுவதைக் கேட்கலாம். அங்கேயே ஒரு கதை இருக்கும்.' என்று சொன்னதற்கு ஷமி நடையை நிதானமாக்கினாள்.

அவர்கள் எங்கள் அருகே வர வர அப்படியே பேச்சுக்களும் அதிகத் தெளிவாகத் தொடங்கின.

‘அவன் பெயருக்கு எழுதிக் கொடுக்கும் போதே வேண்டாம் என்று சொன்னேன். வியாபாரம் செய்கிறான். அவன் பெயரில் இல்லாவிட்டால் கடன் கிடைக்காது என்றாள். இப்போது அழுது புலம்பினால் என்ன செய்ய?’ என்று அவன் சொன்னான்.

‘அவனுக்கு என்ன ஆனது இருப்பவளை விடுவதற்கு? என்ன சொன்னான் தெரியுமா? சொல்ல வெட்கமா இல்லையான்னு கேக்கறேன்.’ அவள் கூர்மையாகப் பேசினாள்.

‘என்னவாம்?’

‘த்து, அவளிடமிருந்து போதுமான அளவு செக்ஸ் கிடைப்பதில்லையாம். இதை எல்லாம் சொல்லிக்கொண்டு திரிகிறான். இரண்டு பிள்ளைகள் செடியில் முளைத்தனவா என்ன?’

‘இவளுக்கு மருமகளையும் விடமுடியாது. மகனையும் விட முடியாது. பாவம்.’

‘நீங்கள் இப்போது இதில் தலையிட வேண்டாம். நாம் செய்ய வேண்டிய காலத்தில் போதுமானதைச் செய்திருக்கிறோம்.’ அவள் கணவனை எச்சரித்தாள்.

அவர்கள் பேசிக்கொண்டே சர சர என்று நடந்து எங்களைக் கடந்து சென்றார்கள்.

அவர்கள் முன்னால் போக அவர்கள் உரையாடல் கேட்காமல் போகும்வரை நாங்கள் பேசவில்லை.

‘புரிந்ததா?’ ஷமியைக் கேட்டேன்.

‘சுமாராக எல்லாம் புரிந்தது. செக்ஸ் என்று கேட்டேன். அது என்னவென்று இன்னொரு முறை சொல்.’

நான் விவரித்தேன்.

‘பார் இதை மட்டும் கேட்டு விட்டு, அதையே வளர்த்து கதையாக்கி விடலாம். அதுதான் நம் இன்றைய விளையாட்டு. எப்படி இருக்கிறது?’

‘வண்டர்ஃபுல், யு ஆர் அ ஸ்டார்.’ என் முதுகைத் தட்டினாள்.

‘நான் ஆரம்பிக்கிறேன். அவன் புதிய பெண்ணைச் சந்தித்தது பேருந்தில். மங்களூரிலிருந்து வரும் போது அவன் அருகே அமர்ந்திருந்தாள். அவள் தனியார் நிறுவனத்தில் வேலை செய்கிறாள். இங்கே அறை எடுத்துத் தங்கி இருக்கிறாள். திருமணமாகவில்லை. அதைப் பற்றி வீட்டில் யாரும் கவலைப்படவில்லை.’

‘வீட்டில் இவள்தான் கடைசி. இருவரும் அவள் அறையில் சேர்க்கிறார்கள்.

‘அவன் டேக்சி ஓட்டுகிறான். வெளியூருக்குப் போகும் வாடகையைச் சாக்காகச் சொல்லி அவளுடன் காலத்தைப் போக்குகிறான்.

‘நம் கதை ஒரே இடத்தில் சுற்றிக்கொண்டிருக்கிறது. அவன் அம்மா என்ன செய்கிறாள்? அநேகமாக வீட்டில் துணி தைக்கிறாள். வீட்டை மகன் பேரில் எழுதி இருக்கிறாள். அவன் கடன் வாங்கி டேக்சி வாங்குவதற்காக.’

‘டிரைவர் மனைவி இரண்டு குழந்தைகளைப் படிக்க வைக்க சிரமப்படுகிறாள்.’

‘இரண்டாமவள் கர்ப்பமாகிவிடுகிறாள். இப்போது கதைக்கு ஒரு திருப்பம் கிடைக்கிறது. அங்கிருந்து அவனுக்கு சிரமங்கள் தொடங்குகின்றன.’

‘இது எதற்கோ கமர்ஷியல் சினிமா கதை போலாகி விட்டது. இத்தோடு போதும் என்று தோன்றுகிறது’ என்றேன்.

சிரித்தாள். ‘கர்ப்ப விஷயத்தை எடுத்தால் ஆண்களுக்கு பயம்’ என்று மீண்டும் சிரித்தாள். விரலால் என் விலாவைக் குத்தினாள். மீண்டும் சொன்னேன். ‘போதும் இந்தக் கதை எல்லாம். ஒரு டிரைவ் போகலாம். இந்த நேரத்தில் தெரு காலியாக இருக்கும். எனக்கு உன் கையைப் பற்றிக்கொள்ள வேண்டும்.’

என்னால் இல்லை என்று சொல்லவே சாத்தியமில்லை. அலுவலகத்திற்குத் தாமதமாகுமென்று கவலையானது. ஆனாலும் ‘அப்படி என்றால் சரி’ என்றேன். அங்கிருந்தே திரும்பி காரை நோக்கி நடக்கத் தொடங்கினோம்.

காருக்குள் அமர்ந்து கண்ணாடியை ஏற்றிஏசி போட்டேன். புறப்படும்போதே என் கையைப் பற்றிக்கொண்டாள். நான் கியரை மாற்ற இடது கையைப் பயன்படுத்த வேண்டியிருந்ததே. அதனால் அவ்வப்போது கையை விடுவித்துக்கொள்வேன். அதைத் தவிர என் விரல்கள் பின்னிக்கொண்டே இருந்தன. பிறகு அவள் வலது கையை என் தலை பின்பகுதிக்குக் கொண்டு வந்து கழுத்தை வருடத் தொடங்கினாள்.

'ஸ்வீட்டி பை' என்றாள்.

கார் ஊருக்கு வெளியே விரைந்துகொண்டிருந்தது. எவ்வளவு போனாலும் முடியாத பெங்களூரைத் தாண்டிப்போவது சிரமமென்று, 'பார், இந்த நகரத்திலிருந்து தப்பித்துக் கொள்வது எவ்வளவு சிரமம். இதுவே ஒரு உருவகம் போல் இருக்கிறது' என்றேன்.

'ஓய், சுட்டிக் கண்ணு. நன்றாகப் பேசுகிறாய்.' என் கழுத்தை அவ்வப்போது லேசாகக் கிள்ளிக்கொண்டே வருடினாள்.

கடைசியில் ஒரு மக்கள் நடமாட்டமில்லா இடத்தில் காரை நிறுத்தினேன். பின்னாலிருந்தும் முன்னால் இருந்தும் கார்கள் விரைந்துகொண்டிருந்தன. அவளை வளைத்து உதடுகளைப் பெற்றேன். என் கழுத்து கன்னங்களைத் தீவிரமாகக் கொஞ்சினாள். எனக்கும் உன்மத்தம் ஏறியிருந்தது, 'காரில் முடியாது என்று மூச்சிரைத்தேன். 'மனமிருந்தால் மார்க்கம். பின் சீட்டுக்கு வா' என்றாள். இருவரும் அங்கே நுழைந்தோம். அந்தக் கிஷ்கிந்தையில் அவளைக் காதலித்தேன். கார் கண்ணாடிகள் மூடியிருந்ததால் உள்ளே மூச்சுத் திணறுவது போல் இருந்தது. கண்ணாடி மீது மெல்லிய மூச்சு ஆவி பரவி இருந்தது. எழுந்து முன் இருக்கைக்கு வந்து கண்ணாடியைக் கீழே இறக்கினேன். சிறிது தொலைவில் யாரோ நடந்து வருவது தெரிந்து கார் ஸ்டார்ட் செய்து புறப்பட்டேன். 'உனக்கு எவ்வளவு அவசரம்' என்றவளிடம். 'அங்கே பார்' என்று அவனைக் காட்டினேன்.

இருக்கையைப் பின்னால் தள்ளி கண் மூடி பேசாமல் உட்கார்ந்தாள். நான் சாலை மீது கண் பதித்தேன்.

'உன்னால் தினமும் மாத்திரை போட்டுக்கொள்ள வேண்டும்.'

நெஞ்சம் திக் என்றது. இப்போதுதான் கர்ப்பமாகி மாட்டிக்கொண்டவன் கதையைக் கட்டிப் பேசியிருந்தோம். நான் வியர்த்தேன்.

'இனி எச்சரிக்கையாக இருக்கலாம்.'

'இனி என் மாதக் கணக்கை நீயே வைத்துக்கொள். பிறகு அதற்கு நீதான் பொறுப்பு.'

நான் அசட்டுச் சிரிப்பு சிரித்தேன். 'பயப்பட வேண்டாம் ஸ்வீட்டி பை' என்று மீண்டும் கழுத்தில் கை போட்டாள். ஆனாலும் பயந்தேன்.

அவளை வீட்டருகே விட்டு விட்டு, நான் என் வீடு சேருவதற்குள் தாமதமாகிவிட்டது. இந்த நீண்ட வாக்கிங்கை ஷாலினிக்கு விவரிப்பது எப்படி என்று யோசித்துக் கொண்டே வீட்டிற்குள் நுழைந்தேன். வெகு நாட்களுக்குப் பிறகு பார்த்த நண்பனைச் சாடி, அவன் காஃபிக்கு அழைத்துச் சென்று தாமதமாகியதற்கு சபித்து, அவசர அவசரமாகத் தயாராகி அலுவலகத்திற்குப் புறப்பட்டேன்.

★★★

9

எங்கள் வாக்கிங் நின்று போனது. கூடவே கதைகளும். தொடர்ந்தது என்னவென்றால்- வாரத்தில் ஓரிரு நாள் காலை எழுந்து லால்பாக் கேட்டுக்குப் போவது, அங்கே அவளை ஏற்றிக்கொண்டு ஊருக்கு வெளியே வேகமாக டிரைவ் செய்வது, அங்கே மக்கள் நடமாட்டம் இல்லாத இடத்தைப் பார்த்து நிறுத்துவது. பின் சீட்டிற்குச் சென்று கபகபவென்று கொஞ்சுவது, மீண்டும் அவளை விட்டு விட்டு வீடு திரும்புவது. தாமதமானால் ஷாலினிக்காக புதுப் புதுக் காரணங்களைத் தேடுவது. இப்படி நடு நடுவில் சின்னச் சின்ன மாற்றங்களுடன் இன்னொரு மாதமும் கடந்தது.

தொடர்பு மிக எளிதான பிறகு ஆரம்பப் போதையில் அலட்சியப்படுத்திய சங்கதிகள் மேலெழும்பத் தொடங்கின.

எடுத்துக்காட்டிற்கு நுரையீரல் ஆழத்திலிருந்து எழுந்து வந்தது போலிருக்கும் மிக நுட்பமான கெட்ட வாசனையொன்றை எப்போதாவதொரு முறை அவள் மூச்சில் அடையாளம் காணத் தொடங்கினேன். அது அடர்த்தியாக இருக்கவில்லை. ஆனால் ஆழ்ந்த முத்தத்திற்கு நடுவில் அதைத் தேடத் தோன்றினால் தீவிரமாக பங்கம் ஏற்படும். என்னிடமும் இருக்கும் இதுபோன்ற ஒன்றை அவளும் கவனித்திருக்கலாம். நான் எப்போதும் என் மிகச்சிறந்த நிலையில் அவள் முன் வர முயன்றாலும் சில சமயம் அது என்னிடமிருந்து நழுவிவிடும். முதல் முதலில் அவளைப் பார்க்கப் போகும்போது முதல்நாள் இரவு குளிப்பேன். ஒருமுறை அப்படிச் செய்யவில்லை. மறுநாள் உடல் வியர்வையின் வாடை அடர்த்தியாக இருந்தது என் கவனத்திற்கு வந்தது. அவள் எதையும் சொல்லவில்லை. அதன் பிறகு முந்தைய இரவு குளிப்பதை விட்டுவிட்டேன். ஒருமுறை அவள் ஜட்டியை தலைகீழாகப் போட்டிருந்தாள். அதைக் கவனித்தாலும் நான் எதையும் சொல்லவில்லை. கார் ஓட்டும் போது கையைப் பிடிப்பது ஒரு வழக்கமாகி விட்டது. அதில் எவ்வளவு தீவிரமிருந்ததோ தெரியாது.

ஒரு நாள் காரை நிறுத்தியபோது அப்போதுதான் வெயில் விழத்தொடங்கி முன் கண்ணாடியிலிருந்து ஊடுருவி வந்த சூரியக் கதிர்கள் அவள் முகத்தின் மீது விழுந்தன. அவள் உதட்டின் மீது எச்சிலின் மெல்லிய திரை இருந்தது. இரவு படுத்து எழுந்த பிறகு உதட்டின் மீது பரவியிருக்குமே அதுபோன்ற சிறிது பசையுடைய எச்சில். உதடுகளைக் கொஞ்சி முகத்தைப் பின்னால் இழுத்துக் கொள்ளும் போது அவள் உதட்டிலிருந்து எச்சிலின் ஓரிழை நூல் என் உதட்டில் ஒட்டிக்கொண்டு, நான் முகத்தை விலக்கியபோது துண்டானது. மீண்டும் அது அவள் தாடையில் விழுந்து வெயிலுக்கு ஒளிரியது. அதைக் கவனித்துக் கொண்டிருக்கையிலேயே எனக்குள் ஏதோ சட்டென்று துண்டானது. அன்று நான் பின் இருக்கைக்குப் போகவில்லை.

சலுகை என்பது பெரிய தீய சக்தி. உறவுகளை அதிலிருந்து காப்பாற்றுவது எளிதல்ல.

எவ்வளவு விரைவில் அவள் ஃபோன்கள் எனக்குச் சங்கடமாகத் தொடங்கின என்பதை எப்படிச் சொல்வது? ஏதோ மீட்டிங்

நடுவில் இருக்கும் போது 'மதியம் நான்கு மணிக்கு ஒரு நல்ல லெக்சர் இருக்கிறது வருகிறாயா?' என்ற கோரிக்கை. அல்லது 'கலை மற்றும் சமூக உறவு பற்றி எழுதலாம் என்று இருக்கிறேன். நான் இப்போது என் வாதத்தைச் சொன்னால் அதற்கு எதிர்வினை செய்வாயா?' என்ற வேண்டுகோள். அலுவலக நேரத்தில் ஃபோன் செய்ய வேண்டாமென்று மறைமுகமாகத் தெரிவித்த பிறகு மாலைக்குப் பிறகு அழைக்கத் தொடங்கினாள். ஒருமுறையோ ஃபுகோனா புத்தகத்திலிருந்து இரண்டு முழுப் பக்கங்களை வாசித்தாள். பிறகு அதைப் பற்றி அவள் விளக்கம். தானொருவள் மட்டுமே இண்டலெக்சுவல் என்பது அவள் கற்பனையாதலால் அதற்குத் தக்கவாறு எப்போதும் ஏதாவது கனமான விஷயத்தைப் பேசுவாள். எனக்கு அது போதும் போதுமென்றாகி விடும். என்னை வாதத்திற்கு இழுக்க முற்படுவாள். முன்பெல்லாம் மிகச் சிறிய விஷயத்தை ஆஹா ஓஹோ என்று புகழ்ந்துகொண்டிருந்த நானே இப்போது படபடக்கிறேன். அவள் உலகமும், அனுபவம் போதாத இளசு போல் தெரிந்தது.

நன்றாகத் தெரிந்த தொலைவான மலையுச்சி மீது விண்வெளியிலிருந்து இறங்கிவிட்டேன். மொழியிலிருந்து செயல்கள்வரை அங்கே புதர்கள், பாறைகள், பள்ளங்கள் அறிமுகமாகத் தொடங்க ஆர்வமின்மையையும் உதாசீனத்தையும் மறைக்க பெரும் சாகசம் செய்ய வேண்டியிருந்தது.

ஒரு மதியம் சாஹூ வந்து 'சாப்பிட ஒன்றாகப் போகலாமா? பேச வேண்டும்' என்றான். அப்பொழுது எனக்கு நேரமிருந்ததால் 'இப்போதே போகலாம். மக்கள் வந்து சாப்பாட்டுக் கூடம் நிரம்புவதற்கு முன்பே' என்று எழுந்து புறப்பட்டுவிட்டேன்.

இருவரும் எங்கள் தட்டை நிரப்பிக்கொண்டு மூலை மேசையில் போய் உட்கார்ந்தோம். 'என்ன சாஹூ, என்ன விஷயம்?' என்ற என் கேள்வி முடியும் முன்பே அதற்காகக் காத்திருந்தவன் போல் ஆரம்பித்தான்.

'யாராவது நம் மேசைக்கு வந்து சேரும் முன் முடித்துவிடுகிறேன். ஒன்றுமில்லை, நேற்று ரேவதியைப் பார்த்தேன். அவருக்கு மகளுடைய கவலை.'

என் இதயம் தக் என்றது.

இதுவரை என் அலுவலகம் மற்றும் தனிப்பட்ட வாழ்க்கையைக் கலக்காமல் பிரித்து வைத்திருந்தேன். இப்போது இவன், என் கைக்குக் கீழ் வேலை செய்பவன் அந்த விஷயத்தை எடுத்தால் என்ன கதி என்று பயமானது. எந்த உணர்வையும் வெளிப்படுத்திக் கொள்ளாமல் ‘அதுதான், அன்று சொல்லி இருந்தீர்களே, அதுதானே விஷயம்.’ என்று சொல்லி அவனைப் பார்க்காமல் சாப்பிடத் தொடங்கினேன்.

‘அதுதான். அதேதான். இப்போது என்னவென்றால் ஷமி வேறு வீடு பார்த்துப் போகிறேன் என்கிறாள். வாடகை கொடுக்குமளவு அவளுக்கு ஊதியம் கூட வருவதில்லை. கேட்டால் உன்னிடமிருந்து ஒரு காசும் வேண்டாம், சேரியிலாவது இருக்கிறேன், என் வாழ்க்கை முறையையே மாற்றிக் கொள்கிறேன் என்கிறாளாம்.’

‘போகட்டும் விடு. அந்த வயதில் லட்சியங்கள் இருப்பது கெட்டது ஒன்றுமல்ல.’

‘அதுவும் சரிதான். ஒரு பையனைப் பார்த்திருக்கிறாராம். மிகவும் நல்லவனாம். இருவரும் ஒன்றாகப் பழகி ஒருவரையொருவர் தெரிந்துகொள்ளட்டும் என்று ஏற்பாடு செய்து கொடுத்தால் அவள் ஆர்வம் காட்டவில்லையாம். வேண்டாம் என்றும் சொல்லவில்லையாம்.’

‘பிள்ளைகள் தெரிவு என்னவென்று பெரியவர்கள் முடிவு செய்யும் காலம் போய்விட்டது.’

‘அதைத்தான் நானும் சொல்கிறேன். ரேவதிக்கு மகளின் தெரிவு என்னவென்று தெரியவில்லை. அதற்காகத்தான் உங்கள் உதவி தேவைப்படுகிறது. நீங்கள் என்றால் ஷமிக்கு மரியாதை, அபிமானம். நீங்கள் ஒருமுறை சொன்னால் அவள் அதைப் பற்றி யோசிப்பாள் என்ற நம்பிக்கை.’

சாஹூ சப்பாத்தியைப் பிய்த்துச் சாப்பிடத் தொடங்கினான். அவனுக்கு என்னைப் பற்றியும் ஷமியைப் பற்றியும் எவ்வளவு தெரியும் என்பது தோராயமாகக்கூட எனக்குத் தெரியாது. மகள் காலை எழுந்து எங்கேயோ போவதைக் கவனிக்காத அளவிற்கு மக்கல்ல ரேவதி. ஒன்று ஷமி அவளிடம் என்னுடன் போவதைச்

சொல்லி இருக்க வேண்டும். அல்லது அவளே எப்படியோ கண்டுபிடித்திருக்க வேண்டும். மேலும் இப்போது இந்தக் கோரிக்கைகூட நான் எவ்வளவு ஆழமாக இதில் புதைந்திருக்கிறேன் என்று தெரிந்துகொள்ளும்புத்திசாலித்தனமாகவும் இருக்கலாம். மகள் விருப்பத்தைத் தெரிந்துகொள்ள ரேவதி மூன்றாம் நபரின் உதவியை விரும்புகிறாள் என்பது சாத்தியமாற்றதாகத் தோன்றியது. இது சாஹூவின் அதிகப் பிரசங்கித்தனமாக இருந்தாலும் இருக்கலாம். இவன் என்னை சோதிக்கிறானா என்ன?

'சாஹூ, இதெல்லாம் மிக நுட்பமான சங்கதிகள். எனக்கு இதுபோன்றவற்றைக் கேட்கும் சலுகை கூட அவளிடமில்லை. பிறகு எப்போதாவது அவள் கிடைத்தால், வாய்ப்பு அமைந்தால் பேசுகிறேன். அவளாகச் சொன்னால் உங்களுக்குத் தெரிவிக்கிறேன்.'

பாய்க்குக் கீழே நுழைபவர்கள் எதிர்ப்பட்டால் கோலத்திற்குக் கீழே புகும் கலையைமுயற்சிக்காவிட்டால் நான் ஆடிட் பிரிவின் தலைமை அதிகாரியாக இருக்க மாட்டேன்.

'அவ்வளவு நடந்தால் போதும்' என்றவன் சொல்வதற்கும் 'உங்களுடன் உட்காரலாமா?' என்று கேட்டுக்கொண்டே எங்கள் மேசைக்கு ஜோஷி என்பவன் வந்து சேருவதற்கும் சரியாக இருந்தது. பிறகு எல்லாம் அரசியல் வாத விவாதங்கள்.

சாப்பாட்டை முடித்துவிட்டு திரும்பிப் புறப்படும் போது நான் சாஹூவிடம் இதைப் பற்றிப் பேசவில்லை. வேறு எதையோ பேசிக்கொண்டு என் அலுவலக அறைவரை வந்தோம். நான் உள்ளே போகும் முன் அவனாகவே 'அதொரு ரிக்வெஸ்ட். என்ன முடியுமோ பாருங்கள். தவறாக எண்ண வேண்டாம்' என்றான். தலையசைத்தேன்.

என் அலுவலக அறைக்குள் நுழைந்தவுடன் ஷமிக்கு ஃபோன் செய்து, மறுநாள் காலை ஆறரை மணிக்கு லால்பாக் கேட்டில் இருப்பேன் என்று சொன்னேன். வாக் செய்யலாம் என்பதை அழுத்திச் சொன்னேன்.

மறுநாள் முன்பே போய்ச் சேர்ந்திருந்தேன். பெஞ்ச் மீது காத்திருந்தேன். பத்து நிமிடம் தாமதமானாலும் அங்கிருந்து எழுந்து போகவில்லை. யார் எவ்வளவு தாமதமானால்

எங்கே போகவேண்டும் என்ற நியதியைக் கடைப்பிடிக்காமல் காத்திருந்தேன்.

அவள் வந்த பிறகு ஏரியின் பக்கத்துப் பாதையில்நடந்தோம். நான் முக்கிய விஷயத்திற்கு வர சிறிது நேரம் பிடித்தது. என்ன கேட்க வேண்டுமென்று முடிவு செய்துகொண்டு வந்திருந்தாலும் மனதின் வார்த்தைகளே வேறு, நேரடிக் கலந்துரையாடலே வேறு.

ஜீன்ஸ் மீது வெள்ளை டீ ஷர்ட் அணிந்திருந்தாள். கூந்தலை முடியாமல் அப்படியே இறக்கிவிட்டிருந்தாள்.

'வேறு வீட்டிற்குப் போகிறாயாம், உண்மையா?'

சிரித்தாள். 'அது என் வெகு நாள்கள் கனவு. எப்போது நனவாகுமோ தெரியாது. இப்போது எதற்குக் கேட்கிறாய்?'

நான் சாஹூ சொன்னதை ஒன்றுவிடாமல் சொன்னேன். அவள் அதை கம்பீரமாக எடுத்துக்கொள்ளவில்லை.

'அவருக்கு வேறு வேலை இல்லை. அதிக அக்கறை இருந்தால் இப்படித்தான். என் விஷயத்தில் அவர் மூக்கை நுழைப்பது பிடிக்காது. அம்மாவின் நண்பர் என்று அமைதியாக இருக்கவேண்டியிருக்கிறது. இந்த அம்மாவுக்கு எதை யாரிடம் சொல்ல வேண்டுமென்று தெரிவதில்லை.'

'அம்மாவுக்கு நம்மைப் பற்றித் தெரியுமா?'

'தெரியும் என்றால் தெரியும். இல்லை என்றால் இல்லை. உன்னுடன் இவ்வளவு பழகுவது கண்ணுக்கு விழும்போது எதாவது தெரியுமல்ல. பயப்பட வேண்டாம். உன்னை அவள் பார்வையில் பெரிய மனிதனாக பார்க்கச் செய்திருக்கிறேன். அப்படிப் பார்க்கப் போனால் நான் இதுவரை என் எந்த சாகசத்தையும் அம்மாவிடமிருந்து மூடிமறைத்தவள் அல்ல. உயர்நிலைப் பள்ளிக் காதலையும் அவளிடம் சொல்லியிருக்கிறேன். முதல் முத்தத்தையும், கல்லூரிக் களியாட்டங்களையும் சொல்லியிருக்கிறேன். நேரம் வந்தால் இதையும் சொல்லுவேன். அதனால் என்ன எதற்கு மூடிமறைப்பது? ரொமான்ஸில் அவள் ஒன்றும் கம்மியில்லை. எனக்கும் அவள் விஷயங்கள் எல்லாம் தெரியும். அவள் குறும்புத்தனத்தைக் கேட்டால் நீங்கள் என்ன சொல்வீர்களோ?'

என் உயிரே கைக்கு வந்தது. 'ச்சே, ச்சே இவையெல்லாம் யாருக்கும் சொல்லும் சங்கதிகள் அல்ல. சொன்னால் அதன் புனிதத்தன்மையே போய்விடும். இவை எல்லாம் அத்தனை எளிதாகப் புரிந்துவிடும் சங்கதிகள் அல்ல. எல்லோரும் நம்மைப் பற்றிப் பேசுவது போலானால் என்ன கதி? பிறகு அந்த சாஹூ கூட வந்து எனக்கு அறிவுரை சொல்லிவிடுவான்.' 'பயப்பட வேண்டாம். நான் ஊருக்கெல்லாம் பரப்பமாட்டேன். அதற்காக நீ என்னைக் கட்டுப்படுத்த முடியாது. இதில் நானும் இருக்கிறேன். அதற்காகச் சொல்வதற்கும் சொல்லாமல் இருப்பதற்குமான அதிகாரம் எனக்கும் இருக்கிறது.' இவ்வளவு சொல்லி என் எதிர்வினைக்கும் காக்காமல் தொடர்ந்தாள்.

'இது இப்போது எதற்கு உன்னிடம் வந்திருக்கிறது தெரியுமா? முந்தாநாள் நான் வீடு பிடிக்கிறேன் என்றது மட்டுமல்ல பிள்ளையையும் பெறுவேன். சிங்கள் மதர் ஆவதில் என்ன தப்பு இருக்கிறது? அதை நான் முடிவு செய்ய வேண்டுமே தவிர ஆண் அல்ல. எடுத்துக்காட்டிற்கு நான் மாத்திரையை நிறுத்துவது என் கையில் இருக்கிறது. நீ எதற்கு அதைக் கட்டுப்படுத்த வேண்டும்?'

'இது எடுத்துக்காட்டு என்று மட்டுமே நினைக்கிறேன்' என்றேன் பயத்துடன்.

'பயப்படாதேடா தொடைநடுங்கி. சுகத்தின் பொறுப்பை ஏற்றுக்கொள். எனக்கு எதற்கு இப்போதே குழந்தை? அப்படி இன்னும் தலை கெடவில்லை எனக்கு. அதற்காக பூனை மலத்தை மூடிமறைக்குமே, அது போன்ற செயலுக்குச் சேராது அவ்வளவுதான். '

'அட, என் மீது எதற்குக் கோபம்? நான் என்ன செய்தேன்? சாஹூ சொன்னதை உன்னிடம் சொன்னேன். அவ்வளவுதான்.'

'அவ்வளவு மட்டுமல்ல என்று உனக்கும் தெரியும்.'

அவள் முன்பொருமுறை எதைப்பற்றிப் பேசி சாஃப்ட் லவ் என்று அலட்சியமாகச் சொன்னாளோ அவை எல்லாவற்றையும் நான் மறைமுகமாகச் செய்யத் தொடங்கியிருந்தேன்.

'உன் அம்மாவை எதிர்க்க இதை எல்லாம் செய்கிறாயா? உனக்குத்

தேவை என்று செய்கிறாயா என்பது உனக்குத் தெளிவாக இருக்கட்டும்.'

இந்த வார்த்தைகள் அவளை சீண்டிவிட்டன. அதற்கு அத்தனை வலிமை இருக்கிறதா அல்லது இதுபோல் ஏதாவது ஒரு பொறிதட்டட்டும் என்று அவள் காத்துக் கொண்டிருந்தாளா தெரியாது.

'இரண்டும், இவை எல்லாம் எனக்கும் வேண்டும். அதுமட்டுமல்ல, அம்மாவுக்கு இந்த ஷாக் ட்ரீட்மென்ட் தேவையிருக்கிறது. அவளைப் பற்றியும் நான் அக்கறை காட்ட வேண்டுமல்ல!'

'...'

'நம் உறவைப் பற்றி நீ என்ன யோசித்திருக்கிறாய் தெரியாது. மனைவியை விட்டு விட்டு என்னுடன் இருக்கக் கேட்பதாகட்டும், கெஞ்சுவதாகட்டும்... அப்படிச் செய்பவள் அல்ல. அதுபோன்ற பெருமை உன்னிடம் இருந்தால் அதை விலக்கிவிடு. நான் வேறு மாதிரிப் பெண். நீ சொன்னாயே அன்று வேறு உலகம் என்று. அந்த உலகத்திலிருந்து வந்தவள் நான். இந்த பயந்தாங்கொள்ளித்தனம். ஐ ஹேட் திஸ். யு ஹேவ் யூஸ்ட் மி. இவள் என் தோழி என்று நெஞ்சை நிமிர்த்தி சொல்லமுடியாவிட்டால் அதென்ன நட்பு?'

அவளுக்கு என்ன பதில் சொல்லவேண்டுமென்று யோசிக்கும் போது என் எதிரில் சங்கர பாட்டீல் வருவது தெரிந்தது. இதை துரதிர்ஷ்டம் என்று சொல்லாமல் வேறு எந்த வகையில் வர்ணிக்கவும் முடியாது. பாட்டீல் உடன் அவர் மனைவியும் இருந்தார். நாங்கள் முன்பு அனுமந்த நகரில் இருந்தபோது அவர் எங்கள் வீட்டு அருகில் இருந்தவர். இத்தனை முறை இங்கு வந்திருந்தாலும் எனக்கு அறிமுகமானவர்கள் கிடைப்பது இதுதான் முதல். இனி அவரிடம் பேசாமல் வேறு விதி இல்லை. அப்போதே அவர் என்னை அடையாளம் கண்டுகொண்டார். இன்னும் நெருங்கி வர பொறுமையில்லை, அப்போதே அவர் உரத்த குரலில் கேட்டார். 'என்ன துரை, எத்தனை நாளானது பார்க்காமல். எப்படியோ இங்கே பார்க்க வேண்டிய யோகம் இருந்தது. என்ன இங்கே இந்த விடிகாலையில்? தினமும் வருகிறீர்களா என்ன?'

'எப்போதாவது வருவேன். நீங்கள் எப்படி இருக்கிறீர்கள்?'

'நாங்கள் எல்லாம் நலமப்பா. நம் சுஷீலாவின் கணவன் அமெரிக்கா போயிருக்கிறான். அவளும் போகிறாள். விசா கூட கிடைத்துவிட்டது. கைக்குழந்தை இருக்கிறது. அவள் போன பிறகு நாங்களும் போய் வரலாம் என்று இருக்கிறோம். ஓய்வு பெற்ற பிறகு எங்களுக்கு என்ன வேலை. நாங்கள் எப்போதும் ஷாலினியை நினைத்துக்கொள்வோம். அப்படிப்பட்ட மனைவி கிடைக்க அதிர்ஷ்டம் வேணுமப்பா. எப்படி இருக்கிறாள் அவள்?'

'நன்றாக இருக்கிறாள்.'

'இவர் யார் தெரியவில்லையே?' ஷமியைப் பார்த்தார். அவள் அப்போதே நான்கு எட்டு முன்னால் போய் நின்றிருந்தாள்.

என் ஃப்ரெண்ட். இங்கேதான் கேட் அருகே எதிர்பாராமல் பார்த்தேன். ஒன்றாக பேசிக்கொண்டு போனோம்' நான் மெதுவாகச் சொன்னாலும் அது ஷமியின் காதுகளில் விழுந்து இன்னும் தொலைவாகப் போய் நின்றாள். நான் சொன்னது அவளுக்குப் புரிந்துவிட்டது என்பது அவள் நின்ற தோரணையில் எனக்குத் தெரிந்தது. அவளுக்குள் இருந்த அதிருப்தி தெளிவாகத் தெரிந்தது.

அவர் மனைவி சொன்னார்: 'தொலைவிலிருந்தே உங்களை அடையாளம் கண்டுகொண்டேன். அவள் ஷாலினிடி என்றார் அவர். இல்லவே இல்லை என்றேன். ஷாலினி இவ்வளவு மெலிதாக இருக்க சாத்தியமில்லை என்றேன். இந்த விடிகாலையில் கூட இருக்க வேண்டுமென்றால் யாராக இருக்கலாம் என்று யோசித்துக் கொண்டே வந்தோம்.'

'அவர் என்ன செய்கிறார்?' சங்கர பாட்டீல் ஷமியின் வம்சாவளியைத் தெரிந்துகொள்ளப் பார்த்தார்.

'அவர் எழுதுகிறார். இங்கிலிஷில். ஒரு ஆர்ட் கியாலரியில் வேலை செய்கிறார்...' ஷமியின் காதுகளிலும் இது விழுந்திருக்கலாம்.

'அப்படி என்றால் உங்களைப் போலவே என்று சொல்லுங்கள். இப்போது ரிடையர்ட் ஆன பிறகு எங்களுக்கும் ஏதாவது பொழுது போக ஹாபி இருந்தால் நன்றாக இருக்கும் என்று தோன்றுகிறது. தினமும் அவரை இங்கே சந்திக்கிறீர்களா என்ன?'

‘வெகு நாட்களுக்குப் பிறகு ஏற்பட்ட சந்திப்பு. கேட் அருகே சந்தித்தோம் இன்று.’

‘ஒருமுறை வீட்டிற்கு வாருங்கள். ஷாலினியையும் அழைத்துக் கொண்டு.’

அவரிடமிருந்து விடைபெற்று வந்தேன்.

‘த்து, என்ன ஜனங்கப்பா. தேவையில்லாத ஆர்வம்’ என்று சொல்லிக்கொண்டே ஷமியைச் சென்றடைந்தேன். அவள் முந்தைய வார்த்தைகளுக்கு நான் இன்னும் எதிர்வினை செய்யவில்லை.

‘நீ எதற்கு அவ்வளவு அபாலஜிடிகலாகப் பேசிக்கொண்டிருந்தாய்? என்னுடன் நடப்பதற்கு உனக்கு அவமானமா? சொல்ல வேண்டியதுதானே நாங்கள் தினமும் சந்திக்கிறோம் என்று.’

அவள் வேடிக்கை செய்கிறாளா, தீவிரமாகச் சொல்கிறாளா எனக்கு உடனே தெரியவில்லை.

‘நம் உறவின் எதிர்காலம் என்னவென்று யோசித்திருக்கிறாயா?’

எதிர்காலம் என்றவுடன் என் வாய் உலர்ந்துவிட்டது. சூழ்நிலையை லேசாக்க சொன்னேன் ‘நாம் இப்போதே எதிர்காலத்தில் இருக்கிறோம்.’

‘புத்திசாலித்தனமாகப் பேசாதே. கூடப்படுப்பதுதான் எதிர்காலமா? சொன்னேன் தானே? உன் மனைவியை விட்டு விட்டு என்னைக் கட்டிக்கோ என்று என்றும் கேட்கமாட்டேன். எனக்குத் திருமணம் வேண்டாம்.’

‘பிறகு?’

‘அதை நீயே சொல். இதெல்லாம் திருமணத்தைக் கையாளும் அளவு சரளமல்ல. இதற்கு உறவுகளை நேராகப் பார்க்கும் தார்மீக வலிமை தேவை. கிமானி வக்கீல் போல் பல்லை இறுக்கிக்கொண்டு நிற்க வேண்டும். சரி தவறுகளின் தெளிவான கற்பனை மட்டுமல்ல. அதில் முழுமையான நம்பிக்கையும் இருக்க வேண்டும். எல்லா இடத்திலும் எளிதாக ஏற்கப்படவேண்டும் என்ற சோம்பேறிகளால் அது சாத்தியமில்லை.’

'ரகசியம் வெளியே தெரிந்தால் நமக்குத்தான் அதிகத் தொல்லை. மூடி மறைப்பது உறவைக் காப்பாற்றிக்கொள்ளும் ஓர் உபாயம்.'

திடீரென்று நின்றாள். 'உன்னுடன் நடக்க விருப்பமில்லை. உடனே புறப்படுகிறேன்.' வேகமாகச் சொன்னது மட்டுமல்ல, பின்னால் திரும்பிப் பார்க்காமல் நடக்கத் தொடங்கினாள். நானும் பின்பற்றினேன்.

இந்தச் சூழ்நிலை என் கையை மீறியதென்றும், அவள் என் கைமீறிப் போகிறாள் என்றும் உடனே என் ஜீவனுக்குத் தெரிந்தது. நான் போகவிட்டேன்கூட. உறவுகளில் இப்படியொரு முக்கியமான தருணம் இருக்கும். அது தன்னளவில் அற்பமாகத் தெரிந்தாலும் அது ஒரு பருக்கை சோறை சோதனை செய்வது போல்.

முன்னால் பார்த்தால் சங்கர பாட்டீல் மனைவியுடன் மெல்ல நடந்துகொண்டிருந்தார். இப்போது மீண்டும் அவரைக் கடந்து போகும் வாய்ப்பையாவது தவிர்க்கலாம் என்று 'ஒரு நிமிடம் உட்கார்ந்து பேசலாம்' என்று தாஜா செய்தேன். அவள் கேட்காதவள் போல் நடந்துகொண்டிருந்தாள். தோளைப் பற்றி 'ஏன்? என்ன ஆனது?' என்று கேட்டதற்கு 'தனியாக இருக்கவேண்டும் என்று தோன்றுகிறது' என்றாள். நடையின் வேகத்தை அதிகரித்தாள்.

சங்கர பாட்டீல் தம்பதிகளை நெருங்க நெருங்க அப்படிச் சொன்னாள். 'உனக்கு என்னுடன் நடப்பது அவமானமென்றால் இங்கிருந்து நான் ஜாகிங் போகிறேன். நீ குடும்ப விஷயத்தை இன்னும் விவரமாக அவர்களுடன் பேசிக்கொண்டு மகிழ்ச்சியாக வரலாம்.'

'ஏதேதோ சில்லியாகச் சொல்ல வேண்டாம்.'

அவள் அளவிற்கே நானும் அடி எடுத்து வைத்தேன். பாட்டீல் தம்பதிகளைக் கடந்து விட்டோம். ஷமியை மகிழ்ச்சிப்படுத்த வேண்டுமென்று நான் அவர் பக்கம் திரும்பியும் பார்க்கவில்லை.

'டிரைவ் போகலாமா?'

'வேண்டாம், தேங்க்ஸ்.'

'காஃபியாவது குடிக்கலாம்.'

'என்ன தாராளம்! , நன்றி. என் பாட்டிற்கு என்னை விட்டு விடு.'

கேட் அடைந்தவுடன், என்னைத் திரும்பியும் பார்க்காமல் பை கூடச் சொல்லாமல் புறப்பட்டுப் போய்விட்டாள்.

★★★

10

அடுத்த நான்கு நாள்கள் அவளிடமிருந்து ஃபோன் வரவில்லை. பிறகு நானாகச் செய்தேன். அவள் எடுக்கவில்லை. அதன் பிறகு எங்கள் குடும்ப விடுமுறை சுற்றுலாப் பயணம் ஏற்பாடுகள் என் மனதை ஆக்கிரமித்துக்கொண்டு ஷமியை மறந்து விட்டேன்.

மகனுக்கு விடுமுறை இருக்கும்போது பொதுவாக நாங்கள் பயணம் செய்வது வாடிக்கை. இந்த முறை ஓட்டுநரை ஏற்பாடு செய்துகொண்டு கேரளா போவது என்று முடிவு செய்தோம். நாங்கள் தங்கும் ஹோட்டலின் படத்தை ஒரு வாரத்திற்கு முன்பே மகனிடமும் ஷாலினியிடமும் காட்டி அவர்கள் உற்சாகத்தைக் கூட்டினேன். ஷாலினியின் பேக்கிங் ஆரம்பமானது. அவள் எப்போதும் மறந்துவிடுவாள் என்று அவள் ஷூக்களை நான் எடுத்து வைத்துக் கொண்டேன். எனக்கு காலைத் தேநீருடன் விருப்பமென்று கிரீம் பிஸ்கத் பொட்டணத்தை அவள் எடுத்து வந்தாள். கடைசி நிமிடத்தில் அவள் பையில் இடம் போதாமல் அவளுடைய பல துணிகள் என் சூட்கேசுக்கு வந்தன. இப்படி சின்னச் சின்ன விஷயங்களுக்கு அக்கறை வகிக்கும் வாய்ப்புகள் பயணத்து மகிழ்ச்சியை அதிகரிக்கச் செய்வனதான். அதேபோல் சாப்பிட என்ன ஆர்டர் செய்வது என்று நான் எதுவும் தெரியாத மக்கைப் போல் அவளிடம் சரணாவதும், கைவினைப் பொருள் அங்காடியில் இருபது ரூபாய் புல் விசிறியைக் காட்டி 'இதை வாங்கவா?' என்றவள் என் அனுமதியை வேண்டுவதும் போன்ற நாடகக் கணங்களை கடந்து போனோம்.

ஒரு வார விடுமுறை கழிந்தது தெரியவேயில்லை. திரும்பி வந்த பிறகு வேலைப் பளுவால் ஒரு நிமிடம் கூட ஓய்விருக்கவில்லை. பத்து நாள்களுக்குப் பிறகு லஞ்ச் பிரேக்கில் ஷமிக்கு ஃபோன் செய்தேன். உடனே எடுத்தாள்.

நான் ஹலோ என்றதும் ‘எப்படி இருந்தது கேரளா செகண்ட் ஹனிமூன்?” என்று கேட்டாள்.

இது சாஹூ கொண்டு சேர்த்த செய்தி என்பதில் எனக்குச் சந்தேகமே இல்லை. ஆனாலும் கேட்டேன் ‘உனக்கு யார் சொன்னார்கள்?’

‘பூனை கண்ணை மூடிக்கொண்டு பால் குடிக்கும்.’

‘தேன்நிலவு ஒன்றுமில்லை. போனது மகனுக்காக.’

‘உனக்காவது நேர்மையாக இரு.’

‘நாளை சந்திக்கலாம். எல்லாம் சொல்கிறேன்.’

‘எல்லாம்? ஹ. நீ கதை சொல்ல ஆரம்பித்தபோது சொன்னது நினைவிருக்கிறதா? எல்லாவற்றையும் யாருக்கும் சொல்ல முடியாது என்று சொல்லி இருந்தாய். அதனால் இவ்வளவு சொன்னது போதும். தேங்க் யூ.’

‘நீ தவறாகப் புரிந்துகொண்டிருக்கிறாய்.’

‘இப்போது என் தவறு என்று சொல்லவேண்டாம். அம்மாவுக்கு எதற்கோ மிக சந்தேகம் வந்திருக்கிறது. இனி இதை மூடி மறைப்பது சிரமம். என்னிடமிருந்து விலகியே இரு. உன் நல்லதுக்குத்தான் சொல்கிறேன். உஷாராக இரு.’ இது என்னை பயமுறுத்த சொன்னது.

‘கேரளாவுக்குப் போனது உனக்குக் கோபம்தானே? அது கட்டாயமாக இருந்தது.’

‘பிறகு? கட்டாயமாகத்தான் இருக்கும். உலகமே மறந்துபோகும். நாம் பேசி மூன்று வாரங்களானது என்பது உனக்கு நினைவிருக்காது.’

நான் மிக நம்பிக்கை இழந்த நிலையில் பேசக்கூடாததைப் பேசிவிட்டேன். ‘உன்னைத் தவிர வேறு பெண்ணைத் தொடாமல் வெகு காலமானது.’

‘அசிங்கமாகப் பேசாதே. நீ யார் கூட வேண்டுமென்றாலும் படு. வேண்டாம் என்றால் விடு. எனக்கென்ன. ஐ டோன்ட் கேர். அன்றே சொன்னேன்தானே. எனக்கு உன் குடும்பத்தின் மீது ஆர்வம் இல்லை. அது உன் பிரச்சினை. நான் யார் கூட

படுக்கிறேன் என்பதை உன்னிடம் சொல்வேன் என்றுகூட எண்ண வேண்டாம். இன்னும் கேள்: நீ எப்படிப்பட்ட தீயவன் என்றால் இத்தனை நாள் மனைவியைப் பற்றி ஒரு வார்த்தை கூட சொல்லவில்லை. இப்போது இந்த அசிங்கமான பேச்சைப் பேச அவளைப் பயன்படுத்திக் கொள்கிறாய். நீ உனக்கும் நேர்மையானவன் அல்ல. நீ வேறு மாதிரி மனிதன் என்று நினைத்தேன். மனைவி என்றால் தொல்லைகள் இல்லாத வசதிகள் உனக்கு. இன்னும் கேள்: நான் சமீபத்தில் ஒருவனை சந்தித்தேன். எங்கள் இருவருக்கும் ஒத்துப்போனால் திருமணம் செய்துகொள்வேன். அம்மாவுக்கும் நான் செட்டில் ஆனால் மகிழ்ச்சியாகும்.' இது என் வாயை அடைப்பதற்குப் பேசியது.

அவசரத் திருமணத்தைப் பற்றி அவளைச் சீண்ட வேண்டுமென்று தோன்றினாலும் அடக்கிக் கொண்டு தாஜா செய்தேன். 'நாளை சந்திக்கலாம். கோபப்படாதே. நிறையப் பேசவேண்டியிருக்கிறது.'

'சந்திக்கும் வரை இதை எல்லாம் பேசமுடியாது.'

திடீரென்று 'ஐ ஆம் இன் லவ்' என்றாள்.

'எனக்குத் தெரியும்.' அப்படிச் சொல்லும் போது என் இதயத் துடிப்பு திடீரென்று உயர்ந்தது. எளிமையாக நான் இந்த இறக்கத்தில் வழுக்கத் தொடங்கி இருக்கிறேன் என்று தோன்றியது. அவள் கூண்டில் மாட்டிக்கொண்டேனே என்று கவலையானது.

'இல்லை உனக்குத் தெரியாது.'

'அப்படி என்றால் நீயே சொல்.'

'போன மாதம் எங்கள் ஆர்ட் கியாலரி மீடியா கவரேஜ் செய்ய ஒரு நாளிதழ் அலுவலகத்துக்குச் சென்றிருந்தேன். அங்கே என் போலவே ஒருவன் வந்து காத்துக்கொண்டிருந்தான். டால் அண்ட் ஹேன்ட்சம். பேச்சோடு பேச்சாக அறிமுகம் வளர்ந்தது. நவ் ஐ ஆம் இன் லவ் வித் ஹிம். முதல் முறையாக எனக்கொரு வாலிபன் ஒத்துப்போகிறான். துணிச்சல்காரன். நேர்மையானவன்.'

என்ன சொல்வதென்று தோன்றவில்லை. வெல வெலத்துப் போனேன். பெருமூச்சு கூட வெளிவந்தது. அவள் சொன்னதை நம்பாதவன் போல் உளறினேன். 'அம்மா தாயே, தப்பாச்சு. போதும். இப்போது நிறுத்து.'

‘கண்டிப்பாக நிறுத்திவிடுகிறேன். இனி என்னைப் பார்க்க வரவேண்டாம். இத்தோடு இது முடிந்தது. நேரம் கிடைத்தால் உன்னைப் பற்றி சிறிது யோசித்துப் பார்.’

‘நாளை காலை காத்திருப்பேன். வராமல் இருக்க வேண்டாம். பிளீஸ். என்ன சொல்ல இருக்கிறேன் என்றால்...’

அதைக் கேட்டுக் கொள்ளாதவள் போல் நான் இன்னும் பேசிக்கொண்டிருக்கும் போதே ஃபோனைத் துண்டித்தாள்.

அவள் மறுநாள் கண்டிப்பாக வருவாள் என்ற நம்பிக்கை எவ்வளவு இருந்தது என்றால், நான் அதைப் பற்றி அதிகம் யோசிக்கவில்லை. இதுபோன்ற எத்தனை கலகங்களை கையாண்டிருக்கிறேன் என்ற திமிரும் இருந்தது. கிடைக்கும் போது அவளிடம் முதல் முதலாகப் பேச வேண்டிய வார்த்தைகளை மனதில் தயார் செய்துகொண்டேன்.

அப்படி இருந்தும் மனதைக் குத்தி, உள்ளே முறிந்துபோன சிறு சில்லுக்கள் என்றால் அன்று அவள் பை கூட சொல்லாமல் புறப்பட்டுப் போனதும், இன்று ஃபோனைத் துண்டித்ததும். மறக்க வேண்டுமென்றாலும் அவை நெருஞ்சி முள்ளாகக் குத்தியது. எப்படிப்பட்ட கருத்து வேறுபாடுகள் இருந்தாலும். பகை இருந்தாலும், ஒருவருக்கொருவர் தீவிரமாக வசைபாடிக் கொண்டாலும் மீட்டிங்களுக்குப் பிறகும் பை சொல்லி, வாழ்த்துச் சொல்லி, செயற்கையாக இருந்தாலும் சிரித்த முகத்துடன் விடைபெறும் ஒழுக்கத்தை கார்பரேட் உலகு கற்பித்திருந்தது. என்றால் அந்த நிலைப்பாடுகள் ஆழமாக இல்லாமல் கையாளும் அளவிலேயே இருக்கின்றன என்று பொருளா? தெங்கனகேரியிலிருந்து விடுபட எதிலும் தீவிர ஆழத்திற்கு இறங்கக் கூடாது என்ற முன்முடிவு சரி என்று இதுவரை தோன்றவில்லை. அந்த இன்னொரு உலகத்தின் சுதந்திரத்தை தன்னிச்சை என்று எண்ணியது என் தவறாக இருக்கலாம். உடல் உறவின் வரம்புகளும் எல்லைகளும் தன் உலகில் வேறுபட்டது என்று அவள் காட்டிக் கொடுப்பாள் என்று தோன்றியது.

மறுநாள் காலை ஐந்து நிமிடம் தாமதமானாலும் காக்கும் இடம், பத்து நிமிடம் தாமதமானால் போகும் வழி, அதைவிட அதிகமானால் சுற்றும் சுற்று எல்லாம் முடித்து, லால்பாக் முழுதும்

ஒரு மணி நேரம் சலித்துப் பார்த்தாலும் அவள் கண்ணில் படவில்லை.

★★★

11

பாஸ்கர் ராவ் பற்றி அலுவலகத்தில் பல வதந்திகள் பரவி குறைந்து, பரவிக் குறைந்து முடிவில் அவரை வழியனுப்பி வைக்கும் நாளும் வந்து விட்டது.

அவர் என்ன பேசலாம் என்பதைப் பற்றியே அந்த நாள் முழுதும் பேச்சு.

'எல்லாவற்றையும் சொல்லிவிடுவேன்' என்று அவர் சொன்னது மீண்டும் எல்லோர் வாய்க்கும் அவலானது. அலுவலகம் முழுதும் அன்று ஒருவகையான ஆதங்கமான, உற்சாகமான உணர்வு. உள்ளே இருக்கும் பூரணம் வெளியே வந்து ஏதோ ஒன்று நடக்கும் என்ற எதிர்பார்ப்பு.

காஃபி நிரம்பிய கோப்பையைப் பிடித்துக்கொண்டு என் கேபினுக்கு வந்த சாஹூ சொன்னான். 'ராவ் அய்யா மனதுவைத்தால் எதை வேண்டுமென்றாலும் சொல்லலாம். சொன்ன பிறகு என்ற கேள்வியை யாரும் கேட்டுக்கொண்டதில்லை.'

'அப்படியல்ல சாஹூ, இது கிளர்ச்சியை நாம் எவ்வளவு விரும்புகிறோம் என்பதன் சான்று. இந்த நிறுவனம் நமக்கு வெளிப்படையாகச் சொன்ன சில சங்கதிகள் வெத்து வேட்டாகி விட்டால் அல்லது இத்தனை நாள் சொன்னதற்கு மாறானதை இவர் சொல்லி விட்டால் அப்போது நிறுவனத்தின் மீதான நம்பிக்கை குறைந்துவிடும். இந்த நிறுவனத்திற்கே உரிய ஒரு மொழியும், அதற்கே உரிய அகராதியும் இருக்கிறதே, அதன் வலிமை குறைந்துவிடும். ராவ் இன்று மாலைவரை நிறுவனத்து மூத்த அதிகாரி என்பது நினைவிருக்கட்டும்.'

'நம்பிக்கை துரோகத்தைக் கையாள்வது தனி மனிதனுக்காகட்டும் நிறுவனத்திற்காகட்டும் மிகக் கடினம்.' சாஹூ காஃபியை மெல்ல உறிஞ்சினான்.

‘பார்க்கலாம் என்னதான் பேசுகிறார் என்று. இத்தனை நாள் காத்திருந்தோம், இனி மாலைவரை காத்திருப்பது என்ன சிரமம்.’ இப்படிச் சொல்லி கணினித் திரைக்குள் தலையை நுழைத்தான்.

நிகழ்ச்சி இருந்தது மாலை ஐந்து மணிக்கு. பாஸ்கர்ராவ் அன்று வழக்கம் போல் அலுவலகம் வந்து மிச்சம் மீதி இருந்த வேலைகளைச் செய்தார். சில நெருங்கியவரின் கேபினுக்குப் போய் விடைபெற்றார். மிக ஆர்வமுள்ளவர்கள் ‘என்ன பேசுவீர்கள் சார்?’ என்று கேட்டதற்கு ‘எதற்கு? மாலை நிகழ்விற்கு வரமாட்டீர்களா?’ என்ற மறு கேள்வியால் அவர்கள் வாயை அடைத்தார். அவருடைய இன்றைய சொற்பொழிவைப் பற்றி வியாண்டி மிக ஆதங்கத்துடன் யாரிடமோ சொல்லி அழுதாள் என்ற செய்தி பரவியது. செய்தி இதமானதாக இருந்தால் எப்போது யாரிடம் என்ன போன்றவற்றை ஒருவரும் கிளறப்போவதில்லை. இதுவும் அதுபோலவே அலுவலகம் முழுதும் பரவியது.

பெரிய நிகழ்ச்சிகளை எப்போதும் அலுவலக கேன்டீனில் நடத்துவார்கள். சாப்பாட்டிற்குப் பிறகு மேசைகளை நகர்த்தி அங்கே நாற்காலிகளைப் போட்டால் நூற்றுக் கணக்கில் மக்கள் உட்காரலாம். இன்றைய வழியனுப்பும் நிகழ்வும் அங்குதான் நடக்க இருந்தது. அப்போதே ஒரு பக்கம் ஏற்பாடுகள் ஆரம்பமானதால் ராவ் ஓய்வு விஷயத்தை மறந்தவர்களுக்கும் நினைவூட்டியது போலாகி எல்லா சாப்பாட்டு மேசைகளிலும் இதே பேச்சுத்தான் நடந்தது. நான் போய் உட்கார்ந்த இடத்திலும் அதே செய்தி.

‘எல்லாம் எழுதிக்கொண்டு வந்திருக்கிறாராம். எதுவும் விட்டுப்போகக் கூடாது என்று. அவர் என்றும் எழுதிக்கொண்டு வந்து பேசியது இல்லையாம்.’

‘ராவ் அய்யா எழுதிக்கொண்டு வந்து பேசுவது என்றால் என்னால் நம்ப முடியவில்லை. அவர் இயல்பிற்கு மாறானதைச் செய்கிறார் என்று பொருள்.’

‘கூட்டத்தின் முழுப் பொறுப்பும் எம்டி அலுவலகத்திலிருந்தே செய்யப்பட்டிருக்கிறது என்றும், முன்பு எப்போதும் நடக்காத அளவிற்கு ஆடம்பரமாக நடத்தச் சொல்லியும் இருக்கிறார்களாம். எங்கள் மார்க்கெட்டிங்காரர்களே ஒரு ஃபில்ம் வேறு தயாரித்திருக்கிறார்களாம்.’

'அப்படி என்றால் ராவ் குண்டு வெறும் செய்தி மட்டுமா?'

'இத்தனையும் இருந்து அந்தக் குண்டு வெடித்தால் அதன் எஃபக்ட் வேறு.'

குண்டு கிண்டு எல்லாம் நம் கற்பனை. அவருக்கு அப்போதே வேறு எங்கோ வேலை கிடைத்திருக்கிறதாம். எச் ஆர் பிரிவைச் சேர்ந்தவர்கள் என்றும் வேலை இல்லாமல் சும்மா இருக்க மாட்டார்கள். நாம் வாய் சபலத்தை தீர்த்துக் கொண்டதுதான் மிச்சம்.'

'நம்மால் முடியாது, வேறு யாரோ குண்டு போடுகிறார் என்று நம்புவது.'

இப்படி பல செய்திகளுக்கு நடுவில் சாப்பாட்டை முடித்துவிட்டு வந்தேன். மதிய வேலைகளும் கூட மெல்ல நகர்ந்துகொண்டிருப்பது போல் தோன்றின. நடுவில் நான் ஒருமுறை வேடிக்கையாக எச்சரித்தேன். 'அவர் ரிடைராகிப் போகிறார். நாம் இங்கேதான் இருப்போம்.'

மாலை எல்லோரும் சரியாக ஐந்து மணிக்கு சேர்ந்தார்கள். 'தேங்க் யூ மிஸ்டர் ராவ்' என்ற பெரிய பதாகை மேடையின் பின் சுவரை முழுமையாக ஆக்கிரமித்திருந்தது. முன்னால் இருந்த மேசைகள் மீது பூக்குவளைகள். போடியம்-க்கு பூச்சர மாலை அலங்காரம். ஸ்லீவ்லெஸ் பிளவுஸ் அணிந்து, அருமையான சேலையை உடுத்தியிருந்த வியாண்டி அங்கிங்கும் அலைந்து கொண்டு எல்லாவற்றுக்கும் தன் 'டச்' கொடுக்க முயன்றாள். அவளை சேலையில் பார்த்திராதவர்கள் அதையும் காரணமாக்கிப் பேசினார்கள். பாஸ்கர்ராவ் மனைவியும் வந்திருந்தார். முதல் பார்வைக்கு மிக நவீனமான பெண் என்று எண்ணுவது போல் இருந்தார். முன் வரிசையில் உட்கார்ந்திருந்த நிறுவனத்து மூத்த அதிகாரிகள் எல்லோரிடமும் அவர் தனித் தனியாகப் பேசினார்.

மேடை மீதிருந்தது இரண்டே நாற்காலிகள். ஒன்றில் ராவ், இன்னொன்றில் எங்கள் எம்டி சேகர் சன்யால் உட்கார்ந்திருந்தார்கள். ராவ் இறுக்கமாக இருப்பது போல் தோன்றியது.

முதல் முதலாக பாஸ்கர்ராவ் வலதுகை என்று பிரபலமான ஆஷிஷ் கன்னா பேசினான். தற்போதைக்கு அவன்தான் ராவின்

எல்லா வேலைகளின் பொறுப்பையும் தற்காலிகமாக வகித்துக் கொள்கிறான் என்று காலையிலேயே அறிவித்திருந்தார்கள். சிறு வரவேற்புரைக்குப் பிறகு அன்றைய நாளின் மகத்துவத்தை விவரித்தான். பிறகு பாஸ்கர் ராவின் முழு கெரியரை சுருக்கமாக அறிமுகம் செய்து வைத்தான்.

‘மிஸ்டர் ராவ் மங்களூரைச் சேர்ந்தவர். அங்கேயே பி ஏ முடித்து மும்பையில் எம் ஏ படித்தார். அவர் நம் நிறுவனத்தில் சேர்ந்தது அவருடைய இருபத்தியைந்தாம் வயதில். அப்போது அவர் நமது மும்பை தொழிற்சாலையில் வேலை செய்தார். யூனியன் நாள்களின் கெடுபிடி ஜோராக இருந்தபோது தொழிலாளர்களுடன் சுமுகமான உறவை சாதித்ததுஅவரைப் பிறகு நம் நிறுவனத்தில் மிக உயர்ந்த பதவியை அடையச் செய்தது. பிறகு அவர் திரும்பிப் பார்க்கவே இல்லை. கடந்த பத்து ஆண்டுகளாக பெங்களூர் கார்ப்பரேட் அலுவலகத்தில் பணியாற்றிக்கொண்டு இப்போது வைஸ் பிரஸிடெண்டாக இருக்கும் போது விருப்ப ஓய்வு பெறுகிறார். ஓய்வு பெறுவதற்கு முக்கிய காரணம் இளம் தலைமுறையைப் பற்றிய அவர் அக்கறை. வாழ்க்கையில் முதல் வேலையை நம்மைப் போன்ற நிறுவனங்களில் பெற்றவர்களுக்கு பயிற்சியளிக்கும் நிறுவனம் ஒன்றைத் தோற்றுவிக்க வேண்டுமென்ற கனவை அவர் கண்டுகொண்டிருக்கிறார். தனி மனித-நிறுவன உறவை வலுப்படுத்துவது அவர் நோக்கம். அடுத்தடுத்து புதிய தலைமுறையைத் தயார் செய்ய வேண்டுமென்ற அவருடைய தீவிரமான அக்கறைதான் இந்த உருவைப் பெற்றிருக்கிறது. அவர் கனவு நினைவாகட்டும். எதிர்காலத்தின் அவர் எல்லா முயற்சிகளுக்கும், எல்லா வகையிலும் வாழ்த்தைக் கூறுகிறேன்.’

கன்னாவின் சொற்பொழிவு முடிந்ததும் ராவ் பற்றிய ஒரு ஃபில்மைக் காட்டினார்கள். அதில் நிறுவனத்து மூத்த அதிகாரிகள் ராவ் பற்றிக் கூறிய கருத்துக்கள் இருந்தன. அவர் பழைய சகபணியாளர்கள் மட்டுமல்லாமல் ஓய்வு பெற்றவர்களும் கூட முந்தைய நினைவுகளைப் பகிர்ந்துகொண்டிருந்தார்கள். அவர் மனைவியும் சில வார்த்தைகளைச் சொல்லி இருந்தார். ‘இத்தனை ஆண்டுகள் அவருக்கு இந்த நிறுவனம்தான் முதலுரிமையாக இருந்தது. இனியாவது குடும்பத்தின் மீது கவனம் செலுத்துவார் என்று எண்ணி ஓய்வு பெறுவதை வரவேற்கிறேன்’ என்றார்.

ராவ் அழகான வாலிபனாக இருந்த பழைய ஃபோட்டோக்களை காட்டினார்கள். பளபள என்று ஒளிரும் கறுப்பு முடியைப் பின்னால் வாரி, டை கட்டி நின்ற கவர்ச்சியான இளைஞனின் பலவகைத் தோற்றங்கள் இருந்தன. ஒன்றில் மனைவியின் தோள் மீது கை வைத்துக் கொண்டு நின்றிருந்தார்.

பிறகு அவர் பழைய சகபணியாளர்களில் ஒருவரான கே. சுந்தர் பேசி ராவ் பற்றி யாருக்கும் தெரியாத விவரங்களைச் சொன்னார். மிக வேடிக்கையாகப் பேசி எல்லோரையும் சிரிக்க வைத்தார். அவர் ஆரம்பித்ததே ராவ் அவருடைய இனிஷியலிலிருந்து.

'இவன் என் கிளாஸ் மேட், ரூம் மேட் இரண்டுமாக இருந்தவன். அவன் மனைவியை விட அதிக காலம் நான் அவனை அறிவேன். அவனைப் பற்றி அவனை விட நான் நன்றாகப் பேசுவேன். வாய்ப்புக் கிடைத்தது மட்டும் இன்றுதான்!

'முதல் முதலாக அவனுக்கு மறந்துபோன இனிஷியலையே எடுத்துக் கொள்வோம். இவன் அடிப்படையில் குக்குஜட்கா பாஸ்கரன். அவன் சர்டிஃபிகட்டைப் பார்த்தால் அது தெரியும். நானும் அதே ஊரைச் சேர்ந்தவன். என் பெயருக்குப் பின்னாலும் அதுதான் இருப்பது. நாங்கள் எப்படிப்பட்ட நெருங்கிய நண்பர்கள் என்றால் இருவரும் ஒன்றாக மெட்ரிக் தேர்வில் இங்கிலிஷில் ஃபெயில் ஆகியிருந்தோம். அடுத்து என்ன செய்ய வேண்டுமென்று தெரியாமல் ஊரை விட்டு மங்களூர் வந்தோம். அந்த ஓராண்டு சிறு வேலைகளைச் செய்துகொண்டு அலைந்தோம். ஒரு ஹோட்டலில் வேலை செய்தோம். அந்த அனுபவங்கள் எப்படி மிகக் கடினமாக இருந்தன என்றால் மெட்ரிக் தேர்வில் தேர்ச்சியடைய அதைவிடப் பெரியஉந்துதல் தேவையிருக்கவில்லை. உறுதிபூண்டு தேர்ச்சியடைந்து கல்லூரியில் சேர்ந்தோம். வீட்டிலிருந்து உதவி கிடைப்பது இருக்கட்டும் அவர்களுக்கு நாங்கள் உதவ வேண்டிய நிலைமை இருந்தது. பிறகு பிஏ முடித்தபோது அவனுக்கு இங்கிலிஷில் ஃபஸ்ட் கிளாஸ் வந்தது. இருவரும் ஒன்றாக மும்பை போய் அங்கே இரவில் வேலை செய்து பகலில் படித்தோம். பிறகு ஒன்றாக இந்த நிறுவனத்தில் சேர்ந்தோம். அப்படிச் சேரும் போது அவன் தன் பெயரிலிருந்து குக்குஜட்கா-வை நீக்கிவிட்டான்.

இனிஷியலைக் கைவிட்டு ராவ் என்று சேர்த்துக்கொண்டான். அவன் வார்த்தையில் சொல்லவேண்டுமென்றால் லாஸ்ட் நேம் ராவ், ஃபஸ்ட் நேம் பாஸ்கர். அப்போது எனக்கு அது வேடிக்கையாகத் தெரிந்தது. ஆனால் அவன் பழையதைத் துறந்து புது மனிதனாகப் புறப்பட்டிருந்தான். எப்போதும் ஊர்ப் பெயரை நினைவுபடுத்தும் பெயரை விட்டுக் கொடுத்தான். அதற்கும் துணிச்சல் வேண்டுமல்லவா.

'என்னால் மட்டும் அதை விட முடியாமல் இன்னும் அதனுடன் போராடிக் கொண்டிருக்கிறேன். குக்குஜட்காஎன்பதை நான் இங்கிலிஷில் எழுதும்போது இதுவரை அதை சரியாக யாரும் உச்சரிக்கவில்லை. அதனால் அவன் செய்த முன்னாலோசனைக்கு இங்கிலிஷ் மீதான கருணைதான் காரணம் என்று நினைக்கிறேன்.

'பிறகு வேலைக்கு வந்தால், அங்கேயும் அவனுக்கு அதிர்ஷ்டம் அடிக்க வேண்டுமா? எங்கள் அதி பயங்கர யூனியன் லீடர் கஜானனுக்கு அதுவரை துளு பேசும் ஒரு மேலாளர் கிடைத்திருக்கவில்லை. அவனுக்கு பாஸ்கரைப் பார்த்துத் தழுவிக் கொஞ்ச வேண்டுமென்று தோன்றினால் இவன் அதிர்ஷ்டம் என்று சொல்லாமல் என்ன சொல்ல வேண்டும்? இருவரும் சுமுகமான உறவை வைத்துக்கொண்டு ஊருக்குப் போகும் போதெல்லாம் பலா, மா அப்பளங்களை வாங்கி வந்து விநியோகம் செய்யத் தொடங்கினார்கள். இவன் ஆரம்ப நாள்களின் கார்ப்பரேட் வெற்றிக்குப் பின்னால் துளுவும் பலா அப்பளமும் இருக்கிறது என்று ஒரு கட்டுரையைக் கூட எழுதலாம்! பிறகு பார்சி அழகியைத் திருமணம் செய்துகொண்ட பிறகு கன்னடமும் துளுவும் இவனுக்கு மறந்தே போனது. சில சமயம் நாங்கள் ஒன்றாக தேநீர் கடையில் வேலை செய்தது உண்மையா பொய்யா என்று எனக்கு வியப்பாகும். முந்தையதை எல்லாம் அழித்து விட்டு தன்னையே அடிப்படையில் மாற்றிக்கொள்ளக் கூடிய அந்த குணம் தான் இவனை இதுவரை அழைத்து வந்தது என்றால் மிகையல்ல. இப்போது இவன் தொடங்க இருக்கும் புது நிறுவனமும்கூட இப்படி மக்களை அடிப்படையில் மாற்றும் நோக்கத்தைத்தான் பெற்றுள்ளது. நம்மைப் போன்ற நிறுவனங்களில் எதிர்காலத்தை உருவாக்கிக்கொள்ள இளம் தலைமுறைகளுக்கு பயிற்சியளிக்க இவனைவிடப் பொருத்தமான அனுபவமிருக்கும் நபர் வேறு

யார் இருக்கிறார்கள்? அவனுக்கும் அவன் மனைவி தனாஜுக்கும் நன்மை உண்டாகட்டும்.'

இப்படி தன் சிறப்பு விவரங்களாலும், பேசிய தோரணையாலும் எல்லோரையும் சிரிக்க வைத்த சுந்தர் பேச்சுக்கு உரக்கக் கைதட்டல்கள் கிடைத்தன. அதன் பிறகு எம்டி சொற்பொழிவு. அவரோ புகழ்ந்து தள்ளிவிட்டார். பாஸ்கர்ராவ் நிறுவனத்தில் சேர்ந்ததிலிருந்து இதுவரை செய்த சாதனைகளை ஒவ்வொன்றாகப் பட்டியலிட்டார்.

முடிப்பதற்கு முன், 'இவர் விஆர்எஸ் ஸ்கீமை நடைமுறைக்குக் கொண்டு வந்து தொழிலாளர்களுக்கு லாபம் ஏற்படும் வகையில் செயல்படுத்தினார். இப்போது அதைத் தானாக முன்வந்து ஏற்றுக்கொள்ளத் தயாராக இருப்பது அவருக்கு அதில் இருக்கும் நம்பிக்கையையும் நேர்மையையும் காட்டுகிறது. அவர் நம் நிறுவனத்தை விட்டுப் போகாதவாறு அவர் மனதைக் கவர முயன்றோம். ஆனால் அவர் இளம் தலைமுறையை புதிய பொருளாதாரக் காலத்திற்குத் தக்கவாறு உருவாக்க வேண்டும் என்ற தம் புதிய நிறுவனத்திற்குக் கடமைப்பட்டிருக்கிறார். அந்த நல்ல நோக்கத்திற்குக் குறுக்கே நிற்கக்கூடாது என்று அவர் ராஜினாமாவை ஏற்றுக்கொள்ள வேண்டியதானது. இப்போது அவர் முன்னால் முதல் முறையாக வேண்டுதல் ஒன்றை வைக்கிறேன். அவர் ஏற்றுக்கொள்ள வேண்டுமென்பது எங்கள் விருப்பம். அது என்னவென்றால் நம் நிறுவனம் அவர் புதிய நிறுவனத்தின் முதல் பெரிய வாடிக்கையாளராக வேண்டும் என்பது. நம்மிடமிருந்தே அவர் பயணம் தொடங்கட்டும். இனி அவர் நம்மிடம் நேரடியாக வேலை செய்யாமல் இருந்தாலும் மறைமுகமாக வழிகாட்டுவார் என்ற நம்பிக்கை இருக்கிறது.' என்று பாஸ்கர்ராவைப் போற்றிப் புகழ்ந்தார்.

இத்தனை புகழ்ச்சிக்குப் பிறகும் கடைசியில் பாஸ்கர்ராவ் பேச எழுந்து நின்றார். என்றும் தயங்காத ராவ் தடுமாறியது போல் இருந்தது. வியாண்டிக்கு அவர் முகத்தைப் பார்க்கும் துணிச்சல் இல்லாமல் தரையைப் பார்த்துக்கொண்டு அமர்ந்தாள். எல்லோரும் அவர் பேச்சைக் கேட்க ஆர்வமாக இருந்தார்கள்.

'நான் பல விஷயங்களை இந்தத் தருணத்தில் சொல்ல வேண்டும்.' என்று அவர் சொன்னதும் ஏதோ குண்டு வெடிக்கும் என்ற எதிர்பார்ப்பு எல்லோரிடமும் நிரம்பியது.

'இது என் தொழில் வாழ்க்கையை ஆராய்ந்து பார்க்கும் நல்ல வாய்ப்பு. பயப்பட வேண்டாம் நீண்ட சொற்பொழிவாற்றாமல் முக்கிய விஷயங்களை மட்டுமே சொல்கிறேன். சில விஷயங்களை நிறுவனத்தில் இருக்கும் போது சொன்னால் சரிவராது. ஆனால் அவற்றை என்றாவது நமக்கு நாமே சொல்லிக்கொள்ளவேண்டியிருக்கும்.' பையில் மடித்து வைத்திருந்த ஒரு தாளை வெளியே எடுத்து கையில் வைத்துக்கொண்டார். அவர் எழுதிக்கொண்டு வந்திருக்கிறார் என்று செய்தி பரப்பியவர்களுக்கு மகிழ்ச்சியானது.

அரங்கம் முழுதும் அமைதியாக அவர் அடுத்த வார்த்தைகளுக்குக் காத்திருந்தது. எல்லோர் முகத்தின் மீதும் ஏதோ குழப்பம்.

ராவ் தன் விஷயத்தைச் சொல்வதற்கு முன், தனக்கு முன் பேசியவர்களுக்கு நன்றி சொல்லப் போனார். அநேகமாக அங்கேதான் அவர் குழியில் விழுந்தார். வேண்டுதல், தேவை போன்ற மென்மையான கருவிகளால் மூடியிருந்தாலும் சன்யால் அய்யா வீசிய 'முதல் பெரிய வாடிக்கையாளர்' என்ற கயிறு அதிக வலுவாக இருந்தது.

'எல்லாவற்றுக்கும் முன்பு என்னைப்பற்றிப் பேசிய ஆஷிஷ் கன்னாவுக்கும், சுந்தருக்கும், சேகர் சன்யாலுக்கும் நன்றி சொல்ல வேண்டியது என் கடமை. கூடவே என் அலுவலகப் பணிகளை கவனித்துக்கொண்ட வியாண்டிக்கு எவ்வளவு நன்றி சொன்னாலும் போதாது.

'மாற்றம் மனிதனுக்குத் தேவையானது. என் நம்பிக்கை என்னவென்றால் மனிதன் நிரந்தரமாக மாறிக்கொண்டே இருக்க வேண்டும். அதே போல் நிறுவனமும் கூட. எம்டி அவர்கள் குறிப்பிட்ட விஆர்எஸ் ஸ்கீமை நான் அமலுக்குக் கொண்டு வந்தது நான் அந்தப் பதவியில் இருந்ததால். அதன் பெருமை எல்லாம் அதற்கு உதவியவர்களுக்குச் சேர வேண்டும். ஒரு நிறுவனத்தின் வளர்ச்சிக்கு என்ன தேவை என்றால்...'

இப்படி அவர் தண்டவாளம் நிறுவன வளர்ச்சியைப் பற்றி எப்போது போகத் தொடங்கியதோ அவர் பேச்சுகள் அவருக்கு அதுவரை பழகிய வகையில் நகரத்தொடங்கின. அதே சொல்லாடல்கள், வார்த்தைக் கோர்வைகள். விஆர்எஸ் ஸ்கீமை செயல்படுத்திய தனது அனுபவத்தைச் சொல்லிக்கொண்டே, தான் மாறிய முறையைச் சொல்லி, நுட்பமாகத் தன்னையே புகழ்ந்துகொண்டு பத்து நிமிடங்களுக்குப் பிறகு திரும்ப முடியாத பாதைக்குப் போய்விட்டார். ராவ் மாட்டிக்கொண்டார். என்ன செய்தாலும் அவரால் அங்கே இருந்து திரும்ப முடியவில்லை. நிறுவனத்து வளர்ச்சி, தொழில் முறை, உறுதி, வேலையில் மகிழ்ச்சி காண்பது, தெரிவுச் சுதந்திரம், தொழிலில் மேன்மை அடைவது - போன்ற ஆண்டுக் கணக்கில் பேசிப் பேசிப் பழகிப்போன சொல்லாட்சிகள் அவரை யோசிக்கக் கூட வாய்பளிக்காமல் பாய்ந்து வந்தன! வார்த்தைக்கு வார்த்தை சிறகு உதிர்ந்து அந்தக் கூண்டில் அவர் சிறையானார். ஒரு கட்டத்தில் தன் கையிலிருந்த, தான்குறித்து எடுத்து வந்திருந்த காகிதத் தாளை பையில் சேர்த்துவிட்டார். அதன் மடிப்பைத் திறக்கும் தேவை இருக்கவில்லை.

விடைபெறும் சொற்பொழிவை முடித்துக்கடைசியில் அவர் இரண்டு கைகளைத் தூக்கி வணங்கி உட்கார்ந்த போது எம்டி நிம்மதியாகப் பெருமூச்சு விட்டார். எல்லோரும் எழுந்து நின்று கைதட்டினார்கள். பெரிய கரகோஷம்! அவர் சொல்லவேண்டியது எல்லாம் இவ்வளவுதானா என்ற ஏமாற்றம்.

தன் சொற்பொழிவைப் பற்றி வியாண்டியிடம் என்னென்ன சொல்லி இருந்தாரோ, அவர் பேச்சுக்குப் பிறகு அவள் மிக நிம்மதியாக எதுவும் தோன்றாமல் காரணமின்றி புன்னகைத்துக் கொண்டே மகிழ்ச்சியில் இமை படபடக்க அங்கிங்கும் பார்த்துக் கொண்டிருந்தாள்.

பிறகு சிற்றுண்டி. தெரிவு செய்த சிலருக்கு மட்டும் அன்று இரவு டின்னருக்கு அழைப்பிருந்தது. எல்லாம் நல்லபடியாக நிறைவேறியது! நோ பிராப்ளம்! புரட்சிகரமான கிளர்ச்சியும் கூட சுகமாக மெத்தையில் உறங்கியது. சொல்லியது எல்லாம் எல்லோருக்கும் கேட்டதா?

★★★

12

ராவ் அய்யாவின் விருப்ப ஓய்வுக் கதையை ஷமியிடம் சொல்ல வேண்டுமென்று தோன்றியது. அதன் சார்பாகவும், எதிர்த்தும் எவ்வளவு பேசியிருந்தோம் என்றால், கட்சி அமைப்பது ஒன்றுதான் பாக்கி இருந்தது. ராவ் அய்யாவை வழியனுப்பும் விழாவைப் பற்றி என்னைப் போலவே அவளும் உற்சாகமாக இருந்தாள். அன்றைய கடுமையான ஃபோன் உரையாடலுக்குப் பிறகு எங்கள் இடையில் தொடர்பு இருக்கவில்லை.

அந்த யோசனையிலேயே ஷமிக்கு ஃபோன் செய்தேன். பதிலில்லை. ராவ் அய்யாவின் குண்டு டுஸ் என்றது. நாளை லால்பாகிற்கு வா எல்லாவற்றையும் சொல்கிறேன் என்று மெசேஜ் அனுப்பினேன். எல்லாவற்றையும் சொல்கிறேன் என்பதை கொட்டேஷனில் அடக்கி வைத்தேன். ஆறு மணிக்கு அங்கே இருப்பேன் என்று மற்றொரு செய்தியை அனுப்பினேன். காத்திருப்பேன் வா என்றேன். வெகு நேரத்திற்குப் பிறகு ‘காத்திருப்பது உன் விருப்பம்’ என்று பதில் அனுப்பினாள்.

மறுநாள் காலை நான் லால்பாக் போன போது எல்லாம் எப்போதும் போல் இருந்தது. எவ்வளவு நேரமானால் யார் எந்தப் பக்கம் சுற்ற வேண்டும் என்பது மறந்து போனது. கேட் அருகே கல்பெஞ்ச் மீது வெறுமனே உட்கார்ந்திருந்தேன். இங்கே வந்து போகிறவர்களைப் பார்த்துக்கொண்டே எவ்வளவு நேரம் வேண்டுமென்றாலும் உட்காரலாம் என்று தோன்றியது. கேட் வரை மெல்ல வரும் ஜனம், உள்ளே நுழைந்ததும் தவ மகிமை என்பதைப் போல திடீரென்று விரைவாக நடக்கத் தொடங்குவார்கள். நடுவயதுச் சிறிய குழுவொன்று வாக்கிங் முடித்து விட்டு அருகே ஹோட்டலுக்குப் போகும் ஆர்வத்தில் அப்படியே சிற்றுண்டி விஷயத்தையே பெரிதாகப் பேசிக்கொண்டு வெளியே விரைந்தார்கள். அருகே புல்வெளியில் சிலர் தங்கள் உடல்நிலையைப் பற்றி தாங்களே நம்பிக்கையை ஏற்படுத்திக் கொள்பவர்கள் போல் வேகவேகமாக கை கால்களை அசைத்துக்கொண்டு, நின்ற இடத்திலேயே ஓடிக்கொண்டு பலவகை சேட்டைகளை செய்துகொண்டிருந்தார்கள். குனிந்து

பாதத்தைத் தொட முயன்று, அது நிறைவேறாமல் போனால் திருட்டுத் தனமாக அங்குமிங்கும் பார்ப்பார்கள்.

எவ்வளவு நேரமானாலும் ஷமி வரவில்லை. இனி அவளைத் துரத்துவதில் அர்த்தமில்லை என்று என் உள்மனதிற்குத் தோன்றியது. எழுந்து தனியாக நடக்கத் தொடங்கினேன்.

அவளுடன் பேசிய கடைசிப் பேச்சு என்னவென்று யோசித்தால் சரியாக நினைவுக்கு வரவே இல்லை. கடைசிப் பேச்சுகள் அப்படித்தான். ஏதோ அற்ப சங்கதிகளாக இருக்கும் - வாழ்க்கையின் நிலையற்ற தன்மையைப் பரப்பிச் சொல்வது போல். அது கடைசி வார்த்தை என்று தெரியும் வரை அதற்கு மகத்துவம் இருக்காது. வாட்டசாட்டமாக இருந்த என் பெரியப்பா இறந்தபோது, அந்த நொடி, அவருடன் நான் இருந்தேன். ‘அந்த வாழைத்தாரை அந்தப் பக்கம் எடுத்து வைடா’ என்றதுதான் அவர் கடைசி வார்த்தை. அதை அந்தப் பக்கம் எடுத்து வைத்து வரும் வேளை அவர் இருக்கவில்லை. மருமகளை தினமும் நக்கல் செய்யும் கெட்ட வாய்கொண்ட என் முப்பாட்டி சாகும் வேளை ‘இன்னும் தோசை வார்க்க வராது, சிறுக்கி’ என்று சொல்லியிருந்தாராம். சமையலறைச் சுவரில் சாய்ந்து உட்கார்ந்து தட்டில் போட்ட தோசை அடர்த்தியாக இருந்தது என்ற ஏமாற்றத்தில் அவர் அப்படி முனகி இருந்தார். அந்த தோசையின் முதல் துண்டை சாப்பிட்டதுதான் - அடுத்த நொடி அதே தட்டின் மீது கவிழ்ந்து விழுந்து உயிரை விட்டிருந்தார்.

அவள் இன்று வராமல் இருந்தது எனக்கு அதிக ஏமாற்றத்தை ஏற்படுத்தவில்லை என்பது உண்மை. அவள் இப்படி வெட்டிக்கொண்டு போவதை நான் நுட்பமாக ஊக்குவித்தேன் என்பது என்னை பாதித்திருக்க வேண்டும். அவள் கேட்ட கேள்விகளால் நான் துணிச்சலை இழந்திருந்தேன் என்பது உண்மை.

அது யாரோ நான் பார்க்காதவனுடன் மஜா பண்ணிக்கொண்டு இருக்கிறாள் என்று தோன்றி எனக்குள் பொறாமை உண்டானது. என்னை விட சின்னவனாக இருக்கலாம், கட்டுமஸ்தானவனாக இருக்கலாம். அன்று அவள் சிறிதாக விவரம் கொடுத்திருந்தாள். உயரமாக இருக்கிறானாம். தாடி இருக்கிறதாம் அந்தப் படுபாவிக்கு.

ஏரியைச் சுற்றி நடக்கும் போது இதற்கு முன் கிமானி வக்கீல் கதையைச் சொன்ன தருணங்கள் நினைவிற்கு வந்தன. முக்கியமான பகுதி இன்னும் வர இருந்தது: இவ்வளவு சொன்ன பிறகு நெருக்கடி நிலைமையை அவர் எதிர்த்த வகையைச் சொல்லாமல் விடுவதாவது எப்படி? எதற்கும் தொடர்பில்லை என்று தோன்றும், ஆனால் அதே காலத்தில் நடந்த சுங்காபுரத்தார் நிகழ்வை இத்துடன் வைத்துப் பார்க்காவிட்டால் வக்கீல் கதையின் மற்றொரு கோணம் விடுபட்டுப்போகுமே. அவளை வெல்லவென்று அந்தக் கதையைச் சொல்லும்போது எப்படிப்பட்ட பேரார்வம் இருந்தது என்பதை நினைத்துப் பார்க்கும் போது படைப்பாற்றல் ரகசியம் ஒன்று அதில் இருக்கலாம் என்று தோன்றியது. அப்படியான கவர்ச்சியும், தீவிரமும் இருக்கும் போது பொங்கும் கற்பனை வளம் சிறப்பானது. வக்கீல் அய்யாவை இப்படி எல்லாம் பயன்படுத்திக்கொண்டதைப் பற்றி நுட்பமான தார்மீகக் கேள்வியை எழுப்பலாம். அப்படி எல்லாம் முடியைப் பிளந்துகொள்ளவும் நேரமிருக்க வேண்டுமல்ல.

இதை எல்லாம் நினைத்துக்கொண்டு நடக்கும்போது அவள் மீது மீண்டும் மோகம் தோன்றி, கூட இல்லாவிட்டாலும் இருந்த அவளிடம் மீதக் கதைகளைச் சொல்ல வேண்டுமென்று தோன்றியது.

★★★

படலம் : நான்கு

சொன்னால் நீங்கள் நம்பமாட்டீர்கள்

இது தன்னுடைய பாராட்டு விழா என்பதையும், இந்தப் புகழ்ச்சி தம்மைப் பற்றியது என்றும் முழுமையாக நம்ப முடியாத அளவிற்கு சுங்காபுரர்குழம்பிப்போயிருந்தார். உயர்நிலைப் பள்ளி ஆசிரியராகக் கழித்த அவர் வாழ்க்கையில் யாரும் அவரை அப்படிப் புகழ்ந்ததில்லை. பேச எழுந்து நின்றபோது அவர் வாயடைந்து போயிருந்தது. நெஞ்சம் நிறைந்து வந்து தழுதழுத்தார். 'இந்தக் கூட்டத்தின் தலைவரான ராயக்கர் அவர்களே' என்று கூறிய பிறகு எந்த வார்த்தைகளும் வாயில் வராமல் கண்ணாடியைக் கழற்றி கண்ணைத் துடைத்துக் கொண்டார்.

இது எதுவும் திட்டமிடப்பட்டதல்ல. ஹூப்பள்ளியில் பத்திரிகையாளனாக இருந்த பிரகாஷ் என்ற அவர் மாணவன் விடுமுறைக்கு ஊருக்கு வந்தபோது தன் ஆசிரியரான சுங்காபுரர் அந்த வாரம்தான் பணி ஓய்வு பெற்றிருந்தார் என்ற செய்தியறிந்து அவருக்கொரு பாராட்டு விழா நடத்திவிடலாமென்று முடிவு செய்தான். அவன் பத்தாம் வகுப்பிலிருந்தபோது சுங்காபுரர் செய்த அந்த ஐந்து நிமிட உபதேசத்தால் தன் வாழ்க்கைத் திசை மாறியதென்பது அவன் நம்பிக்கையாக இருந்தது. பள்ளியில் மிகச் சாதாரண மாணவனாக இருந்த அவனுக்கு ஆரம்பநிலைத் தேர்வில் கிடைத்த மதிப்பெண்கள் எல்லாம் முப்பதுக்கு அருகில்தான் இருந்தன. அந்த மதிப்பெண் பட்டியலை வாங்க வந்த நாள் எல்லோரும் ஆசிரியர்கள் கண்ணில் படாமல் தப்பித்துக்கொண்டு ஓடப்பார்க்கும் போது அவனைப் பள்ளி வளாகத்தில் பிடித்து நிறுத்திக் கொண்டு சுங்காபுரர் அறிவுரை சொல்லியிருந்தார்.

இன்னும் ஒரு மாதம் சரியாகப் படித்தாலும் போதும் நீ முதல் வகுப்பில் தேர்ச்சி பெறுவாய் என்று ஊக்குவித்தார். ‘சரியாக கவனம் வைத்துப் படித்தால் புரியாத அளவிற்குக் கடினமான எந்த விஷயமும் பத்தாவது வகுப்பில் இல்லை’ என்றவர் சொன்னது பிரகாஷ் மனதில் பதிந்துவிட்டது. முதல் வகுப்பில் தேர்ச்சி பெறுவாய் என்று யாரும் அவனிடம் இதுவரை சொன்னதில்லை. அந்த சாத்தியக்கூறுகளால் அவனுக்குள் எந்த சக்கரம் விழித்துக்கொண்டதோ தெரியவில்லை, பிடிவாதமாக அன்றிலிருந்தே படிக்கத் தொடங்கினான். அவன் மெட்ரிக் தேர்வில் முதல் வகுப்பில் தேர்ச்சியடைந்தது ஊர் முழுதும் செய்தியானது. அன்று அவன் சுங்காபுரர் காலில் விழுந்து வணங்கி ‘உங்களால்தான் சார் முடிந்தது’ என்று சொல்லியிருந்தான்.

சுங்காபுரர் பணி ஓய்வு பெறுவதைக் கேட்டு இவை எல்லாம் பிரகாஷ் மனதில் தோன்றி, அவன் தன் நான்கு நண்பர்களிடம் சொல்லி அவர்களும் ஒத்துக்கொண்டு, வரும் ஞாயிற்றுக்கிழமை இந்தப் பாராட்டு விழா நடத்தலாம் என்று முடிவு செய்தார்கள்.

விழா மாலை ஐந்து மணிக்கு என்று சொல்லியிருந்தாலும் அந்த நேரத்தில் பத்துப் பேர் கூட இருக்கவில்லை. ‘அழைப்பிதழ் இல்லாமல் வெறுமனே வாயால் அழைத்தால் நேரத்தைப் பற்றிச் சிறிதாகக் குழப்பம் இருப்பது இயல்பு. வருபவர்கள் வரட்டும், சிறிது காத்திருக்கலாம் என்று பிரகாசும் அவன் நண்பர்களும் மக்கள் வரட்டுமென்று காத்திருந்தார்கள். ஐம்பது பேருக்கென்று வாங்கி வந்த தேநீர் வீணாவது வேண்டாமென்று அப்போதே வந்தவர்களுக்கு இரண்டு முறை கொடுத்தார்கள். உயர்நிலைப் பள்ளியில் ஓவிய ஆசிரியராக இருந்த ராயக்கர் விழாத் தலைவர். அவர் அன்று மாலையே குமாட்டாவுக்குப் போக வேண்டியிருந்ததால் விழா தாமதமாக அவருக்கு எரிச்சலாக இருந்தது. எப்படியோ நிகழ்ச்சி ஆரம்பமான போது ஆறு மணி. இருந்தவர்கள் மொத்தம் பதினைந்து பேர்.

விழாவில் ஆரம்பத்திலிருந்து கடைசிவரை எல்லோரும் சுங்காபுரரைப் பாராட்டிப் பேசினார்கள். அது ஒன்றும் மிகப் பொய்யாக இருக்கவில்லை. ஊர் மக்களுடன் தான் அதிகமாகப் பழகாவிட்டாலும் சுங்காபுரர் பள்ளியில் தனது நேர்மையான

செயலால் பிரபலமாக இருந்தார். வரலாறு, பூகோளம், குடிமையியல் கற்பிக்கும் அவர் மாணவர்களை பத்தாவது வகுப்பிற்குப் பயிற்சியளிக்க பள்ளியில் மாணவர்களுக்குச் சிறப்புப் பாடம் நடத்துவது, அவர்களுடைய எழுத்து வேகத்தை அதிகரிக்க வேகமாக டிக்டேஷன் கொடுப்பது, முந்தைய ஆண்டு கேள்வித்தாள்களுக்கு விடை எழுதச் சொல்வது, தேர்வுக்கு வரக்கூடிய வரைபடங்களை அவர்கள் கையால் மீண்டும் மீண்டும் வரையச் சொல்வது போன்றவற்றை மிக அக்கறையுடன் செய்வார். தொலைவில் அதனி அருகே இருக்கும் கிராமத்துக்காரரான அவர் எப்படி, எதற்கு இந்த ஊருக்கு வந்து நிலைத்தார் என்பது யாருக்கும் தெரியாது. சிலர் கூற்றுப்படி அவர் காந்தி குமாட்டாவுக்கு வந்தபோது அவர் குழுவுடன் வந்தவராம். அந்த நேரத்தில் அவர் உடல்நிலை கெட்டு இங்கேயே மாதக்கணக்கில் தங்கவேண்டி வந்து கடைசியில் இந்த மாவட்டத்திலேயே வேலையில் சேர்ந்துகொண்டாராம். இன்னும் சிலர் சொல்வது போல், வீட்டில் நடந்த ஒரு துயர நிகழ்வால் நொந்துபோய், ஆசிரியர் பணியில் சேர்ந்து பழைய வாழ்க்கைக்கு எந்த வகையிலும் தொடர்பில்லாத ஊருக்குப் போகவேண்டுமென்று இங்கே வந்தாராம். இவற்றில் எல்லாம் சிறிது உண்மை இருந்தாலும் இருக்கலாம். எதுவானாலும், காலப்போக்கில் ஊரில் ஒருவராக ஆகிவிட்டதால் அவர் வரலாறு மக்கள் மனத்திலிருந்து மறைந்து விட்டது. பள்ளி ஆசிரியர்களை நாயக் மாஸ்டர், ஹெக்டே மாஸ்டர் என்று அழைக்கும் மக்கள் இவரை மட்டும் சுங்காபுர சார் என்றார்கள். ஆரம்பத்தில் வட கர்நாடகக் கன்னடத்துடன் இந்த ஊர் கன்னடத்தையும் சேர்த்து அவருக்கே உரிய கலப்புக் கன்னடம் ஒன்றைப் பேசினார். அப்படியாக சுங்காபுரர் பேச்சில் நுழையும் சகடு (சுவை), ரகடா (துணி), தகதா (தீ) போன்ற வார்த்தைகள் பலருக்குப் புரியாது. அதைச் சரிப்படுத்த அவர் தூய்மையான உரைநடைக் கன்னடத்தைப் பயன்படுத்தினார். அப்படியாக போகப் போக சுங்காபுரர் இயல்பில் ஒருவகையான பண்பாடும் கம்பீரமும் காணத்தொடங்கியது.

அந்த சிறிய அரங்கின் சுவர் மீது உயரமாக தேசத்தலைவர்களின் படங்களை வரிசையாகத் தொங்கவிட்டிருந்தார்கள். உணர்ச்சிகள் பொங்க மங்கலான பார்வையில் கூட்டத்தைப் பார்த்து சொற்பொழிவை ஆரம்பித்த சுங்காபுரர் முதல் வரிசையில்

அமர்ந்திருந்த கிமானி வக்கீல் அய்யாவைப் பார்த்து ‘நெருங்கிய நண்பரான கிமானி வக்கீல் அய்யா அவர்களே’ என்று கூட சேர்த்தார். அது சிலருக்கு சரிப்படவில்லை. ‘மேடை மீது உட்காராதவர்கள் பெயரைச் சொல்லக்கூடாது’ என்று அங்கேயே குசுகுசுத்தார்கள்.

சொற்பொழிவு கடைசிவரை சுங்காபுரர் பேசியதில் சிறப்பானது எதுவும் இருக்கவில்லை. அவரிவர்களை நினைவு கூர்ந்து நன்றி சொல்வதே ஆனது. ஆனால் சொற்பொழிவை முடிக்கும் போது ஏதோ உத்வேகம் புகுந்தது போல் நடந்து கொண்டார். அது பிறகு எந்த மாதிரி விளைவை ஏற்படுத்தலாம் என்ற கற்பனை கூட அவருக்கு இருக்கவில்லை. ‘எங்கேயோ பிறந்து வளர்ந்த என்னை இந்த ஊருக்கு அழைத்து வந்தது என் விதியாகத்தான் இருக்கலாம். இப்போது இதுதான் என் கர்ம பூமி. இனி என் ஓய்வு வாழ்க்கையை இங்கேயே கழிப்பேன். முடிந்தால் என் நேரத்தை சுயவரலாறு எழுதுவதில் கழிக்கலாம் என்று முடிவு செய்திருக்கிறேன்.’

இப்படி சுங்காபுரர் சொற்பொழிவு முடிந்தது. கடைசியாகப் பேசிய ராயக்கர் ஐந்தே நிமிடத்தில் முடித்துவிட்டார். குமாட்டா பேருந்து தவறிவிடும் என்று அவர் நன்றியுரைக்கும் காத்திருக்காமல் அடித்துப் பிடித்துக்கொண்டு பேருந்து நிலையத்திற்கு ஓடினார்.

விழா முடிந்த பிறகு பிரகாசின் இரு நண்பர்கள், மாலை, பூங்கொத்துகளைப் பையில் நிரப்பி சைக்கிள் ஹேண்டலில் தொங்கவிட்டுக்கொண்டு, சுங்கபுரருடன் நடந்துகொண்டே வீடுவரை வந்து விட்டுப் போனார்கள். பூட்டைத் திறந்து தனியாக வீட்டிற்குள் போனதும் அவருக்கு மனைவி நினைவிற்கு வந்தார். ச்சே, யார் யாரையோ நினைத்துக்கொண்டேன், அவளை இன்றைய சொற்பொழிவில் நினைத்துக்கொள்ளவே இல்லையே என்று வருத்தப்பட்டார். மெல்லிய மணம் வீசிக்கொண்டிருந்த சந்தன மாலையைக் கையில் பிடித்துக்கொண்டு வீட்டிற்குள் பின்வாசலிலிருந்து முன் வாசல்வரை திக்குக் கெட்டவர் போல் அலைந்தார். அந்த மாலையை வீட்டில் எங்கே வைக்க வேண்டுமென்று தெரியாமல் அதைப் பிடித்துக்கொண்டு நடு வீட்டில் மனைவி படத்திற்கு முன்னால் நின்றார். நொடிப்பொழுது பிறகு வெளி அறையிலிருந்து நாற்காலியை எடுத்து வந்து, அதன்

மீது ஏறி நின்று, மெல்ல மாலையை அவள் படத்திற்குப் போட்டார். இத்தனை ஆண்டுகளுக்குப் பிறகு அவள் நிழல்படத்திற்கு முதல் முறையாக மாலை மரியாதை கிடைத்தது.

பல சங்கதிகள் மனதில் நிரம்பி இருந்ததால் அந்த இரவு சுங்காபுரருக்கு விரைவில் தூக்கம் வரவில்லை. மனைவி உமாவின் படத்திற்கு மாலை போட்டது தற்செயல் என்று அவருக்குத் தோன்றவில்லை. சுயவரலாறுக்கும் இதற்கும் ஏதோ தொடர்பு இருப்பது போல் தோன்றியது. பேச்சு மும்முரத்தில் சுயவரலாறு எழுதுவதைப் பேசியிருந்தாலும் அதைப் பற்றி முன்பு எப்போதும் யோசித்திருக்கவில்லை. இப்போது முழு வாழ்க்கையைக் கண் முன்னால் திரும்பக் கொண்டுவருவது இனிமையாகக் கண்டாலும் எழுதும் போது இதுவரை மனதிலிருந்து மறைந்து தங்கி இருக்கும் எந்தக் கணங்கள் மேலெழும்பி வருமோ என்ற ஆதங்கம் சூழ்ந்துகொண்டது.

★★★

சுங்காபுரர் திருமணம் செய்துகொண்டது அவர் ஊர் பக்கத்து உமா என்ற பெண்ணை. அம்மா வீட்டில் அவளை உமி என்று அழைப்பார்கள். அவருக்கும் மனைவியை அதுபோலவே அழைக்கும் மனமிருந்தது. ஓரிரு முறை முயன்றாலும் அவள் அதை விரும்பவில்லை. ‘வேறு பெயரையாவது சூட்டவும் ஆனால் அது வேண்டாம்’ என்று நிராகரித்து அவரைத் தன் உலகில் கால் வைக்க விடவே இல்லை. அதனால் உமி என்பது வெறுமனே அவள் அம்மா வீட்டிற்குச் சொந்தமானது.

சோளம் கிடைக்காத கடற்கரைப் பகுதியின் இந்த ஊரில் சுங்காபுரர் அவளுக்காக ஹுப்பள்ளியிலிருந்து ஒரு மூட்டை சோளம் தருவிப்பார். பலசரக்குக் கடை ஷின்னா அதைக் குறிப்பாகத் தருவித்துக் கொடுப்பான். அவர்களைத் தவிர ஊரில் சோளம் சாப்பிடுபவர்கள் இருக்கவில்லை. மாவு அரைக்கப் போனால், சோளம் அரைத்த பிறகு தங்கள் கோதுமையையோ அரிசியையோ போட மக்கள் விரும்பமாட்டார்கள் என்று அதைக் கடைசியில் போடுவார். அப்படியாக சுங்காபுரர்,மாவு ஆலை மூடும் முன் போய், அங்கேயே நின்று மாவு அரைத்துக் கொண்டு வருவார். யாருடைய வீட்டிலாவது அரிசி ரொட்டி சரியாக

வராவிட்டால் மாவு ஆலைக்காரன் தங்கள் அரிசியை சுங்காபுரர் சோளம் அரைத்த பிறகு போட்டானோ என்று சந்தேகத்தை வெளிப்படுத்துமளவிற்கு ஊர் மக்கள் வாழ்க்கையில் அந்த ஒரு மூட்டை சோளம் பின்னிப்பிணைந்துவிட்டது.

உமா வயிறு புண்ணாகி நடுவயதிலேயே இறந்துவிட்டாள். இருக்கும் போதும்கூட அவள் யாருடனும், சுங்கபுரருடனும் கூட மிக நெருக்கமாக இருக்கவில்லை. ஏதோ துயரம் அவள் முகத்தின் மீது குடிகொண்டிருப்பது போல் தெரியும். ஆரம்பத்தில் அவள் தன் நோயை மறைத்து வைத்தாள். தாங்கிக்கொள்ள முடியாத கட்டத்திற்கு வந்த போது அது சுங்காபுரருக்குத் தெரிந்தது. அவர் நாட்டு வைத்தியம் செய்து, அடுத்தது என்ன செய்ய வேண்டுமென்று யோசிப்பதற்குள் நோய் முற்றி எல்லாம் கைமீறிவிட்டது. அவள் கடைசி மூன்று நாள்கள் மிகவும் கொடுமையாக இருந்தன. பாதி நினைவில் அவள் மூச்சுவிடுவதும் கூட சிரமமாக இருந்தது. சுங்காபுரர் எப்போதும் அவள் படுக்கை அருகேயே உட்கார்ந்திருப்பார். கடைசி நொடிகளில் மூச்சிரைத்து அது மெல்லக் குறையும் போது உமா உமா என்று அழைத்தார். கோபம் வந்தாலும் எதிர்வினை செய்யட்டும் என்ற ஆசையில் ‘உமி’ என்றார். இந்த உலகிலிருந்து புறப்படும்போது ‘உமி’ என்பதே அவள் தம்மிடமிருந்து கேட்கும் கடைசி வார்த்தையாக இருக்கலாம் என்ற சந்தேகம் வாட்டி குற்ற உணர்வில் நொந்து போனார். இறக்கும்போது அவள் கைகள் நீளமாக நீட்டிக்கொண்டிருந்தன. உள்ளங்கைகள் மூடி இருந்தன.

குழந்தைகள் இல்லாத சுங்காபுரர் மறுமணம் செய்துகொள்ளவில்லை. பிறகு சோளம் தருவிப்பதையும் நிறுத்திவிட்டார். இரண்டு நேரமும் சோறு உண்ணத் தொடங்கினார். திருமணத் தரகர்கள் அவர் சாதியைக் கண்டுபிடித்து அதற்கு ஏற்ற பெண் இந்தப் பக்கம் எதுவாக இருக்கலாம் என்று பொருத்திப் பார்த்து அவருக்கு ஓரிரு பெண்ணையும் பார்த்தார்கள். மனைவியின் சாவிற்குப் பிறகு அவருடைய செயல்பாடுகளிலும் வாழ்க்கை முறையிலும் அதிகமான அக்கறையின்மை இருப்பது எடுப்பாகத் தெரிந்ததால் அவரைத் திருமணத்திற்கு உற்சாகமூட்டப் போனவர்களுக்கும் இது நடக்காவிட்டால் நல்லது என்று தோன்றிவிட்டது.

சுங்காபுரருக்கு வக்கீல் அய்யாவின் நட்பு எப்படிக் கிடைத்தது என்று யாருக்கும் சரியாகத் தெரியாது. வக்கீல் அடிக்கடி அவர் வீட்டிற்குப் போவதும், உட்கார்ந்து தேநீர் பருகிக் கொண்டே அரட்டையடிப்பதும் வெகுகாலமாக நடந்து கொண்டிருப்பது போல் இருந்தது. மனைவி இறந்த பிறகு சுங்காபுரர் தேநீர் போட்டுக் கொடுப்பார். அவர் தேநீர் போடும் நிதானத்திற்கு எரிச்சலாகி பலமுறை வக்கீல் அய்யா தேநீர் வேண்டாமென்று நிராகரித்து விடுவார்.

அவர்கள் இருவரும் சுங்காபுரரின் வெளி அறையில் அமர்ந்து பேசிக்கொண்டிருந்தால் வக்கீல் அய்யாவின் உரத்த குரல் தெருவில் போவோர்கள் காதில் விழும். ‘கடவுள் இருக்கிறாரா இல்லையா’ என்று அவர் வாதம் செய்வார் என்று உளவாளி ஒருமுறை ஊரில் செய்தியைப் பரப்பி விட்டான். ‘வக்கீல் அய்யா கடவுள் இல்லை கடவுள் இல்லை என்றார். மாஸ்டர் இருக்கிறது இருக்கிறது என்று சொன்னார்’ என்றவன் மிக நாடகத் தன்மையுடன், இந்தப் பக்கத்திலிருந்து அந்தப்பக்கத்திற்குத் தாவித் தாவி ஓரங்க நாடகம் போல் அந்த வாதத்தை வர்ணித்துக் கொண்டிருந்தான். கடவுள் இருப்பைக் குறித்தான அந்த வாதத்தில் யாருக்கும் ஆர்வமில்லை என்றாலும் சிரிக்க ஒரு காரணம் கிடைத்தது. அனுமார் கோவில் திண்ணை மீது உட்கார்ந்திருக்கும் பையன்கள் நாலணா கொடுத்தால் உளவாளி யார் வீட்டுச் செய்தியையும் மனரஞ்ஜகமாகச் சொல்வான். சில சமயம் காசு வாங்கிக்கொண்டு போய் செய்தியை உருவாக்க வேண்டியிருக்கும். அவன் முன்பின் பார்க்காமல் நாலணா ஆசைக்காக மனதிற்குத் தோன்றியதைச் சொல்வதால் அவன் செய்திக்கு இருக்கும் நம்பகத் தன்மை குறைவாக இருந்தாலும் பொழுதுபோக்கிற்கு எந்தக் குறையுமிருக்காது. ‘வீட்டுப் பக்கம் வந்தால் காலை ஒடிப்பேன்’ என்று சொன்னவர்களே தங்கள் வீட்டு நல்ல செய்தி ஏதாவது இருந்தால் நாலு பேர் காதில் விழட்டுமென்று அவனையே அழைத்து செய்தியுடன் நாலணா காசையும் கொடுப்பார்கள். ‘நீ இருக்கும் போது நம் ஊருக்கு ரேடியோ ஸ்டேஷன் எதுக்கு?’ என்ற நகைச்சுவையை அவன் மகிழ்ச்சியாக ஏற்றுக்கொள்வான்.

சுங்காபுரர் முற்றத்தில் ஈர உடம்புடன் வக்கீல் அய்யாவைப் பார்த்தால் உளவாளி ‘இன்று வக்கீல் அய்யா குளித்தார்’

என்ற செய்தியைத் திண்ணையில் பரப்புவதுண்டு. பல முறை, பேசிக்கொண்டே ஆவேசம் வந்து உடம்பு நடுங்கத் தொடங்கியவுடன் சுங்காபுரர் வக்கீல் அய்யாவுக்கு தண்ணீர் நிரம்பிய சொம்பைக் கொடுப்பார். வக்கீல் அய்யா முற்றத்தில் இடுப்பை வளைத்துக் குனிந்து நின்று தலை மீது தண்ணீர் ஊற்றிக்கொள்வார். ஈர உடம்புடன் சிறிது நேரம் சுதாரித்துக் கொள்ளும் போது சுங்காபுரர் ‘உபேந்திரா, நீங்கள் இப்படி ஆவேசப்படுவது உடலுக்கு நல்லதல்ல. வாதம் செய்யும்போது சிறிது விலகி இருக்க வேண்டும். இல்லையென்றால் எந்தத் தத்துவத்தையும் வாதம் செய்ய முடியாது. மதவெறி தோன்றுவதே இதுபோன்ற ஆவேசத்தில்’ என்பார்.

‘என்ன செய்வது. நான் ஏதாவது வேண்டுமென்றே செய்கிறேனா. என்னால் அடக்க முடிவதில்லை’ என்று வக்கீல் அய்யா பதில் சொல்வார்.

★★★

பாராட்டு விழா நடந்து முடிந்த மூன்று நாட்களுக்குப் பிறகு சுங்காபுரர் சமையல் வேலையை முடித்து, துவைக்கத் துணிகளை நனையப்போட்டு, ஓய்வெடுக்க வெளி அறைக்கு வந்து உட்கார்ந்தார். நேரம் சுமார் பதினொன்றாகி இருந்தது. அதே நேரம் பாராட்டு நாளன்று வீடுவரை வந்துவிட்டுப்போன பிரகாஷனின் இரு நண்பர்கள் வந்தார்கள். சுங்காபுரருக்கு அவர்கள் அடையாளம் உடனே கிடைக்கவில்லை. அவர்களாகத் தங்களை அறிமுகப்படுத்திக் கொண்ட பிறகு உள்ளே அழைத்தார்.

உள்ளே கால் வைத்ததுதான் தாமதம், அந்த இருவரும் அன்றைய நாளிதழைத் திறந்து பாராட்டு விழா செய்தியைக் காண்பித்தார்கள். அந்தச் செய்தியைப் பெரிதாகப் போடவைக்கிறேன் என்று பிரகாஷன் பீற்றிக்கொண்டு போயிருந்ததால் தினமும் அந்தப் பையன்கள் பேப்பர் வருவதற்காகக் காத்துக்கொண்டு, வந்ததும் அந்தச் செய்திக்காகத் தேடுவார்கள். வந்தவர்கள் போட்டி போடுவது போல் செய்தியை வாசித்துச் சொன்னார்கள். ‘பேருந்து நிலையத்தில் பத்தே நிமிடத்தில் எல்லாப் பேப்பரும் காலியாகிவிட்டது’ என்று பத்து முறை சொல்லி, தாங்கள் கொண்டு வந்த பேப்பரை சுங்காபுரருக்குக் கொடுத்துவிட்டுப்போனார்கள்.

ஊரில் நடக்கும் எந்த விழாக்களும் நாளிதழில் செய்தியாக வராது. ஆனால் பிரகாஷனால் இது மாநில அளவிலான பத்திரிகையில் செய்தியானது. நான்கு பத்தி செய்தியில் விழாவின் பெரிய ஃபோட்டோ இருந்தது. அதில் பின்னால் ராயக்கர் ஆசிரியர் அமர்ந்திருந்தார். முன்னால் சுங்காபுரருக்கு மாலை அணிவிக்கும் லட்சுமண நாயக் இருந்தான். அவர் முழுப் பெயர் நந்தியப்பா சுங்காபுரர் என்று பலருக்குத் தெரிந்ததே அந்தச் செய்தியால். எல்லாவற்றுக்கும் முக்கியமாக அந்த செய்தியில் அவர் எழுதி இருக்கும் சுயவரலாறைப் பற்றிய குறிப்பு இரண்டு பத்திகள் அளவில் இருந்தது.

இதே ஊரில் வாழ்க்கையின் பெரும்பாலான பகுதியைக் கழித்த வரலாறு ஆசிரியராக இருந்த சுங்காபுரர் பதிவு செய்யும் சுயவரலாறு ஊர் வரலாறின் உண்மைக் கதையாக இருக்கும். இந்த சரித்திரத்தின் மகத்துவம், ஊர் மக்கள் பற்றி எல்லாவற்றையும் எழுத இருக்கும் அவர் நேர்மையான கருத்துக்கள்- இப்படி எழுதியதை வாசிக்கும் போது சுங்காபுரருக்கு தலை கிண் என்றது.

‘இது பலருக்கு சங்கடத்தை ஏற்படுத்தியிருந்தாலும் சுங்காபுரர் உண்மையைத் தவிர வேறு எதையும் எழுதமாட்டார். எல்லாவற்றையும் சொல்லும் துணிச்சலும் நேர்மையும் இருக்கும் வெகு சிலரில் சுங்காபுரர் கூட ஒருவர். இந்தத்தன் வரலாறு வழியாக இந்த சிறிய ஊர் கர்ப்பத்தில் இருக்கும் பல ரகசியங்கள் வெட்ட வெளிச்சத்திற்கு வரலாம்! அது போன்ற சாட்சி உணர்வின் தேவை ஊருக்கும் இருக்கிறது.’

தனது ஊக ஆற்றலுக்கு முழுமையான சுதந்திரம் கொடுத்து, மனதிற்குத் தோன்றியதை எழுதி மாணவன் ஆசிரியரின் நன்றிக்கடனை அடைத்து விட்டான்.

அவன் செய்திக்குக் கொடுத்த தலைப்பும் சிலிர்ப்பாக இருந்தது. ‘வரலாறாகும் தன் வரலாறு.’

அமைதியான தடாகத்து நடுவில் எறிந்த கல் போல் அந்தச் செய்தி சுங்காபுரர் வாழ்க்கையில் வந்து விழுந்தது. தன்வரலாறு எழுதும் நோக்கம் ஒன்றைத் தவிர செய்தியில் இருப்பது எதையும் அவர் சொல்லி இருக்கவில்லை. இப்போது இதை நிராகரித்தால் அவன் பொய்யாக எழுதியதாகும். தன் மீது அதிக அபிமானத்துடன்

இருக்கும் பிரகாஷனின் மீது குற்றம் சுமத்தும் மனம் அவருக்கு வரவில்லை.

செய்தி வெளிவந்த நாள் அவருடன் பேச வந்த மக்கள் கணக்கில்லை. உளவாளிக்கு அன்று வாய்நிறைய வேலை. நான்கு பேர் கூடும் இடத்தில் அதே பேச்சு. மக்கள் எப்போதும் போல் வணக்கம் சொல்லி முன்னால் போகாமல், நின்று நலம் விசாரிக்கத் தொடங்கியதால் சுங்காபுரருக்கு அன்று மாலை ஊருக்குள் நடப்பதே சிரமமானது. அதுவரை யாருடனும் அதிகம் பழகாமல் தன் பாட்டிற்குத் தான் பள்ளிக்கு வந்து போய்க்கொண்டிருந்தவர் திடீரென்று பொது மனிதராகிவிட்டார். ஒரே நாளில் ஊருக்கு ஊரே மாறிப்போனது போல் அவருக்குத் தோன்றியது.

செய்தியால் உருவான மக்கள் கருத்துக்களால் கலங்கிப்போன சுங்காபுரர் தன் சொற்பொழிவைக் கேட்டவர்களுக்கு உண்மை தெரிந்திருக்குமென்று தனக்குத் தானே ஆறுதல் படுத்திக்கொள்ள முயன்றார். சொற்பொழிவைக் கேட்டவர்கள் பதினைந்து நபர்கள். நாளிதழ் வாசித்தவர்கள் நூற்றுக்கணக்கானோர் என்பது புரிந்த போது, செய்தியை மறுத்து பொதுமக்களுக்கு உண்மையைத் தெரிவிக்கும் எந்தக் கருவியும் தன்னிடமில்லை என்ற உண்மை நிலை புரிந்தது.

மறுநாள் காலை சுமார் ஒன்பது மணிக்கு திண்ணை கூட்டத்து சந்திரகாந்தன் சுங்காபுரர் வீட்டிற்கு வந்தான். அப்போது அவர் அடுப்பைப் பற்ற வைத்து, கஞ்சிக்கு தண்ணீர் வைத்து, அரிசியை அலம்பிக்கொண்டிருந்தார். கதவு தட்டும் சத்தம், 'சார்.. . சா... ர்...' என்று அழைத்தது கேட்டு, யார் பார்க்கலாம் என்று ஈரக் கையுடன் கதவைத் திறந்த சுங்காபுரருக்கு பதட்டமானது. வியப்புடன் வரவேற்றார். 'வரவும், வரவும்' என்ற வட கன்னடம் தானாக அவர் வாயில் வந்தது.

சந்திரகாந்தன் வன ஒப்பந்தக்காரன். மரக் கிடங்கு வைத்திருந்த அவன் ஊர் செல்வந்தர்களில் ஒருவன். கள்ளக் கடத்தல் செய்து அவன் பணம் பண்ணியிருக்கிறான் என்று எல்லோரும் அவனுக்குப் பின்னால் பேசிக் கொண்டாலும் அதை அவன் முன்னால் பேசத் தயங்குவார்கள். மாவட்ட அரசியல்வாதிகளுடன் அவனுக்குப் பழக்கம். எப்போதும் கூடவே நான்கைந்து

பேர்கள். செய்யும் வேலைகளில் முரட்டுத்தனமிருந்தாலும் பேச்சில் வெகு மென்மை. அப்படி ஓரிரு இடங்களில் கடத்தல் செய்தி வந்தபோது அவன் வலுவான கையாட்கள் ‘அவர் கடத்தல் செய்ததை நீ பார்த்தாயாடா’ என்ற கேள்வியை வீசி வாயை அடைத்துவிட்டார்கள். கேட்பவர்கள் அமைதியானது கையாட்களின் கேள்விக்கா, அவர்கள் உடல் தோரணைக்கா என்பது தெரியாது. சந்திரகாந்தன் வாசல் கதவைத் தட்டிய போது சுங்காபுரர் வேட்டி கட்டி சாண்டோ பனியன் அணிந்திருந்தார். அவனை உள்ளே அழைத்து உட்கார வைத்து, ‘இதோ வந்தேன்’ என்று சொல்லி கூடத்திற்கு ஓடி சட்டையைத் தேடி சரக் என்று அதில் உடலை நுழைத்துக் கொண்டார்.

அவர் உள்ளே போனபோது சுவரில் தொங்கப்போட்டிருந்த காலண்டர்கள், அதன் மீது வரிசையாக இருந்த கண்ணாடி சட்டகம் போட்ட குடும்பப் படங்கள் மீது சந்திரகாந்தனின் பார்வை ஓடிக்கொண்டிருந்தது. சில குரூப் போட்டோக்களில் பெரிய பெரிய முண்டாசு கட்டிக்கொண்டு உட்கார்ந்திருந்த நபர்களைப் பார்த்தால் போதும், சுங்காபுரர் வேறொரு உலகத்தைச் சேர்ந்தவர் என்பது தெரியவரும். ஃபோட்டோவில் இருந்த பெண்களும் மாறுபட்டு துணிச்சலானவர்கள் போல் கண்டார்கள். சந்திரகாந்தனின் கண்கள் அடிக்கடி அந்தப் படத்தை நோக்கிப் போய்க் கொண்டிருந்தன. அவற்றுக்கு ஒரு அதிசயக் கவர்ச்சி இருப்பது போல் அவனுக்குத் தோன்றியது.

சட்டை அணிந்து வெளியே வந்த சுங்காபுரரைப் பார்த்து சம்பிரதாயமாக சந்திரகாந்தன் கேட்டான். ‘என்ன சார், எல்லாம் நலமா?’

‘நலம், நலம்.’ சுங்காபுரர் அவன் முன் நாற்காலியில் உட்கார்ந்தார்.

கட்டம் போட்ட புஷ்சர்ட் அணிந்துகொண்டு, கழுத்து, மார்பு மீது தாராளமாக பவுடர் கொட்டிக்கொண்டு தன் முன்னால் உட்கார்ந்த நடுவயதுத் தடியனுடன் அவருக்குப் பேச எதுவும் இருக்கவில்லை. அவன் வலது கை விரலில் சிவப்புக்கல் பதித்த தடித்த மோதிரம் இருந்தது. கழுத்தில் தங்கச் சங்கிலி.

கீச் என்று ஒலி எழுப்பிக்கொண்டு குருவியொன்று ஃபோட்டோ ஃபிரேம் பின்னாலிருந்து பறந்து வாசல் வழியாக வெளியே போனது.

அது தாவிப்போன வேகத்திற்கு ஃபோட்டோ பின்னால் அதன் கூட்டிலிருந்து காய்ந்த புல் குச்சியொன்று லேசாக மிதந்துகொண்டு கீழே உதிர்ந்தது. அந்த புல் குச்சி மெல்லத் தரையைத் தொடும் வரை இருவரும் பார்த்துக்கொண்டு உட்கார்ந்தார்கள்.

அது நடந்து, இருவர் இடையில் மௌனம் தொடர்ந்தபோது சந்திரகாந்தன் தானாக முன்வந்து பேசத் தொடங்கினான்.

'ரிடைர் ஆன பிறகுதான் நிறைய வேலை போல் தெரிகிறது. பேப்பரில் உங்கள் ஃபோட்டோ பார்த்து மகிழ்ச்சியானது. நம் பிரகாஷ் நன்றாக எழுதியிருக்கிறான். அன்று நானும் வரவேண்டியிருந்தது. ஆனால் அன்றே தாண்டேலி போகவேண்டியதானது. தன்வரலாறு எழுதுகிறீர்களாம். நம் ஊருக்கு இதுபோல் ஒன்று தேவைப்படுகிறது. இல்லையென்றால் இங்கே நடந்த வேலைகளை மாநில அளவில் மக்கள் கண்டுகொள்வதே இல்லை பாருங்கள்.'

முதல் நாள் இரவு தான் சிக்கிக்கொண்ட சூழ்நிலையைப் பற்றி யோசிக்கும்போது செய்தியை ஒத்துக்கொண்டு கடைப்பிடிப்பதைத் தவிர வேறு எளிதான பரிகாரம் இல்லை என்று சுங்காபுரருக்குத் தோன்றியது. எப்படியோ எழுத முயன்று பிறகு அடுத்ததைப் பார்த்துக்கொள்ளலாம் என்று அவர் முடிவு செய்தார்.

'அடுத்த தலைமுறைக்கு ஒரு பதிவு இருக்கட்டும் என்று. என்னுடையது ஒன்றும் மாமனிதன் வாழ்க்கையல்ல. ஆனால் பெரிய மனம் கொண்ட மனிதர்களுடன் பழகி இருக்கிறேன். என்னைப் பற்றி எழுதப் பெரிசா என்ன இருக்கு.' சுங்காபுரர் பணிவுடன் சொன்னார்.

என்றும் எப்போதும் தன்னுடன் பேசாத இந்த மனிதன் இப்போது வீட்டிற்கு எதற்கு வந்தான் என்பது சுங்காபுரர் தலையைக் குடைந்தது.

'நல்லாச் சொன்னீங்க. ஆனாலும் பதிவு செய்வது மிகச் சிரமமான வேலை. நம் கருத்தே உண்மை அல்ல. மேலும் சரியான ஆதாரம் இல்லாமல் எழுதுவதும் கடினம். நீங்கள் இதிகாசம் கற்பித்தவர். உங்களுக்கு சொல்ல என்னிடம் என்ன இருக்கிறது? நான் இந்த ஊரிலேயே பள்ளிக்குப் போயிருந்தால் உங்கள் மாணவனாக இருந்திருப்பேன். என்ன செய்வது- எங்கள் சூழ்நிலை அப்போது

வேறு மாதிரி இருந்தது. சொன்னால் நீங்கள் நம்பமாட்டீர்கள். இருக்கட்டும் விடுங்கள்.'

'ஆமா, ஆமா. இதுபோன்றதை எழுதிப் பழக்கமில்லாத எனக்குச் சிரமம்தான்.' சுங்காபுரர் ஒத்துக்கொண்டார்.

'உங்களுக்கு உதவியாக இருக்கட்டும் என்றுதான் என் சில விவரங்களை இதில் எழுதிக்கொண்டு வந்திருக்கிறேன். நீங்கள் எழுதும்போது சரியான நேரத்திற்கு உங்கள் கைக்குக் கிடைக்கட்டுமென்று. பழைய சங்கதிகள் மறந்து போவது இயல்பு. எல்லாவற்றையும் உங்களிடம் வந்து சொல்ல யாரால் முடியும்? முக்கிய சங்கதிகளை எழுதி வந்திருக்கிறேன். எங்கள் அப்பாவின் சில விஷயங்கள் இதில் இருக்கின்றன. அவரையும் நீங்கள் பார்த்திருக்கிறீர்கள். உங்கள் பள்ளிக்கு என்னிடமிருந்து நன்கொடை கொடுக்க வைத்தவரும் அவர்தான். அப்படி ஏதாவது இதற்கும் அதிகமான விவரம் தேவையென்றால் தயங்காமல் கேளுங்கள். இது ஊர் வேலை. இத்தனை மகத்துவமான காரியத்திற்கு என்னால் முடிந்த உதவியைச் செய்ய வேண்டுமென்பதே என் நோக்கம்.' நயமாகச் சொல்லி தான் கொண்டு வந்திருந்த காகிதக் கட்டை சுங்காபுரர் கையில் வைத்தான்.

இப்போது சுங்காபுரருக்கு ஞானோதயம் பிறந்து சந்திரகாந்தன் வந்த காரணம் புரிந்தது.

'நான் இன்னும் எழுத ஆரம்பிக்கவில்லை. அதற்கு ஏற்பாடுகள் செய்துகொள்ள வேண்டுமல்ல. நீங்கள் இதை எல்லாம் கொடுத்தது நல்லதானது.' என்று சொல்லிக்கொண்டிருக்கும் போதே பேப்பர் செய்தியில் இருந்த 'எல்லாவற்றையும் எழுத இருக்கும்' என்பது சட்டென்று நினைவிற்கு வந்தது. 'எல்லாவற்றையும் எழுத முடியுமா? அப்படி செய்தால் அர்த்தமில்லாமல் போகும். அர்த்தம் பெறுவதே எதைத் தவிர்த்து எதைச் சொல்லவேண்டும் என்பதைப் பொறுத்தது, அல்லவா?' வரலாறு வகுப்பில் அவ்வப்போது சொல்லும் வாக்கியம் இப்போது தானாக வந்து உதவியது.

அதுவரை தன்னம்பிக்கையுடன் பேசிக்கொண்டிருந்த சந்திரகாந்தனுக்கு சுங்காபுரரின் கடைசி வார்த்தைகளால் துணிச்சல் குறைந்தது. 'இங்கே கொடுங்கள்' என்று காகிதக் கட்டை அவரிடமிருந்து திரும்பப் பெற்றுக்கொண்டு அதைத் திறந்தான்.

'நீங்க சொல்வது உண்மை. நான் இங்கே வந்தது முக்கியமானதை உங்களுக்குத் தெரிவிக்க. எருது மூத்திரம் பெய்வது போல் வரிசையாக எல்லாவற்றையும் சொல்லிக்கொண்டு போனால் முட்டாள் உளறுவது போல் இருக்கும்.' தன் கையில் இருக்கும் காகிதங்களை ஒவ்வொன்றாகத் திறந்து அதில் இருக்கும் விவரங்களைக் கண்ணோட்டமிட்டான். இதில் எங்கள் அப்பாவைப் பற்றி, இதில் நாங்கள் கொடுத்த நன்கொடைகளைப் பற்றி, இதில் சுதந்திரப் போராட்டத்தில் எங்கள் அப்பாவின் பங்களிப்பைப் பற்றி, இதில் எங்கள் குடும்பத்தைப் பற்றி என்று எட்டுப் பக்கங்களைத் திருப்பிக்கொண்டே சொல்லத் தொடங்கினான். சுங்காபுரருக்குக் கேட்காமல் வேறு வழியிருக்கவில்லை.

'சொன்னால் நீங்கள் நம்பமாட்டீர்கள். என் அப்பா எழுத்தறிவில்லாதவர். ஆனாலும் அவர் சொல்லியிருப்பதில் எத்தனை பொருள் இருக்கிறது பாருங்கள். அவர் அவ்வப்போது எங்களுக்குச் சொல்லும் அறிவுரையை ஓரிடத்தில் எழுதி வைத்திருக்கிறேன். எடுத்துக்காட்டிற்கு 'அவரிவர்கள் செய்கிறார்கள் என்று நாம் செய்யக்கூடாது' என்பார். சரளமாக இருக்கும் இந்த அறிக்கையை கடைப்பிடித்தால் போதும், எத்தனை பிரச்சினைகள் தானாக தீர்வு காணும். இன்னொன்றைச் சொன்னால் நீங்கள் என்ன சொல்வீர்களோ- 'கடவுள் சிரமம் கொடுப்பது நம் நல்லதுக்கு.' இது என் வாழ்க்கையில் உண்மையாகி இருக்கிறது. சிரமம் இல்லை என்றால் நான் தென்னை மரம் ஏறுபவனாக இருந்திருப்பேன். என் அப்பாவை கடைசி காலத்தில் நன்றாக கவனித்துக் கொண்டேன் சார். என் வீட்டுப் பெயர் 'அப்பா அருள்'. எங்கள் அப்பா எப்படிப்பட்டவர் என்றால் குடிக்கக் கஞ்சி இல்லாதபோதும் சுதந்திரப் போராட்டத்திற்குச் சென்றார். இப்போது மாவட்டத்தில் எப்படிப்பட்டவர்களின் பெயர்கள் முன்னிலைக்கு வருகின்றன என்றால் தராதரம் இல்லாதவர்கள் எல்லாம் தங்கள் மூதாதையர்கள் சுதந்திரப் போராளிகள் என்று சொல்லித் திரிகிறார்கள். இதை எல்லாம் யாரிடம் போய்ச் சொல்வது? இப்போது நீங்கள் எல்லாம் எழுதும் தருணத்திலாவது உங்களுக்கு எல்லாம் தெரிந்திருக்க வேண்டுமென்று சொன்னேனே தவிர வேறொன்றுமில்லை.

'அப்பாவின் வார்த்தைக்காக நான் நன்கொடை கொடுத்தது.

இல்லை என்றால் இது நான் படித்த பள்ளியும் அல்ல எதுவுமல்ல. உங்கள் தலைமை ஆசிரியர் ஒருமுறை வந்து ஒப்புக்கு நன்கொடை கேட்டான். நான் கொடுக்க மாட்டேன் என்பது அவன் கணக்கு. அதற்காக நான் அதிகமாகவே கொடுத்தேன். காசோலையைப் பார்த்து வாய் பிளந்து நின்றுவிட்டான். உங்களுக்குத் தெரியுமல்ல. பள்ளியில் இருக்கும் நன்கொடை பலகையில் முதல் பெயர் எங்கள் அப்பாவுடையது. எல்லோரைவிட அதிகம் நான்தான் கொடுத்தது.'

பேசி வாயுலர்ந்து போய் தண்ணீர் கேட்டான். கிமானி வக்கீல் அய்யாவைத் தவிர இந்த வீட்டிற்கு எந்த விருந்தாளிகளும் வந்ததில்லை. சந்திரகாந்தனுக்கு தேநீர் போட்டுக் கொடுத்திருக்கலாம் என்று சுங்காபுரர் நினைத்தாலும் அந்தச் சங்கடம் வேண்டாமென்று அவனுக்கு ஒரு குவளைத் தண்ணீர் கொண்டு வந்து கொடுத்தார். கழுத்தைப் பின்னால் சாய்த்து, குவளையைத் தூக்கி மடமடவென்று தண்ணீரை வாயில் ஊற்றிக்கொண்டு தொடர்ந்தான்.

'சொன்னால் நீங்கள் நம்பமாட்டீர்கள். நான் கூலி வேலை கூட செய்திருக்கிறேன் சார், கூலி வேலை. இப்போது நான் காரில் நடமாடுகிறேன் என்று ஜனங்களுக்குப் பொறாமை. என் வாழ்க்கை சினிமாக் கதையை விட ஜோராக இருக்கும். முரட்டுத்தனம் இருப்பதால் தப்பிப் பிழைத்திருக்கிறேன். இல்லை என்றால் குதறித் தின்றிருப்பார்கள்.'

அரை மணி நேரம்வரை இந்தப் புராணம் நடந்து முடிவில் சந்திரகாந்தன் புறப்பட்டான். போகும்போது பணிவுடன் வேண்டிக்கொண்டான். 'என் வளர்ச்சியை சகித்துக்கொள்ளாத ஜனங்கள் என் மீது நூறு குற்றங்களைச் சொல்கிறார்கள். அவற்றை எல்லாம் நீங்கள் நம்பக்கூடாது. எனக்கு நல்லது நடப்பதைப் பொறுக்க முடியாத ஜனங்கள் அவர்கள். உங்களுக்கு என்ன வேண்டுமோ கேளுங்கள். கொடுக்கிறேன். நீங்கள் சிரமப் படவேண்டாம். ஓய்வாக உட்கார்ந்து எழுதி விடுங்கள். எழுதுவதற்கு வேண்டுமென்றால் ஹுப்பள்ளியிலிருந்து மக்களை அழைத்து வரலாம். இப்போது நான் வருகிறேன்.'

வெளியே கால் வைத்தவன் மீண்டும் வாசலுக்கு வந்து, இதுவரையிலான கோரிக்கையால் தோன்றிய நெருக்கத்தால்

'உங்களிடம் ஒன்று சொல்கிறேன் மாஸ்டர்' என்று குசுகுசுத்தான். 'கள்ளக் கடத்தல் செய்து நான் பணம் சம்பாதித்தேன் என்று ஜனங்கள் செய்தியைப் பரப்புகிறார்கள். அவர்களுக்கு என் வளர்ச்சி பொறுக்கவில்லை. சொன்னால் நம்பமாட்டீர்கள். நான் பள்ளிக் கட்டணம் செலுத்தப் பணமில்லாமல் பண்டி பண்டிகை'யில் கரடி வேடம் போட்டுப் பிச்சை எடுத்தேன்.'

வாசலில் நின்றிருந்தவனை உள்ளே அழைக்க வேண்டுமா வேண்டாமா என்று தெரியாமல் சுங்காபுரர் சும்மாவே நின்றிருந்தார்.

'சோத்துக்கு எங்களுக்கு கதி இருக்கவில்லை. அப்பா தேங்காய் பறிக்கும் வேலை செய்துகொண்டிருந்தார். ஒருமுறை மரத்திலிருந்து விழுந்து கால் முறிந்துவிட்டது. பிறகு அவருக்கு உட்கார்ந்த இடத்திலேயே செய்யும் வேலையைக் கொடுப்பவர் யார்? ஆனாலும் தென்னை மட்டை பின்னுவது, நொண்டிக்கொண்டே பந்தல் போடுவதும் செய்தார். நாங்கள் நான்கு பிள்ளைகள். மூன்று பெண், நானொருவன் ஆண். வயிறு காலியாக இருந்தால் பள்ளியில் பாடம் எப்படித் தலைக்கு ஏறும்? என்னைப் போன்றவர்கள் உயர்ந்தால் மக்கள் சகித்துக்கொள்ளமாட்டார்கள். சாதி சார் சாதி. மக்கள் மனதில் என் சாதியை நீக்க நான் எவ்வளவு உயர்ந்தாலும், எவ்வளவு பணம் சம்பாதித்தாலும் போதாது. ஊர் விட்டு, நாடு விட்டு போனால் போகலாம். நான் செய்யும் சமூகத் தொண்டைப் பலகையில் எழுதிப் போட்டுச் செய்வதல்ல. தேடிக்கொண்டு போய் ஏழைப் பிள்ளைகளின் ஃபீஸ் கட்டுகிறேன். அதைப் பற்றிப் பறைசாற்றிக்கொள்வதில்லை.

சுங்காபுரருக்கு அவன் மீது கருணை என்னமோ வந்தது. தான் என்ன செய்யவேண்டுமென்று தோன்றவில்லை. 'ஆகட்டும், ஆகட்டும்' என்று சொன்னார்.

ஓரிரு நொடி மௌனத்திற்குப் பிறகு தொடர்ந்தான். 'யார் என்னைப் பற்றி என்ன சொன்னாலும் நம்பாதீர்கள். உங்களுக்கு

---

1. பண்டி ஹப்பா - பண்டி பண்டிகை வட கன்னட கடற்கரைப் பகுதிகளில் எல்லா ஊர்களிலும் மே மாதம் நடக்கும் விழா. அறுவடை முடிந்து தானியங்களால் வீடு நிறைந்து கையில் நாலு காசு புழங்கும் காலம். அப்போது கொண்டாடும் ஒரு விழா.

எது தேவை என்றாலும் என்னைக் கேளுங்கள். என்னைப் பற்றி யாராவது ஏதாவது புகார் கொடுத்தால் என்னிடம் காட்டுங்கள். நான் முண்டச்சி பையன், நான் அவன் காலை முறிக்கிறேன்' புறப்படும் கணம் தன் மொழியின் இன்னொரு உருவத்தைக் காட்டினான்.

'நினைவிருக்கட்டும் சார்... இந்த ஊரில் உங்களைப் போன்ற நல்லவர்கள் கண்ணில் படாமல் நிறைய இருக்கிறது. நான் வருகிறேன்' என்று படல் தாண்டினான்.

சந்திரகாந்தன் போன பிறகு சுங்காபுரர் காதில் 'சொன்னால் நீங்கள் நம்ப மாட்டீர்கள்' என்ற வாக்கியம் ஒலித்துக்கொண்டே இருந்தது. அதுவும் அவன் அப்பாவின்அறிவுரை போல் வேதவாக்காக இருந்தது.

★★★

மாநில அளவிலான நாளிதழ்களில் செய்தி வந்த பிறகு நாங்கள் என்ன குறைச்சல் என்று மாவட்டத்தின் இரண்டு பத்திரிகைகள் அதே செய்தியின் அடிப்படையில் சிறு செய்திகளாக அடுத்த வாரம் வெளியிட்டன. எழுதப் போகும் சுங்காபுரரின் தன்வரலாறு பற்றித்தான் முக்கியமாக இருந்தது. ஒரு பத்திரிகையோ ஒளிவு மறைவில்லாமல் என்ற சொல்லைப் பயன்படுத்தி இருந்தது. இப்படிச் செய்தி பரவ தன்னுடன் பழகும் மக்கள் நடத்தையில் நுட்பமான மாற்றங்கள் இருக்கின்றன என்பது சுங்காபுரருக்குத் தெரிய ஆரம்பித்தது. கண்ணுக்குத் தெரியாத வலையொன்று தன்னைச் சுற்றிப் பின்னுவது போல் உணர்வு ஏற்பட்டது. தெருவில் நின்று தன்னுடன் பேசும்போது மக்கள் ஏதோ பழைய சங்கதியை, தாங்கள் என்றோ செய்த நல்ல காரியங்களைப் பேச்சுவாக்கில் இயல்பாகச் சொல்லத் துடிப்பார்கள். அவற்றின் பின்னால் என்ன இருக்கிறதென்று இப்போது சுங்காபுரருக்குத் தெரியாமல் இல்லை. அவர் நினைத்துப் பார்க்கும் நிகழ்ச்சிகள் வழியாகத் தன் வாழ்க்கை எத்தனை விதத்தில் இந்த ஊர் மக்களுடன் பொருந்திப் போகிறது என்று நாளுக்கு நாள் அறிவிற்கு வருவது ஒரு சிறப்பான அனுபவமாக இருந்தது.

சந்திரகாந்தன் சுங்காபுரர் வீட்டிற்கு வந்து போன செய்தி ஊரில்

ரகசியமாக இருக்க சாத்தியமில்லை. ஒரு மாலை சுங்காபுரர் பீரண்ணா சைக்கிள் கடைக்கு எதிரில் நடந்து போகும்போது, 'உங்க வீட்டுக்கு சந்திரகாந்தண்ணா வந்திருந்தானாம், என்னவாம்?' என்று பீரண்ணா கேட்டான். 'சும்மாதான்' என்று பதில் சொல்லி நழுவிக்கொள்ளப் பார்த்தபோது அவர் அப்படிச் சொல்லும்போதே எதையோ மறைக்கும் உணர்வை கண்டுகொண்ட பீரண்ணா பிடிவாதத்தை விடவில்லை.

'தன்னைப் பற்றி நல்லா எழுதுங்கன்னு சொல்ல வந்தானா?'

சுங்காபுரர் புன்னகைத்தார்.

'நீங்க எதுக்கு பயப்படறீங்க? அவன் வண்டவாளம் எல்லாம் எழுதுங்க. திருட்டுத் தேவடியாப்பய.' தாழ்ந்த குரலில் பீரண்ணா சொன்னபோது சுங்காபுரர் அவசர அவசரமாக அவன் கடையைக் கடந்து முன்னால் நடந்தார். 'சந்திரகாந்தண்ணா' என்ற பீரண்ணனே திருட்டுத் தேவடியாப்பய என்றது அவரைக் குழப்பத்தில் ஆழ்த்தியது. அவர் முதுகிற்குக் கண்ணிருந்தால் இவர் சரசரவென்று நடந்து போவதை பீரண்ணா பார்த்துக்கொண்டு நிற்பது தெரிந்திருக்கும்.

சுங்காபுரருக்கு சில மளிகைப் பொருள்கள் வாங்க வேண்டியிருந்தது. அதற்காக அவர் பையை எடுத்துக்கொண்டு கடைவீதிக்குப் புறப்பட்டார். இப்போது பீரண்ணா பேச்சால் துணிவிழந்து வழிதவறியவர் போலானார். அவர் மனம், கலங்கிக் குழம்பியது. ஷின்னாவின் மளிகைக் கடை ஒன்றும் தொலைவில் இருக்கவில்லை. அங்கே போனால் மீண்டும் இந்தச் செய்தி வந்தே வருமென்று எண்ணி வீட்டுப் பக்கம் திரும்பினார். அவர் வீட்டிற்கு வந்தால் உமாநாதன் அவருக்காக வீட்டுப் படல் அருகே காத்திருந்தான்.

'வாங்க, வாங்க' என்று சொல்லிக்கொண்டே சுங்காபுரர் வீட்டுப் பூட்டைத் திறந்து உள்ளே போய் விளக்கைப் போட்டார்.

உமாநாதன் காட்டைக் கொள்ளையடிப்பவன். கிமானி வக்கீல் தயவால் அவனுடைய குத்தகை நிலமெல்லாம் டிரிப்யுனலுக்குப் போய் வயல்களை எல்லாம் இழந்திருந்தான். அதனால் அப்படிப் பெரிய நட்டம் ஏற்படாவிட்டாலும் வக்கீல் அய்யா வீட்டின் மீது கல்லெறிய வைத்தவன் அவன்தான் என்ற செய்தி இருந்தது.

உமாநாதன் பேச்சு சுற்றிவளைக்காத நேரடியான பேச்சு. உள்ளே வந்தவன் நாற்காலி மீது கூட அமராமல், எந்தப் பீடிகையும் இல்லாமல் நின்றபடியே ஆரம்பித்தான்.

'சார், சந்திரகாந்தன் வந்துபோனது தெரிந்தது. எதற்கு வந்தான் என்பதும் தெரியும். தன்னைப்பற்றி என்ன வேண்டுமென்றாலும் பீற்றிக்கொள்ளட்டும், ஆனால் என்னைப் பற்றி என்ன சொன்னாலும் நீங்கள் நம்பக்கூடாது. உங்களுக்குத் தெரியுமல்ல- நீங்கள் கேட்டபோது என் கைமீறி எல்லா உதவிகளையும் செய்திருக்கிறேன். அது பள்ளி நன்கொடையாக இருக்கட்டும் வேறு எதுவாகவோ இருக்கட்டும். என்னைப்பற்றி நீங்கள் எழுதாவிட்டாலும் பரவாயில்லை. அந்த சந்திரகாந்தன் சொல்வதைக் கேட்டு, பொய்ச் செய்தி எழுதாதீர்கள். அவன் ஆதாரம் ஆதாரம் என்று வேலைக்கு ஆகாத ஆவணங்களைக் காட்டி என் மீது போலீஸ்காரர்களையும், வனத்துறையினரையும் ஏவிவிட்டிருக்கிறான். அந்தச் சாதிக்காரர் குணமே அதுதான். உதவிக்கு நீட்டிய கையை வெட்டுவது. அவன் செய்த அழுக்கு வேலைகளைக் கழுவுவதிலேயே என் ஆற்றல் வீணானால் நான் எப்போது வியாபாரம் செய்வது? எப்போதும் என் அடிக்கே நெருப்பு வைக்கப் பார்க்கிறானே. நீங்களே சொல்லுங்கள் இது சரியா?

சுங்காபுரருக்கு உமாநாதன் மீது நல்ல கருத்து இருக்கவில்லை. பள்ளி நன்கொடை சமயத்தில் 'எங்கள் வீட்டில் இப்போது பள்ளியில் படிக்கும் பிள்ளைகள் யார் இருக்கிறார்கள்' என்று முனகிக்கொண்டே பணம் கொடுத்திருந்தான். இப்போது உட்கார நேரமில்லாதவன் போல் நின்ற காலிலேயே செய்த அவன் நீண்ட சொற்பொழிவைப் பொறுமையாகக் கேட்டுக்கொண்டார்.

'அவன் வந்தது உண்மை. ஆனால் யாரைப் பற்றியும் எதுவும் சொல்லவில்லை. அவன் அப்பாவைப் பற்றிச் சில விவரங்கள் கொடுக்க வந்திருந்தான். நீங்கள் முதலில் உட்காருங்கள்.'

'அவனும் அவன் அப்பா புராணமும்! உண்மை என்னவென்று தெரிந்தவர்களுக்குத் தெரியும். அவன் அப்பா இந்த ஊர்க்காரர் அல்ல. நன்கொடை கொடுத்துக் கொடுத்து அவன் அப்பா பெயரை இந்த ஊரில் நிலைநாட்டப் பார்க்கிறான். எத்தனை

ஆண்டுகள் எங்கள் ஊரில் கழித்தாலும் இங்கே பிறக்காவிட்டால் இந்த ஊர்க்காரனாக முடியாது. அவன் அப்பா சிறைக்குப் போனது கள்ளக் கடத்தல் பண்ணி மாட்டிக்கொண்ட போது. இவன் அதைச் சுதந்திரப் போராட்டம் என்கிறான். இருக்கட்டும். இருக்கட்டும். எனக்கு அதொன்றும் பெரிய வேறுபாடு ஏற்படுத்தப் போவதில்லை. என் விஷயத்தில் ஏதாவது தில்லுமுல்லு செஞ்சான், சரியா உதை விழும். எங்கள் ஊர் மக்கள் பார்ப்பது போல் அவ்வளவு எளிமையானவர்கள் அல்ல என்பது உங்களுக்குத் தெரிந்திருக்கட்டும்.'

சுங்காபுரருக்கு இவர்கள் சண்டையில் மாட்டிக்கொள்ள மனமில்லை. ஊர்க்காரர்கள் யார் என்ற அவன் விளக்கம் நோக்கமில்லாமல் இல்லை என்று தோன்றியது. 'பார்த்ததை, தெரிந்ததை எழுதுகிறேன். ஊர் தகராறில் எதற்கு மூக்கை நுழைக்கட்டும்?' உமாநாதனுக்குச் சமாதானமாகவில்லை. எதற்கோ இந்த மாஸ்டர் சந்திரகாந்தன் சார்பாக இருப்பார் போல் என்ற சந்தேகம் வந்தாலும் பொறுமையிழக்காமல் சொன்னான்.

'அப்படி எல்லாம் நடக்காது சார். எழுதும் பொறுப்பை எடுத்துக்கொண்ட பிறகு மூக்கை நுழைக்க வேண்டியிருக்கும். தெரியாததைத் தெரிந்துகொள்ள வேண்டும். இல்லையென்றால் எழுதப் போகக்கூடாது. அவன் பேச்சைக் கேட்ட பிறகு என்னுடையதையும் என்னவென்று நீங்கள் பார்க்க வேண்டும்.'

இதன் சிக்கல் தன்மை சுங்காபுரருக்கு மின்னல் போல் தோன்றி மறைந்தது.

'நான் எழுதுகிறேனா இல்லையா யாருக்குத் தெரியும். இப்போது வெறுமனே யோசித்துக்கொண்டிருக்கிறேன்.'

'யோசிங்க சார். யோசிங்க. நிறைய யோசிக்க வேண்டிய விஷயம்தான் இது. இன்று வேண்டாம். எனக்கு நேரமில்லை. இன்னொரு நாள் வருகிறேன். உங்களிடம் நிறையச் சொல்ல வேண்டியிருக்கிறது. அந்தக் கிமானி வக்கீல் உங்கள் நண்பராக இருக்கலாம். ஆனால் அவரைப் போன்ற கோக்குமாக்குக்காரன் ஒருத்தன் இருந்தால் போதும் ஊரைக் கெடுக்க. அவரை நீங்கள் புகழ்ந்து எழுதுவீர்கள் என்பது எனக்குத் தெரியும். இருக்கட்டும். இன்று வேண்டாம். நான்

சொல்ல வந்தது இவ்வளவுதான். என்னைப் பற்றி எழுதினால் எனக்குக் காட்டாமல் வெளியிடக்கூடாது.'

நின்றபடியே இத்தனையையும் சொல்லி உமாநாதன் இருட்டில் மறைந்துவிட்டான். அவன் கடைசி வார்த்தைகளில் இருந்த மிரட்டலை சுங்காபுரர் கவனித்தார். தன்னுடைய தற்போதைய நிலைக்கு யாரைக் குறைசொல்லவேண்டும் அவருக்குத் தெரியவில்லை. பிரகாஷனின் ஊகத்திற்கு வாய்ப்பளித்து அந்த ஒரே ஒரு வார்த்தையைப் பேசியது என் தவறா, பேச்சுத் தோரணையை மகிமைப்படுத்திச் செய்தி வெளியிட்டது பிரகாஷ் தவறா?

இவை எல்லாம் அத்துடன் நிற்கவில்லை. சுங்காபுரர் வீட்டிற்கு வருபவர்கள், தெருவில் நிறுத்திப் பேசுபவர்கள் அதிகமாகத் தொடங்கினார்கள். தினமும் ஒருவராவது நடுத் தெருவில் நிறுத்தி ஏதோ பழைய விஷயத்தை எடுப்பார்கள். ஒருமுறை அவர் அவர்சேயில் (ஊர்)பேருந்தைத் தவறவிட்டபோது அங்கிருந்து சைக்கிளில் டபுல்ஸ் ஏற்றி அழைத்து வந்த பொக்கன் வழியில் கிடைக்கும் போதெல்லாம் 'சார், டபுல் ரைட் மறக்க வேண்டாம்' என்று சொல்லத் தொடங்கினான். அதுவரை ஒருமுறையும் பேசாத மக்களும் கூட பழைய ஆவணங்கள், எப்போதோ வந்த செய்தித்தாள் கட்டிங்குகள், கோகலே கையொப்பம் இருக்கும் புத்தகப் பிரதி, மும்பைக்குப் போய் முன்னேறிய ஊர் நல்ல மகன்களின் பெருமைகளை அவருக்குக் கொடுக்கச் செய்தார்கள். அரசியல் தலைவர்களுடன் எடுத்துக்கொண்ட ஃபோட்டோக்களைக் காட்டினார்கள். சுங்காபுரர் என்ன எழுதுகிறார் என்பதைப் பற்றி யாருக்கும் எந்தக் கற்பனையும் இல்லாததால் ஓரிருவர் தங்கள் திருமண ஆல்பததைக் கூட எடுத்து வந்தார்கள்.

தங்களைப் பற்றி நல்லதைச் சொல்லுமளவிற்கே அடுத்தவர்களைப் பற்றிக் கெட்டதைச் சொல்ல மறக்கவில்லை. அவரை நீங்கள் எங்காவது நல்லவர் என்று நினைத்து விட்டீர்களோ என்ற சந்தேகத்தை விலக்க இன்னொருவரின் தீய செயல்கள், ரகசியங்களைப் பற்றித் தெரிவித்தார்கள். ஊரின் முழு வரலாறு விரிவாகவும் விவரங்களுடனும் சுங்காபுரர் முன்னால்

திறந்துகொண்டது. அதிலும் மொட்டைக் கடிதங்கள் கொடுக்கும் தகவல்கள் சிறப்பானதாக இருக்கும்.

கிறுக்கு முறுக்கான கையெழுத்து விலாசத்தைக் கண்டவுடன், அது அப்படிப்பட்ட கடிதம் என்பது தெரிந்துவிடும். உள்ளே இன்னும் சிரமப்பட்டு தங்கள் கையெழுத்தை மறைக்கும் முயற்சி இருக்கும். எத்தனை பேருக்கு இரண்டாவது உறவு இருக்கிறது என்பது மாஸ்டருக்குத் தெரிந்தது அப்போதுதான். ஒருவருக்கு ஹளதிபுரத்தில், இன்னொருவருக்கு மாதனகேரியில், மற்றொருவருக்கு அதே ஊரில்-இப்படி எண்ணிக்கையற்ற உள் ரகசியங்கள். யார், எந்த நேரத்தில், யாரைச் சந்திக்கிறார்கள் என்பதைத் துல்லியமாக எழுதியிருந்தார்கள். ஒருவன் இப்படி எழுதியிருந்தான்: ‘தபால் அலுவலகத்துக்கு எதிர்த் தெருவில் நடந்து, வலது பக்கம் மூன்றாவது திருப்பத்தில் திரும்பி, இடது பக்கம் நான்காவது வீட்டு முன்னால் இரவு எட்டு மணிக்குப் போய் நின்றால் வீட்டிற்குள் யார் உட்கார்ந்திருப்பார் என்று தெரியும். ஒருமுறை போய்ப் பாருங்கள்.’ இதன் விளைவு எப்படி இருந்தது என்றால் ஒரு மாலை போஸ்ட் ஆஃபீஸ் எதிர்த் தெருவில் போகும்போது ஒரு கணம் அங்கே போய்ப் பார்த்துவிடவா என்ற எண்ணம் கூட சுங்காபுரரிடம் தோன்றி மறைந்தது. பினாமி கடிதங்களில் குடும்ப சொத்துத் தகராறுகளும் இருந்தன. கையூட்டுப் பணத்தால் வாங்கிய தங்க நகைகளின் விவரங்கள், மாமனாருக்கும் மருமகளுக்கும் நடந்த சண்டை கொலையில் முடிந்தது, கோயில் பூசாரியின் முறைகேடான நடத்தை- இப்படி ஒருவர் மீது ஒருவர் குற்றம் சாட்டுவதைத் தெரிந்துகொண்டே போக ஊர் முழுதும் ஒழுக்கம் கெட்ட நிலையில் மூழ்கிக் கிடக்கிறது என்ற உணர்வு ஏற்பட்டது.

தபால்காரர் பண்டாரி சொன்னார். ‘நம் ஊர் மக்களால் என் வேலை இருக்கிறதப்பா! போஸ்ட் டப்பாவுக்கு நடக்கும் தொலைவை விட சுங்காபுரர் சார் வீடு பக்கம். ஆனாலும் மக்கள் அவருக்குக் கடிதம் எழுதி, ஸ்டாம்ப் ஒட்டி டப்பாவில் போடுகிறார்கள் என்றால் அதற்கு என் மீதான கருணையல்லாமல் வேறு காரணமில்லை.’

★★★

அவசரநிலை

வக்கீல் அய்யாவைக் கிண்டல் செய்வது விட்டோபன் வாழ்க்கையின் ஒரே இலக்காக இருப்பது போலிருந்தது. கடை முன் திண்ணை மீது ஜன்னனின் துணையிருந்தால் இருவர் வாய்க்கும் கடிவாளம் இருக்காது. எந்த ஒரு விஷயத்தையும் வக்கீலுடன் இணைத்து அவதூறு பேசுவதில் கைதேர்ந்தவர்களாக இருந்தார்கள். நாளுக்கு நாள் அவர்கள் கிண்டலும், கேலியும், நக்கலும் கூர்மையாயின.

‘சரியா எடைபோடுடா ஹம்மண்ணா. வக்கீல் கேஸ் போட்டுடுவார்.’

‘சாகிப் இடது கையால் மூக்கைத் துடைத்துக்கொண்டாரே. வக்கீல் அய்யாவிடம் சொல்லி பொய் வழக்குப் போடலாமா?’

‘வக்கீல் அய்யா சொற்பொழிவில் எத்தனை தடங்கல்கள் கடந்து நமக்கு சுதந்திரம் வந்தது நாகண்ணா? இரண்டா, மூன்றா?

‘பள்ளியில் சொற்பொழிவுக்கு அழைப்பதை நிறுத்திய பிறகு வீட்டுப் பின்கட்டிலேயே சொற்பொழிவாற்றுகிறாராம். சரியாக ஏழரை மணிக்குத் தென்னை மரம், பாக்கு மரத்துக்கு விடுதலைப் பாடம் எடுக்கிறாராம்.’

வக்கீல் அய்யாவுக்கு விட்டோபன் பரப்பும் விஷக் காற்றின் அறிவிருந்தது. இதுபோன்ற செய்திகளை அங்கிருந்து கொண்டு வந்து கொட்டும் மக்களும் இருந்தார்கள். வக்கீல் அதற்குச் செவிசாய்க்கவில்லை. தன்னை மாற்றிக்கொள்ளவும் இல்லை. அவர் மகன் அசோகன் வழியாக ஏதாவது தொல்லை கொடுக்கலாமென்று எண்ணி விட்டோபனுக்கு அசோகன் பெயரை மாற்றியதற்குச் செலவான சில்லறைக் காசைத் தவிர வேறொன்றும் சாத்தியமாகவில்லை. வீட்டைவிட்டுப் போகும் அவசரத்தில் இருந்த அசோகன், இளநிலைக் கல்வியை முடித்தவுடனேயே சிரசி காண்ட்ராக்டர் ஒருவரிடம் வேலைக்குச் சேர்ந்துகொண்டு விட்டோபன் பார்வையிலிருந்து வெளியே போய்விட்டான். ஆனால் நாட்டில் அவசரநிலையை அறிவித்த பிறகு விட்டோபன் பல ஆண்டுகள் முயன்றாலும் நடக்காத சங்கதி எளிதாக நடந்துபோனது.

★★★

கிமானி வக்கீல் அய்யா குழப்பத்திலிருந்த நாள்கள் அவை. ஒரு இரவு பத்து மணி சுமாருக்கு அவர் வீட்டுப் பின் கதவுக்கு வெளியே நரஹரி தென்பட்டான். வீட்டில் எல்லோரும் சாப்பிட்டுவிட்டு உறங்கப் போகும் நேரமது. எச்சில் பாத்திரங்களைக் கழுவப் போடலாம் என்று நீலாவதி பின்கட்டுக் கதவைத் திறந்து வைத்தாள். கதவுக்கு வெளியே அரை வெளிச்சத்தில் திடீரென்று தென்பட்ட ஆகிருதியைப் பார்த்துத் திகைத்துப்போனாள். ‘பயப்படாதே நீலக்கா நான்தான், நரஹரி.’ என்றவன் சொன்னாலும் அவளுக்கு அவன் யாரென்று தெரியவில்லை. தாடி வளர்ந்திருந்தது. மாசு படிந்த பைஜாமா, நீண்ட ஜிப்பா அணிந்திருந்தான். வக்கீல் அய்யா வந்து அடையாளம் கண்டு உள்ளே அழைத்தார். சர்ரென்று உள்ளே வந்து, கதவைச் சாத்தி, ‘விளக்கை அணைங்க, அணைங்க’ என்று அவசரப்படுத்தினான். சமையலறை விளக்கை அணைத்தார்கள். ‘பசிக்கிறது ஏதாவது கொடுங்கள்’ என்றான் தாழ்ந்த குரலில்.

‘நல்லவேளை சட்டியில் சோறு இருந்தது. சிறிது பொறு உனக்குத் தம்புளி[2]யாவது அரைத்துப் பரிமாறுகிறேன். நீலாவதி சொன்னதற்குக் குறுக்கும் நெடுக்குமாக தலையசைத்து ‘சோறு மோர் ஊறுகாய் இருந்தால் போதும். நேரம் சரியில்லை’ என்று அவரசப்படுத்தினான்.

‘நீ விளக்கைப் போட்டுத் தட்டில் பரிமாறு, அதுவரை நாங்கள் அந்தப் பக்கத்து அறையில் இருக்கிறோம்.’ வக்கீல் அய்யா நரஹரியை நடுக்கூடத்திற்கு அழைத்துப் போனார். விளக்கை அணைக்கும்வரை அவனுக்கு ஓயவில்லை. குசுகுசுத்துக் கொண்டே நரஹரி பல சங்கதிகளைச் சொன்னான்.

‘சூழ்நிலை கடுமையாக இருக்கிறது வக்கீல் அய்யா. எல்லாம் போலீஸ் ராஜ்ஜியம். முன்பே தலைமறைவாகாமல் இருந்திருந்தால் இப்போது உள்ளே இருந்திருப்பேன். வீட்டில் இருப்பவர்களைப் பார்க்கப்போனால் கண்டிப்பாகக் கைது செய்வார்கள். நமக்கு

---

2. சாதாரணமாக பிராமணர்களின் ஒரு பிரிவான ஹவ்யகர் வீடுகளில் சமைக்கும் ஒருவகை சமையல். திரவ வடிவில் இருக்கும். மோர் இதில் பயன்படுத்துவார்கள். எந்த மூலப்பொருளைப் பயன்படுத்துகிறோமோ அதன் தம்புளியாகும். அதனுடன் தேங்காய் துருவிப் போட்டு, அரைத்து, மோர் உப்பு சேர்த்து, தாளித்து செய்வது. நம்மூர் மோர் குழம்பு போல என்று சொல்லலாம்.

நடுவில் இருக்கும் மக்களே போலீஸ்காரர்களுடன் சேர்ந்து சுளிவு கொடுக்கிறார்கள். இல்லையென்றால் மாதனகேரி பாபூட்டி எங்கள் வீட்டில் இருந்தது எப்படித் தெரியும்? ஒருநாள் விடிகாலையிலேயே வந்து ஓசையில்லாமல் எழுப்பிக் கொண்டு போனார்கள். எங்கள் குடும்பத்தாருக்கும் எச்சரிக்கை அளிப்பவர்கள் போல், நரஹரியைப் பிடிக்க அதிக நாள் தேவையில்லை என்றார்களாம். எந்த போலீஸ் அடையாளமும் தெரியவில்லை என்று என் தம்பி தெரிவித்தான். என்றால் அவர்கள் எல்லாம் வேறு இடத்திலிருந்து வந்தவர்கள். அதற்காக நாங்கள் எல்லாம் சும்மா இருக்கிறோம் என்று எண்ண வேண்டாம். என்ன நடக்கிறது என்று மக்களுக்குத் தெரிவித்தால் போதும் நமக்கு உள்ளுக்குள்ளேயே இருந்து ஆதரவு கிடைக்கும். முன்பு போல் சொற்பொழிவாற்றித் தெரிவிக்கும் காலம் போய்விட்டது. பேப்பர், ரேடியோ எல்லாம் அவர்கள் கையில் இனி நமக்கு எஞ்சியிருக்கும் வழிகள் குறைவு.'

அறையின் மெல்லிருளில் முகபாவங்கள் தெளிவாகத் தெரியாவிட்டாலும் அங்கே ஆதங்கம், கோபம், உத்வேகம், வெறுப்பு, துணிச்சல் நிரம்பி இருப்பது அறிவுக்கு எட்டுவது போல் இருந்தது. நரஹரி சில அச்சிடப்பட்ட தாள்களைக் கொடுத்துச் சொன்னான்: 'உங்களிடம் இருக்கட்டும். சிலர் இதைக் கையால் நகலெடுத்துக் கூட விநியோகம் செய்திருக்கிறார்கள். மொத்தத்தில் செய்தி மக்களுக்குச் சென்றடைவது முக்கியம்.'

'சாப்பிட வரலாம்.' நீலாவதி சொன்னவுடன் நரஹரி சாப்பிட எழுந்தான். சமையலறை விளக்கை அணைக்கும்வரை அங்கே காலெடுத்து வைக்கவில்லை. நீலாவதி சிம்னி ஒன்றை எடுத்துவந்து அடுப்பிற்கு அருகில் வைத்தாள். தொலைவில் இருந்த அதன் ஒளி அவன் தட்டுவரை விழவில்லை. அந்த மெல்லிருளில் கபகபவென்று உண்டான்.

'வெறும் மோர் சாதம்' நீலாவதி நொந்துகொண்டதற்கு 'மிக அருமையா இருக்கு. அமிர்தம், அமிர்தம்.' என்று தலையசைத்தான். ஊறுகாயை மூன்று முறை போடவைத்துக்கொண்டு அதை மோர் சாதத்தில் கலந்து தின்றான்.

'நாளையிலிருந்து நான் என்ன செய்ய வேண்டும் சொல்.' வக்கீல் அய்யா பணிவுடன் கேட்டார். தனது துணிச்சலால் நரஹரி அவர் கண்ணுக்கு உயரமாக வளர்ந்திருந்தான்.

'நீங்கள் சிறைக்குப் போகக்கூடாது. நம் மக்கள் வெளியே இருக்கும்வரை நமக்கு நல்லது. அமைதியாக இருந்துவிடுங்கள். எங்கேயும் வாய்திறக்கப் போக வேண்டாம். உங்கள் மீது போலீஸ்காரர்களுக்குக் கண்டிப்பாக ஒரு கண் இருக்கும். இத்தனை நாள் உங்களைச் சிறைபிடிக்கவில்லை என்பதே வியப்பு. உங்கள் உதவி எப்போதும் தேவை. எப்படித் தேவை என்பதை உங்களுக்குத் தெரிவிக்கப்படும். நான் கொடுத்த காகிதங்களை வாசிக்கவும். நமக்குத் துணையாக இருக்கிறார்கள் என்பது உங்களுக்கு உறுதியானால் இன்னொருவருக்குக் கடத்துங்கள். அல்லது எரித்து விடுங்கள். எதையும் நிரந்தரமாக உங்களிடம் வைத்துக்கொள்ளக்கூடாது.'

அவன் மொழி மாறியிருப்பதை இந்தச் சந்திப்பில் வக்கீல் அய்யா கவனித்தார். உங்களுக்குத் தெரியாத உலகுடன் தான் தொடர்பில் இருக்கிறேன் என்பதை அவன் பறைசாற்ற முயன்றான்.

வந்தது போலவே, பின்கட்டு வாசல் வழியாகவே நரஹரி மறைந்துவிட்டான். இருட்டில் மறைந்த பிறகு பின் கதவைச் சாத்திவிட்டு, இடைமட்டத்தின் மீது படுக்கப் போகும்வரை அவர் உத்வேகம் குறையவில்லை. நீலாவதி ஓரிரு கேள்விகளைக் கேட்க முயன்று கணவனின் அந்நிய மனநிலையைக் கண்டு அமைதியானாள்.

இரவு முழுதும் அவர் கண் மூடவில்லை. அவனுடைய ரகசியச் சந்திப்பு, அருகில் அமர்ந்து பேசிய பேச்சுகள், துண்டுப் பிரசுரச் செய்திகள், சிறைக்குப்போன தலைவர்களின் பெயர்கள், நாட்டில் நடக்கும் கொடுமைகள் வக்கீல் அய்யாவிடம் புத்துணர்ச்சியை நிரப்பின. இது இரண்டாவது சுதந்திரப் போராட்டம் என்று அவருக்குத் தோன்றியது. நரஹரி மீது அவருக்கு இருந்த அசட்டை குறைந்து அபிமானம் ஏற்பட்டது. அமைதியாக இருக்க வேண்டுமென்ற விஷயம் மட்டும் அவருக்குச் சம்மதமாக இருக்கவில்லை. புனே நாள்கள் நினைவிற்கு வந்தன.

நாள்கள் கடக்க காற்றுவாக்கில் செய்திகள் அதிகமாகப் பரவின.

குமட்டா நரசிம்ம நாயக்கரை பள்ளி ஆண்டு விழாவில் இந்திரா காந்தியை விமர்சனம் செய்ததற்காகக் கைது செய்து ஹ~ப்பள்ளிக்கு அழைத்துச் சென்றார்களாம்;

முண்டைக் காளி அரசு என்று யாரிடமோ சொன்ன பேச்சை சாக்காக வைத்துக் கொண்டு ஹொன்னாவரத்து விசுவநாத பிரபுவை இரவோடு இரவாக கதவைத் தட்டி எழுப்பி ஜீப்பில் தூக்கிப் போட்டுக்கொண்டு போனது எங்கே என்று யாருக்கும் தெரியாதாம்.

சங்கொள்ளி ராயண்ணா நாடகம் அரங்கேற்ற குழு அமைக்கிறார்கள் என்று ஊர் போலீஸ்காரர்களுக்கும் தெரியாமல் தொட்டமனே ஹெக்டே வீட்டு மூன்று நபர்களை பெலகாவி போலீசார்கள் அழைத்துச் சென்றார்களாம்.

நாங்கள் எத்தனை பிள்ளைகளையாவது பெற்றுக்கொள்வோம், அரசாங்கத்துச் சொத்து என்ன மூழ்கிப்போகும் என்று சொன்ன மாதனகேரியின் துகாராமை மறுநாளே காரவார் சிறைக்குள் தள்ளினார்களாம்.

தெரியாமல் தான் கேட்கிறேன், அவை எல்லாம் போலீஸ்காரர்களுக்குத் தெரிய வருவதாவது எப்படி என்று மக்கள் வியப்படைந்து, என்ன நடந்திருக்கலாம் என்று ஊகித்துக்கொண்டு, புதுக் கதைகளைத் தோற்றுவிக்கிறார்கள். இத்தனை நாள்கள் ஆனாலும் கிமானி வக்கீல் அய்யாவை எதற்குக் கைது செய்யவில்லை என்று கூட காற்றுவாக்கில் பேச்சுக்கள் இருந்தன. அவர்தான் போலீஸ்காரர்களுக்குச் செய்தி தெரிவிக்கிறார் என்ற புரளியும் இருந்தது. அதற்குச் சிறகு முளைத்து அவர் வீட்டிற்கு தினமும் இரவு ஒரு போலீஸ்காரர் வந்து எல்லா விவரங்களையும் தெரிந்துகொண்டு போகிறார் என்றும் கூட மக்கள் பேசிக்கொண்டார்கள். இவை எல்லாம் காதில் விழுந்தாலும் நரஹரியின் அறிவுரையை நினைத்துக்கொண்டு வக்கீல் அய்யா அமைதியாக இருந்தார். நரஹரி வந்து போய் நான்கு வாரங்கள் ஆனாலும் மீண்டும் அவனிடமிருந்து எந்த செய்தியும் இல்லை. சில சமயம் இரவு பின்வாசல் கதவை சாத்தும் முன்பு பின்கட்டை நோட்டமிடுவார். அவனும் மக்கள் பேசுவதை நம்பி விட்டானா என்று தோன்றியது. எதையாவது செய்ய வேண்டுமென்ற அவர் ஆர்வத்திற்குத் தக்க வாய்ப்பு அமையவில்லை. அவர் எழுதிய எந்தக் கடிதங்களும் வாசகர் குரலில் வெளிவரவில்லை. பத்திரிகைகள் சமுதாயச்செயல்திறனை

அதிகரிக்கச் செய்யும் பல திட்டங்கள் கொண்ட நிகழ்ச்சிகளின் விளம்பரத்தை நிரந்தரமாகப் பிரசுரித்தன.

ஒருநாள் விடிகாலை முன் வாசல் கதவைத் திறந்தபோது அங்கே காகிதச் சுருள் ஒன்று கண்டது. யாரோ இரவில் வந்து அதை அங்கே வைத்திருக்கிறார்கள். அந்தச் சுருளைப் பார்த்ததும் அது நரஹரி ஆள்கள் வேலை என்று வக்கீல் அய்யாவுக்கு உறுதியானது. திறந்து பார்த்தால் பல வடிவங்களில் அச்சிட்ட தாள்கள். அவற்றில் அவசர நிலையின் இன்னும் பல கொடூர நிகழ்வுகளின் வர்ணனைகள் இருந்தன. குடியரசைப் பற்றி எழுதிய கட்டுரைகள் இருந்தன. எந்தப் பெயரும் இருக்கவில்லை. அவற்றுக்கு இடையில் தனக்கு ஏதாவது குறிப்பிட்ட செய்தி இருக்கிறதா என்று வக்கீல் அய்யா தேடினார். அங்கே எதுவும் காணவில்லை.

வாரம் கடப்பதற்குள், சுங்காபுர மாஸ்டரைப் பிடித்துக் கொண்டு போனார்கள் என்ற செய்தி தெரிந்தபோது வக்கீல் அய்யா இனி தான் சும்மா இருக்கக்கூடாது என்று தோன்றியது. அவர் வீட்டில் பல ஆவணங்கள் கிடைத்தனவாம், அவர் எழுதிக் கொண்டிருக்கும் தன்வரலாறில் ஊர் மக்களின் எல்லா குற்றம் குறைகளின் விவரம் இருந்ததால் அவரை அழைத்துச் சென்றார்கள் என்றும், அதன் வழியாக இன்னும் பலரைப் பிடிப்பார்கள் என்றும் தலை வால் இல்லாத செய்திகள் பரவத் தொடங்கின. தபால் நிலையத்திற்கு அஞ்சல் சீட்டு வாங்கப் போனபோது வக்கீல் அய்யாவுக்கு அந்த விஷயம் தெரிந்தது. அங்கே நின்று அந்தச் செய்தியைச் சொல்லிக்கொண்டிருந்த கணேசன் பேச்சை முடித்தது எப்படி என்றால் -'பிடித்துக்கொண்டு போனார்கள் என்று சொல்கிறார்கள். இரண்டு நாள்களாகக் காணவில்லை. அவராக ஊரை விட்டு எங்கே போவார்?'

வக்கீல் அய்யா அஞ்சல் சீட்டை வாங்காமல் அவசரமாக சுங்காபுரர் வீட்டை நோக்கிப் போனார். வீடு பூட்டி இருந்தது. படிகள் மீது மழைக் காற்று வேகத்திற்கு உதிர்ந்த இலைகள் இருந்தன. ஒரே ஒருநாள் தொடர்பு இல்லாவிட்டாலும் வீட்டைப் பார்த்ததும் இங்கே ஜனங்கள் இல்லை என்று அது எப்படியோ தெரிந்துவிடுகிறதே என்று வியப்புற்று, இவ்வளவு எளிதாகத் தெரியும்போது திருடர்கள் இதுபோன்ற வீடுகளைத் தேடி கன்னமிடுவதில் திகைப்புற என்ன இருக்கிறது என்று யோசித்துக்

கொண்டே, வீட்டை ஒரு சுற்று சுற்றப் போனார். பின்கட்டில் பாத்திரம் அலம்பும் இடம் உலர்ந்திருந்தது. குளியலறைக் கதவு பாதி மூடியிருந்தது. உள்ளே போய் அண்டாவைத் தொட்டுப் பார்த்தார். குளிர்ச்சியாக இருந்தது. வீட்டுக்கு இன்னொரு பக்கமாகப் போய் சன்னல் வழியாக எட்டிப் பார்த்தார். போதுமான வெளிச்சம் இருக்கவில்லை. சன்னலுக்கு அருகே இருந்த மேசை மீது 'கஸ்தூரி' மாத இதழ் தெரிந்தது. கண்ணுக்கு இருட்டு பொருந்திப் போக அங்கே விரித்திருந்த படுக்கை தெரிந்தது. சுங்காபுரர் அந்த அறையில்தான் படுப்பார் என்பது வக்கீல் அய்யாவுக்குத் தெரியும். இன்னும் சிறிது நேரம் அப்படியே நின்று பார்க்க உள்ளே இருப்பது அதிகத் தெளிவானது. மெத்தை மடித்திருக்கவில்லை. தலைப் பகுதியில் தண்ணீர் சொம்பும் அதன் மீதொரு குப்புறப் போட்ட குவளையும் தெரிந்தது. படுக்கை விரிப்பின் மீதான சுருக்கங்களையும், பாதி திறந்து கிடந்த போர்வையையும் பார்த்தால் இப்போதுதான் அவர் அங்கிருந்து அவசரமாக எழுந்து போனது போல் இருந்தது. என்றால் அவரை இரவே அழைத்துக் கொண்டு போயிருக்கவேண்டும். எந்த இரவு? நேற்றா, அதற்கு முந்தைய நாளா?

வக்கீல் அய்யாவுக்குக் கோபம், சங்கடம் பொங்கி வந்தது. அவர் அக்கம்பக்கத்து வீட்டார்களிடம் விசாரிக்கப் போனார். இந்தப்பக்கத்து வீடு ஊமை சிம்பி வீடு. அவன் கைச்சாடையில் எனக்குத் தெரியாது என்றான். முந்தாநாள் இரவு எப்போதோ வாகன சத்தம் வந்தது என்பதைத் தவிர வீட்டில் இருப்பவர்களுக்கு வேறு எதுவும் தெரியாது. இன்னொரு பக்கத்தில் இருப்பவர் வங்கியில் பணிபுரியும் தேசாய் வீடு. அவர் மகன் விநாயகன் வந்து 'எங்களுக்கு எதுவும் தெரியாது' என்று விரட்டப் பார்த்தான். அவன் சொல்லும் தோரணையில் அவனுக்கு ஏதோ தெரியும் என்று தோன்றியது.

'மறைக்காதேடா. உனக்கு அவர் பள்ளியில் ஆசிரியராக இருந்தவர்.' வக்கீல் அவனைச் சீண்டினார். ஆனால் அந்த விஷயத்தைப் பேச அவன் சுத்தமாகத் தயாராக இல்லை. தேசாய் மனைவி 'எப்போது வீட்டை விட்டுப் போனாலும் வீட்டுச் சாவியைக் கொடுத்து விட்டுத்தான் போவார். இந்த முறை மட்டும் கொடுக்கவில்லை' என்ற விவரத்தை இணைத்தார். இவர்களிடம் பேசிப் பயனில்லை

என்று வக்கீல் அய்யா காவல் நிலையம் போனார். அவர்கள் அந்தக் கைதைப் பற்றித் தங்களுக்கு எதுவும் தெரியாது என்றும், பெலகாவி போலீசார் வந்திருந்தாலும் வந்திருக்கலாம் என்றும் மதில் மேல் பூனை போல் இருந்தார்கள்.

அடுத்த மாதங்களில் புதிய செய்திகள் பரவின. சுங்காபுரரை அழைத்துக் கொண்டு போனது கள்ளக் கடத்தல்காரர்கள் என்றும், அவர்களுக்கு இதைப் பற்றி அதிகமாகத் தெரியுமென்ற சந்தேகத்தில் அவரைக் கடத்திக்கொண்டு போனார்கள் என்றும் சொல்லபட்டது. எமர்ஜென்சியின் போது யார் காணாமல் போனாலும் போலீசார் மீது சந்தேகம் வருவதால் அவர்கள் வேலை எளிதானதென்று மக்கள் பேசிக் கொண்டார்கள். இந்தச் செய்திக்குக் காரணமானவன் என்ற சந்தேகத்தில் போலீசார் உளவாளியை அழைத்துத் தேவடியாப் பயலே இனி உன் ஓட்டை வாயை மூடாமல் இருந்தால் உதை விழுமென்று மிரட்டியதுமல்லாமல் இரண்டு உதையும் விழுந்தது என்று செய்தி.

வாரத்திற்குப் பிறகு மற்றொரு முறை சுங்காபுரர் வீட்டைச் சுற்றி வந்தார். ஒரு வாரத்தில் அது பாழடைந்த வீடு போல் கண்டு மிகக் கவலைப்பட்டார். அன்று வீட்டிற்கு வந்ததும், இனி தான் வாய்திறந்து எதிர்க்க வேண்டுமென்று முடிவு செய்தார். மதிய உணவிற்குப் பிறகு பாய் மீது மணிக்கணக்கில் படுத்துக் கிடந்தாலும் அவர் கண் மூடவில்லை. அன்று மாலையே சொற்பொழிவாற்றிவிட முடிவு செய்தார். வீட்டிலிருந்து புறப்படும் போது நீலாவதியிடம் சொன்னார்.

‘இன்று காந்தி மைதானத்திற்குப் போய் சொற்பொழிவாற்றுகிறேன். போலீசார் பிடித்துக்கொண்டு போகலாம். அப்படி ஏதாவது நடந்தால் எப்போது திரும்புவேன் என்று தெரியாது. நடப்பது நடக்கட்டும். இனி சும்மா இருக்க என்னால் முடியாது. இந்தா வாங்கிக்க. இது மேலே இருக்கும் அலமாரிச் சாவி. பணம் எங்கே இருக்கிறது என்று உனக்குத் தெரியும். மீதம் அர்பன் வங்கியில் நம் இருவர் பெயரில் இருக்கிறது.’

நீலாவதிக்கு பயமானது. என்ன நடக்கிறது என்று சிறிதளவு கேட்டுத் தெரிந்திருந்த அவளுக்கு இவர் தானாக இழுத்துப் போட்டுக்கொள்வது சரியாகப் படவில்லை.

‘பிடிப்பது என்றால் அவர்களாகவே வந்து பிடித்துக்கொண்டு போவார்கள். நீங்களாகப் போய் கூண்டில் மாட்டிக்கொள்வது எதற்கு?’

வக்கீல் அய்யா யார் பேச்சையும் கேட்கும் நிலையில் இருக்கவில்லை.

அவர் மாலை காந்தி மைதானத்திற்கு வந்தபோது ஐந்தரை மணி. அவர் நடையில் எப்போதையும் விட அதிக வேகம் இருந்தது அவர் கவனத்திற்கு எட்டி நிதானித்தார். காந்தி மைதானம் அடைந்து, அங்கிருக்கும் அரசமர மேடை ஏறினார். அங்கே அவர் ஏறி நின்றதும் மாலை நடைபழக அங்கே வந்திருந்த சிலர் நின்று பார்க்கத் தொடங்கினார்கள். அவரை அடையாளம் கண்டு மேலும் மக்கள் கூடினார்கள். கிமானி வக்கீல் அய்யாவுக்கு உற்சாகம் வந்தது. உரத்த குரலில் சொற்பொழிவைத் தொடங்கிவிட்டார்.

அவசரநிலையின் கொடுமைகளைச் சொல்வதற்கு முன் சுதந்திரத்தின் மகத்துவத்தைச் சொல்ல வேண்டுமென்று நினைத்ததால் சுதந்திரப் போராட்டத்திலிருந்தே ஆரம்பித்தார். அவர் முயலாமலேயே ஆகஸ்ட் பதினைந்து பள்ளிச் சொற்பொழிவுத் தோரணைக்குத் திரும்பினார். அப்படியாக காந்தி, கோகலே, திலக் என்று வண்டி அதே தண்டவாளத்தின் மீது ஓடியது. இதையெல்லாம் கேட்டுச் சலித்துப்போன மக்கள் பத்து நிமிடத்தில் கலைந்துவிட்டார்கள். அவர் அவசர நிலையின் கொடுமைகளைப் பற்றிப் பேசும்போது எண்ணி நான்கு பேர் இருக்கவில்லை. ஆனாலும் கூட, வக்கீல் அய்யா அரசாங்கத்துக்கு எதிராக இப்படி வீராவேசமாகப் பேசுவதைக் கேட்டு அபாய சுளிவு கிடைத்தவர்கள் போல் மெல்ல தப்பித்துப் போனார்கள். காலி மைதானத்தைப் பார்த்து வக்கீல் அய்யா மனம் தளரவில்லை. கடைசி இரண்டு நிமிடம் தனியாகவே பேசினார். போலீசார் கூட வரவில்லை. வக்கீல் அய்யா மெல்ல மேடையிலிருந்து இறங்கி வீட்டிற்குப் புறப்பட்டார். இனி வக்கீல் அய்யாவை சிறையில் தள்ளுவதில் ஊர்க்காரர்களுக்கு சந்தேகம் இருக்கவில்லை.

நல்லபடியாக வீடு வந்து சேர்ந்த கணவனைப் பார்த்து நீலாவதிக்கு மகிழ்ச்சியானது. இப்போது இல்லாவிட்டாலும் இன்று இரவு போலீசார் வீட்டிற்கு வந்து வீட்டுக் கதவைத் தட்டுவார்கள் என்று வக்கீல் அய்யா காத்திருந்தார். அன்று விரைவாக சாப்பிட்டு

உறங்கப் போனார். இடைமட்டத்தில் படுத்தவர் மனம் நிறைய புனேயின் நினைவுகள். ஷாகா முக்கியஸ்தன் சாடே சொன்ன 'அட புத்திசாலி' நினைவிற்கு வந்தது. சாடேயின் கூர்மையான நக்கலும், திமிரும் அவருக்கு அசிங்கமாக இருந்தது. தாங்கள் எல்லாம் ஒரு பெரிய வேலைக்கு உறுதியாக இருக்கும் போது இந்த அற்ப விஷயங்கள் மீது கவனம் செலுத்தக் கூடாது என்று அடிக்கடி தமக்குத் தாமே ஆறுதல்படுத்திக் கொள்வார். புனேயில் கழித்த கடைசி நாள்கள் காந்தியின் கொலைச் செய்தியைப் பேசும் போது சாடேயின் முகத்தின் புன்னகையில் இருந்த ஆபசத்தின் இழையை மறப்பது எளிதாக இருக்கவில்லை. அதொரு குற்றவுணர்வு போல் அவர் மனதில் பதிந்துவிட்டது.

மறுநாள் மதியம்வரை வக்கீல் அய்யா ஆதங்கத்திலேயே பொழுதைப் போக்கினார். நேற்றை விட அதிகத் தெளிவு இருந்தது. அப்படியாக வேறு தோரணையில் நேரடியாக இந்திரா காந்தியின் பெயரைச் சொல்லி கடுமையான சொற்களிலிருந்தே தொடங்கினார். மழைக்காலச் சூழல், லேசாக காற்றும் இருந்ததால் மேடைக்கு அருகே போகாமல் அவர் பேச்சு கேட்காது. அங்கே அருகே இருந்தவர்கள் அந்தச் சொற்பொழிவு சிறிது சுவாரசியமாக இருந்ததால் நின்று கேட்டார்கள். அதற்குள் இரு போலீஸ்காரர்கள் வந்தார்கள். அவர்களைப் பார்த்ததும் இருந்த சிலரும் கலைந்து போனார்கள். போலீசார் வக்கீல் அய்யாவின் பேச்சுக்களைச் சிறிது நேரம் கேட்டுவிட்டு சிரித்துக்கொண்டே போய்விட்டார்கள். அப்போதுதான் சிறிதாக மழை வந்தது. உற்சாகம் குறைந்து வக்கீல் அய்யா சொற்பொழிவை நிறுத்தினார். அன்றே அவரைக் கைது செய்வார்கள் என்ற குசுகுசு ஊரில் ஆரம்பமானது.

வக்கீல் அய்யா வீட்டிற்கு வந்தார். எதற்காகக் காத்துக்கொண்டிருக்கிறேன் என்று தெரியாதவர் போல் பதறினார். சாப்பிட்டு உறங்கப் போனாலும் படபடப்பு நிற்கவில்லை.

இரவு வெகுநேரமானாலும் அவருக்கு உறக்கம் வரவில்லை. படுக்கையிலிருந்து எழுந்து வெளி அறைக்கு வந்தார்.தடுப்புச் சுவர் அருகே வந்து நின்றார். மேகங்கள் சிதறிக் கிடந்தன. இரவின் அமைதியில் வெண்ணிலா அற்புதமாகத் தெரிந்தது. மழைக் காலத்தில் மேகம் விலகி இப்படிச் சந்திரன் தெரிவதே அதிசயம். மரஞ்செடிகள் அசையாமல் இருந்தன. தனக்குத் தூக்கம்

வந்திருந்தாலும் இவை எல்லாம் இப்படி அதன் பாட்டிற்கு இருந்திருக்கும் என்ற யோசனையொன்று தலையில் புகுந்து அவரிடம் குழப்பத்தை ஏற்படுத்தியது. மீண்டும் போய் படுத்தார். அப்படியே தூக்கம் சூழ்ந்துகொண்டது.

மறுநாள் காலை நேரம் வீட்டிலிருந்து வெளியே போகாமல் பரண் மீதிருந்த அறைக்குப் போய் மாலை சொற்பொழிவிற்காகத் தயாராகத் தொடங்கினார். அவருக்குத் தான் செய்வது எதுவும் போதாது என்று தோன்றியது. எந்தச் செயல் வழியாகத் தான் தற்போதைய சூழ்நிலைக்கு சரியாக பதிலளிக்க முடியும் என்பது தெரியவில்லை. ஊரில் இருந்த ஒரே ஒரு நெருங்கிய நண்பன் சுங்காபுரர் கண்மறைவாக இருந்தார்.

★★★

மறுநாள் மாலை மீண்டும் அவர் சொற்பொழிவு ஆரம்பமானது. அன்று கேட்க இருந்தவர்கள் வெறுமனே மூன்று பேர்கள் மட்டுமே. மாலை நடைபழக வருபவர்களுக்கு தினமும் நடக்கும் இந்த நாடகத்தில் ஆர்வம் குறைந்துபோனது. அன்றும் கூட ஒரு போலீஸ்காரர் வந்து நின்றிருந்தார். வக்கீல் அய்யா சொற்பொழிவை நிறுத்தவில்லை. பத்து நிமிடம் நின்று புறப்பட்ட போலீசை அங்கே இருந்த யாரோ ஒருவன் 'இவரைப் பிடித்துக்கொண்டு போகமாட்டீர்களா?' என்று கேட்டான். அதற்கு அவன், 'அய்யோ இவன் பேச்சை யார் கேட்பார்கள்? கடவுளையே தேவடியா மகன் என்று சொல்பவன் இனி இந்திரா காந்தியை விட்டு வைப்பானா? பைத்தியங்களை எல்லாம் சிறையில் அடைக்க இடமில்லை என்று அதிகாரி அய்யா சொல்லி இருக்கிறார். சொற்பொழிவாற்றுகிறான் என்றால் போலீஸ் வராமல் இருக்கமுடியாது. அதற்காக என்னை அனுப்பினார்கள். பேசட்டும் விடுங்கள்.' என்று சொல்லிப் புறப்பட்டுவிட்டார்.

வக்கீல் அய்யா ஒரு வாரம் வரை தினமும் இதைத்தான் செய்தார். மக்கள் அந்தப் பக்கம் வருவதையே நிறுத்திவிட்டார்கள். தனியாக நின்று உக்கிரமாகப் பேசத் தேவையான மன உறுதியும், நம்பிக்கையும் வக்கீல் அய்யாவிடமிருந்தது. வாரத்திற்குப் பிறகு தன் செயல் வீணானது என்ற அறிவு வந்தவர் போல் நொந்து அங்கே வருவதையே நிறுத்திவிட்டார்.

தான் நகைச்சுவைக்கு ஆளாகி விட்டது அவர் துணிச்சலைக் குறைத்துவிட்டது. தன் பேச்சிற்கு இருந்த வலுவெல்லாம் இல்லாமல் போனதென்று கையாலாகாதவர் போலானார். சுங்காபுரரின் அபாயமற்ற தன்வரலாறுக்கு இருந்த வலிமை கூட தன் பேச்சிற்கு இல்லாமல் போனதே என்பது அவரைக் கொத்தத் தொடங்கியது.

அவர் போலீஸ் ஏஜெண்ட் என்பதை இப்போது மக்கள் நம்பத் தொடங்கினார்கள். இல்லையென்றால் வாய்தவறிப் பேசுபவர்களைச் சிறைக்குள் அடைக்கும் போலீசார்கள் இப்படிச் சொற்பொழிவாற்றுபவரை எதற்குக் கைது செய்வதில்லை என்று கேள்வி கேட்பார்கள். கேட்க யார் யார் வருகிறார்கள் என்பதைத் தெரிந்துகொள்ளத்தான் சொற்பொழிவு ஏற்பாடு செய்தார்கள் என்ற செய்தியும் கூட பரவியது. அப்படியாக அவருடன் அவசரநிலையைப் பற்றி யாரும் பேசுவதில்லை. அவர் முன்னால் எதையும் சொல்வதில்லை. அவர் பேசினாலும் மிக எச்சரிக்கையுடன் இருப்பார்கள். அல்லது பேச்சை மாற்றிவிடுவார்கள். இவற்றால் வக்கீல் அய்யா இன்னும் அதிகமாகவே நொந்துபோனார். நரஹரி ஆளே தென்படவில்லை.

விட்டோபன் ஆண்டுக்கணக்காகத் திணறினாலும் செய்ய முடியாததை போலீசாரின் அலட்சியம் செய்தது.

★★★

தேரே கர் கே சாம்னே (உன் வீட்டிற்கு எதிரில்)

மதிய உணவிற்குப் பிறகு கிமானி வக்கீல் அய்யா காலை அஞ்சலில் வந்த ‘சகாளா’ என்ற மராட்டி நாளிதழை வாசித்துக்கொண்டிருந்தார். சில சமயம் அஞ்சல் வருவது தாமதமாகி இரண்டு மூன்று நாள்கள் பேப்பர் மொத்தமாக வந்துவிடும். அவருக்கு மராட்டி என்றால் மிக மோகம். மராட்டியில் பேசுவது நேராக மனதில் பதியும் என்பது அவர் கருத்து. வீட்டில் மராட்டி நடன இசைத் தட்டுகளை வைத்துக்கொண்டு அடிக்கடி கேட்பார். அந்த கிராமஃபோனைப் பழுது பார்க்க சில சமயம் ஹுப்பளிக்கு அனுப்பி வைக்கும் அளவிற்கு அக்கறை வகிப்பார். புதிய ரெக்கார்டுகளைத் தருவிப்பார். ‘கேயிசந்த மகரந்த பிரியா ஹா

மிலிந்தா,' 'மாணினி சோடாதுஜா அபிமான' இதுபோன்ற ஐந்தாறு பாட்டுகளை அடிக்கடி போட்டுக் கேட்பதால் அவை அவருக்கு விருப்பமான பாட்டுகள் என்று தெருவில் நடமாடுபவர்கள் ஊகித்துக்கொள்வார்கள்.

இந்த ஊருக்கு வந்து சேரும்போது பழையதாகி இருக்கும் 'சகாளா' செய்தியை அக்கறையுடன் வாசிப்பார். அவருக்கு புனே செய்திகளை வாசிப்பதில் அதிகமான மகிழ்ச்சி. கேசரி வாடா, திலக் தெரு போன்ற அங்குள்ள வீதிகளின் பெயர்கள், கடகரி, சாபேக்கர், கோகலே என்ற குடும்பப் பெயர்களைப் படிப்பதென்றால் சிலிர்ப்பாக இருக்கும். அவரை புனே வாழ்க்கையின் நாள்களுக்கு இட்டுச் செல்லும். 'என்ன ஊர் அது. ஒரு சொற்பொழிவிற்காகட்டும், ஒரு இசைக் கச்சேரிக்காகட்டும் எப்படி மக்கள் சேருவார்கள்' என்று நினைத்துக்கொள்வார். அதை எல்லாம் பகிர்ந்துகொள்ள இந்த ஊரில் யாரும் இல்லாததால் அதொரு மிகவும் தனிப்பட்ட மகிழ்ச்சியாக இருந்தது. மதிய உணவிற்குப் பிறகு நீலாவதி சமையலறையைச் சுத்தம் செய்து சிறிது நேரம் வாசித்து விட்டு அரை மணி நேரம் உறங்குவார். அந்தச் சலிப்பான சூழ்நிலையில் அவருக்கு சகாளாதான் துணை.

இன்று அவர் மாடிக்கு வந்தபோது வாசிக்க சலிப்பாகி வெறுமனே அங்கே இருக்கும் புத்தகங்களை எடுத்து தூசிதட்டி வைக்கத் தொடங்கினார். அலமாரி தூசியைத் துடைக்கலாம் என்று பார்த்தால் துணி கிடைக்கவில்லை. அதை எடுத்து வரப் போனபோது ஏணிக்கு அருகில் இருந்த சன்னல் கதவு சிறிது திறந்திருந்தது. அதற்கு வெளியே அவர் பார்வை போனது. பக்கத்து வீட்டு சன்னலில் ஏதோ இயங்குவது போல் கண்டு நின்று பார்த்தார். அந்த வீட்டுப் பையன் பிரகாஷன் சன்னலில் நின்று எதையோ செய்துகொண்டிருந்தான். வக்கீல் அய்யா சன்னல் கதவை இன்னும் கொஞ்சம் முன்னால் தள்ளி இடுக்கு வழியாகப் பார்த்தார். அவன் இவர் வீட்டுப் பக்கம் முகம் திருப்பி கையால் சைகை செய்துகொண்டிருந்தான். அதற்கு பதில் இந்தப் பக்கத்திலிருந்து கிடைப்பது தெளிவாக இருந்தது. தனக்குத் தேவையானது கிடைக்கும் போது சிரிப்பான். பிறகு அவன் அதிகப்படியான கைசைகையும் சிரிப்பும் தொடர்ந்தது. இது நடந்துகொண்டிருப்பது விஜயாவுடன் என்பது வக்கீல்

அய்யாவுக்குப் புரிந்து உச்சி முதல் கால்வரை நடுங்கினார். தடதடவென்று படியிறங்கி வந்தார். நேராகக் கீழ் அறைக்குள் நுழைந்தார்.

அவர் விரைந்து வந்த ஓசைக்கு விஜயா சன்னலிலிருந்து இந்தப் பக்கம் திரும்பினாள். ‘என்னடி பண்ணிக்கிட்டு இருக்கே?’ என்பது கேட்டவுடன் மாட்டிக்கொண்டாள் என்பது தெரிந்தது. அந்த அறையில் மெல்லிருள் இருந்தது. அவள் பேசாமல் நடுங்கிக் கொண்டு நின்றுவிட்டாள். முன்னால் வந்தவர் சன்னல் அருகே போனார். அதற்கு நான்கு கதவுகள். மேலே இருந்த இரண்டும் திறந்திருந்தன. வக்கீல் அய்யா கீழ் கதவுக் கொக்கிகளைத் விலக்கி அந்த இரண்டு கதவுகளையும் தடாரென்று திறந்தார். அதன் கீழ் வைத்திருந்த அவள் பொருள்கள் எல்லாம் அறைக்குள் சிதறி விழுந்தன. அதில் அவள் கண்மை, சீப்பு, நகப் பூச்சுகள், பவுடர் டப்பா, கூந்தல் கிளிப்புகள் இருந்தன. கூடவே ஒரு அட்டைப்பெட்டியில அடுக்கி வைத்திருந்த சினிமா பாட்டின் நாலணாப் புத்தகங்கள். அவற்றை ஒருநோட்டமிட்டார். காரவான்,ஜுக்னு என்ற இரண்டு சினிமாப் பெயர்கள் கண்டன. வாய்திறக்க முடியாமல்அதிர்ந்துபோனார். சன்னல் பக்கம் திரும்பிப் பார்த்தால் பிரகாஷ் அங்கிருந்து மாயமாகி இருந்தான்.

அப்போதுதான் உறக்கத்தில் ஆழ்ந்திருந்த நீலாவதிக்கு விழிப்பு வந்து அதிர்ந்து போய் ஓடி வந்தாள். அறை முழுதும் சிதறிக் கிடந்த பொருள்களைப் பார்த்து அவளுக்கு என்ன நடக்கிறது என்பது தெரியவில்லை. விஜயா மெல்ல அழுதுகொண்டே, சிதறிக் கிடந்ததை எல்லாம் எடுத்து அடுக்கி வைத்தாள். அதைப் பார்த்து நீலாவதிக்கு சங்கடமானது. ‘என்ன நடந்தது?’ என்றாள். ‘அவளையே கேள்’ என்று வக்கீல் அய்யா வெளியே போய் உட்கார்ந்தார். அம்மாவும் மகளும் கதவைச் சாத்திக்கொண்டு வெகு நேரம் பேசினார்கள்.

★★★

அந்த நாள் மாலை யாரும் இல்லாத நேரம் பார்த்து நீலாவதி வக்கீல் அய்யாவிடம் பேச்சை ஆரம்பித்தாள்.

‘விஜயாவுக்குத் திருமணம் செய்ய வேண்டும். நாம்தான் மாப்பிள்ளை தேடவேண்டும். சும்மா உட்கார்ந்திருந்தால் திருமணம் நடக்குமா

என்ன? அவள் இப்போது பி.ஏ. முடித்து விட்டாள். இனி அவள் மேலே படிக்கமாட்டாள். இதைப் படிக்கவே அவளுக்குப் போதும் போதுமென்றாகி விட்டது.'

'அந்த பிரகாஷனுக்கு போன ஆண்டுதானே திருமணம் நடந்தது? அது அவளுக்குத் தெரியாதா? அவனுக்கும் புரியக் கூடாதா? முன்பே சொல்லியிருந்தால் அவனையே திருமணம் செய்து வைத்திருக்கலாம். நான் சாதி எல்லாம் பார்ப்பவன் அல்ல. நம்பிள்ளை சரியாக இருந்தால்அவன் வீட்டிற்குப் போய்இழுத்து வந்திருப்பேன். இதென்ன அரிப்பு. ச்சீ அசிங்கம்.'

'இப்போது அதைப் பற்றிப் பேச வேண்டாம். அது அத்தோடு முடிந்தது. நான் அவளிடம் சொல்லியிருக்கிறேன்.'

'இப்போது நான் என்ன செய்ய வேண்டும்?'

'நான்கு பேரிடம் சொல்லி வைக்கணும். எங்காவது மாப்பிள்ளை இருந்தால் போய் விசாரிக்க வேண்டும்.'

'அவள் படித்து வேலைக்குப் போய் தன் காலில் நிற்க வேண்டும் என்பது என் விருப்பம். பள்ளியில் ஆசிரியர் வேலை செய்யட்டும். சினிமாப் பாட்டை மனப்பாடம் செய்யாமல் படித்திருந்தால் எல்லாம் நடந்திருக்கும். இப்போதும் தாமதமாகவில்லை, வேலைக்குப் போகட்டும்.'

'வேலை என்ன வீட்டு வாசலில் வந்து கிடக்கிறதா? திருமணம் செய்யலாம். அது பெண்ணைப் பெற்றவர்கள் பொறுப்பு.'

'அவள் பெண் என்பதற்காக இளக்காரமாகப் பார்க்கக் கூடாது.'

'ஆம் பார்க்கக் கூடாது. ஆனால் பிஏ மூன்றாம் வகுப்பில் தேர்ச்சி பெற்றால் யார் வேலை தருவார்கள்? அப்படிப்பட்டவர்களைத் தகுதியற்றவர்கள் என்றே புரிந்துகொள்ள வேண்டும். இப்போது அவள் திருமணத்தைப் பற்றி யோசியுங்கள். கஜண்ணனுக்குக் கடுதாசி எழுதிப் போடுங்கள். ஒருமுறை வந்து போகச் சொல்லுங்கள்.'

நீலா நான் சாதகம் பார்ப்பவன் அல்ல. வரதட்சணை கொடுப்பவனுமல்ல. தெரியும் தானே. உன் அண்ணன் தேடும் மாப்பிள்ளைகள் எல்லாம் அப்படிப்பட்டவர்கள் தான்.'

‘உங்களால் அவளுக்கு மாப்பிள்ளை கிடைக்க மாட்டான். இன்றே கடிதம் எழுதிப் போடுங்கள். அப்படி எதையும் பார்க்காமல் இவளைத் திருமணம் செய்துகொள்பவன் இருந்தால் தேடச் சொல்லலாம். அப்படிப்பட்டவனைத் தேட உங்களால் கூட முடியாது. அதனால் சொன்னேன். கஜண்ணாவை வரச்சொல்லுங்கள்.’ நீலாவதி இப்படி கண்டிப்பாக எப்போதும் பேசியதில்லை.

மதியம் நடந்த நிகழ்வால் வக்கீல் அய்யா கூனிப் போனார். அவர் தலைக்குள் குடைந்துகொண்டிருந்த விஷயங்கள் ஒன்றிரண்டல்ல. அந்த கஜு கையில் மாட்டிக்கொண்டால் அவன் எல்லோரையும் தன் வழியிலேயே அழைத்துச் செல்வான் என்பது அவருக்குத் தெரியும். அவன் அவ்வப்போது நீலாவதிக்கும் பிள்ளைகளுக்கும் பணம் கொடுக்கிறான் என்று அவருக்கு ஆரம்பத்திலிருந்தே சந்தேகம். ஆனால் நிரூபிக்க முடியாது. கேட்டால் வக்கீல் அய்யா கொடுக்க மாட்டேன் என்று சொல்பவர் அல்ல. ஆனால் கஜு கொடுப்பது மகள் சினிமாப் பாட்டுப் புத்தகத்திற்கு. இதுபோன்றவற்றுக்கு வக்கீல் அய்யாவைக் கேட்டால் நான்கு அறிவுரை சொல்லாமல் அவர் கொடுப்பவரல்ல. பிள்ளைகளுக்கு அவன் வீட்டிற்குப் போவது என்றால் மகிழ்ச்சி. கஜு மாமா என்றால் உயிர்.

குமட்டா பேருந்து நிலையத்திற்கு எதிரில் கஜுவின் கடை. லாட்டரிச் சீட்டு விற்பது முக்கியத் தொழில். அதனால் அவனுக்கு‘சோடதீ கஜு’ என்ற பெயர் வந்தது. அவன் மிக வேடிக்கையான மனிதன். எதையும் லேசாகப் பேசி வென்றுவிடுவான். கிமானி வக்கீல் அய்யா அவனிடம் லாட்டரி வியாபாரத்தை விட்டுவிடு என்று சொல்லியிருந்தார். ‘அரசாங்கமே அதை சட்டபூர்வமாக நடத்தும் போது உங்களுக்கு என்ன கவலை?’ என்று அவன் வாயை அடைத்திருந்தான். அவனுக்கு வலது கை கோணல். நுனியில் அது வலுவிழந்து வளைந்திருக்கும். அதனால் அவன் இடது கையைப் பயன்படுத்துவான். அவன் கடைக்கு வரும் கொங்கணி வாடிக்கையாளர்கள் ‘கொங்கணியில் சோட தீ என்றால் என்ன தெரியுமா? விடு அதை என்று. அதன் பொருள் கிடைக்காது என்பதுதான். அதிலும் இடது கையால் நீ கொடுத்தால் அது கண்டிப்பாகக் கிடைக்காது.’ என்பார்கள். அவன் ‘முதலாளி இதே

கையால் கொடுத்த நரசிம்ம ஹெக்டேக்குக் கிடைக்கவில்லை. அப்பா பட்டருக்கு லாட்டரி அடிக்கவில்லை. உங்கள் அதிர்ஷ்டம் என் இடது கையிலும் இல்லை வலது கையிலும் இல்லை. அது உங்களிடம்தான் இருக்கிறது. இதோ இந்த டிக்கெட்டுக்கு வரலாம், யாருக்குத் தெரியும்? அதிர்ஷ்டம் இவ்வளவு நெருங்கி வரும்போதுவிட்டுப் போக வேண்டாம்' என்று இடது கையால் அவர்கள் முன்னால் லாட்டரிச் சீட்டை நீட்டுவான். இப்படி ஜனங்களுக்கு அதிர்ஷ்டத்தை விற்றே அவன் வாழ்க்கையை நடத்தினான். அவன் அதிர்ஷ்டம் அவன் விற்ற சீட்டுக்கு ஒருமுறை ஒரு லட்சம் பம்பரும், ஒருமுறை சின்ன ஏதோ பரிசும் வந்தது. 'இங்கே விற்பனையான சீட்டுக்கு ஒரு லட்சம் ரூபாய்கள் பரிசு வந்துள்ளது' என்ற பலகையை வேறு எழுதிப் போட்டிருந்தான்.

இது போன்ற வியாபாரக்காரணங்களாலும் பேருந்து நிலையத்திலேயே கடை இருந்த காரணத்தாலும் அவனுக்கு அறிமுகமில்லாதவர்கள் அக்கம்பக்கத்து ஊரில் இருக்கவில்லை. 'பையை வைத்துவிட்டு கடைத்தெருவுக்குப் போய் வருகிறேன்' என்பவர்களும், 'நாளை என் மகன் அங்கோலாவிலிருந்து வருவான் அவனிடம் அந்தப் பொட்டணத்தைக் கொடு' என்று அவன் உதவியை நாடுபவர்களும் தினமும் பத்துப் பேராவது இருப்பார்கள். பேருந்து வரும்வரை அவன் கடையில் காத்துக்கொண்டு உட்காருபவர்கள், அப்படி உட்கார்ந்திருக்கும் போது மனம் சஞ்சலமடைந்து லாட்டரிச் சீட்டு வாங்குபவர்கள் அதிகம் பேர். அவன் பேச்சு தாராளமாக இருக்கும். அதனால் அவனிடம் சுகதுக்கங்களைச் சொல்லிக்கொள்ளும் கூட்டமும் அதிகம். இப்படி எல்லாம் இருப்பதால் மாப்பிள்ளை தேடுவதற்கு அவனை விடத் தகுந்த மனிதன் வேறு யாரும் இருக்கவில்லை. அது மட்டுமல்ல. அவன் அந்த வேலையை மிக அக்கறையுடன் செய்பவன். அது அவனுடைய சமூகத் தொண்டு.

கிமானி வக்கீல் அய்யா அவனுக்கு வா என்று கடிதம் எழுதியதே இல்லை. இந்த முறை அப்படிக் கடிதம் வந்தபோது மறுநாளே விரைந்து வந்தான். அன்று மதியம் சாப்பாட்டிற்குப் பிறகு வக்கீல் அய்யாவும் நீலாவதியும் அவனுடன் மாடி மீது அமர்ந்து பேசினார்கள். அழைத்த காரணம் தெரிந்த பிறகு, 'நம்ம விஜயாவுக்கு நான்தான் மாப்பிள்ளை தேடுவேன். நல்லவனையே தேடுவேன்' என்று நம்பிக்கை அளித்தான்.

வக்கீல் அய்யா 'நான் திருமணம் செய்துகொள்ளும் போதும் வரதட்சணை வாங்கியவன் அல்ல. இப்போது மகளுக்கும் கொடுப்பவனல்ல. சாதி பார்ப்பவன் அல்ல' என்றார்.

'சரி மச்சான். அப்படிப்பட்டவரையே தேடலாம். உங்களுக்கு சாதி இல்லை என்றாலும் அவர்களுக்கு இருக்கிறதே. இதெல்லாம் காதல் திருமணம் செய்துகொள்ளும் மும்பைக்காரர்களுக்கு சரி. சாதி பார்ப்பதில்லை என்று தெருவில் போவோரை பிடித்து நம் பிள்ளையைத் திருமணம் செய்துகொள் என்று கேட்கலாமா?'

'நீயாவது இவருக்குக் கொஞ்சம் சொல்லு.' அண்ணனின் ஆதரவால் நீலாவதிக்கு தெம்பு வந்திருந்தது.

'அவன் என்ன சொல்வது?' வக்கீல் அய்யா கோபத்தில் வாய்திறந்தார்.

'மச்சான், நீ திருமணத்திற்கு தாலி கட்டும்போது வந்தால் போதும். மற்றது எல்லாம் என் பொறுப்பு. எதையும் என்ன எதுக்கு என்று கேட்கக்கூடாது. நீ ஒருமுறை சரின்னு சொல். ஆறு மாதத்தில் மேளம் கொட்ட வைக்கிறேன்.' கஜுவுக்குப் பேசச் சொல்லிக் கொடுக்கத் தேவையில்லை.

'என் மகள் பொறுப்பை நான் சுமக்கிறேன். இந்த இடம் என்று தெரிந்தால் போய் பேசலாம்.' வக்கீல் அய்யாவுக்கு அவன் மீது முழு நம்பிக்கை இருக்கவில்லை.

'சரி, என் வேலையை நான் பார்க்கிறேன். எதற்கும் கடிதம் எழுதுகிறேன்.' கஜு அத்துடன் முடித்துக்கொண்டான்.

அன்று மாலை வக்கீல் அய்யா வெளியே போயிருந்த போது பின்கட்டுக் கிணற்று மேட்டில் அமர்ந்து நீலாவதியும் கஜுவும் சுகதுக்கங்களைப் பேசிக் கொண்டார்கள். அப்போது கிடைத்த தனிமையில் பல விஷயங்களை அண்ணனிடம் சொல்லிக் கொண்டாள்.

'சமீபகாலமாக அவர் அதிகமாகப் பேசுவதில்லை. போலீஸ் பிடித்துக்கொண்டு போகவில்லை என்று வருத்தப்படுபவர்.இந்த உலகில் இவர் ஒருவராகத்தான் இருக்கும் என்று நினைக்கிறேன். ஆனாலும் இவரிடம் முன்பிருந்த மிடுக்கு இல்லை. முந்தாநாள்கூட தேங்காய் பறிக்கவந்த ஆறுவும் அதைத்தான் சொன்னான். அவன்

பறித்த காயை எண்ணினாராம். என்றும் அதைச் செய்தவரல்ல. அவனிடம் நூற்றுக்குப் பத்துக்காய் எடுத்துப் போகச் சொல்வார். ஏனோ எனக்கு அவரைப் பற்றிய கவலையாகவே இருக்கிறது.'

'இன்றைய சூழ்நிலையில் வாயைப் பொத்திக்கொண்டு இருப்பதுதான் நல்லது. என்னென்ன செய்திகளைக் கேட்கிறேன் நான். மச்சான் கொஞ்ச நாள் வாய் மூடிக்கொண்டிருந்தால் நீ ஒன்றும் கவலைப்பட வேண்டாம். அதற்காக மகிழ்ச்சிப் படு. உன் மகன் அசோக சக்ரவர்த்தியைப் பற்றி ஏதாவது செய்தி இருக்கிறதா?'

'அவன் இன்னொரு தலைவலி. மொத்தத்தில் எனக்கு சுகமில்லை. சிரசி ஃபாரஸ்ட் காண்ட்ராக்டரிடம் வேலையாம். கைநிறையக் கொடுக்கிறார். ஆனால் அவருடையது கள்ளக் கடத்தல் தொழில் என்று கேள்விப்பட்டேன். அவர் காதில் போடவில்லை. போட்டாலும் அவர் பேச்சைக் கேட்டு அவன் ஒன்றும் விட்டு விட்டு வருபவனல்ல. எங்களிடம் அதையெல்லாம் சொல்லவில்லை. ஆனால் தங்கச்சியிடம் சொல்லியிருக்கிறானாம். நான் கேட்டபோது அந்த நேரத்தில் என்ன வேலை இருக்கிறதோ அதைச் செய்யவேண்டியிருக்கும். டிரக் ஓட்டத் தெரிந்திருந்தால் அதையும் செய்திருப்பேன் என்று மழுப்பிவிட்டான்.'

'என் காதுக்கும் அவன் செய்தி எட்டியிருக்கிறது. அந்த முதலாளிக்கு இவன் வலது கையாம். அவருடைய எந்தத் தொழிலும் நேர்மையாக இருக்காது. நேரம் வந்தால் வலதுகையை ஜெயிலுக்கு அனுப்பிவிட்டு முதலாளி வீட்டில் சுகமாக இருப்பார். அந்த விஷயத்தில் மிகவும் எச்சரிக்கையாக இருக்க வேண்டும். நான் ஒருமுறை நேரடியாகப் போய் பேசிவிட்டு வருகிறேன்'

'விஜூவின் திருமணம் விரைவாக நடக்க வேண்டும். நேற்று பக்கத்து வீட்டுக்காரன் அவளுக்கு சைகை செய்தானாம். அவர் பார்த்து ரகளை செய்து விட்டார். இவளும் எதையாவது செய்திருக்க வேண்டும்.இல்லையென்றால் அவனுக்கு அந்தத் துணிச்சல் எங்கிருந்து வரும்? விடாமல் கேட்ட பிறகு இரண்டு முறை சினிமா தியேட்டரில் பார்த்தாளாம். அவரிடம் இதையெல்லாம் சொல்லவில்லை. இது ஏதாவது ஜனங்கள் வாயில் விழுந்தால் இனி அவளுக்கு இந்த ஜென்மத்தில் திருமணமாகாது.'

இதைக் கேட்டதும் கஜு ஒரு ஆட்டம் ஆடிவிட்டான்.

'நீலு, நீ இனி என் கையில் பொறுப்பை ஒப்படை. மச்சானை நம்பி மகளைக் குழியில் தள்ளாதே. அவர் குறுக்கே வராமல் இருந்தால் போதும். மற்றதை நான் பார்த்துக் கொள்கிறேன்.' அப்படிச் சொல்லும்போது அவனிடம் விஜூவின் மீது பாச உணர்வும், கோபமும் பொங்கி வந்தது.

இருவரும் அங்கேயே உட்கார்ந்து வெகு நேரம் பேசினார்கள். கஜுவின் மனைவி, பிள்ளைகள் பற்றியும் அவள் அம்மா வீட்டைப் பற்றிய விஷயங்களும் வந்து போயின.

வீட்டிற்குள் வருவதற்கு முன் அவன் சொன்னான். 'நாளை என்னுடன் விஜூவை அழைத்துக் கொண்டு போகிறேன். நான்கு நாள் என் வீட்டில் இருக்கட்டும். பிறகு பார்க்கலாம்.'

★★★

ஊருக்குப் போன இரண்டாவது வாரத்தில் கஜு நீலாவதி பெயருக்கு கடிதம் எழுதினான். அவர்சே கனஷியாம் மகன் மும்பையில் இருக்கிறானாம். வரதட்சணை கேட்பவனல்ல; பெண் அழகாக இருக்க வேண்டும். மும்பையில் குடும்பம் நடத்தக் கூடியவளாக இருக்க வேண்டும்' என்று சொல்கிறானாம். அவர்களாகக் கேட்கமாட்டார்கள். கொடுப்பதும் விடுவதும் நம் விருப்பம். ஒருமுறை போய் பேசிவிட்டு வரலாம். சாதகம் பார்ப்பார்களாம். நான் அதை அப்போதே அனுப்பியிருக்கிறேன். இதற்கு மச்சான் என்ன சொல்வாரோ தெரியாது. எதற்கும் எனக்கு உடனே பதில் எழுதவும்.

இந்தக் கடிதம் வீட்டில் பெரிய ரகளையைக் கிளப்பியது. சாதகம் பார்ப்பதென்றால் இந்த சம்பந்தம் வேண்டவே வேண்டாம் என்று வக்கீல் அய்யா பிடிவாதம் பிடித்தார். 'நம்மைக் கேட்காமல் சாதகம் அனுப்பி வைக்க அவனிடம் சொன்னவர் யார்?' என்று கத்திவிட்டார்.

'உங்களுக்கு நம்பிக்கை இல்லையென்றால் நீங்கள் நம்ப வேண்டாம். அதை எங்கள் மீது எதுக்குத் திணிக்கிறீர்கள்? அவள் எனக்கும் மகள்தான். எனக்கு இதில் எந்த உரிமையும் இல்லையா? கேட்ட

இடத்தில் சாதகத்தைக் கொடுக்க நான்தான் அவனிடம் சொல்லி இருந்தேன். இனி சும்மா இருக்க என்னால் முடியாது.' நீலாவதி இப்படிப் பிடிவாதம் பிடித்ததை வக்கீல் அய்யா பார்ப்பது இதுதான் முதல் தடவை.

'இது முட்டாள்தனம். சாதகத்தில் என்ன இருக்கு மண்ணாங்கட்டி? வேண்டுமென்றால் பையனும் பொண்ணும் சந்தித்துப் பேசட்டும்.'

'இப்படியெல்லாம் சொல்லப்போகவேண்டாம். அவளுக்கு விரைவாகத் திருமணம் செய்ய வேண்டும். யாரையாவது கட்டிக்கிட்டு போகும்வரை காத்திருக்கணுமா?'

'எனக்கு சாதிக்காரரே தேவை என்றில்லை. யாராக இருந்தாலும் சரி. பரவாயில்லை.'

'எனக்கும் இல்லை என்றே வைத்துக்கொள்ளுங்கள். கட்டிக்கொண்டு ஓடிப்போனால் எனக்கும் பரவாயில்லை. கட்டிக்கொள்ளாமல் ஓடிப்போனால்?'

பிரகாஷன் செய்த கை சைகைகள் அவர் கண் முன்னால் வந்தன. 'எதையாவது செய்து தொலைங்க. அந்தக் கஜூ வந்த போதே எனக்கு இது தெரியும்.' வக்கீல் அய்யாவின் பதட்டம் முனகல்களில் முடிந்தது.

ஒரு வாரத்திற்குப் பிறகு கஜூ எதிர்பாராமல் வந்தான். காலை முதல் பேருந்தைப் பிடித்து வந்தான். மகிழ்ச்சியில் திளைத்தான்.

'கடிதம் போட்டு உங்களுக்கு வந்து சேரும்வரை தாமதமாகுமென்று நேராக வந்து விட்டேன். விஷயம் இதுதான். அவர்சே பையனைப் பற்றியது. சாதகம் நன்றாகப் பொருந்துகிறதாம். பையன் விடுமுறையில் வந்திருக்கிறான். அவர்கள் நாளையே பெண் பார்க்க வருகிறார்களாம். விஜயா நம் வீட்டில்தான் இருக்கிறாள். அங்கேயே வந்து பார்க்கட்டும் என்றேன். அவர்களும் சம்மதித்தார்கள். இன்றே என்னுடன் நீலு புறப்பட வேண்டும். மச்சான் நீ வரத் தேவையில்லை. நீலுவை மட்டும் அழைத்துப் போகிறேன். பிறகு பெண்ணைப் பிடித்துப்போய் பேச்சுவார்த்தைக்கு வரும்போது பார்க்கலாம். பையன் தங்கமானவன். இதை நாம் தவறவிடக்கூடாது.'

‘நான் பெண்ணின் தகப்பன். நான் வரக்கூடாது என்றால் எப்படி?’

‘வரக்கூடாது என்று நான் எப்போது சொன்னேன்? வரத் தேவை இல்லை என்றேன். முதலில் பெண்ணை அவர்கள் பார்க்கட்டும். பிறகு அடுத்தது. இப்போது நீங்கள் வந்து செய்ய வேண்டியது என்ன இருக்கிறது?’

நீலாவதி வாய்திறக்கவில்லை. தான் வரக்கூடாது என்ற எண்ணம் அவளுக்கும் இருப்பதாக வக்கீல் நினைத்தார்.

மதியம் சாப்பிட்டு முடித்துவிட்டு கஜுவும் நீலாவதியும் குமாட்டாவுக்குப் போனார்கள்.

அன்று மதியம் அவர் சகாளா நாழிதழைக் கையில் பிடித்துக்கொண்டு உட்கார்ந்தது தான். வாசிக்கப் போனால் நூறு குடைச்சல். வீட்டிலும், எல்லா விஷயங்களிலும் அவர் தோற்பதாக நினைத்தார். சுங்காபுரர் இருந்திருந்தால் அவரிடம் இதையெல்லாம் சொல்லலாம். அவர் இப்போது எந்தச் சிறையில் உட்கார்ந்துகொண்டு என்ன செய்து கொண்டிருக்கிறாரோ.

★★★

படலம் : ஐந்து

1

கவனத்துடன் எல்லாவற்றையும் கேட்டுக்கொண்ட சந்து உரக்கச் சொன்னான். 'இதெல்லாம் அற்புதமாக இருக்கிறது. ஷமி என்பவள் இருந்தது உண்மையென்றால் அவள் இதைக் கேட்டுக் கவிழ்ந்து விழுந்ததில் எந்த வியப்புமில்லை. சபல்ட்ரன் கேட்டால் நெடுஞ்சாலையை விட பெரிதாகக் கொடுத்துவிட்டாயே.' மேல் உதடை உள்ளே இழுத்துக்கொண்டு மீசை நுனி முடியைப் பல்லால் அழுத்திப் பிடிக்க முயற்சிக்கும் வகையில் அவன் உத்வேகம் தெரிந்தது.

எங்கள் நடு மேசை மீது பாதி காலியாக இருந்த பியர் கிளாஸ்கள் இருந்தன. மதிய வெயிலுக்கு குளிர்ச்சியான பியர் சுவை இன்னும் அதிகமாக இருந்தது. வேறு ஏதோ உலகிலிருந்து மீண்டும் இங்கே திரும்பி வந்தவர்கள் போல், பாரில் உட்கார்ந்திருந்த மக்கள் பேச்சின் உரத்த சத்தம் திடீரென்று கவனத்திற்கு வந்தது. எல்லாம் மறந்து எங்களுக்குள் மூழ்கிக்கிடந்த எங்களுக்கு ஏறக்குறைய எல்லா மேசைகளும் நிரம்பியிருப்பது கவனத்திற்கு வரவில்லை.

'எங்கே இருக்கிறாள்? உண்மையாகவே இருக்கிறாளா?'

'அதனால் ஏதாவது வேறுபாடாகுமா?'

'அதுவும் சரிதான். இத்தனை விவரங்களுக்குப் பிறகு வேறு உண்மை தேவையா?' பியர் விழுங்கி தன் விமர்சனத்தைத் தொடர்ந்தான்.

'எனக்கு ஷமி திரும்பி வருவது சந்தேகம் என்று தோன்றுகிறது. வந்தாலும் இதை முடிப்பது எப்படி? எந்தப் பக்கம் போனாலும் உதைவாங்குகிறாய். அது மட்டுமல்ல அந்த சாஹூ தேவடியாப்பய எந்த வலையை விரித்து உட்கார்ந்திருக்கிறானோ யாருக்குத்

தெரியும்? அவனும் ஷமி மீது கண் வைக்கவில்லை என்பது உறுதியா? என்னைக் கேட்டால் இன்னொரு பிரபலமான சாத்தியமுண்டு. அங்கொரு பெரிய பிரச்சினை இருக்கிறது. சன்யால் பிரச்சினை. சிலருக்கு மட்டுமே தெரிந்திருக்கும் கார்பரேட் பிரச்சினை. அது இப்போது சீஃப் ஆடிட்டர் கவனத்திற்கு வரும் நேரம் வந்திருக்கிறது. சன்யால் சாஹூ ரேவதி எல்லோரும் மொத்தமாக ஆடிட்டருக்குக் கையூட்டி அதை மூடிமறைக்க முயல்கிறார்கள். வலையை வீசி மீனுக்காகக் காத்திருக்கிறார்கள். பாஸ்கர்ராவ் பலியும் கூட இதன் ஒரு பகுதியாக இருக்கலாம். விஷயத்தை அற்பமாக்குகிறேன் என்று நினைக்க வேண்டாம். ஆனால் ராவ் எல்லாவற்றையும் சொல்கிறேன் என்றது இதைப்பற்றி இருந்தாலும் இருக்கலாம், யாருக்குத் தெரியும்? இதற்கு என்ன சொல்கிறாய்?'

'ஓரிரு விவரங்கள் விடுபட்டிருந்தாலும் அந்த சாத்தியக்கூறுகள் தென்படவில்லை. ஒன்றிரண்டு அதிகமாகச் சொல்லியிருந்தால் என்னமோ ஆகியிருக்கலாம். நீ சொல்வது மிக சுவாரசியமாக இருக்கிறது. இது கோணல்மாணல் யோசனை. கார்பரேட் வேலைக்கு ஏற்ற மூளைடா உனக்கு.'

'த்தூ இதைப் புகழ்ச்சி என்று நினைப்பேன் என்று நினைக்கிறாயா?' அவன் அதைப் புகழ்ச்சி என்றே ஏற்றுக்கொண்டது அவன் முகத்தின் மீது தெரிந்த வெற்றி உணர்ச்சியால் தெரிந்தது.

'உன் பேண்ட் பையில் ஃபோன் ரிங் ஆகிறது'. நான் தேடி அதை வெளியே எடுக்கும் முயற்சியில் இருந்தபோது சந்து 'அவள்தான் அழைத்திருக்க வேண்டும், பார்' என்று கண் சிமிட்டினான். பார்த்தால் அலுவலகத்திலிருந்து திவாரி. 'அவசரம் இல்லையென்றால் திங்கட்கிழமை பேசலாம்' என்று முடித்தேன். ஃபோனை மீண்டும் பையில் சேர்த்தேன். முன்னால் குனிந்து கையூன்றி உட்கார்ந்தேன்.

'என்ன தெரியுமா சந்து, இன்று நாம் சந்தித்து காஃபி குடித்த நிகழ்வை மட்டும் அடுத்து ஒருமுறை உட்கார்ந்து, இருப்பது போல் நினைத்துக்கொண்டாலும் அது வேறு மாதிரி தெரியலாம்.'

'இதைக் கேட்ட சந்து தடுமாறினான். அவன் முகம் தீவிரமாக மாறியது. மீள மீள கிளாஸை எடுத்து சின்னச் சின்ன மிடறாகக்

குடித்தான். அவன் சீர்குலைவைக் கண்டு, என் வார்த்தைகள் அவனுக்குள் எதையோ ஆழமாகக் கலக்கிவிட்டது என்று தோன்றியது.

‘பாலிடிக்ஸ் ஆஃப் மெமரிக்கு நாள்குறிப்பிலிருந்து எடுத்துக்காட்டுகிறாய். எதை எப்படி நினைத்துக்கொள்கிறோம், எதை விட்டு விடுகிறோம் என்பதில் ஒரு அரசியல் இருக்கிறது. மிக எளிமையான நினைவும் கூட தூய்மையாக இருப்பதில்லை. தூய்மையாக இருப்பது நினைவாக இருக்காது. குற்ற உணர்வோ, இன்பத்தின் எதிர்பார்ப்போ, இன்னொரு சாத்தியக்கூறோ, தாழ்வு மனப்பான்மையோ உயர்ந்த மனப்பான்மையோ, பேராசையோ வேறு எதுவோ அதனுடன் இணைந்திருக்கும்.’ பேசிக்கொண்டே உற்சாகமடைந்து பையிலிருந்து சிகரெட்டை வெளியே எடுத்தான். அதை கவனித்த வெயிட்டர் உடனே அருகே வந்து பக்கத்துக் கதவருகே புகைக்கத் தனியான இடமிருக்கிறது என்று பணிவுடன் சொன்னான்.

‘எனக்கு இப்போது புகைத்தே ஆக வேண்டும். துணைக்கு நீ வா.’

பார் கவுண்டர் பக்கத்துக் கதவைத் திறந்தால் வெளியே சிறு பூந்தோட்டம் போன்ற இடமிருந்தது. அங்கே இருவர் நின்று புகைத்துக் கொண்டிருந்தார்கள். சந்து சிகரெட் பற்ற வைத்தான்.

‘குடிக்கும் போதும், தீவிர உணர்ச்சிகள் எழும் போதும் புகைக்காமல் இருப்பது சிரமம்.’ ஒரு தம் இழுத்துத் தொடர்ந்தான்.

‘உனக்கொரு செய்தி சொல்கிறேன். நான் மறக்க விரும்பும் செய்தி. ஆனாலும் இப்போது நினைவு என்றாயே, அதற்காகச் சொல்ல வேண்டுமென்று தோன்றுகிறது. நான் நினைத்தது போல் அவன் சரளமாக இருக்கவில்லை. அந்த கிரிமினல் தேவடியாப் பயலுக்கு நக்சல் தொடர்பிருந்தது. இருக்கட்டும். ஆனால்தான் தப்பித்துக்கொள்ள என்னை சரியாக மாட்டிவிட்டான். போலீசார் என்னை அழைத்துக் கொண்டு போய், எங்கே என்று கூட தெரியாத ஊருக்கு வெளியே ஒரு வீட்டில் இரண்டு நாள் விசாரித்தார்கள். முதல் முதலில் எல்லா ஆடைகளையும் கழற்ற வைத்து மூடிக்கொள்ள எதுவும் இல்லாத நிலைக்குக் கொண்டு வந்தார்கள். காலி அறையில் அம்மணமாக நான்.

அதுதான் என்னை அதிசயமான மானசீக அவதிக்குள்ளாக்கியது. கேட்டதையே கேட்டார்கள். அதையே திரும்பத் திரும்பச் சொல்லும் போதும் இருந்ததை இருந்தது போல் சொன்னாலும் ஒவ்வொரு முறையும் எதற்கோ மாறுபட்டுச் சொல்கிறேன் என்று தோன்றியது. 'எல்லாத்தையும் சொல்லுடா கசுமாலம்' என்று போலீசார் விளாசும் போதெல்லாம் இன்னும் எனக்குத் தெரியாமல் உள்ளே ஏதாவது அடங்கிக் கிடக்கிறதா என்று தேடுவேன். அந்தக் கொடுமையின் பலனாக என்னவெல்லாம் என்னிடமிருந்து வெளிப்பட்டது. ஒன்றோடு ஒன்று தொடர்பில்லாத விஷயங்களே ஆனாலும் போலீசார் விசாரிக்கும் முறையிலேயே அதற்கெல்லாம் தொடர்பிருக்கிறது என்று தோன்றும். பிறகு என் பெரியாப்பாவின் அரசியல் செல்வாக்கால் தப்பித்து வந்தேன். இல்லை என்றால் அந்த அதே இரண்டு நாள்களில் சிராகை சுட்டது போல் என்னையும் கொன்று போட்டிருந்தால் வியப்படைய எதுவுமில்லை. அவன் அவர்கள் கையில் அப்போது சிக்கி இருக்காவிட்டால் என்ன நடந்திருக்குமோ தெரியாது. உன் பேச்சால் இவை எல்லாம் மேலெழும்பி வந்தன பார். நினைவின் சங்கதிகள் எதுவும் அத்தனை எளிதல்ல.'

'எப்போது இவை எல்லாம் நடந்தது?' என் உறுத்தலை மூடிமறைக்கச் சாத்தியமாகவில்லை. போலீசார் லத்தி என்னையும் ஒருமுறை விளாசிப் போனது போல இருந்தது.

'நீ மும்பைக்குப் போன மாதத்திற்குள். அதுதான் நான் மதராசுக்குப் போகக் காரணம்.' மனச்சோர்வுடன் என்னைப் பார்த்து மற்றொரு தம் இழுத்தான். நாங்கள் நின்ற இடத்தில் விழுந்த வெயிலால் அவன் வாயிலிருந்து வெளிவந்த புகை அதிக அடர்த்தியாகத் தெரிந்தது.

★★★

நாங்கள் போன பிறவியில் மணிக்கணக்காகக் கழித்த ரவீந்திர கலாச்சேத்திராவில் பல ஆண்டுகளுக்குப் பிறகு சந்து கிடைத்தது மிகப் பெரிய தற்செயல். அங்கே கழிவறையில் வரிசையாக நின்றிருந்த ஆட்களுக்கு நடுவில் நின்றுகொண்டு எதிர் சுவரின் மீதிருந்த கிறுக்கல்களை உன்னிப்பாக கவனித்துக்கொண்டு சிறுநீர் கழிக்கும் சுகத்தை அனுபவித்துக்கொண்டிருந்த போது

பக்கத்தில் வந்தவன் 'டேய், தேவடியாப் பயலே' என்று கூவினான். பார்த்தால் சந்து!

பல ஆண்டுகளுக்குப் பிறகு சந்திக்கும் மகிழ்ச்சியிலும், உத்வேகத்திலும் அவன் முடித்து வரும்வரை கதவருகே காத்திருந்தேன். சுற்றி நிறைய மக்கள் இருந்தார்கள். அதனால் முன்பு போல் அவனை வாய்க்கு வந்தபடி திட்டி என் மகிழ்ச்சியை வெளிப்படுத்த கூச்சமானது.

இருவரும் வெளியே வந்ததும் எல்லா வகையான வசைகளையும் வரிசையாக வழக்கம் போல் சொல்லி முடித்தேன்.

'பொறுக்கிப் பயலே, தேவடியாப் பயலே, கசுமாலம், மாதர்சோத், சிறுக்கிப் பயலே, பாஸ்டர்ட்.'

அவன் சிறிதும் கலங்காமல் புன்னகை செய்தான். 'சொல்லு, சொல்லு, எல்லாம் சொல்லு. புதிய வசைகள் நிறைய இருக்கு. மெல்லச் சொல்லு. எல்லாம் ஒரே முறை வேண்டாம்.'

'கசமுசாக்கு பிறந்தவனே... புதியதொன்று இன்று தெரிந்தது.'

இது எங்களுக்கு இடையேயான ஒரு ஒப்பந்தம். அவன் வாய்திறந்தால் வசைகள் வரும். அதனால் தினமும் சந்திக்கும்போது உடனே அவன் சாதரணமாகப் பிரயோகிக்கும் எல்லா வசைகளையும் நான் சரசரவென்று சொல்லிவிடுவேன். எங்கள் நியமம் என்னவென்றால் ஒருமுறை நான் சொன்ன பிறகு அவன் அன்று மீண்டும் அந்தச் சொற்களைப் பயன்படுத்தக் கூடாது. அப்படிச் செய்தால் அவன் எனக்கு ஒரு ரூபாய் அபராதம் கொடுக்க வேண்டும். எனக்கும் தினமும் கிடைப்பது ஒரே வாய்ப்பு - முதல் முறை ஒரே மூச்சில் எவ்வளவு சொல்கிறேனோ அத்தனை வசைகள் மட்டும்தான் கணக்கு. ஒருமுறை நிறுத்திய பிறகு மீண்டும் எதையும் சேர்க்கக் கூடாது. சந்துவின் விருப்பமானவை சில இருந்தன. அவற்றைப் பயன்படுத்தாமல் பேசுவது அவனுக்குச் சிரமமாக இருக்கும். அப்படியாக எனக்கு எப்போதும் லாபம்தான்.

வசைகளைப் பற்றி அவனுக்கே உரிய தியரிகள் இருந்தன. கன்னடத்தில் பேசும்போது எப்படி எளிமையாக இவை வெளிப்படுமோ அப்படி இங்கிலிஷில் பேசும்போது ஒன்றும் அவன் வாயில் வராது. அங்கே அவன் மொழி மிகவும் பண்பானது. எந்த

இங்கிலிஷ் வசைகளை எடுத்துக் கொண்டாலும் முதலில் அதன் பொருள் புரிந்து அதைப் பிரயோகிக்க சாத்தியப்படுவதே இல்லை என்று சொல்வான். கன்னடத்து வசைகள் மட்டும் பொருளின் உதவி தேவைப்படாமல் அவன் வாயில் சரளமாக வெளிவரும். விலங்கு, பறவைகளையும், மனிதர்களின் பிறப்புறுப்புகளையும் அவன் ஒட்டு செய்வதின் பின்னால் இருக்கும் தர்க்கம் அவன் ஒருவனுக்குத்தான் புரியும்! நான் அவனிடம் எங்கள் ஊரில் இருக்கும் ஒரு குடும்பத்தைப் பற்றிச் சொல்லியிருந்தேன். ‘என்னடா சிறுக்கிப் பயலே இன்னும் ஸ்கூலுக்குப் போகலை?’ என்று மகனிடம் அவர் அன்புடன் கேட்பார். அந்தக் கதையைக் கேட்டபோதோ அவன் மகிழ்ச்சியடைந்து ‘அந்த லவுண்டிப் பசங்க என் தூரத்து உறவா இருக்கணும்’ என்று சொல்லி இருந்தான்.

நான் வரிசையாக வெளியேற்றிய சொல்லக்கூடாத குறிப்பிட்ட சொற்களால் எங்களுக்கு இடையிலான ஆண்டுக்கணக்கான இடைவெளி குறையலாம் என்று நான் எண்ணியிருந்தேன். ஆனால் இத்தனை காலத்திற்குப் பிறகு இளமையின் விட்டேற்றித்தனத்தின் உதவியில்லாமல் அவற்றை இடைவிடாமல், முன்பு போல் சரளமாக உதிர்ப்பது என்னால் சாத்தியப்படவில்லை. நிறைய மறந்துபோயிருந்தன. பயன்படுத்தாமல் வாய் அடைபட்டிருந்தது. எங்களுக்கு இடையேயான அந்த ஆண்டுகளை சலீசாகக் கடப்பது தென்படுவது போல் எளிதாக இருக்கவில்லை. ஆனாலும் கடந்துவிட்டதாக நடித்தோம். இல்லை என்றால் எந்தப் பேச்சும் சாத்தியமாகாது.

இடைப்பட்ட காலம் எங்கள் பாதையில் எங்கள் தேகத்தில் விட்டுப்போனசுவடுகளை அடையாளம் கண்டுகொண்டு ஒருவரை ஒருவர் எதிர்கொண்டோம்.

‘இங்கே எப்படிடா?’ கேட்டேன்.

‘ஜெயராஜனின் நூல் வெளியீட்டிற்கு வந்தேன். மிகவும் வற்புறுத்தினான். அதனால் நேரம் ஒதுக்கி வந்தேன். நீ?’

‘அதற்குத்தான் நானும் வந்தது. நட. முதலில் காஃபி குடிக்கலாம். தே...’ உடனே வாயை இறுக்கினான்.

‘புத்தக வெளியீட்டு பாக்கியம் இல்லை விடு. போகட்டும்.

ஜெயராஜனுக்கு முகத்தைக் காண்பித்தாயா இல்லையா? அது நடந்தால் போதும். ஆஜர் போட்ட பிறகு பரவாயில்லை.'

'ஜெயராஜன் பார்த்தான். புத்தகம் கொடுக்கிறேன். பணம் கொடுத்து வாங்க வேண்டாம் என்றும் சொல்லியிருக்கிறான். இனி நாம் காஃபி குடிக்கப் போனால் எந்த மயிராண்டி கேட்பான்.'

'இந்தப் பழைய வசைகள் மறந்துபோனது, பார்.'

கலாச்சேத்திரா பின் பக்கத்து கேண்டீன் அருகே சென்றோம். அங்கிருக்கும் மரங்களைச் சுற்றி மேடை இருப்பதால் உட்கார்ந்து காஃபி பருக ஏற்றதாக இருந்தது. இரண்டு காஃபி சொல்வதா டீ சொல்வதா என்ற இக்கட்டில் இருக்கும் போது அவன் இரண்டு சுகர் லெஸ் ஸ்ட்ராங் காஃபி சொன்னான். அதைப் பிடித்துக் கொண்டு மேடை மீது அமர்ந்தோம்.

காலை பதினொன்றரை மணி வெயில். சந்து சாம்பல் நிற ஜிப்பா அணிந்திருந்தான். அதன் மீது நீல குறுக்கு நெடுக்குமான கோடுகள் இருந்தன. ஃபேஷனபலான ஒரு தோல் பையைத் தோளில் தொங்கப்போட்டிருந்தான். அது பழையதாகவும், மங்கியும் கவர்ச்சியாக இருந்தது. மேடை மீது அமரும்போது அதை அவன் மடி மீது வைத்துக் கொண்டான். அடர்த்தியான தலைமுடி அங்கங்கே நரைத்திருந்தது. மீசை முடிகள் அங்கும் இங்கும் வெள்ளையாக இருந்தன. நன்றாக ஷேவ் செய்து தாடையை வழுவழுப்பாக வைத்திருந்தான். சிரிக்கும்போது இரண்டு கண்ணைச் சுற்றியும் முன்பு போல் சுருக்கங்கள் விழுந்தன. இப்போது அவை மிகவும் எடுப்பாகத் தெரிந்தன. அவன் வலது கைவிரல்களை லயமாகத் தன் அறிவில்லாமலேயே ஆட்டிக்கொண்டிருந்தான். அந்தச் செயலை அறிந்திருந்த எங்களைப் பழைய நாள்களுக்கு அழைத்துச் சென்றது.

நான் அவனை விடச் சிறிது பெருத்திருந்ததைக் கவனித்தேன். அவன் அணிந்திருந்த ஜிப்பாவால் அவன் தொப்பை எவ்வளவு பெரியதென்று சரியாகத் தெரியவில்லை.

'இன்று அலுவலகம் போக வேண்டுமா?'

இது நோக்கத்துடன் கூடிய கேள்வி என்று தெரிந்து வெறுமனே அவனைப் பார்த்தேன்.

'பார்த்தால் அலுவலகத்திற்குப் புறப்பட்டவன் போல் தெரிகிறாய்.' அவன் முகத்தின் மீது நக்கலான சிரிப்பு இருந்தது.

அந்தச் சிரிப்பின் பொருள் தெரிந்திருந்தாலும் பதில் சொன்னேன். 'அய்யோ, நீ பார்த்ததில்லை. அப்போது என் ஆடை இன்னும் ஃபார்மலாக இருக்கும். சில சமயம் டை கூட கட்டிக்கொள்வேன். அதிருக்கட்டும் உன்னைப் பற்றிச் சொல்.'

'எங்கிருந்து ஆரம்பிக்கட்டும்? எவ்வளவு என்று சொல்வது? தற்போது ஒரு விளம்பர நிறுவனத்தில் ஃப்ரீலான்சர். அப்படிப் பார்க்க வேண்டாம். தில்லுமுல்லு பண்ணலை. சரியா வேலை செய்து கொண்டிருக்கிறேன்.'

அவன் ஜிப்பாப் பையிலிருந்து ஒரு சிகரெட் பேக்கை வெளியிலெடுத்தான். மற்றொரு பையிலிருந்து வத்திப் பெட்டி. 'நீ புகைக்கிறாயா?' என்றான்.

'அப்பாடா, இது ஒன்றைத் தவிற மிச்சம் எல்லாம் இருக்கு எனக்கு. அதிருக்கட்டும், உன் கதை தொடரட்டும்.'

சிகரெட்டைப் பற்ற வைக்காமல் அதை விரல் இடுக்குகளில் திருப்பிக்கொண்டே பேசினான்.

'நீ மும்பைக்குப் போனாயே. அதற்குப் பிறகு இங்கே ஒரு என் ஜி ஓ சேர்ந்தேன். பிறகு அங்கேயே ஒரு பதிப்பக நிறுவனத்தில் சேர்ந்தேன். அதிலும் எனக்கு அப்படியொரு ஆர்வம் பிறக்கவில்லை. அதன் உரிமையாளர் மனைவியுடன் அபூர்வமான உறவு தொடங்கியது. அதனால் அந்த வேலையில் மூன்று ஆண்டுகள் இருந்தேன். இப்போது நினைத்தால் பித்துக்குளி விளையாட்டு என்று தோன்றுகிறது. அது எப்படி இருந்தது என்றால் இனி எங்களுக்கு இடையில் ஏதோ நடக்க இருக்கிறது என்று தோன்றும். ஆனால் நடக்காது. முடிவில் நடக்கவில்லை. ஏதோ நம்பிக்கையில் ஆண்டுகள் கடந்தன.'

'உண்மையைச் சொல். பரவாயில்லை.'

'உண்மையைத்தான் சொல்கிறேன். நினைத்துப் பார்த்தால் அது என் வாழ்க்கைக்கு உருவகமாகத் தெரிகிறது. ஏதோ நடக்கும் என்று காத்துக்கொண்டிருப்பது. ஆனாலும் எதுவும்

நடக்காமல் போவது. அவள் எங்கள் அலுவலகம் வந்தால் கண்கள் விளையாட்டுத் தொடங்கும். அவள் அசாதாரண அழகி. மிதமான கறுப்பு நிறம். வெரி செக்ஸி. அவன் கணவனுக்கு அவள் மீது சந்தேகம் இருந்ததோ என்னவோ, அவளுக்கு ஒரு நிமிடம் கூட சுதந்திரம்கொடுக்கமாட்டான். என்றால் அவள் தனியாக எங்கேயும் போக முடியாது. வீட்டிலும் அதிக நபர்கள். ஏதோ வேலையாக நான் அவர் வீட்டிற்கும் போயிருக்கிறேன். அங்கேயும் அப்படித்தான். அந்தச் செல்வச் செழிப்பிலும், கூட்டுக் குடும்பத்திற்கு நடுவிலும் அவளை உண்மையாக சிறைவைத்திருந்தார்கள். நீ நம்பாமல் போகலாம்; அந்த மூன்று ஆண்டுகள் நான் அவளுக்கு மிக நெருக்கமாகிப் போனேன்; ஆனால் அவளை அடைய முடியவில்லை. அவளை விரும்பி விரும்பி எரிந்து போனேன். பகல் இரவு தலைக்குள் அதுதான். எவ்வளவு தந்திரங்கள் செய்தாலும் அவளுக்குக் கிடைக்காத தனிமையால் எங்கள் விருப்பம் கைகூடவே இல்லை. எனக்கோ அவளைத் தவிர வேறு யாரும் இருக்கவில்லை. அநேகமாக அவளுக்கு அப்படி இருக்காது. கணவன் மீது மிகையான காதல் இல்லை என்றாலும் குடும்பத்தில் வேறு ஏதோ கவர்ச்சி இருக்கலாம். நான் அவளைக் கடத்திக்கொண்டு போய் திருமணம் செய்யலாம் என்று கனவு கண்டாலும் அவள் மட்டும் நடைமுறையாக யோசித்தாள். அது மட்டுமல்ல எங்கள் பேச்சுக்கள் இவ்வளவு விவரமாக இருக்காது. தெரிந்துகொள். எப்போதோ கிடைக்கும் வாய்ப்பில் ஒரு கேள்வி கேட்டால் பின்பும் அதற்கு வேறு எப்போதோ பதில் கிடைக்கும். இப்போது போல் மொபைல் இருந்திருந்தால் அவளைக் கண்டிப்பாக அடைந்திருப்பேன். தற்செயலாக அவள் தனிமையில் இருந்திருந்தாலும் எனக்குத் தெரிவித்திருப்பாள்.

'அலுவலகத்திற்கு எப்போதாவது ஒருமுறை வருவாள். அதுவும் கணவனுடன்தான் வரவேண்டும். தினம் அவளுக்கு அங்கே வேலை இல்லை. அப்படிப்பட்ட இடைஞ்சல்களையும் மீறி நாங்கள் காதலித்தோம் என்று நினைத்தால் வியப்பாக இருக்கிறது. இதுபோன்ற சிக்கலான சிரமமான பாதைகளைக் கடந்து போவதில் ஒரு சிலிர்ப்பு இருந்தது. சாகசம் இருந்தது.

'மற்றொரு சிறப்பு என்றால் கண்ணால் புசிப்பது என்ற சொல்லாடலைப் பயன்படுத்துகிறார்களே, அதன் அனுபவம்

எனக்கு ஏற்பட்டது. அவளுக்கு என் துணை சம்மதமாக இருந்தது. அவளிடம் ஆசை பொங்கும். எப்படியோ நேரம் பார்த்து என் முன்னால் குனிந்து மார்பு பிளவைக் காட்டுவாள். படியிறங்கும் போது இரண்டு எட்டு பின்னால் நின்று திடீரென்று முதுகைத் தொடுவாள். ஒருமுறை என் கழுத்துப் பின் பகுதியை வருடி இருந்தாள். ஒரு மதியம் அலுவலகத்தில், மேல் அலமாரியில் இருக்கும் ஏதோ கோப்பைத் திறக்கும் சாக்கில் ஏணியில் ஏறி என்னைக் கீழே நிறுத்தி அவள் சேலை சந்தில் தொடைவரை நிர்வாணக் கால்களைக் காட்டியிருந்தாள். அதுதான், கண்ணால் புசிப்பதைப் பற்றிச் சொல்லியிருந்தேனே. அப்பா! நினைத்துக் கொண்டால் இப்போது தலைகெட்டுப்போகிறது. அவள் அலுவலகம் வந்தால் நான் உட்காரும் இடத்திலிருந்து அவள் இடது பாகம் தெரியும். அவள் கைகள் மீதும், தோள்கள் மீதும், நிர்வாணக் கழுத்தின் அங்குல அங்குலத்தின் மீதும், காது மீதும் என் பார்வை பாயும். என்றால் கண்கள் வழியாகவே என் கை அவளைத் தொடும். என் உதடுகள் அவள் தேகத்தின் மீது நடமாடும். என் பேரார்வத்தால் அது உண்மையாகும். அநேகமாக உண்மையில் தொட்டாலும் கிடைக்காத சிலிர்ப்பு இந்த வகையில் கிடைக்கும். சேலை உடுத்திய நாள் அவள் வயிறு, உப்பிய இடது முலை எல்லாம் என் பசித்த கண்களால் என்றால் துடிக்கும் என் பார்வை விரலால் தொடுவேன். இப்படி மூன்று ஆண்டுகள் தவித்த பிறகு இது சாத்தியப்படாது என்று புரிந்து அந்த வேலையை விட்டுவிட்டேன். பிறகு இன்னொரு வேலை தேடிக்கொண்டு கொல்கத்தா போனேன்.'

'இது பார்வை மைதுனம் என்ற புது வகையாக இருக்கலாம் விடு.' பொறாமையால் பொருமினேன்.

'வேடிக்கையல்ல. அது அப்படித்தான் இருந்தது. இப்போது அதற்கு நீயொரு புதிய பெயரைக் கொடுத்தாய்.'

'நாட்டில் கிளர்ச்சி ஏற்படவில்லை என்றபோதுதான் எனக்குத் தெரிந்தது - நீ இப்படிப் பெரும் சிக்கலில் மாட்டியிருக்கிறாய் என்று.'

சிரித்துக்கொண்டே சிகரெட்டைப் பற்ற வைத்தான். 'இது ஒன்றை விடமுடியவில்லை. பல தடவை முயன்றிருக்கிறேன்.' தம் இழுத்து காஃபியை உறிஞ்சினான்.

‘சில ஆண்டுகள் கொல்கத்தாவில் இருந்தேன், மதராசில் இருந்தது போலவே அங்கே வாழ்க்கையில் பேரார்வம் இருக்கவில்லை. எட்டுக்கு எட்டு, நம் இளமையின் லட்சியமும், உண்மை நிலையும் வெவ்வேறு என்று தோன்றியது. நம் ஊதியமும் நம் நேரம் இரண்டும் தினசரி வாழ்க்கையை சமாளிப்பதிலேயே செலவாகிவிடும். ஏதோ கோபத்தில் போகும் இடமெல்லாம் தகராறு செய்வேன். பிறகு மெல்ல மெல்ல சண்டையிலும் ஆர்வம் குறைந்துவிட்டது. இந்த உலகில் வெற்றியடையத் தேவையானது எதுவும் என்னிடம் இல்லைடா. எனக்கு நல்ல வேலையில்லை என்றாலும் மதராசின் அந்தப் பெண்ணுடன் ஓடிப்போகத் தயாராக இருந்தேன் என்றால் அப்போது எனக்கு எவ்வளவு துணிச்சல் இருந்தது. வெறும் துணிச்சலால் எதுவும் நடக்காது என்று அந்த புத்திசாலிப் பெண்ணுக்குத் தெரிந்திருந்தது. பெங்களூருக்கு வந்து பத்து ஆண்டுகளாயின.’

‘வீடு எங்கே? எத்தனை பிள்ளைகள்?’

‘பொறு, பொறு. எல்லாம் சொல்கிறேன். வீடு கோரமங்கலாவுக்கு வெளியே. மிகத் தொலைவில். அப்போது அவ்வளவுதான் என் கையால் முடிந்தது. இப்போது என் வீட்டு விலையும் அதிகமாகி இருக்கிறது. நல்லவேளை திருமணம் செய்து கொள்ளவில்லை. நம் இருவரும் இங்கே நாயுடு பாருக்குப் போய் பியர் குடிக்கலாம். இதுபோன்ற விஷயங்கள் எல்லாம் பேச நன்றாக இருக்கும்.’

‘இப்போதா?’ நான் சந்தேகப்பட்டேன். மதியம் குடித்துவிட்டு வீட்டிற்குப் போய், ஷாலினியின் மாலை நிகழ்ச்சியைப் பாழடித்து, அதனால் என் முழு வாரத்து மூட் பாழாகி என்றெல்லாம் யோசனைகள் வந்தன.

‘என்ன யோசிக்கிறாய்? குடும்பம் இருந்தால் இப்படியெல்லாம் யோசிக்க வேண்டியிருக்கும். என்னைப்போல் இருந்தால் இங்கிருந்து எங்கே எப்போது வேண்டுமென்றாலும் போகலாம்.’ மீண்டும் சீண்டினான்.

‘இப்போதுதான் காஃபி பருகினோமே என்று யோசிக்கிறேன். சரி, அப்படியே நடக்கட்டும். பியர் குடிக்கலாம்.’ எழுந்து காலிக் கோப்பைகளை வைக்கும் இடத்தைத் தேடினேன்.

இருவரும் வெயிலில் நடந்துகொண்டு கலாச்சேத்திராவின் கேட்

அருகே சென்றோம். வேகமாக காற்று வீசியது. 'கார் இங்கேயே இருக்கட்டும். நாயுடு பார் அருகில்தான் இருக்கிறது. அங்கே பார்க்கிங் வேறு இல்லை. விரைவாக ஒவ்வொரு போத்தல் குடித்து விட்டு வரலாம். அப்போது உன் குடும்பத்திற்கும் தொல்லை இருக்காது,' என்று சொல்லிக்கொண்டே சிரித்தான்.

அங்கிருந்து நாயுடு பார் வெறுமனே பத்தே நிமிடம். உள்ளே ஜனங்கள் இருக்கவில்லை.

'நாம்தான் குடிக்காரத் தேவடியாப் பசங்க. இவ்வளவு சீக்கிரம் வந்திருக்கிறோம்.'

'பத்து ரூபாய்! இன்ஃப்லேஷனால் இப்போது பத்து ரூபாய்க்கு உயர்ந்திருக்கிறது. தண்டம்.' என்றேன். அவனுக்குத் தேவடியா மகன் என்று சொல்வது எவ்வளவு விருப்பமாக இருந்தது என்றால் அதற்கு நாங்கள் மிஸ்டர் என்ற சங்கேதச் சொல்லைக் கொடுத்திருந்தோம். எடுத்துக்காட்டிற்கு ரமேஷன் என்பவனைத் திட்ட வேண்டுமென்றால் வார்த்தைக்கு வார்த்தை 'மிஸ்டர் ரமேஷ்' என்போம். இது அவன் காலை வாரும் வேலை என்று ரமேஷ் எண்ணியிருந்தான். நாங்கள் உள்ளுக்குள் சிரிப்போம். இது எங்கள் இருவருக்கு மட்டுமே தெரிந்த சங்கேதச் சொல், ஆதலால் இன்னும் அதிக மஜாவாக இருக்கும்.

மங்கலான வெளிச்சத்தில் அமர்ந்து பியர் ஆர்டர் செய்தோம். அதனுடன் இரண்டு அப்பளம் கூட வந்தன. குளிர்ச்சியான பியரைக் குடித்து 'ஹா' என்றேன். நான் தேவைக்கு அதிகமாகத் தளர்வாக இருப்பது போல் காட்டிக்கொள்வதற்குப் பின்னால் இருக்கும் முயற்சி அவன் கவனத்திற்கு வராமல் இருக்குமா என்ற சிறு ஆதங்கம் வாட்டியது. இந்த ஆண்டுகளில் எங்களுக்கு இடையே எதுவும் இருக்கவே இல்லை என்பது போல் நடந்துகொள்வது எவ்வளவு சிரமம் என்பது நொடிக்கு நொடி தெரிந்தது.

'உண்மை சொல்ல வேண்டுமென்றால் எனக்குத் திட்டும் பழக்கம் போய்விட்டது. ஏதேதோ ஊர்களில் வாழ்ந்து கன்னடத்தில் பேசுவது குறைந்து போக அவை எல்லாம் மறந்துபோய்விட்டன. இன்று என் வாயில் அசிங்கமான வார்த்தைகள் வந்திருந்தால் அது அதிக முயற்சியுடன் வந்தவை. நம் பழைய நாள்களை நினைவூட்டச் செய்த நாடகம்.'

‘உன் வாயால் அந்த வார்த்தைகள் வராமல் இருந்தால் நீ நீயாகத் தோன்றாது.’ நேர்மையாக ஏமாற்றத்துடன் சொன்னேன்.

‘அப்படி என்றால் அதிகக்கெட்ட வார்த்தைகளால் உன்னைத் திட்ட முயல்கிறேன் மிஸ்டர் சிறுக்கி மகனே,’ என்றான். என்னைப் போலவே சந்துவும் கூட எங்களுக்கு இடையே இருக்கும் இடைவெளியைக் கடக்க நடத்தும் முயற்சிகளை எவ்வளவு அலட்சியப்படுத்தினாலும் என் கண்ணில் விழுந்தன.

நாங்கள் முன்பு இந்த பாருக்கு வந்துகொண்டிருந்த நாள்களில் இங்கே சுவர்கள் மீது வாளையும், கேடயத்தையும் அதிசய வடிவில் தொங்கப்போட்டு குதிரை சேணத்தையும், சாட்டையையும், கடிவாள வாரையும் அடுக்கி வைத்திருந்தார்கள். கூடவே முழங்காலை மறைக்கும் பூட்டுக்கள். இன்று மாசு படிந்த சுவர்களின் உள்கூடத்தை எதிர்பார்த்த எனக்குப் புதிப்பித்த உள் அமைப்பினால் வியப்பாக இருந்தது. இப்போது அது ஒரு ஆயுதக் கிடங்கு என்பதைப் போல் போலி துப்பாக்கிகளும், கிரேனேட், தலைக்கவசம், தோட்டா சரமாலை போன்றவற்றால் அலங்கரிக்கப்பட்டிருந்தது. ஒரு சுவர் முழுதும் பிரகாசமான நிறங்களுடன் புரியாத ஓவியங்கள். ஒளி அமைப்பு மட்டும் மங்கலாகவே இருந்தது.

இருவரும் அரை கிளாசை மடமடவென்று குடித்தோம். அவ்வளவு குடிக்காமல் பியரின் குளிர்ச்சி அனுபவத்திற்கு வராது.

‘இப்போது தொடர்ந்து சொல்.’ தாஜா செய்தேன்.

‘சுருக்கமாகச் சொல்ல வேண்டுமென்றால் நான் திருமணம் செய்து கொள்ளவில்லை. கூடாது என்று எதுவும் இல்லை. எனக்கு அது கூடிவரவில்லை. குடும்பப் பொறுப்பை ஏற்றுக்கொள்வது என்னால் முடியாதது. மனைவி, குழந்தைகள், அவர்கள் கல்வி, திருமணம், பேரப்பிள்ளைகள் இப்படி குடும்பத்தனத்துடன் பெரிய கால அட்டவணை இருக்கும். நியமங்கள் இருக்கும். அதை காலா காலத்திற்குக் கடைப்பிடிக்க வேண்டும். இவை எல்லாம் காலைத் தடுக்கி விடும் கொடிகள்.

அவன் பேச்சைத் தொடர தயாராவதுபோல் இன்னொரு பியர்

குடித்தான். நான் வெயிட்டரை அழைத்து ராஜாமசாலா[3] எடுத்து வரச்சொன்னேன். அநேகமாக சனிக்கிழமையாதலால், இன்னும் நேரமாகவில்லை என்பதால் பப்பில் கூட்டம் சேரவில்லை.

'நீ சொன்ன எல்லாக் கொடிகளும் காலைத் தடுக்கியது மட்டுமல்ல, உடல் முழுதும் பரப்பிக்கொண்டிருக்கிறேன்.'

'பரப்பிக்கொள். சமுதாயத்தில் கண்காட்சிக்கு நன்றாக இருக்கும். நின்ற இடத்திலேயே நில். காலை அசைத்தால் தடுக்கி விழுவாய்.

'இருக்கட்டும், உன் விஷயத்தை சரியாகச் சொல்.'

'இங்கிருந்து மும்பை போனது உனக்குத் தெரியுமல்ல. அதற்கு முன் மாலைதான் நாம் கடைசியாகச் சந்தித்தது? அங்கே சி.ஏ. முடித்தேன். ஒன்றன் பிறகு ஒன்றாக நிறுவனங்கள் மாறி மாறி உயர்ந்துகொண்டே பெங்களூர் வந்தேன். ஒருமுறை வண்டி தண்டவாளம் ஏறிய பிறகு முடிந்தது. அவ்வப்போது எழுதவும் செய்கிறேன்.'

ஷாலினியுடன் திருமணம். அவள் குடும்பத்து பெரும் சொத்து எல்லாம் அவள் பங்கிற்கு வந்து அவள் வேலையை விட்டு விட்டது, அஜிதன் பள்ளி, வீடு கட்டியது, என் வேலையில் பதவி உயர்வு இப்படி தேகம் முழுதும் பரவிய கொடிகளை விவரித்தேன்.'

'இவை எல்லாம் நெடுஞ்சாலைச் செய்திகள். உள்பாதைகளைப் பற்றிச் சொல்.'

வெயிட்டர் ராஜாமசாலா கொண்டு வந்து வைத்தான்.

மௌனமாக, முன்னால் வைத்த தட்டிலிருந்து ஒவ்வொரு கடலைப் பருப்பை பொறுக்கிப் பொறுக்கி மெல்லத் தொடங்கினேன். எனக்குச் சொல்லும் ஆதுரமானது. அவனுக்குப் போட்டி போட்டு வெல்லும் சபலமானது. அடக்கிக்கொண்டேன். என் மௌனம் என்றால் சொல்லத் தயார் என்பதை அறிந்தவன்போல் சந்து காத்திருந்தான். சிறிது நேரத்திற்குப் பிறகு எலுமிச்சைப் பழத் துண்டை எடுத்துக்கொண்டு ராஜா ம்சாலா மீது பிழிந்தான். அதில்,

3. வறுத்த அல்லது வேக வைத்த கடலையில் பொடிசாக நறுக்கிய வெங்காயம், கொத்துமல்லி, லேசாக இஞ்சி, காரம் கலந்து எலுமிச்சைச் சாறு பிழிந்திருக்கும் ஒரு நொறுக்குத் தீனி. பெங்களூர் பார்களில் கிடைக்கும்.

வெங்காயச் சிறு துண்டுகள் கடலையுடன் நன்றாகக் கலப்பது போல் தேக்கரண்டியால் கிளறினான். ஒரு தேக்கரண்டியை நிரப்பி வாயில் போட்டுக்கொண்டவன் இனி உன் கதை தொடங்கட்டும் என்பதைப் போல் 'ஊம்' என்றான்.

ஆரம்பித்தேன்.

★★★

சந்து சிகரெட்டை மெல்ல இழுத்துக்கொண்டிருந்தான். நாங்கள் நின்றுகொண்டிருந்த இடத்தில் இன்னும் இருவர் வந்து சேர்ந்துகொண்டார்கள். அங்கே மேலே கூரை இல்லாததால் வெயில் நேராக உள்ளே வந்தது. புகை வெளியே போகவும் அதே வழி. சிலர் முகத்தை மேலே தூக்கி மேல்முகமாக புகையை விட்டார்கள். எங்கள் பேச்சு மும்முரத்தில் ஒரு பியரின் சபதம் மறந்துபோனது மட்டுமல்ல எவ்வளவு குடித்தோம் என்பதும்கூட கணக்கில்லை. இப்போது இரண்டு நிமிடம் எழுந்து நடமாடியதற்கும், இங்கே வந்து நின்றதற்கும் உடம்பில் மந்தநிலைஏற்பட்டு எங்கேயாவது உட்கார வேண்டுமென்று தோன்றியது.

சந்து சொன்னான் 'அந்த போலீஸ் விசாரணையால் என் வாழ்க்கையே மாறிவிட்டது. இல்லையென்றால் நான் மதராசுக்குப் போயிருக்க மாட்டேன். ஒரு அமைப்பு என்றால் என்னவென்று தெரிந்தது. அதனால் ஆதர்சத்தைக் கடைப்பிடிக்க போராடுபவர்கள் மீது எனக்கு அதிகப் பரிவு. செய்யும் ஒவ்வொரு வேலையும் அவருக்கு அதிக சிரமத்தைக் கொடுப்பதாகவே இருக்கும். ஆனாலும் அவர்கள் விடமாட்டார்கள், பார்.'

எனக்கு சிறுநீர் கழிக்க வேண்டுமென்று தோன்றியது. கழிவறைக்குப் புறப்பட்டேன். 'இங்கேயே திரும்பி வா' சந்து கட்டளையிட்டான்.

திரும்பி வரும் முன் நான் முகத்திற்கு தண்ணீர் தெளித்துக் கொண்டேன். ஆனாலும் மெய் மனம் சுறுசுறுப்பாகவில்லை. வந்து பார்த்தால் சந்து இன்னொரு சிகரெட் பற்ற வைத்திருந்தான். எனக்காகக் காத்துக்கொண்டிருப்பவன் போல் நான் வந்ததும் சொன்னான். 'ஏதாவது போராட்டத்தில் சேர்ந்துகொள்ளலாம் என்றால் பாழாப்போனது, சரியானது எதுவும் கண்ணுக்கு விழுவதே இல்லை.'

என்னால் இனி கொஞ்ச நேரமும் இந்தப் புகைக்கு நடுவில் நிற்க விருப்பமில்லை. வெயில் வேறு. அவன் உற்சாகத்தைக் குறைக்க முயன்றேன். 'வாரக் கடைசியில் போராட்டம் இருந்தால் மக்கள் வருவார்கள். கிரிக்கெட் மேட்ச் போல், சிறிது நேரம் வந்திருந்து, பிக்னிக் முடித்துவிட்டு, வீட்டிற்குப் போவது போல் இருந்தால் வருவார்கள். அதுவும் ஒரே வீக் எண்ட். அதிகம் என்றால் இரண்டு வீக் எண்ட் வரலாம். அவ்வளவுதான். யாருக்கு நேரமிருக்கு?'

இவை எல்லாம் புதிய வாதமல்ல என்பதைப்போல் ஆர்வமில்லாமல் என்னைப் பார்த்தான். அவன் கண்ணில் வருத்தமிருப்பதாகத் தோன்றியது. மற்றும் என் மீது கருணை.

ஷமிக்குத் தூண்டில் போட்டபோது அதற்கு இரையான முதல் புழு இவன்தான் என்பது நினைவிற்கு வந்தது. மேலும், அவன் வழியாக நான் பங்குபெற்ற சேரிப் போராட்டம்! தூண்டிலில் எப்படிப்பட்ட சத்தான சதை! ஷமியைப் பற்றிச் சொல்லும் போது இந்த விவரத்தைக் கைவிட்டிருந்தேன்.

பாதியில் சிகரெட்டை நிறுத்தி, அதை ஆஷ்டிரெயில் நசுக்கி 'வா போகலாம்' என்று உள்ளே நடந்தான்.

உள்ளே வந்து மேசை மீது அமர்ந்து மீதமிருந்த பியரை மெல்லக் குடிக்கத் தொடங்கினான். சில நிமிடங்கள் இருவரும் பேசவில்லை.

எனக்கு சந்துவின் பழைய தோழியின் நினைவானது. அவள் பெயர் வாயில் வரவில்லை. ஆனாலும் கேட்டேன். 'அவள் என்ன ஆனாள் உன் ஃப்ரெண்ட்?'

நான் யாரைப்பற்றிக் கேட்கிறேன் என்பது அவனுக்குத் தெரியும். 'அதொரு விஷயத்தை உன்னிடம் சொல்லவில்லை. இருக்கிறாள், இருக்கிறாள். ஆண்டுக்கு ஓரிரு முறை சந்திப்போம். இந்த வாழ்க்கை அழியக்கூடியது என்று தோன்றும் போதும், இப்போது இருப்பது இன்னொரு நொடியில் இல்லாமல் போகலாம் என்பது புரியும் போதும், எல்லாவற்றையும் இந்தக் கணமே வாரிக்கொள்ள வேண்டுமென்று தோன்றும் போதும் சேருவோம்.'

அதை எல்லாம் எப்படி இயல்பாகச் சொன்னான் என்றால் அவன் சுதந்திரத்தை ஊகித்துப் பொறாமையானது. நான் மீண்டும் விவரம் கேட்கவில்லை.

‘இன்னொன்று குடிக்கலாம்’ என்ற சந்துவின் வற்புறுத்தலை நிராகரித்து இப்போதே வீட்டிற்குப் போகவேண்டுமென்று பிடிவாதம் பிடித்தேன். நான்தான் பில் கொடுத்தேன். ஃபோன் எண்களை ஒருவருக்கொருவர் பரிமாறிக்கொண்டோம். அங்கிருந்து கார்வரை நடக்கும்போது ஒரு கிளாஸ் குறைவாகக் குடித்திருந்தால் நன்றாக இருந்திருக்கும் என்று மீண்டும் மீண்டும் சொல்லிக்கொண்டேன்.

★★★

2

ஞாயிற்றுக்கிழமை மாலை டிரை கிளினிங்க்குக் கொடுத்த ஷாலினியின் சேலைகளை வாங்க நான் போகவேண்டியிருந்தது. திரும்பி வரும்போது நேராக வீட்டுப் பாதையில் வராமல் ஷமி வீட்டுத் தெரு வழியாக காரை ஓட்டினேன். அந்தத் தெருவுக்குள் நுழைந்ததும் தொலைவில் இடது பக்கத்தில், ஷமி வீட்டு முன்னால் காரொன்று நின்றிருந்ததுதெரிந்தது. நான் காரை மெல்ல ஓட்டினேன். இன்னும் நிதானமாக்கி நிறுத்தியே விட்டேன். நான் நின்ற இடத்திலிருந்து சுமார் முன்னூறு அடிகள் தொலைவில் அந்தக் கார் இருந்தது. பார்த்துக்கொண்டிருக்க ரேவதி தெருவுக்கு வந்தாள். அவளுக்குப் பின்னால் ஒருவன் பெரிய சூட்கேஸ் ஒன்றைச் சுமந்துகொண்டு வந்து காரின் பின் பகுதியில் வைத்துக் கதவைச் சாத்தினான். பிறகு அவளுக்காக கார் கதவைத் திறந்து பணிவாக நின்றான். அவள் உள்ளே உட்காருவதற்கு முன் வீட்டுப் பக்கம் திரும்பி கை அசைத்தாள். வீட்டுக் காம்பவுண்ட்டுக்குள் நின்று அவளை வழியனுப்பியது ஷமியாகத்தான் இருக்க வேண்டும் என்று நினைத்தேன். பிறகு கார் புறப்பட்டுப் போனது.

நான் நொடிப்பொழுது தாமதித்துப் புறப்பட்டேன். அவள் வீட்டு முன் வந்தபோது மெல்ல ஓட்டிக்கொண்டு வீட்டை நோக்கிப் பார்த்தேன். கேட் அடியிலிருந்து சுமார் ஐந்தடிவரை ஃபைபர் கிளாஸ் தடுப்பு இருந்ததால் அதன் வழியாக எதுவும் தெரியவில்லை. தலையைத் தூக்கிப் பார்த்தேன். யாரும் இருக்கும்

சுளிவு கிடைக்கவில்லை. காரை நிறுத்தி வீட்டிற்குள் போகலாமா என்று நொடிப் பொழுது யோசித்தேன். அதற்குள் பின்னாலிருந்து வேகமாக வந்த காரொன்று ஹாரன் அடித்து என்குறைவான வேகத்திற்குத் தன் பொறுமையின்மையைக் காட்டி என் காரை அதே பொறுமையின்மையுடன் கடந்து சென்றது. என் கவனத்தைப் பாதை மீது வைத்திருக்க வேண்டும். அப்போதே, வெகு நிதானமாக இயக்கினாலும் தெருக் கோடியை அடைந்துவிட்டேன். என் வீட்டை நோக்கிப் போக இனி வலது பக்கம் திரும்ப வேண்டும். நான் என்ன செய்ய வேண்டும் என்று தெளிவில்லாமல் குழம்பிப் போனேன்.

காரை வலது பக்கமாகத் திருப்பி நேராக வீட்டை நோக்கி ஓட்டினேன். வீட்டிற்கு வந்தால் ஷாலினி தயாராக உட்கார்ந்திருந்தாள். நாங்கள் ஒரு திருமண வரவேற்பிற்குப் போகவேண்டியிருந்தது. மழை தூறத் தொடங்கியது. பிறகு என் வேலைகளில் மாலை நடந்தது மறந்துபோனது.

அந்த இரவு விரைவாக தூக்கத்திலிருந்து விழிப்பு வந்தபோது ஷமி நினைவானது. அமைதியான இரவில் பக்கத்து வீட்டு ஏர்கண்டிஷனின் சிறு சத்தம் இடைவிடாமல் தொல்லை கொடுத்தது. மெல்ல புரண்டு படுத்து, கட்டிலுக்குப் பக்கத்தில் இருந்த சிறு மேசை மீதிருந்த கடிகாரத்தை எடுத்து முகத்திற்கு அருகே கொண்டு வந்தேன். அதன் ஒளிரும் முட்கள் மூன்றரை என்று காட்டின. நான் முழுமையாக விழித்திருந்தேன். இருட்டில் மனதை ஓடவிட்டேன். முதல் மாலை ரேவதி வீட்டிலிருந்து வெளியே புறப்பட்ட காட்சி கண் முன் வந்தது. இன்று ஷமி தனியாக வீட்டில் இருப்பாள் என்று தெரியும். எழுந்து ஃபோன் செய்யலாம் என்று நினைத்தேன். இந்த நேரத்தில் வீட்டிலிருந்து பேசுவது முடியாது. அங்கே போனால்? போய் அவளுக்கு சர்பிரைஸ் கொடுத்தால்? அவள் தனியாக இருந்து, என் மீதான கோபத்தைத் துறந்து மீண்டும் இணைந்தால் அதைப் போன்ற இன்பம் மற்றொன்று இருக்க முடியாது.

வெகு நாள்களுக்குப் பிறகு அவள் மீண்டும் கிடைக்கலாம் என்ற சாத்தியக் கூறுகளால் மனம் எழுச்சியாக இருந்தது. காமாதுரனான என் கற்பனையில் முன்போலவே எனக்காக

அவள் போர்டிகோவில்மெல்லிருளில் காத்துக்கொண்டிருந்தாள். நான் காரை நிறுத்தி கேட் நோக்கிப் போக அப்படியே மெல்ல வந்து, ஓசை எழாமல் பூட்டைத் திறந்து, என்னை உள்ளே அழைத்துக்கொண்டு மீண்டும் அப்படியே சத்தமில்லாமல் பூட்டைப் பூட்டி கதவருகே நகர்ந்தாள். இருவரும் உள்ளே போக மெல்லக் கதவை சாத்தி அவளைக் கட்டிப் பிடித்தேன்.

ஷாலினி உரக்க பெருமூச்சு விட்டு புரண்டு படுத்தாள்.

மீண்டும் மணியைப் பார்த்தால் நான்கு மணியாகி பத்து நிமிடம் கடந்திருந்தது. நான் இப்போது போய், அவள் கதவைத் திறந்து வரவேற்றால் அவளை எப்போதும் இல்லாதது போல் மோகத்துடன் கொஞ்சுவேன் என்று நினைத்தேன். என் மனக்கண் முன் அவள் முலைகள்விரைத்தன. நான் கலங்கிப் போனேன். வெளிறிப் போனேன். ஓசையில்லாமல் எழுந்து குளியலறைக்குப் போனேன். பல் துலக்கினேன். இருமுறை நாக்கைச் சுத்தம் செய்தேன். நேற்று மாலை திருமண வரவேற்பிற்குப் போக ஷேவ் செய்துகொண்டது நல்லதானது. தாடி அதிக சொர சொரப்பாக இருக்கவில்லை.

என் உள்ளாடையை மாற்றி, பனியனைக் கழற்றி எறிந்தேன். வெள்ளை டீ ஷர்ட் அணிந்து புறப்பட்டவன் வேண்டாம் என்று அடர்த்தியான நீல நிறத்தையே தெரிவு செய்தேன். அப்போது மணி நான்கரை. என் ஆதுரமும், மனதிற்குள் எழுந்த அவசரச் சத்தமும் ஷாலினியை எழுப்பிவிடலாம் என்று நான் பயந்தேன். நல்லவேளை அப்படி எதுவும் நடக்கவில்லை. அவள் ஏதாவது விழித்துக் கொண்டால், இவ்வளவு சீக்கிரம் போவதற்கு என்ன சமாதானம் சொல்வது என்பதைப் பற்றியும் நான் யோசிக்கவில்லை. உற்சாகத்துடன் வீட்டிலிருந்து வெளியே வந்தேன்.

மெல்ல கேட் திறந்து காரை வெளியே எடுத்தேன். இந்த நேரத்தில் நகரம் எப்படி இருக்கும் என்பதுகூட எனக்குத் தெரியாது. எனக்குள் சொல்ல முடியாத அவசரம் நிரம்பி இருந்தது. உடனே அங்கே இருக்க வேண்டும்; மறுநொடியே அவள் கிடைக்க வேண்டும். இவை இரண்டு மட்டும்தான் என் மனதில் இருந்தன.

அவள் வீட்டுத் தெருவில் அதிகமாக விளக்கு இல்லாதிருப்பது கவனத்திற்கு வந்து நல்லதுதான் என்று தோன்றியது. இன்னும்

நான்கு வீடுகள்தொலைவில் இருக்கும் போதே என்ஜினை ஆஃப் செய்தேன். நிசப்தமாக காரை இயக்கி வீட்டு முன் நிறுத்தினேன். இறங்கி ஓசையில்லாமல் தேவையான அளவு மட்டுமே தள்ளி கார் கதவைச்சாத்திப் பூட்டினேன். இருட்டாக இருந்தது. வானில் நிலா இருக்கவில்லை என்பதை இப்போதுதான் கவனித்தேன். அநேகமாக அமாவாசையாக இருக்கலாம். மேகங்களாலும் இருக்கலாம். மொத்தத்தில் என் அதிர்ஷ்டத்திற்கு இருட்டாக இருந்தது.

இங்கே இத்தனை பெரிய நடைபாதை இருப்பதை நான் இப்போதுதான் கவனித்தேன். நடைபாதை முழுதும் மரங்கள் இருந்தன. அந்த வீட்டு முன் சிறப்பான அக்கறை எடுத்து மரங்களைப் பராமரிப்பது தெரிந்தது. அவற்றைச் சுற்றிச் சிறு பாத்தியும் கட்டியிருந்தது.

மதில் மீது இரும்புக் கம்பிகளைப் பதித்து அதற்கு முள்வேலி போட்டிருந்தார்கள். பாதுகாப்பைக் குறித்து தனது அம்மாவிற்கு இருக்கும் மிகையான அக்கறையைப் பற்றி ஒருமுறை ஷமி சொல்லியிருந்தாள். முதல் முறை நான் விடிகாலை வந்தபோது அவள் கேட் பின்னால் காத்திருந்தாள். நான் வந்ததும் மந்திரம் சொல்லியது போல் கேட் திறந்துகொண்டது. இன்றும் கூட நான் கேட் அருகே நகர்ந்துகொண்டிருக்கும் போது தானாக கேட் திறந்து கொள்ளலாம் என்ற ரம்மியமான கற்பனையில் நொடிப்பொழுது மெய்மறந்தேன். என் ஃபோன் எடுத்து ஷமியை அழைத்தேன். ஸ்விட்ச் ஆஃப் என்ற செய்தி வந்தது. என் எல்லா உற்சாகமும் ஒரேடியாக இறங்கிவிட்டது.

மெல்ல நடந்து கேட் அருகே வந்தேன். அதன் ஃபைபர் கிளாஸ் தடுப்பு மேலே இருந்து உள்ளே எட்டிப் பார்த்தேன். உள்ளே எல்லாம் அமைதியாக இருந்தது. கேட்டிலிருந்து வீட்டு முன் போர்டிகோவரை இருந்த கல் பதித்த பாதையின் இரு பக்கங்களிலும் வகை வகையான செடிகள். இருட்டிற்கு அந்த செடிகளின் பச்சை இன்னும் அடர்த்தியாக இருந்தது. கேட் திறக்கப் பார்த்தேன். அதன் கொக்கி உள் பக்கத்திலிருந்தது. கேட்டிற்குப் பொருத்தியிருந்த ஃபைபர் தடுப்பால் அதுவரை கை எட்டுவது சாத்தியமில்லை. அதிக எடையுள்ள அந்த கேட்டைத் தள்ளிப்

பார்த்தேன். உள்ளே இருந்து போட்டிருந்த நீண்ட தாழ்ப்பாள்கள் தரையில் அழுத்தமாக இறங்கியிருப்பது தெரிந்தது. கேட்டை அசைத்தால் சிறிதாகச் சத்தம் வந்தது.

வீட்டிற்குள் ஷமி தனியாக இருக்கிறாள் என்பதில் எனக்கு சந்தேகமில்லை - ரேவதி காரில் சென்றதை முதல்நாள் மாலை நான் கண்ணாரப் பார்த்திருந்தேன். எனக்குள் ஒரே யோசனை: எப்படியாவது இந்தக் கோட்டைக்குள் நுழைந்து ஷமி முன்னால் நின்றால் நாங்கள் இணைவதற்கு எந்தத் தடையும் இருக்காது.

மீண்டும் ஃபோன் செய்தேன். அதே செய்தி. அவள் லேண்ட்லைன் எண்ணாவது இருந்திருந்தால் அழைத்திருக்கலாம். எப்படியாவது உள்ளே சென்றடைய வேண்டுமென்று தோன்றியது. போர்ட்டிகோவை அடைந்து வீட்டு அழைப்பு மணியை அழுத்தினால் போதும், அவள் எழுந்து வருவாள். அப்படியும் விழித்துக் கொள்ளாவிட்டால் அவள் அறை சன்னல் அருகே போய் கண்ணாடியைத் தட்டலாம். அவள் அதிர்ச்சியடைந்து போலீசுக்கு ஃபோன் செய்தாலும் செய்வாள்! மணி அடிப்பது நல்லது. அப்போது அவள் எழுந்து வந்து சன்னல் வழியாகப் பார்த்து நானென்று தெரிந்து வியப்படையலாம். ஆனால் உள்ளே போவது எப்படி என்பதுபுரியவில்லை.

கேட் அருகே இரண்டு பெரிய தூண்கள் இருந்தன. அவற்றின் மீது கண்ணாடித் துண்டுகளைப் பதித்திருந்தார்கள். எட்டு அடியாவது உயரமிருக்கும் கேட் நுனியில் ஈட்டி போல் இருந்த கூர்மையான முனைகள் இருக்கும் கம்பிகள் இருந்தன. கேட்டைத் தாண்டி உள்ளே போக சாத்தியமே இல்லை. கால் வழுக்கினால் நான் சூலத்தில் ஏறும் சாத்தியங்கள் உண்டு. கேட் பக்கத்துத் தூணில் காலிங்பெல் இருக்கலாம் என்று தேடினேன். இடது பக்கத் தூண் மீது பெயர் பலகை ஒன்றிருந்தது. அதன் மீது எழுத்துக்கள் மங்கலாகத் தெரிந்தன. என் மொபைல் ஃபோனிலிருந்து ஒளியைப் பாய்ச்சி அதை வாசித்தேன். வீட்டு எண் 1428. வீட்டு உரிமையாளர் பெயர் ரேவதி. அந்தப் பலகைக்குக் கீழே அதே தூணில் அஞ்சல் போட ஒரு அகலமான திறப்பு இருந்தது. அதற்குள் கையை நுழைத்தேன். மணிக்கட்டுக்குப் பிறகு கை நுழையவில்லை. அந்தத் திறப்பிற்கு ஒரு பித்தளை மூடியிருந்தது. நான் கையை வெளியே

எடுக்கும் போது அது டன் என்று ஓசை எழுப்பியது. திருடன் எதிர்பாராத சத்தத்திற்கு பயப்படுவது போல் பீதியடைந்தேன். பக்கத்துத் தெருவில் எங்கேயோ ஒரு வாகனம் கடந்துபோன சத்தம். நான் நின்ற இடத்தில் வெளிச்சம் இருக்கவில்லை. ஆனாலும் உன்னிப்பாகப் பார்த்தால் நான் இருப்பதைக் கண்டுகொள்ளலாம். தெருவில் யாராவது வந்தால் நான் தேடுவதைப் பார்த்து திருடன் என்று நினைத்துக்கொள்வதில் சந்தேகமில்லை.

திடீரென்று எனக்கு நாய் நினைவானது. அட! நாய் சத்தமே இல்லை. என்ன ஆனது? பீ இறந்துவிட்டதா? அல்லது அதை எங்கேயாவது அனுப்பிவிட்டார்களா? அதை சீண்டி அதைக் குரைக்கச் செய்தால் ஷமி எழுந்து வரலாம்.

மெல்ல மதில்வரை நடந்தேன். உயரமான சுவரை ஏற எந்த வழியும் இல்லை. கடைசியில் ஒரு பெரிய மரமிருந்தது. அதன் கிளைகள் உள்ளே நீட்டிக் கொண்டிருந்தன. அதன் வழியாகப் போவது அத்தனை எளிதாக இருக்கவில்லை. கிளை உயரத்தில் இருந்தது. ஆனாலும் மரம் ஏற முயற்சிக்கலாம் என்று தோன்றியது. நான் இப்படிச் சுவரைத் தாண்டி வந்தேன் என்பதே அவளை ரோமஞ்சனத்திற்கு ஆளாக்கலாம். எப்படிப்பட்ட ரொமான்டிக் விஷயம்! நான் துணிச்சல்காரன் என்று ஒத்துக்கொள்வாள். எப்படியோ ஒருமுறை உள்ளே நுழைந்தால் எல்லாம் சரியாகும் என்று தோன்றியது. அவளை முதல் முறையாக நைட் டிரெஸில் பார்ப்பேன் என்று நினைத்தேன். உள்ளாடை அணிந்திருப்பாளா இல்லையா, எனக்கு சிறிதாக கிளர்ச்சி உண்டானது.

மீண்டும் யோசிக்கப் போகாமல் மரத்தடிக்கு வந்தேன். ஷூ போட்டுக்கொண்டு ஏறுவது சாத்தியமில்லை. அதன் தண்டு அகலமாக இருந்தது. இங்கே என் தெங்கனகேரி உதவிக்கு வந்தது. பால்யத்தில் எந்த மரமானாலும் தண்டு எவ்வளவு தடிமனாக இருந்தாலும் ஏறுவேன். ஆனால் பழக்கம் தவறி தசமங்கள் கடந்து விட்டன. ஆனாலும் பழைய நினைவிலிருந்து தோன்றிய தன்னம்பிக்கையும், ஷமி வேண்டுமென்ற ஆசையில் பிறந்த ஊக்கத்திலும் தொடர்ந்தேன். ஒருமுறை லால்பாகில் நடைபழகும்போது என் இந்தத் திறமையைக் காட்ட மரம் ஏற முயன்றேன். நான் தயாராவதும், ஏறும் முயற்சியையும் பார்த்து

அவள் வியந்து போனாள். 'வாரே வாஹ், உண்மையாகவும் தெங்கனகேரி சுட்டிப் பையனின் தரிசனமானது' என்று சொல்லியிருந்தாள். பாதி ஏறுவதற்குள் தோட்டக்காரரோ, காவல்காரரோ, யாரோ ஒருவர் வந்து மரம் ஏறுவது தடை செய்யப்பட்டுள்ளது என்று என்னை மேலே ஏற விடவில்லை. அந்த நினைவால் மனம் மலர்ந்தது. உற்சாகம் வந்தது. நான் உள்ளே வந்ததையே அழகான கதையாக அவளுக்குச் சொல்லலாம் - இங்கிலிஷ் கோட்டைக்கு முற்றுகையிட்ட கன்னடக் குமரனின் கதையை!

ஷூவையும் காலுறையையும் கழற்றி மரத்தடியில் வைத்தேன். இரண்டு பக்கமும் நோட்டமிட்டு யாரும் இல்லை என்பதை மீண்டும் உறுதிப்படுத்திக்கொண்டு மரம் ஏறத் தொடங்கினேன். தண்டைப் பற்றிப் பிடிக்கப் போக என் தொப்பை குறுக்கே வந்த உணர்வு ஏற்பட்டது. அது என் பிரமையாக இருக்கலாம் என்று தொடர்ந்தேன். முதல் கிளை அல்லது மரப்பொந்து கிடைக்கும்வரை சிரமம். பிறகு எப்படியோ மேலே ஏறிவிடலாம்.

அந்த மரத்திற்கு முதல் கிளை சிறிது உயரத்தில் இருந்தது. நான்கடி ஏறத் தொடங்கியதும் நான் கையிலெடுத்த சாகசம் புரிந்தது. பன்னிரெண்டு வயதிற்கும் நாற்பத்திரெண்டுக்கும் வேறுபாடு இருக்கிறது என்று தெரிந்தது. இன்னும் ஏறினேன். முதல் கிளை வலது கைக்குக் கிடைத்ததும் அதைப் பிடித்துக்கொண்டு சுதாரித்துக் கொண்டேன். இனி அந்தக் கிளையை இறுக்கமாகப் பற்றிக்கொண்டு, தேகத்தைத் தண்டிலிருந்து பின்னால் நகர்த்தி, பாதங்களைத் தண்டில் அழுத்தி ஊன்றி ஏறத்தொடங்கினேன். இனி சிரமமாகவில்லை. முதல் கிளையை ஏறியதும் வென்று விட்டேன் என்று தோன்றியது. இப்போது நான் மர இலைகளுக்கு நடுவில் முழுமையாக மறைந்திருந்தேன். இது என்ன மரம் என்று தெரியவில்லை.

இன்னும் சிறிது மேலே ஏறி காம்பவுண்டுக்குள்ளே நீண்டிருந்த கிளையை நோக்கி மெல்ல நகர்ந்தேன். மரத்திலிருந்து காம்பவுண்ட் ஐந்தாறடி தொலைவிலிருந்தது. கிளை மீது நகர்ந்து முன்னால் போகப் போக அது என் பாரத்திற்குச் சிறிது கீழே இறங்கியது. அதன் மீது நடக்கும் போது ஆதரவுக்கு மேல் கிளைகளைப்

பிடிக்க வேண்டியிருந்தது. நான் கால் வைத்த கிளை உறுதியாக இருந்தாலும் கை ஆதரவுக்கு வலுவான கிளை கிடைக்காவிட்டால் தொடர்ந்து நடப்பது கடினம் என்று தோன்றியது. இனி என்ன இரண்டு அடி போனால் போதும், சுவர் மீதிருக்கம் முள்வேலிக்கு அந்தப் பக்கம் இருப்பேன். அங்கிருந்து எப்படியோ சுவருக்கு மறுபக்கம் காலூன்ற இடம் கிடைத்தால் பிறகு கீழே இறங்குவதைப் பற்றி யோசிக்கலாம். சுவருக்கு வெளியே என்ன இருக்கிறது என்பது எனக்கு இருட்டில் தெரியவில்லை.

எறும்புகள் மெல்ல என் கால்கள் மீது ஊறத் தொடங்கியது என்பது கவனத்திற்கு வரச் சிறிது நேரமானது. அவை என் பாதங்களை முதலில் கடித்தன. பிறகு கால்கள் மீதேறி கடிக்கத் தொடங்கின. அங்கங்கே கால்களை ஒன்றோடொன்றாக உரசிக்கொண்டேன்.

சன்னமாக மழை வந்தது. ஒரு நொடி அப்படியே நின்றேன். எந்த ஈர்ப்பு என்னிடமிருந்து இவற்றை எல்லாம் செய்ய வைக்கிறது என்பது தெரியாமல் போனது. தலைமைத் தணிக்கையாளர் பதவியில் இருக்கும் நான் இப்படி மரம் ஏறி, இந்த மழையில் நனைந்து, எறும்புகளால் கடிபட்டு, சுவர் தாண்டும் வேலையில் தொடங்கி இருக்கும்போது யாராவது பிடித்துவிட்டால் எப்படிப்பட்ட ஆபாசமாகும். அலுவலகத்தில் தெரிந்தால் கேலிக்கு ஆளாவேன். பேப்பரில் இது செய்தியாகும். வேலை போனாலும் போகலாம். பிறகு அந்த சாஹூவுக்கு எப்படி முகத்தைக் காட்டுவது? ஷாலினிக்கு என்ன சொல்வது?

மழை மெல்ல அதிகமானது. தாமதித்தால் இனி சிரமமாகலாம் என்று மெல்ல முன்னேறினேன். எறும்புகள் சித்திரவதை செய்து கொண்டிருந்தன. கிளை இன்னும் வளைந்திருந்தது. அப்படி வளையும்போது மேலே என் பிடி சிரமமானது. எப்படியோ முள்வேலி அருகே வந்து நின்றேன். இருபது ஆண்டுகளுக்கு முன்பாக இருந்தால் நேராகக் கீழே குதித்திருப்பேன். சுவர் மீது கால் வைக்க வாய்ப்பிருக்கவில்லை. கால் முள்வேலியில் பட்டால் கீறிக் காயமாகிவிடும் அல்லது இடறிக் கீழே விழுந்தாலும் விழலாம். நின்ற கிளை மீது எப்படியாவது ஓரடி முன்னால் போய், அதன் மீது அமர்ந்து, பிறகு அதைப் பிடித்துத் தொங்கி உள்ளே குதிப்பதுதான் சரியான வழி என்று தோன்றியது. ஆதரவு இல்லாமல் கிளை

மீது உட்காருவது சாத்தியமே இல்லை. நின்ற கிளை மீது சரக் என்று இரண்டடி நடந்து, உடனே உட்கார்ந்து, பிறகு அதையே பிடித்துக் கொண்டு சட்டென்று கீழே தொங்கி அந்தப் பக்கம் தரைக்குக் குதிப்பது என்று யோசித்தேன். தெங்கனகேரியில் இப்படி எத்தனை முறை செய்திருக்கிறேன்.

மனதில் எல்லாவற்றையும் இன்னொரு முறை பார்த்தேன். அதிகம் யோசித்தால் என்னால் இயலாமல் போகலாம் என்று முன்னேறினேன். எல்லாம் எண்ணியபடி நடந்தது. ஆனால் அந்த வேகத்திற்கு என் கன்னமும் தோளும் மரத்தில் உரசி அதிகம் எரிச்சலாக இருந்தது. நான் கிளையில் தொங்கிக்கொண்டிருந்தேன். அது கீழே வளைந்திருந்தது. கை விட்டுக் கீழே குதிக்கும் முன் கீழே பார்த்தால் அத்தனை அருகிலிருந்தும் அங்கே என்ன இருக்கிறது என்று தெரியவில்லை. கீழே குதித்தேன். கால் பூந்தொட்டி ஒன்றில் இடறி நிலை இழந்தேன். தொப்பென்று தரையில் விழுந்தேன். அங்கே தண்ணீர் தேங்கியிருந்தது. விழுந்ததால் முழங்காலில் அடிபட்டது. கை கால் உடம்பெல்லாம் சகதி. தோள், கன்னத்து எரிச்சல் இன்னும் அதிகமானது. உள்ளே வந்து விட்டதால் முடிவில் வென்று விட்டேன் என்று ஆறுதலாக இருந்தது. வெளியே தெரு மீது வாகனம் ஒன்று வேகமாகக் கடந்து சென்றது.

மெல்ல முழங்கால் மீது கையூன்றி எழுந்து நின்றேன். செடிகள் அருகிலிருந்து கேட் நோக்கி நடந்தேன். அங்கிருந்து போர்டிகோ போய் மணியடிக்கலாம் என்று இரண்டு எட்டு எடுத்து வைப்பதற்குள், அங்கே மெல்லிய இருளில் யாரோ நிற்பது தெரிந்தது. நெஞ்சம் தக் என்றது. இது யார்? காவல்காரரா? நின்ற இடத்திலேயே நின்றேன். அந்த நபர் அங்கேயே நின்றுகொண்டு என் திசையை நோக்கிப் பார்ப்பது தெரிந்தது. அது ஷமியாக இருக்கலாமா என்று நொடிப்பொழுது தோன்றி, என்ன நடந்தாலும் சரி என்று முன்னால் அடி எடுத்து வைத்தேன். பார்த்தால் ரேவதி! அவளும் முன்னால் வந்தாள். என்னை அடையாளம் கண்டுகொண்டாள். நான் சகதி படிந்த அசிங்கமான கோலத்தில், உடம்பிலிருந்து மழை சொட்டச் சொட்ட பிச்சைக்காரன் போல் அவள் முன்னால் நின்றிருந்தேன். இவள் இங்கே எப்படி வந்தாள் என்று பதறிப் போனேன். நான் இருந்த சூழ்நிலை எல்லாத் தர்க்கத்தையும் மீறியது. அங்கே எந்தக் காரிய காரணங்களுக்கும்

வாய்ப்பில்லை. அவள் தளர்வான நைட் டிரெசில் இருந்தாள். நான் காரை நிறுத்தி, மரம் ஏறி உள்ளே குதித்து இப்படிப் பைத்தியக்காரன் போல் அவள் முன்னால் நிற்கும்வரை எல்லாவற்றையும் அவள் கவனித்திருக்கலாம்.

'கெட் அவுட்' என்றாள்.

அவமானத்தால் நான் தத்தளித்தேன். கேட் நோக்கி நடந்தேன். கேட் பூட்டியிருந்தது. ஆனாலும் அதன் கொக்கியைத் திறப்பது போல் நடித்தேன். கொக்கியை ஆட்டினேன். திருப்பினேன். கேட்டைத் தள்ளித் திறக்க முயன்றேன். பிறகு பூட்டை அப்போதுதான் கவனித்தவன் போல் அதை இழுத்துப் பார்த்து விட்டு, திரும்பி அவள் முகத்தைப் பார்த்து நின்றேன். அவள் இப்போது வந்து பூட்டைத் திறந்து என்னை வெளியே துரத்தலாம் என்று காத்திருந்தேன். எப்படியாவது அந்த நொடியைக் கடந்து வெளியே போனால் போதும் என்பது போல் இருந்தது. 'கேட் திறக்கமாட்டேன். எப்படி வந்தாயோ அதே வழியில் போ. கெட்டவுட்' என்றாள். நான் மாட்டிக்கொண்டேன். வந்த வழியில் போக முடியாது. அது அவளுக்கும் தெரியும். இவள் இப்போது இங்கே இல்லாமல் ஷமி மட்டும் இருந்திருந்தாலும் இப்படி நடந்திருக்கலாம். அவள் போலீசை அழைத்திருப்பாள். அது இன்னும் அசிங்கமாக இருந்திருக்கும். சாஹூ, சன்யால், என் வேலை, செல்வாக்கு, ஷாலினி, அஜித், என் வீடு மற்றும் சந்து ஊகித்த இன்னொரு சாத்தியக்கூறு எல்லாம் நொடிப்பொழுது என் மனதைக் கடந்து போயின.

நான் மரத்துப்போய் நின்றிருப்பதைப் பார்த்து ரேவதி இன்னொருமுறை கடுமையாக 'கெட் அவுட்' என்றாள்.

★★★

விவேக் ஷான்பாக்: கன்னட எழுத்தாளர். ஐந்து சிறுகதைத் தொகுப்புகளையும், நான்கு புனைவுகளையும், இரண்டு நாடகங்களையும் வெளியிட்டிருக்கிறார். இரண்டு கதைத் தொகுப்புகளைத் தொகுத்திருக்கிறார். ஒன்று ஆங்கிலத்தில் உள்ளது. இவருடைய பல சிறுகதைகள் சினிமாவாகவும், நாடகமாகவும் உருவாக்கப்பட்டுள்ளன. 2005-2012 வரை ‘தேசகால’ என்ற இலக்கியப் பத்திரிகையை நடத்தி வந்தார். இவருடைய பல கதைகள் பிற மொழிகளில் மொழிபெயர்க்கப்பட்டுள்ளன. ‘காச்சார் கோச்சர்’ என்ற நாவல் 16 மொழிகளில் மொழிபெயர்க்கப்பட்டுள்ளது. தமிழையும் சேர்த்து.

பொறியியல் பட்டதாரியான இவர் தற்போது பெங்களூரில் வசிக்கிறார்.

கே.நல்லதம்பி: மைசூரில் பிறந்தவர். படிப்பு *B.A.*வரை. ஒரு தனியார் கம்பெனியில் வியாபாரப் பிரிவின் அகில இந்திய மேலாளராக *35* வருடங்கள் வேலை பார்த்து ஓய்வுபெற்றவர். நிழற்படக் கலையில் ஆர்வமிக்கவர். பல உலக மற்றும் தேசிய கண்காட்சிகளில் இவரது நிழற்படங்கள் பார்வைக்கு வைக்கப்பட்டு, பல பரிசுகளும் பெற்றிருக்கின்றன. இந்திய லலிதகலா அகாடெமியில் இவரது *6* புகைப்படங்கள் நிரந்தர அருங்காட்சியகத்தில் இருக்கின்றன. கன்னடத்திலிருந்து தமிழுக்கும், தமிழிலிருந்து கன்னடத்திற்கும் கவிதைகள், சிறுகதைகள், கட்டுரைகள் மொழிபெயர்த்துப் பல கன்னட மற்றும் தமிழ் இதழ்களிலும் வெளியாகியுள்ளன.

2012-இல் மொழிபெயர்க்கத் தொடங்கி, இதுவரை தமிழிலிருந்து கன்னடத்திற்கு *20* நூல்களும் கன்னடத்திலிருந்து தமிழிற்கு *37* நூல்களும் வெளியாகியுள்ளன. ஒரு கன்னடக் கவிதைத் தொகுப்பும், ஒரு தமிழ், கன்னடச் சிறுகதைத் தொகுப்பும் வெளிவந்துள்ளன. இவரது சிறுகதைத் தொகுப்பு தெலுங்கில் மொழிபெயர்ப்பாகியுள்ளது.

தற்போது பெங்களூருவில் வசிக்கிறார்.

kntt1949@gmail.com

Cell: 9880718541

www.ingramcontent.com/pod-product-compliance
Lightning Source LLC
LaVergne TN
LVHW060210051026
849517LV00005B/1357